இஸ்லாமிய வரலாறு

முதல் பாகம்

வெளியீடு
ரஹ்மத் பதிப்பகம்
இது ஒரு சென்னை ரஹ்மத் அறக்கட்டளை நிறுவனம்

இஸ்லாமிய வரலாறு

முதல் பாகம்

[அரபு மற்றும் ஆங்கில மூல நூற்களின் ஆதாரங்களின் அடிப்படையில்]

ஆசிரியர்

அல்அஸூமத்

மொழிபெயர்ப்பு மேலாய்வாளர்

குளச்சல் யூசுப்

மெய்ப்புத் திருத்தம்

சிராஜுல் ஹஸன்

நூலாக்கம்

தமிழ்அலை, சென்னை

அச்சிட்டோர்

ஜோதி எண்டர்பிரைசஸ், சென்னை

நூல் விவரம்

முதல் பதிப்பு: மே, 2019

பக்கங்கள் : 296

பிரதிகள்: ஆயிரம்

விலை: ரூ. 400/-

ISBN : 978-93-82132-28-8

பதிப்பாளர்

எம்.ஏ. முஸ்தபா

musthafa@agccapital.co

நிர்வாகி

யாசீன் முஸ்தபா

yasin@agccapital.co

வெளியீடு

ரஹ்மத் பதிப்பகம்

இது ஒரு சென்னை ரஹ்மத் அறக்கட்டளை நிறுவனம்

6, இரண்டாவது பிரதான சாலை, சி.ஐ.டி காலனி, மைலாப்பூர், சென்னை - 600 004.

PHONE: 044 24997373 MOBILE: 94440 25000

Email : sales@rahmath.net. Website : www.rahmath.net.

Facebook: www.facebook.com/rahmathtrust

பதிப்புரை	07
அணிந்துரை	11
முன்னுரை	13
அரேபியா	47
இறைத்தூதர் முஹம்மத் நபி (ஸல்)	85

மொழிபெயர்ப்பாளர்

இலங்கையைச் சேர்ந்த மூத்த எழுத்தாளர் அல் அஸூமத் அவர்கள், குறிப்பிடத்தக்க முன்னணி இலக்கிய ஆளுமைகளுள் ஒருவர். 1942இல் பிறந்த இவர், 1959இல் எழுத்துலகில் கால் பதித்தார். இன்றுவரை ஏராளமான கவிதைகளையும் சிறுகதைகளும் மூன்று புதினங்களும் எட்டுக் குறுங்காவியங்களும் எழுதியுள்ளர். இவை தவிர இவர் எழுதியுள்ள கட்டுரைகளும் மொழிபெயர்ப்பு நூல்களும் தனி.

'வெள்ளைமரம்' (சிறுகதைத் தொகுப்பு), 'புலராப் பொழுதுகள்' (நெடுங்கவிதை), 'மலைக்குயில்' (கவிதைத் தொகுப்பு) 'நபித்தோழர் பிலால்' (மொழிபெயர்ப்பு) ஆகியவை இவருடைய முக்கியப் படைப்புகளாகும்.

முதல் இரண்டு நூல்களும் பரிசு பெற்ற நூல்களாகும்.

வானொலி, தொலைக்காட்சிகளில் பல கவியரங்குகளையும், புதிய கவிஞர்களுக்கான கவிதைப் பட்டறையும் நடத்தியுள்ளார். படைப்பிலக்கியம் மட்டுமின்றி, இதழியல் துறையிலும் தடம் பதித்துள்ளார். 'பூபாளம்', 'பௌர்ணமி', 'மேகம்' ஆகிய சிற்றிதழ்களை நடத்தி பேரனுபவம் பெற்றவர்.

1992இல் இலங்கை அரசின் சார்பாக 'நஜ்முல் ஸூரா' விருது, 2006 இல் 'கலாபூஷண்' விருது, 2009 இல் இலங்கை முஸ்லிம் கலைஞர் முன்னணியின் 'இலக்கிய சாகரம்' விருது, 2011 இல் இஸ்லாமியத் தமிழ் இலக்கியக் கழகத்தின் சார்பாக 'தமிழ் மாமணி' விருது ஆகியவை இவரைத் தேடி வந்த விருதுகளாகும்.

அகவை 75 என்றாலும் அயராமல் எழுத்துப் பணியில் ஈடுபட்டிருக்கும் அல் அஸூமத் அவர்கள், தற்போது யாப்பிலக்கணம் குறித்து எழுதிவருகிறார். அத்துடன் நபிக்குறளையும் உருவாக்கி வருகிறார். இவைதவிர பல மொழிபெயர்ப்புப் பணிகளிலும் முனைப்புடன் ஈடுபட்டுவருகிறார்.

பதிப்புரை

யா அல்லாஹ் உன்னையே வணங்குகிறோம்.

உன்னிடமே உதவி தேடுகிறோம்.

எல்லாப் புகழும் அல்லாஹ்வுக்கே...

எமது சென்னை ரஹ்மத் அறக்கட்டளையின் ரஹ்மத் பதிப்பகம் சார்பாக, இறைத்தூதர் முஹம்மத் நபி (ஸல்) அவர்களது நபிமொழித் தொகுப்புகளான, **ஸஹீஹுல் புகாரீ, ஸஹீஹ் முஸ்லிம்** ஆகிய இரண்டு தொகுப்புகளையும் முழுமையாக வெளியிட்டுள்ளோம். தொடர்ந்து, ஜாமிஉத் திர்மிதீயை மூன்று பாகங்களாக வெளியிட்டுள்ளோம். இதன் தொடர்ச்சியாக, **சுனன் அபூதாவூத், சுனனுந் நஸாயீ, சுனன் இப்னு மாஜா** ஆகிய நபிமொழித் தொகுப்புகள் இன்ஷா அல்லாஹ் விரைவில் வெளிவர உள்ளன.

மேலும், **ஸிஹாஹுஸ் ஸித்தா** எனும் முக்கியமான ஆறு நபிமொழித் தொகுப்புகளையும் முழுமையாகத் தமிழாக்கம் செய்து, மக்களிடம் சேர்க்க இருக்கிறோம் என்பதில் மிகுந்த மகிழ்ச்சியடைகிறோம். அல்ஹம்துலில்லாஹ்! எங்களது பணிகள் நிறைவுபெற்று, நபிமொழித் தொகுப்புகள் அனைத்தையும் உங்கள் கைகளில் கிடைக்கச் செய்ய எல்லாம் வல்ல இறைவனிடம் பிரார்த்தனை செய்யுமாறு வேண்டுகிறோம்.

திருக்குர்ஆன் விரிவுரையில் புகழ்பெற்ற தஃப்சீர் இப்னு கஸீரைத் தமிழில் மொழியாக்கம் செய்து மொத்தம் ஒன்பது பாகங்களாக வெளியிட முடிவு செய்து, ஏழு பாகங்கள் வெளியிட்டுள்ளோம். இன்ஷா அல்லாஹ், மீதமுள்ள இரண்டு பாகங்களும் விரைவில் வெளிவரும்.

★ ★ ★ ★

உலக வாழ்விலும் மறுமை வாழ்விலும் மானுடம், வெற்றியும் மேன்மையும் அடைவதற்கான வரலாற்றுப் படிப்பினையின் தேவை குறித்து, சங்கைமிகு திருக்குர்ஆன் நமக்குக் கூறியுள்ளது. தங்களது தீய செயல்களின் விளைவாக அழிவுற்ற சமூகங்கள் குறித்தும் நற்செயல்களின் விளைவாக, பேறுபெற்ற சமூகங்கள் குறித்தும் பல்வேறு போதனைகளை நாம் வரலாற்றின் மூலமே பெற்று வருகிறோம். இதை மனதில்கொண்டு நபிவழி கலீஃபாக்களின் வரலாறு மற்றும் இஸ்லாமிய வரலாற்றை ரஹ்மத் பதிப்பகம் சார்பில் வெளியிட வேண்டும் என்ற சீரிய நோக்கத்துடன் கடந்த மூன்று ஆண்டுகளாக, இஸ்லாமிய வரலாற்றாய்வாளர்கள் மற்றும் மார்க்க அறிஞர்களைக் கொண்ட ஒரு குழுவின் கூட்டு முயற்சியின் நல்விளைவாக, அது குறித்த நூல்களை இப்போது வெளியிடுகிறோம்.

உலகின் பேரொளி எனும் தலைப்பில் இறைத்தூதர் (ஸல்) அவர்களின் வரலாறு; **அதிசயத் தோழர்** எனும் தலைப்பில் அபூபக்ர் (ரலி) அவர்களின் வரலாறு; **உன்னத ஆட்சியாளர்** எனும் தலைப்பில் உமர் (ரலி) அவர்களின் வரலாறு; **ஒப்பற்ற வள்ளல்** எனும் தலைப்பில் உஸ்மான் (ரலி) அவர்களின் வரலாறு; **அறிவின் நுழைவாயில்** எனும் தலைப்பில் அலீ (ரலி) அவர்களின் வரலாறு என ஐந்து நூல்களும், இஸ்லாமிய வரலாறு குறித்த நூல் மூன்று பாகங்கள் என எட்டு நூல்கள்.

மூன்று பாகங்களாக வெளியிடும் இஸ்லாமிய வரலாற்றின் இம்முதல் பாகம், இஸ்லாமிய வரலாறு, அரபு இனக்குழுக்கள் குறித்த அறிமுகத்துடன் தொடங்கி, இறைத்தூதர் முஹம்மத் நபி (ஸல்) அவர்களின் **தூதுத்துவ வாழ்வும் பணிகளும்**, அபூபக்ர் (ரலி), உமர் (ரலி), உஸ்மான் (ரலி), அலீ (ரலி),

ஹஸன் (ரலி) ஆகிய நபிவழி கலீஃபாக்களின் கிலாஃபத் மற்றும் அவர்களது பணிகள் என விரிவடைகிறது.

இரண்டாம் பாகம், உமய்யா கிலாஃபத் தொடங்கி, இமாம் ஹுஸைன் (ரலி) அவர்களின் உயிர்த்துறவு, அப்பாசிய ஆட்சி, அதன் இறுதிவரைக்குமான தொலைவுகளை உள்ளடக்கி இஸ்லாம் பரவியிருந்த பகுதிகள் என விரிவடைகிறது.

மூன்றாம் பாகம், இஸ்லாமிய ஆட்சிக்கு முன்பின்னுள்ள ஸ்பெய்னின் நிலைமைகள், உமய்யா, அப்பாசிய வம்சாவளிகள், அல்முராவித், அல்முஹாத் ஆட்சிகள், கிறிஸ்தவர்களுடனான போர்கள், இதிரீசியர், அக்லபியர் ஆட்சிகள், மொராக்கோ வடஆப்பிரிக்க வெற்றிகள், மங்கோலியர், துருக்கியர், தார்த்தாரியர் பற்றிய விளக்கமான குறிப்புகள், குவாரிஸ்ம் ஷா, அத்தபெக்கியர், ஸிஸ்தானிய அரசர்கள், ஸஃப்ஃபாரியர், ஸமனியர், தெலாமியர், கர்னவியர், ஸெல்ஜுக்குகள், கோரியர், முலுக்கியர் பற்றிய குறிப்புகள், பாரசீகத்தின் இஸ்லாமிய வரலாறு, உபைதுல்லாஹ், அய்யூபிய, மம்லுக் வம்சாவளியினர், கான்ஸ்டான்டிநோபிள் வெற்றி, உஸ்மானியப் பேரரசின் தொடக்க கால ஆட்சியாளரான சுல்தான் ஸலீமின் இறப்பு ஹிஜ்ரீ 926 (கி.பி. 1520) வரையிலான உள்ளடக்கங்களுடன் விரிவடைகிறது.

இந்த அரியதோர் பணிக்கு உறுதுணையாக இருந்த, இலங்கையைச் சேர்ந்த அல் அஸுமத், எழுத்தாளர் குளச்சல் யூசுஃப், சிராஜுல் ஹஸன், மௌலவி ஸைஃபுர் ரஹ்மான் பிலாலி மற்றும் அச்சாக்கம் செய்து உதவிய தமிழ் அலை பதிப்பகம் ஆகியோருக்கு மனமார்ந்த நன்றிகள்.

இஸ்லாம் தொடர்பான அனைத்து நூல்களையும் ரஹ்மத் பதிப்பகம் மூலம் தமிழில் வெளியிடுகிற எங்களது சீரிய நோக்கத்தை நிறைவேற்றும் வாய்ப்பை வழங்கிய அல்லாஹ்வுக்கே எல்லாப் புகழும்.

இஸ்லாத்தை முழுமையாக அறிந்துகொள்ளவும் அதன்படி வாழவும் உதவியாக, இல்லங்கள் தோறும், பள்ளிவாசல்கள் தோறும் இஸ்லாமிய நூலகங்கள் உருவாகவும் இதன் மூலம், மக்கள் அனைவரும் படித்துப் பயன்பெறவும்

தெளிவு பெறவும் இந்நூல்கள் உதவியாக இருக்குமென்று நம்புகிறோம். இவ்வரிய வாய்ப்பை எங்களுக்கு வழங்கிய எல்லாம் வல்ல அல்லாஹ்வுக்கே புகழ் அனைத்தும். யா அல்லாஹ், உன்னையே வணங்குகிறோம். உன்னிடமே அடைக்கலம் தேடுகிறோம்.

எல்லாம் வல்ல அல்லாஹ் நம் அனைவருக்கும் நல்லருள்புரிவானாக. ஆமீன்!

வஸ்ஸலாம்.

எம்.ஏ.முஸ்தபா

நிறுவனர் - பதிப்பாளர்
(ரஹ்மத் பதிப்பகம்)

மறுவெளியீட்டுக் குறிப்பு: 2017 இல் வெளியிட்ட இஸ்லாமிய வரலாற்றின் மூன்று பாகங்களும் முறையே 632, 816, 574 பக்கங்கள் கொண்ட பெரிய நூல்களாக அமைந்திருந்தன. இவற்றின் அளவு, கையாள்வதற்கு சிரமமாக இருப்பதாக வாசகர்கள் தெரிவித்த கருத்தைக் கவனத்தில்கொண்டு மேற்கண்ட மூன்று பாகங்களையும் ஆறு நூல்களாக மறுவெளியீடு செய்துள்ளோம் என்பதைத் தெரிவித்துக்கொள்கிறோம்.

வரலாற்றின் மீது ஒரு வல்லூறுப் பார்வை

திருமறை, ஹதீஸ் மொழியாக்கங்களைத் தொடர்ந்து வரலாற்றுத் துறையிலும் ரஹ்மத் பதிப்பகம் தனது பங்களிப்பை தொடங்கியிருப்பது வரவேற்கத்தக்கது.

ரஹ்மத் அறக்கட்டளையின் வரலாற்று நூல்கள் சுயமாக தயாரிக்கப்பட்டவை அல்ல. தாருஸ் ஸலாம் போன்ற பிரபல இஸ்லாமியப் பதிப்பகங்கள் வெளியிட்ட நூல்கள், அரபு கிரந்தங்களின் அடிப்படையில் உருவாக்கப்பட்ட ஒரு மொழிபெயர்ப்பு நூல்தான் இது.

இறைத்தூதர் முஹம்மது நபி (ஸல்) அவர்களின் வரலாற்றின் சில பக்கங்களை வாசித்தேன்.

வரலாறு என்பது கதை அல்ல, கதைக்குத்தான் காலில்லை என்பார்கள். வரலாற்றுக்கு கால்கள் உண்டு. அதுவே ஆதாரக்கால் ஆகும். ஆதாரம் எனும் தூண்களைச் சார்ந்தே வரலாறு மாளிகை வலிவும் பொலிவும் அடைகிறது. அத்தகைய ஆதாரங்களைச் சார்ந்த வரலாற்று நூல்களாக இந்த இஸ்லாமிய வரலாறு பொலிவு பெற்றுள்ளது.

வரலாற்றின் மீதான ஒரு வல்லூறுப் பார்வைபோல் வேக வேகமாகக் காட்சிகள் நகர்கின்றன.

இந்நூலை வாசிக்கிறபோது ஒரு வரலாற்று நூலைப் படிக்கிற உணர்வு ஏற்படாமல் ஒரு கட்டுரை வாசிக்கிற உணர்வு மேலோங்குகிறது. அந்த அளவுக்கு பள்ளி பாடநூலுக்குரிய எளிமையான நடை. அதே நேரத்தில் நுட்பமான தகவல்கள் அதிக பகட்டில்லாமல் அதே எளிமையோடு கலந்து தரப்பட்டிருக்கின்றன. அந்த வகையில் ஒரு கனமான நூலாகவே இது திகழ்கிறது.

சமீப காலத்திய வரலாற்றாசிரியர்கள் பொதுச் சிந்தனைக்கு மாற்றமான கருத்துக்களை எழுதுவதை அல்லது சில செய்திகளை பேச மறுப்பதை நாகரிகமானதாகக் கருதுகின்றனர். அந்தப் பாதிப்பு இந்நூலிலும் உண்டு. நபியின் பிறந்த நாள் ரபீவுல் அவ்வல் 9 என்பது அதுபோல் மிஃராஜின் வரலாற்றைப் பேசாமல் விடுவது போன்ற சில சமகால பாதிப்புகள் இந்நூலிலும் உண்டு. அது அதிகபட்ச ஆதார உணர்வுக்கு சாட்சியாக முன்னிறுத்தப்படுகிறது, எனினும் பழைமைப் பதிவுகளின் அழுத்தம் இந்தப் புதிய சிந்தனையோட்டத்தைச் சீர் செய்துவிடும் என்ற நம்பிக்கை எனக்கு இருக்கிறது.

இந்நூலில் வரலாறு எவ்வளவு வேகமாகவும் நுட்பமாகவும் பேசப்பட்டுள்ளன என்பதைச் சுட்டிக்காட்ட நூலின் ஒவ்வொரு பக்கத்திலிருந்தும் சான்றுகளை எடுத்துக்காட்டலாம். எனினும் அதை நீங்களே உணர்ந்துகொள்ள நானும் விரைவாகவே வழிவிடுகிறேன்.

இஸ்லாமியத் தகவல்களின் மொழிபெயர்ப்புத்துறையிலும் தமிழ் மொழியை வளப்படுத்தும் பணியிலும் ரஹ்மத் பதிப்பகத்தின் சாதனைகள் தொடர்வது பாராட்டிற்கும் பிரார்த்தனைக்கும் உரியது.

இறைவா! எங்களிடமிருந்து ஏற்றுக்கொள்வாயாக!

மௌலவி, அ. அப்துல் அஜீஸ் பாஜில் பாக்கவி

கோவை.

முன்னுரை

அல்லாஹ்வைத் தவிர வேறு இறைவனில்லை : உலகில் இதுவரை தோன்றிய இறைத்தூதர்கள், தீர்க்கதரிசிகள், வழிகாட்டிகள், இறைநேசர்கள், மதத்தலைவர்கள் அனைவரும் ஓரிறைக் கொள்கையையே வழிபாட்டு நெறியாகக்கொண்டு வாழ்ந்தனர். பிரபஞ்சங்களைப் படைத்துக் காக்கும் இறைவனுக்கு மட்டும் அடிபணிய மக்களைப் பயிற்றுவிக்கும்முகமாக தங்களால் இயன்ற எல்லா முயற்சிகளையும் மேற்கொண்டனர். உலக வரலாறுகள் அனைத்தும் இதைத் தெளிவுபடுத்துகின்றன.

நூறு முதல் ஆயிரம் ஆண்டுகளிடையே பல்வேறு காலகட்டங்களில் வாழ்ந்த ஆதம், நூஹ், இப்ராஹீம், மூஸா, முஹம்மத் (ஸல்) போன்ற நபிமார்களின் இறையியல் சிந்தனைகளும் போதனைகளும் ஏகத்துவநெறி ஒன்றையே மையமாகக்கொண்டிருந்தன.

இந்தியா, இரான், சீனம், கிரேக்கம், எகிப்து, சிரியா, பாலஸ்தீன் போன்ற நாடுகளில் பல்வேறு மொழிகள் பேசும் மக்களிடையே தீர்க்கதரிசிகள் தோன்றியிருக்கிறார்கள். இவர்களது போதனைகளின்படியும் இறைவன் ஒருவனே! இப்படியாக, உலகின் பல்வேறு பகுதிகளைச் சார்ந்த மொழி, பிரிவு, சமயம் சார்ந்த மானுடகுலம் முழுமையும், ஏக இறையும் சர்வவல்லமை பொருந்தியவனுமாகிய அல்லாஹ்வின்மீது நம்பிக்கை கொண்டவர்கள்தான்.

தங்களை இறைமறுப்பாளர்களாகக் கருதிக்கொள்ளும் மிகச்சிறு விழுக்காட்டினர்கூட உள்ளுக்குள் இறைசக்தியை உணரவே செய்கின்றனர். ஏகத்துவத்தில் உருக்கொண்ட இப்பிரபஞ்சம், ஏகனால் காத்துப் பரிபாலிக்கப்படுகிறது என்பதை இவர்களாலும் மறுக்க இயலாது. காரணங்களாலும் அவற்றின் விளைவுகளாலும் அமைந்து, நிலைபெற்றிருக்கும் இவ்வியக்கத்தின் பெரும்காரணனான அல்லாஹ் யாராலும் மறுக்கவியலாத உண்மையாக இருக்கிறான்.

கட்டுக்கோப்பும் காரணங்களால் ஆனதுமான இந்த அமைப்பை உருவாக்கியவனும் பரிபாலிப்பவனுமான எல்லாம் வல்ல இறைவன், அல்லாஹ் என்ற பெயரில் அறியப்படுகிறான். அறிவாற்றலும் சிந்தனைத்திறனும் ஒருமுகப்பட்ட நிலையில் உருவாகும் நம்பிக்கை, ஏக இறையின் பெரும் சிறப்புகளையும் படைப்புத்திறனையும் ஒருபோதும் மறுக்காது.

இறைத்தூதர் முஹம்மத் நபி (ஸல்) : அன்றைய உலகப் புகழ்பெற்ற பேரரசுகளில் ஒன்றான ரோமானியப் பேரரசு, பல்வேறு பிரிவுகளாக சிதறுண்டுக் கிடந்தது. இறையியல் கோட்பாடுகள் சார்ந்து மிச்சமிருந்த சிறந்த கருத்துக்களை, அரசியலமைப்பும் அதன் சட்டங்களும் திரிபுப்படுத்தி அழித்தொழிக்கும் பணியைச் செவ்வனே நிறைவேற்றிக்கொண்டிருந்தன.

உலகின் மற்றொரு பேரரசான பாரசீகத்தை அடக்குமுறைகளும் ஊதாரித்தனமும் ஆண்டு கொண்டிருந்தன. சீனமும் துருக்கியும், அரக்கக் குணங்களின் விளைநிலங்களாக இருந்தன. அசோகர் போன்ற சக்கரவர்த்திகளின்கீழ் ஒரே நிலப்பரப்பாக இருந்த இந்திய தேசம், தன்னிச்சையான குறுநில மன்னர்களின்கீழ் சிதறுண்டுக்கிடந்தன. பௌத்தம் சார்ந்த நற்சிந்தனைகளைப் பேண வேண்டியவர்கள் பதவிக்காகவோ சுயநலன்களுக்காகவோ அல்லது கோட்பாட்டுத் தெளிவின்மையின் காரணமாகவோ வெறுக்கத்தக்க செயல்களில் தயக்கமில்லாமல் ஈடுபட்டு வந்தனர்.

குருதிக்களமான ஐரோப்பா கண்டம், வனவிலங்குகளின் அச்சமும் அச்சுறுத்தலும் நிறைந்த வனாந்திரம்போல் மாறியிருந்தது. அறியாமையின் அதலபாதாளத்தில் வீழ்ந்து கிடந்த அரபு தீபகற்பப் பகுதிகளின் நிலைமையோ சொல்லும் தரமில்லை. ஆக, மனித இனத்திற்குரிய எவ்வித மேன்மைக்குணங்களும் பொருந்திய

ஒரு நிலப்பகுதிகூட பிரபஞ்சத்தில் மிச்சமில்லை எனலாம். அறியாமை இருளால் மூடப்பட்ட இவ்வுலகம் அச்சமூட்டுவதாக அமைந்திருந்தது.

இறைவனின் படைப்பில் சிறப்புவாய்ந்த மனித இனத்தின் ஒரு பகுதியினர், இறைவனை இசை வடிவமாகவும் வழிபட்டு வந்தனர். இவை அனைத்தும் அவனது பிற படைப்புகளான அச்சமூட்டும் இயற்கைகள், விலங்கினங்கள், கற்சிலைகள் போன்றவற்றின்முன் தண்டனிட்டு தலைவணங்கவே உதவின.

ஸொராஸ்ட்டரின் வாக்குகளின்படி, ஒரு புதிய வழிகாட்டுதலைத் தேடிப்புறப்பட வேண்டிய தேவையும் கடமையும் பாரசீகர்களுக்கு இருந்தது. ஃபாரான் மலைத்தொடரின் உச்சியில் ஒளி தோன்றுவதை எதிர்பார்த்திருக்க வேண்டிய கடமை யூதர்களுக்கு இருந்தது. ஆப்ரஹாமின் வேண்டுகோள்களுக்குச் செவிமடுத்து தங்கள் நம்பிக்கையின் மையமான யேசுவின் நற்செய்திகளைக் கைக்கொள்ள வேண்டிய கடமை கிறிஸ்தவர்களுக்கு இருந்தது.

குழப்பக் கோலாகலங்களும் நாற்புறம் சூழ்ந்த இருளும், நோய்களை உணர்ந்துகொள்ள இயலாமலும் மருந்தை நாடிச்செல்ல முடியாமலும் மனிதக் கண்களைப் பார்வையிழந்த நிலைக்கு மாற்றி வைத்திருந்தன.

அப்போதைய காலகட்டத்தில் உலகெங்கும் நிலவி வந்த இப்பெரும் தடுமாற்றங்கள், அரேபிய நிலப்பரப்பைப் பொறுத்தவரைக்கும் சிற்சில மாற்றங்களுடனிருந்தன. பல இறைக் கோட்பாடுகள், சிலை வழிபாடுகள், இதனால் விளைந்த மூடத்தனங்கள், சமூகத்தின்மீது கவிந்தக் கூரிருள், மனிதக் குணங்களுக்குப் பொருந்தாத செயல்பாடுகள் இன்னபிற தீமைகளிலிருந்து அரபு சமூகத்தை விடுவிக்கவும் இவ்விடுதலையின் தாக்கம், மனித சமூகத்தின்மீது கவிந்த களங்கத்தைப் போக்கும் என்ற நம்பிக்கையுடனும் 'லா இலாஹா இல்லல்லாஹ்' எனும் ஏகத்துவக் குரலை உலகெங்கும் ஓங்கி ஒலிக்கச் செய்வதற்காக முஹம்மத் (ஸல்) அவர்கள் பிறந்தார்கள்.

இழிகுணமிக்க மாக்களை, மாசற்ற மனிதர்களாக உருவாக்கவும் அவர்களை மேன்மையுற்றவர்களாக மாற்றவும் அவர் அயராமல் பாடுபட்டார். மேன்மையான மக்களால்தான் சமூக இருளை நீக்கவும்,

நேர்மை, அமைதி, தூய்மை, நன்மையெனும் நல்வினைகளை நோக்கி அழைத்துச் செல்லவும் இயலுமென்று அவர் நம்பினார். இதன் முன்னோடியாகவும் வழிகாட்டியாகவும் தம்முடைய வாழ்க்கையை அமைத்துக்கொண்டார். ஏகத்துவ இறைவழிபாட்டை முன்னிறுத்தி, தீமைகளை அகற்ற முற்பட்டார்; அதற்காகப் போராடினார். உருவ வழிபாட்டினராகவும் தீயவர்களாகவுமிருந்த அரபிகளை முஸ்லிம்களாக வார்த்தெடுக்கப் பாடுபட்டார்.

இராக் மற்றும் பிற அரபு நிலப்பகுதிகளில் தீமைகளின் வழியே அலைந்து திரிந்த தம் மக்களை நேர்வழிக்கு அழைத்து வருவதற்காக நூஹ் (அலை) தமது நீண்ட கால வாழ்க்கை முழுவதையும் செலவிட்டார். இடையறா முயற்சிகளின் முடிவில் வேறு வழியின்றி அவர்களை அழித்து விடுமாறு பிரார்த்தனை செய்யும் நிலைக்கும் அவர் தள்ளப்பட்டார்: '... என் இறைவா! இறைமறுப்பாளர் யாரையும் (இப்) பூமியின்மீது நீ விட்டு விடாதே!' (குர்ஆன் 71: 26)

மூஸா (அலை) அவர்கள், எகிப்தின் மக்களுக்கும் இறுமாப்புகொண்ட ஃபிர்அவ்ன் மன்னனுக்கும் நல்வழி காட்ட பெரும் முயற்சி செய்தார். இறுதியில், மூஸா (அலை) அவர்களும் இஸ்ராயீலின் மக்களும், குர்ஆன் மொழிந்த காட்சியைக் கண்டனர்: '...நீங்கள் பார்த்துக் கொண்டிருக்கும்போதே ஃபிர்அவ்னின் கூட்டத்தாரை (அதில்) மூழ்கடித்தோம்...' (குர்ஆன் 2: 50)

நீதிக்கும் அநீதிக்கும் இடையிலான இப்போராட்டங்கள் உலகின் பல்வேறு பகுதிகளில் நடந்தேறின. இரானில், ஸ்பாந்தியருடனும் கியானி பேரரசுடனுமான போராட்டத்தை ஸொராஸ்ட்ரர் தமது போதனைகளாலும் இறைநம்பிக்கையின் பலத்தாலும் எதிர்கொண்டார்.

ஆய்வு நோக்கங்களுடன் உண்மையைக் கண்டறிய விரும்பும் அறிஞர்களுக்குக் கிடைக்கும் பண்டைய சமய நூல்கள், இனக்குழு மரபியல்புகள்போன்ற தரவுகள் குறிப்பிட்ட ஓர் உண்மையில் மட்டும் ஒருமித்தக் கருத்துடன் காணப்படுகின்றன. மக்களை நல்வழிப்படுத்தும் நோக்கத்துடனான சமய நிறுவனர்களும் பிற வழிகாட்டிகளும்கூட ஓர் உண்மையைப் பொறுத்தமட்டிலும் ஒத்தக் கருத்துடையவர்களாகவே உள்ளனர். அறியாமையில்

உழன்றுகொண்டிருந்த மக்கள் சமூகத்தைக்கொண்ட ஒரு நாடு, பூகோளம் முழுமைக்குமான ஆன்மிகத் தலைநகராகவும் அதன் மக்கள் உயர் நாகரிகமும் நற்பண்புகளும் நிறைந்தவர்களாகவும் மாறியது; இவை அனைத்தும், இருபத்தைந்தே ஆண்டுகளில் நிகழ்ந்தன. முன்மாதிரியான இம்மாற்றங்கள், மானுட வரலாற்றைப் பொறுத்தவரைக்கும் அற்ப மணித்துளிகளான இந்த மிகச்சிறு காலகட்டத்தில் நிகழ்ந்துள்ளன. இதை, வரலாறுகளை முன்வைத்து ஒப்பீட்டளவில்கூட உவமைப்படுத்த இயலாது என்பதுதான் அந்தப் பேருண்மை.

இறைத்தூதர் முஹம்மத் (ஸல்) அவர்களால் முன்வைக்கப்பட்ட ஏகத்துவ இறைநெறி, வெறும் எண்பதாண்டு காலத்தில் அட்லாண்டிக் முதல் பசுபிக் பெருங்கடல்வரையிலான, அதாவது சீன தேசத்தின் கிழக்கு எல்லைவரையிலான உலகின் மிகப்பெரும் நிலப்பரப்பால் ஏற்றுக்கொள்ளப்பட்டது. இதற்கு ஒப்பான மற்றொரு உதாரணம் உலக வரலாற்றில் இன்றுவரை நிகழ்ந்ததில்லை.

பிற சமயக் கோட்பாடுகள் அனைத்தை விடவும் இஸ்லாமிய சிந்தனைகள் முன்மாதிரியாகவும் போற்றுதலுக்குரியதாகவும் உள்ளன. மனித இனம் முழுமையும் பின்பற்றத் தகுந்தவராகவும் மக்களில் தலைசிறந்தவராகவும் முத்திரை நபியாகவும் கருணையுள்ளவராகவும் வாழ்ந்த முஹம்மத் நபி (ஸல்) அவர்களும் அல்லாஹ்வினால் இறக்கியருளப்பட்டதும் கண்ணியம் மிகுந்ததும் ஒப்புவமையில்லாததும் மறுத்துரைக்க இயலாததுமான குர்ஆனின் மேன்மைகளும்தான் இதற்கானக் காரணங்கள்.

'நிச்சயமாகவே நாம்தாம் (குர்ஆன் ஆகிய) இந்த வேதத்தை உம்மீது இறக்கி வைத்தோம். நிச்சயமாக நாமே அதனைப் பாதுகாப்பவனாகவும் இருக்கிறோம்.' (குர்ஆன் 15: 9)

மனிதர்களை இழிவுகளிலிருந்து மீட்டு, முன்னேற்றப் பாதையை நோக்கி அழைத்துச் செல்லும் சக்திவாய்ந்த அம்சமாக இருப்பது வரலாறு ஒன்றுதான். முன்னேற்றத்தின் சிகரங்களைத் தொட்ட சமூகங்கள் அனைத்தும் வரலாற்றிலிருந்துதான் இதற்கான அகத்தூண்டுதல்களைப் பெற்றன.

மானுட வாழ்வில் வெற்றியும் மறுமையில் இதன் பலனைப் பெறவும் வரலாற்றுப் படிப்பினை முக்கியத் தேவையென்று குர்ஆன்

கூறியுள்ளது. சில மனித சமூகங்கள், தங்களின் தீய செயல்களின் விளைவாக அடைந்த துயரங்களையும், சில சமூகங்கள் தங்களின் நற்செயல்களின் விளைவாக அடைந்த மாபெரும் வெற்றிகளையும் குறித்து குர்ஆன் நமக்கு நினைவூட்டுகிறது.

ஆதம், நூஹ், இப்ராஹீம், மூஸா போன்ற நபிமார்கள்; ஃபிர்அவ்ன், நம்ரூத் போன்ற கொடிய மனிதர்கள்; ஆத், ஸமூத் போன்ற சமூகங்கள் குறித்தெல்லாம் இறைமறையில் பதிவு செய்யப்பட்டிருப்பது நன்மை தீமைகளின் விளைவுகளைக் குறித்த, வரலாற்று நினைவூட்டல்கள்தாம். தீய செயல்களிலிருந்து விலகி நன்மைகளை நாடிச்செல்லும் மனவலிமையை மனிதர்களிடம் உருவாக்கவும் அவர்களது இம்மை மறுமை வாழ்க்கையை ஒளி நிறைந்ததாக மாற்றுகிற நோக்கத்தையும் உள்ளடக்கியதுதான் குர்ஆனின் இவ்வரலாற்று நினைவூட்டல்கள். மானுடம் மீதான நேயத்துடன், தம் மக்களை அழிவிலிருந்து மீட்கவும் அவர்களுக்கு நன்மைகள் மட்டுமே விளையவும் பாடுபட்ட இறைத்தூதர்கள் அனைவரும் கடந்தகால வரலாறுகளை நினைவுபடுத்தியே இருக்கிறார்கள்.

மக்களுக்குச் சிந்திக்கும் ஆற்றலையும் தன்னுணர்வையும் தூண்டி, மானுடம் சிறக்கப் பாடுபட்ட மாபெரும் தலைவர்கள், சீர்திருத்தவாதிகள் யாருமே வரலாறுகளைப் புறக்கணிக்கவில்லை; மாறாக, அதை நினைவுபடுத்தி இருக்கிறார்கள்.

நடைமுறை வாழ்விலும் நாம் வரலாற்றைப் புறக்கணிப்பவர்களாக இல்லை. இறையியல், அரசியல், வாழ்வியல் சார்ந்த எழுத்திலும் உரைகளிலும் வரலாற்று நிகழ்வுகளே முக்கியத்துவம் பெறுகின்றன. முன்னேற்றத்திற்கான அகத்தூண்டுதல்களை உருவாக்கி, அதைச் சாத்தியப்படுத்தவும் இது தேவையாகிறது. இறையியலின் அடிப்படையில் மானுட மேன்மையை முன்னிறுத்திய சான்றோர்கள், அதற்காகப் போராடிய மாவீரர்கள், மக்கள் போராளிகள் போன்றவர்கள் வரலாற்றில் முக்கியத்துவம் பெறுகிறார்கள். தாங்கள் ஆற்றிய பணிகளை அடிப்படையாகக்கொண்டு மட்டுமே வரலாற்றுச் சிறப்புமிக்க இவ்விடத்தை அவர்கள் அடைந்திருக்கிறார்கள்.

இனக்குழு வரலாறுகளின் தேவைகளும் அவற்றின் தாக்கமும் இன்று முக்கியத்துவம் பெற்றிருக்கின்றன. ஓர் இனம், துடிப்புடன்

இயங்கவும் அந்த இனத்தை உள்ளடக்கிய சமூகம் அவர்களின் பங்களிப்பினை ஏற்கவும், மறைக்கப்பட்ட வரலாறுகளை மீண்டும் நினைவூட்டுதல் தேவை. ஆனால், வரலாற்றை மீண்டும் உருவாக்குதல் என்பதாக இதனைப் புரிந்துகொண்டு கட்டுக்கதைகளையும் புனைவுகளையும் வரலாறு என்ற பெயரில் பதிவு செய்ய முயலும் போக்கும், கற்பனைத் தரவுகளை வரலாறாக முன்வைக்கும் போக்கும் இந்த நல்ல முயற்சிக்குப் பின்னடைவை ஏற்படுத்தி வருகின்றன.

வாழ்வியல் முன்னேற்றங்களுக்காகவும் குறிப்பிட்ட துறைகளில் உயர்நிலையை அடையவும் ஏனைய மக்களுடனான போட்டியில் தங்களுக்கான தனித்துவங்களையும் பேராற்றல்களையும் விதந்தோத வேண்டிய தேவையும் இதில் முக்கியமான இடத்தை வகிக்கின்றன. பிறிதொரு பிரிவின்மீது வன்மம்பாராட்டும் முகமாக, தங்கள் வரலாற்றைத் திரிப்பதன் மூலம் தன் மக்களை அறியாமைக்குள்ளும் உண்மையான வரலாறு குறித்த அக்கறையின்மைக்குள்ளும் தள்ளும் முயற்சியாகவும் இது அமைந்துவிடுகிறது.

முஸ்லிம்களின் மேன்மைகள் : மறுமைக்கான பேறுகளை முன்வைத்து, பிற பிரிவினரால் நடைமுறைப்படுத்த இயலாத சிறப்பான அம்சங்களை வாழ்வியல் நெறியாகப் பேணிவருபவர்கள் முஸ்லிம்கள். இதற்கான தூண்டுதல்கள்: தங்கள் முன்னோர்களான இறைத்தூதர்கள், மக்கள் போராளிகள் குறித்து ஐயப்பாடுகளற்றதும் மறுக்கவியலாத ஆதாரங்களுடன்கூடிய முன்னுதாரணங்களைக்கொண்ட வரலாறுகள்தாம். இது முக்கியமான காரணம்.

கீழை மற்றும் மேலைநாட்டு இதிகாச நாயகர்களின் கற்பனை ஆற்றல்களையோ அவற்றின் குணாம்சங்களையோ முன்னுதாரணமாகக்கொண்டவர்களல்ல முஸ்லிம்கள். தங்கள் முன்னோர்களின் சிறப்புகள் குறித்த ஆதாரபூர்வமான வரலாற்று உண்மைகளை விடவும் பிற இதிகாச நாயகர்களின் கற்பனைச் சிறப்புகள் முஸ்லிம்களைப் பொறுத்தவரைக்கும் எந்த வகையிலும் மேன்மையானவையல்ல.

முஸ்லிம்களிடையே தங்களை அறிவுத்திறன் வாய்க்கப்பெற்றவர்களாகவும் தனித்தன்மை கொண்டவர்களாகவும்

மேற்குலகின் எதிர்சிந்தனைவாதிகளாகவும் கருதும் சிலர், இனக்குழு வரலாறுகளையும், விளிம்புநிலை வாழ்வியலையும் பதிவு செய்கிறார்கள். ஆனால், தங்கள் ஆய்வுகளிலும் நிகழ்வுகளிலும் மேற்குலகையே இவர்கள் உதாரணமாகவும் கொள்கிறார்கள். இதற்கிணையான அல்லது உயர்வான தனித்தன்மை வாய்ந்த முஸ்லிம்கள் பலர் வாழ்ந்தது இவர்கள் அறியாத விஷயமும் அல்ல!

தங்கள் வரலாறுகள்தான் மேன்மையானவை, சிறப்புக்குரியவை என்று நிறுவ முயலும் உலகில், ஆதாரங்களும் சிறப்புகளும் கொண்ட தங்கள் வரலாறு குறித்த முஸ்லிம்களின் இந்தப் பாராமுகம், தங்களை இதிலிருந்து துண்டித்துக் கொள்வதாகவே இருக்கிறது. மேற்குலகின் எதிர் சிந்தனையாளர்களாகத் தங்களைக் கருதிக்கொள்ளும் இவர்கள், மெய்ஞ்ஞானம், தத்துவம், அறிவியல், இலக்கியம்போன்ற துறைகள்சார்ந்த பேரறிஞர்களைக் குறிப்பிட வேண்டிய இடங்களில், மேற்குலகையே மேற்கோளாகவும் காட்டுகிறார்கள். இது நகைப்புக்குரிய முரண்பாடு.

தங்கள் வரலாறு குறித்த அறியாமை, அக்கறையின்மை, தங்கள் பண்பாடுகளையும் அவற்றின் மேன்மைகளையும் குறித்த ஒப்பீடுகளில் முஸ்லிம்கள் பின்தங்கியிருப்பது போன்றவைதான் இதற்கான அடிப்படைக் காரணங்கள். இவ்வறிவைப் பெறுவதற்கான வாய்ப்பும் காலஅவகாசமும் இவர்களுக்கு கிடைப்பதில்லை. இந்தியாவில், பெரும்பாலான கல்வி நிலையங்களிலும் இஸ்லாமிய ஆய்வு குறித்த இருக்கைகள் கிட்டத்தட்ட காலியாகவே உள்ளன.

முஸ்லிம்களில் பொதுவாகப் படித்த பிரிவினர் என்று அறியப்படுபவர்களும் முஸ்லிம்களின் பிரதிநிதிகளாகக் கருதப்படுபவர்களுமான கல்வியாளர்கள், இப்படியானக் கல்வி நிலையங்களில் இருந்துதான் வெளிவருகின்றனர். இந்நிலையில், இஸ்லாமிய விஞ்ஞானங்களைக் கற்பதற்கான வாய்ப்பும் காலஅவகாசமும் இவர்களுக்குக் கிடைப்பதில்லை. ஆக, கோட்பாட்டு எதிரிகளால் திரிபுபடுத்தப்பட்ட இஸ்லாமிய வரலாறுகளையே முஸ்லிம் ஆய்வாளர்களும் சார்ந்திருக்க வேண்டிய நிலை.

வடஆப்பிரிக்காவில் வாழ்ந்தவரும் ஸ்பெயின் நாட்டைச்

சேர்ந்தவருமான இஸ்லாமிய வரலாற்றாசிரியர் இப்னு கல்தூன் எழுதிய வரலாற்று நூல்தான் உலகம் முழுவதிலும் வரலாறு குறித்த ஒரு புரிதலை உருவாக்கியது. மேலும், இப்னு ஹிஷாம், இப்னு அல்அதீர், தபரீ, மஸ்ஊதி முதல் அஹ்மத் பின் காவன்ட் ஷா, ஸியா பர்ணி, முஹம்மத் காசிம் ஃபரிஸ்தா, முல்லா பதாஊனி போன்ற ஆயிரக்கணக்கான இஸ்லாமிய வரலாற்றாசிரியர்களின் புகழ்பெற்ற வரலாற்றுப் பெருமுயற்சிகளை அறியாமல் மேலைநாட்டு மோகத்தில் இவர்கள் ஆழ்ந்திருக்கிறார்கள்.

ஐரோப்பிய வரலாற்றாசிரியர்கள் இன்று, அரசியல் நுட்பங்களுடன் செயல்பட்டு வருகின்றனர். ஆனால், முஸ்லிம்கள் இறையச்சத்துடன்கூடிய, திட்டவட்டமான ஆதாரங்களுடனும் அரசியல் நீக்கம் செய்யப்பட்ட நேர்மையுடனும் இதில் செயல்பட்டு வருகின்றனர்.

வரலாற்றில் மட்டுமல்ல, எந்தத் திரிபுவாதத்திற்கும் இறைவனிடம் பதில் சொல்ல வேண்டியதிருக்கும் என்று இறையச்சத்துடன் வாழ்கிற முஸ்லிம்களின் வரலாறுகள், ஐரோப்பிய வரலாற்றாசிரியர்களின் திரிபுவாத முயற்சிகளுக்கும் நோக்கங்களும் முன்னால் பாதுகாப்பாக இருக்க இயலாது என்பதையும் இவர்கள் அறியாதவர்களாகவே உள்ளனர்.

வரலாற்றைத் தொகுத்து எழுதுவது அல்லது தங்கள் முன்னோர்களின் வாழ்வியலை நம்பத் தகுந்த முறையில் வரலாற்றுக் குறிப்புகளாக எழுதுவது பற்றிய சிந்தனை, இஸ்லாத்துக்கு முன்னர், உலகின் எந்த மக்கள் குழுவுக்கும் இருந்ததில்லை. இதிகாசங்களும் கற்பிதங்களுமே இனக்குழு வரலாறுகளாக முன்வைக்கப்பட்டன. நபிகளாரின் பொன்மொழிகளை அறிவிப்பதிலும் அதைப் பாதுகாப்பதிலும் முஸ்லிம்கள் காட்டிய அக்கறைக்கு ஈடான, எந்த வரலாற்றுப் பதிவுகளையும் குறிப்பிட இயலாது.

முஹம்மத் நபி (ஸல்) அவர்களின் ஹதீஸ் (பொன்மொழி) என்பதற்கான உறுதிப்பாடு, அதைப் பதிவு செய்பவரின் நற்பண்புகள், நம்பகத்தன்மை போன்ற விஷயங்களில் முஸ்லிம்கள் செலுத்திய ஆழ்ந்த கவனமே, அதனைக் களங்கங்களிலிருந்தும் திரிபுகளிலிருந்தும் பாதுகாக்க உதவியாக இருந்தது. முஸ்லிம்களால் முன்வைக்கப்பட்ட, ஆய்வும் நுட்பமுமான இந்த வரலாற்றுக்

கல்வியின் அடிப்படைப் பொதுவிதிகள், ஈடிணையற்றவை; உலகம் அன்றுவரை கண்டிராதவை.

வரலாற்றுத் தொகுப்பில் முஸ்லிம்கள் ஆற்றிய முதற்பணி, நபிகளாரின் பொன்மொழிகளைத் திரட்டியதும் ஒழுங்குபடுத்தியதுமாகும். தொடர்ந்து, இதே அடிப்படையில், கலீஃபாக்கள், மார்க்க அறிஞர்கள், கல்வியாளர்கள், மெய்ஞ்ஞான மேதைகள் போன்ற சான்றோர்கள் குறித்தும் பதிவு செய்தனர். இஸ்லாமியர்கள் குறித்த இந்த ஆதாரங்கள் அனைத்துமே இன்றுவரை சந்தேகிக்கப்படாததும் நவீன வரலாறுகளாக நிலை பெற்றிருப்பதுமாகும். ஆகவே, இவை, உலகின் போற்றுதலுக்குரிய அருட்கொடையும் தலைசிறந்த செல்வமுமாக உள்ளன.

இஸ்லாமிய வரலாறு இயல்பும் உண்மையும் : தகுதியும் ஆன்ற அறிவும் மிக்க வரலாற்றாசிரியர்கள் பலரால் பல்லாயிரக்கணக்கான பக்கங்களில் எழுதப்பட்ட இஸ்லாமிய வரலாறு, காலத்தால் அழிக்க இயலாத கருவூலமாகும். அரசர்கள், இனக்குழுக்கள், தேசங்கள், முக்கிய நிகழ்வுகள் போன்ற, குறிப்பான உள்ளடக்கங்கள் சார்ந்தும் பல்வேறு முஸ்லிம் வரலாற்றாசிரியர்கள் இஸ்லாமிய வரலாற்றைத் தொகுத்து எழுதியுள்ளனர்.

இவர்களில் சிலர், இஸ்லாமியக் கல்வியாளர்கள், மெய்ஞ் ஞான அறிஞர்கள், பெரியோர்களின் வாழ்க்கை வரலாறுகளையும் திரட்டியுள்ளனர். இவற்றின் எண்ணிக்கை பல நூறு. இஸ்லாமிய வரலாற்றின்கீழ் வரும் இவ்வகைத் தரவுகள் கால ஓட்டத்தில் அதிகரித்துக்கொண்டும் இருக்கின்றன. உலகின் அதிக எண்ணிக்கையிலான இஸ்லாமிய நாடுகளின் வரலாற்று ஆவணங்களையும் சேர்த்தால் எண்ணற்ற அளவில் வரும்.

இப்படியான இஸ்லாமிய வரலாறுகளை ஒரே நூலில் சொல்வதென்பது அதன் சாரப் பொருளைச் சொல்வதாகவே அமையும். பிரம்மாண்டத்தின் ஒரு புகைப்பட காட்சிபோல். இம்முயற்சி எந்த அளவுக்கு வெற்றிபெறும் என்று திட்டவட்டமாகச் சொல்ல இயலாது. இஸ்லாமிய வரலாறு எனும் நிலையில், இந்நூலுக்கான இடம்; எந்தப் பகுதி முஸ்லிம்களைப் பிரதிநிதித்துவம் செய்கிறது; எந்தப் பகுதியிலுள்ள முஸ்லிம்களுக்கு இது பயன்தருவதாக அமையும் என்பதையெல்லாம் வாசகர்களும் ஆய்வாளர்களும்தான் தீர்மானிக்க இயலும்.

நிகழ்ச்சிகளைப் பொறுத்தமட்டிலும் அவற்றின் காலகட்டம் சார்ந்த, நம்பகமான வரலாறுகள் இயன்ற அளவு சிறப்பாக ஆய்வு செய்து, அதன் பின்னணியில் சுருக்கித் தரப்பட்டுள்ளன. பல்வேறு வரலாற்றாசிரியர்களிடையே கருத்து முரண்பாடுகள் தென்பட்டு, அதன் நம்பகத் தன்மையைத் தீர்மானிக்க இயலாத நிலையில் முரண்களும் அப்படியே சில இடங்களில் பதிவு செய்யப்பட்டுள்ளன.

ஆக்கபூர்வமான, திருத்திக்கொள்ளும் வாய்ப்பாக அமைகிற, நேர்மையான திறனாய்வுகள் நற்செயல்களில் சேரும். அனைத்தையும் தீர்மானிப்பவன் அல்லாஹ் ஒருவனே!

அறிமுகம் : வாழ்ந்து மறைந்த இறைநேசர்கள், மாண்புடைய மக்கள், மன்னர்கள், வெற்றியாளர்கள், பிற சிறப்பு வாய்ந்த மனிதர்கள், குறிப்பிடத்தக்க நிகழ்வுகள், நிலப்பகுதிகள் தொடர்பான பதிவுகளும் நினைவூட்டல்களுமே வரலாறு எனப்படுகிறது. பழங்கால மக்களின் பழக்க வழக்கங்களையும் வாய்மொழி மரபுகளையும் முன்னோர்களின் சிறப்புகளையும் குறித்துப் பிற்கால சமூகம் அறிந்துகொள்ளவும் அதிலிருந்து படிப்பினை பெறவும் இது உதவுகிறது.

வரலாறு என்பதை விளக்கும்போது பல்வேறு வரையறைகளும் கருத்துக்களும் மேலெழுவதுண்டு. இருப்பினும், இவற்றின் சாரப்பொருள் மேலே விவரிக்கப்பட்டுள்ளவைதாம். சுருக்கமாகச் சொல்வதானால், இன்றைய நிகழ்வுகள் நாளைய வரலாறாக மாற்றம் பெறுகின்றன.

வரலாற்றின் தேவை : முன்னோர்களின் வாழ்வியல் கூறுகளை அறிவது, பிற்கால சந்ததிகளின் மனதில் இறைவனின் அளப்பரிய கருணை குறித்த ஈடுபாட்டை உருவாக்குகிறது. மானுட மனவியல்பு ஆசைகளால் நிரம்பியது. இதன் உந்துதலாகவே அவன், காடுகள் மலைகள் உயிரினங்கள் குறித்த கதைகளைக் கேட்பதில் ஆர்வமிக்கவனாக இருக்கிறான். இதன் அடிப்படையில்தான் மனிதர்களையும் இயற்கைகளையும் குறித்த வர்ணனைகள், கதைகளாகவும் காவியங்களாகவும் எழுதப்பட்டன. இறையியல் நூல்களில்கூட இவ்வகை இரசனைகள் இடம்பெறுகின்றன.

‘... ஆகவே, நீங்கள் அறியாதவர்களாக இருந்தால் அறிந்தவர்களிடம் கேட்டு அறிந்துகொள்ளுங்கள்’ *(16:43)* எனும் குர்ஆனின் இவ்வசனங்கள் உண்மைகளைத் தேடிக் கண்டடைகிற ஆர்வத்தை மனிதர்களிடம் உருவாக்குகின்றன.

‘... நாங்கள் அல்லாஹ்வின் குமாரர்கள்; அவனுடைய நேசர்கள்...’ *(5: 18)* என்று கூறிய இஸ்ராயீலின் பெரும் சந்ததியினர் தங்கள் மூதாதையர் குறித்து எந்த அளவுக்கு அறியாமல் இருந்தார்களோ, அதே அளவில் இழிவுக்குள் மூழ்கியும் கிடந்தனர். ‘இஸ்ராயீலின் மக்களே! நினைவுகூருங்கள்...’ என்று மீண்டும் மீண்டும் அவர்களுடைய மூதாதையருக்கு நேர்ந்தவற்றை அல்லாஹ் நினைவுபடுத்துகிறான்.

வரலாற்றின் சிறப்புகள் : வரலாற்றுக் கல்வியானது, நல்லெண்ணம் மற்றும் நன்மைகளின்பால் மனித மனத்தை ஈர்க்கிறது. எண்ணங்களைத் தீமைகளிலிருந்து அகற்றி ஞானத்தையும் உள்ளொளியையும் தூண்டுகிறது. சிந்தனைகளை விசாலமாக்கி விழிப்புணர்வையும் முன்கருதல்களையும் உருவாக்குகிறது. மனத்தின் சோகத்தை விலகச் செய்து அதை மகிழ்ச்சியால் நிரப்புகிறது. பொய்மைகள் நெருங்காமல் காத்து உண்மைகளை விதைக்கிறது. இதனால், பொறுமையும் உறுதியும் கைவரப் பெறுகின்றன. புத்துணர்வு கிடைக்கிறது. வரலாற்றுக் கல்வி என்பது ஆயிரம் ஆசிரியர்களுக்கு இணையாகப் படிப்பினையூட்டுவதும் பெரும் மூலதனமுமாகும்.

வரலாற்று அறிவுள்ள ஒரு மனிதன், கற்றவர்கள் கூட்டத்தில் சேர்க்கப்படுகிறான். மனிதனின் ஆளுமைத்திறன் அவனது வரலாற்று அறிவால் தீர்மானிக்கப்படுகிறது. முன்னோர்களின் அறிவின்மூலம் நன்மை தீமைகளைக் குறித்தும் அவன் தெளிவு பெறுகிறான். மன அழுத்தங்களோ சோர்வுகளோ அவனை அணுகுவதில்லை. மானுடத்தின்மீது வரலாற்றுப் படிப்பு நிகழ்த்தும் மேன்மைகள்போல் வேறு எதிலும் கிடைப்பதில்லை.

சாதனையாளர்களின் நினைவு : வரலாற்றிலிருந்து பாடம் பயின்ற ஒரு சமூகத்தால் தங்கள் பண்பையும் உயர்வையும் பேணிப்பாதுகாக்க இயலும். துன்ப துயரங்களை அல்லல்படாமல் அவர்களால் எதிர்கொள்ள இயலும். வீழ்ச்சியிலிருந்து தனது சமூகத்தை வெற்றியுடன் மீட்டெடுக்க இயலும்.

குடும்ப வரலாற்றை அறியாத ஒருவன், தனக்குச் சொந்தமில்லாத செல்வத்தின்மீது ஆசை வைக்கக்கூடும். ஆனால், தன் குடும்பத்தின் கீர்த்திகளை அறிந்திருப்பவன் ஒருபோதும் இதை விரும்பமாட்டான். தனது முன்னோர்களின் வீர வரலாற்றை அறியாத ஒருவன், போர்க்களத்தில் புறமுதுகு காட்டக்கூடும். முன்னோர்களின் வீர நினைவுகளைப் பாதுகாக்கும் சந்ததியினர் தங்கள் உயிரைப் பொருட்டாகக் கருதமாட்டார்கள்.

வளமான வரலாற்றுப் பின்னணிகள்கொண்ட சமூகத்தை உள்ளடக்கிய அரசுகள், முன்னோர்களின் வழி நின்று உலகில் சாந்தியும் சமாதானமும் தழைக்கப் பாடுபடுவார்கள். இத்தகைய சிறப்புகளற்ற அரசுகள், உலக அமைதியின்மை, புனைக்கதைகள் மூலம் வரலாறுகளை உற்பத்தி செய்வதை முக்கியப் பணியாகக்கொண்டிருப்பார்கள். இதனை உண்மை வரலாறுகளால்தான் எதிர்கொள்ள இயலும்.

வரலாறும் குலப்பண்புகளும் : வரலாறு என்பது பல்வேறு நல்ல பண்புகளையும் தீய பண்புகளையும்கொண்டது. பெருந்தன்மையற்ற அல்லது கீழ்நிலையிலுள்ள சமூகத்தால் உண்மை வரலாறுகளுக்குப் பெரிய அளவில் பங்களிப்பைச் செலுத்த இயலாது. கண்ணியமிக்க ஒரு சமூகம், முன்னோர்களின் மாபெரும் செயல்பாடுகளை நினைவுகளில் தக்க வைத்து, அதன் பெருமைக்குக் குந்தகம் விளைவிக்காதபடி அதைப் பின்பற்றும்.

இறையச்சம், போர்த்திறன், கலை, கல்வி, ஆட்சியதிகாரம் போன்ற துறைகளில் மாட்சிமையான இடத்தைப் பெற்றிருந்த முன்னோர்களின் இன்றைய சந்ததியினர் அல்லது சமூகம், தங்கள் வாழ்வியல் சார்ந்தும் பொறுப்பு சார்ந்தும் பெரும் மதிப்பீடுகளை உருவாக்க இயலும். இதன்மூலம், செயல்பாடுகளுக்கான தூண்டுதலும் ஆரோக்கியமான விமர்சனங்களும் உருவாகின்றன. வரலாற்றுச் சிறப்புகளற்ற நாடுகளைப் பொறுத்தமட்டில் இது முயற்சி செய்து பார்க்கவும் இயலாத ஒன்று.

முந்தைய தலைமுறையின் சிறப்புக்குரியவர்களையும் இறையச்சம்கொண்டவர்களையும் நற்செயலாற்றியவர்களையும் மாண்புமிக்க ஒரு சமூகம், வரலாற்றின்மூலம் பாதுகாக்க விரும்பும். இறைநம்பிக்கையற்றவர்கள் மற்றும் கோழைகளினிடையே

வரலாற்றாசிரியரோ ஆய்வாளரோ உருவாவதில்லை.

வரலாற்றாசிரியர் : கோட்பாட்டு நேர்மையும் ஆன்மிகத் தூய்மையுமே நல்ல வரலாற்றாசிரியரின் தலைமைப் பண்புகளாகக் கருதப்படுகின்றன. அவர், தமக்கென ஒரு நிலைப்பாட்டைக் கொள்ளாதவராகவும், எதையும் மறைக்காதவராகவும், தவறாக எதையும் சேர்த்துக்கொள்ளாதவராகவும் இருக்க வேண்டும்.

தடுமாற்றமோ, தவறான புரிதலோ வருமிடத்தில் அதற்கான சூழ்நிலையை விளக்கிச் சொல்லவும் துணிய வேண்டும். யாருக்கும் அடிபணியாமலும் கருத்துக்களைத் திணிக்காமலும் இருப்பது வரலாற்றாசிரியரின் பண்புகளாகும். வரலாற்றை எழுதும் கலை, எளிதில் விளங்கக் கூடியதாகவும் இயல்பான போக்குடையதாகவும் இருக்க வேண்டும்.

சொல்லிலும் நடையிலும் தென்படுகிற தெளிவின்மை, வரலாற்றின் நோக்கத்தையே சிதைத்து விடும். கவிதை வடிவில் எழுதப்படும் வரலாறுகளில் உண்மையும் நம்பகத் தன்மையும் கேள்விக்குட்படுவதற்கான காரணமும் இதுவே!

வரலாற்றாசிரியர் உண்மை, நேர்மை போன்ற சிறப்புக் குணங்களுக்கு உரித்தானவராக இருக்க வேண்டும். பொருளற மொழிதல், வெறுப்பு, மனச்சோர்வு போன்றவற்றிலிருந்து அவர் விலகியே இருக்க வேண்டும்.

திரட்டுதல், தேர்வு செய்தல், தொகுத்தல், சீரமைத்தல் போன்ற செயல்களுக்கு மிகக் கடினமான உழைப்பும் மனவுறுதியும் தேவை. ஆயினும், நிகழ்வின் நம்பகத்தன்மைக்கு உறுதியில்லாத பட்சத்தில் ஒரு வரலாற்றாசிரியர் என்ற நிலையில் அவரால் எந்த உத்திரவாதத்தையும் அளிக்க முடிவதில்லை.

ஒரு வரலாற்றாசிரியனுக்கு வானவியல், புவிவியல், மானுடவியல், இறையியல் போன்ற விஷயங்களில் ஞானமும் தெளிவும் தேவை. கூடவே, நுட்பமான பார்வையும் கொண்டிருக்க வேண்டும். இலக்கியம் சார்ந்த எழுத்துச் செயல்பாட்டிலும் அவர் திறமைபெற்றவராக இருந்தால் மட்டுமே தான் சொல்ல வருவதைத் தெளிவாகவும் மற்றவர்களுக்குப் பயன்தரும் வகையில் எடுத்துச் சொல்லவும் இயலும்.

இவை அனைத்தும் ஒருசேர இருந்தாலும், தீர்வு காணவியலாத சில இடர்பாடுகளும் ஏற்படுவதுண்டு. எடுத்துக்காட்டாக, ஒருவர் நாடகம் பார்க்கச் செல்கிறார் என்று வைத்துக் கொள்வோம். அவரது இந்தச் செயல்பாடு, பல்வேறு காரணங்களை உள்ளடக்கியதாக இருக்கலாம். அது இன்னதாகவே இருக்க முடியும் என்று மற்றவர்களால் திட்டவட்டமாகச் சொல்லி விட இயலாது.

அவர் பாட்டுக் கேட்பதில் ஆர்வமுள்ளவர்; அழகின் ஆராதகர்; நடிகைமீது காதல் கொண்டவர்; நண்பரைப் பார்ப்பதற்காக நாடக அரங்கினுள் சென்றார்; நாடகம் குறித்து எழுதுவதற்காகச் சென்றார்; நாடகக் கலைக்கு எதிராக உரையாற்றும் நோக்கத்துடன் சென்றார்; உளவுபார்க்கச் சென்றார்; அவருக்கு நாடகம் பிடிக்காது; நண்பர்கள் வற்புறுத்தியதால் சென்றார்; ஆன்மிகத்தின்மீது ஆர்வமுள்ள இவர், மக்களைத் தன்பக்கம் திருப்புகிற நோக்கத்துடன் சென்றார்; கூட்ட நெரிசலில் பிறர் பொருளை அபகரிக்கும் நோக்கத்துடன் சென்றார்.

ஒரு செயலைச் சார்ந்து, நூற்றுக்கணக்கான புரிதல்கள் உருவாக இயலும். ஒவ்வொரு புரிதலுக்கும் அதற்கான காரணங்களுமிருக்கும். ஒவ்வொரு காரணமும் வேறுபட்ட சார்பு நிலைகளைக் கொண்டிருக்கும்.

வரலாற்றாசிரியரின் கூற்று, ஏற்கனவே தீர்மானிக்கப்பட்ட காரணங்களின் அடிப்படையில் அமைந்து, குறிப்பிட்ட ஒன்றின்மீது தன்னுடைய புரிதல் அமைந்திருப்பதை உணரத் தவறினால், பிற காரணங்களை அவர் கண்டுகொள்ளாமல் விட்டுவிடுவார். தான் புரிந்து கொண்டது சார்பான ஆதாரங்களையே அவர் திரட்டுவார். தான் தவறான வழியில் செல்வதன்மூலம் மற்றவர்களையும் அவ்வழிக்கு இட்டுச் செல்கிறார்.

வாசகர்கள் : சரியான வரலாற்று நூல் ஒன்றைத் தொகுப்பதோ எழுதுவதோ மிகப்பெரிய உழைப்பாக இருப்பதுடன், அதைப் படிப்பதும் அதிலிருந்து தெளிவுகள் பெறுவதும்கூட அதற்கு நிகரான உழைப்புதான். வரலாற்று நிகழ்வுகளைத் தெரிந்துகொள்வதும் வரலாற்றிலிருந்து பாடம் படிப்பதும் சமூக முன்னெச்சரிக்கையாக கருதப்படுகிறது. வரலாற்றிலிருந்து பெற்ற சிறந்த பலன்களை

நன்மையை நோக்கமாகக்கொண்டு பின்பற்ற முயற்சி செய்யவும் இதுவே காரணமாக அமைகிறது.

உலக வாழ்விலிருந்து விடைபெற்ற யாரையும் குறைகூறுவதோ தூற்றுவதோ போற்றதலுக்குரிய செயல்களல்ல. அவர்களுக்காக தங்கள் நேயத்தை வெளிப்படுத்துவதும் அவர்களுக்காக அல்லாஹ்வின் அருளை வேண்டுவதும் இழிவான செயல்களுமல்ல.

பல்வேறு நாடுகள், நகரங்கள், அங்காடிகள், காடுகள், மலைகளெங்கும் சுற்றித் திரிந்து அறிவு பெறுவதும் பல்வேறு நூல்களைக் கற்பதன்மூலம் அறிவுபெறுவதும் ஒன்றுதான். ஆய்வு நோக்கங்களுடன் ஒருவர் தமது வாழ்நாள் முழுவதும் பயணம் செய்து தமது அனுபவ அறிவால் எழுதிய ஒரு நூலை மற்றொருவர் ஒரு நாளிலோ சில நாள்களிலோ வாசிப்பதும் அறிவுதான். வாசகர் ஒருவர் எந்த அளவுக்கு வரலாற்றில் ஆர்வமில்லாமல் இருக்கிறாரோ, அதே அளவில் வரலாறும் அவருக்கு அந்நியப்பட்டதாகவும் பயனற்றதாகவும் இருக்கும்.

வரலாற்றுச் சான்றுகள் : வரலாற்றுச் சான்றுகள் பொதுவாக மூன்று பிரிவுகளாகப் பிரிக்கப்பட்டுள்ளன.

உறுதியான சான்றுகள் : இவை நூல்கள், நினைவுக் குறிப்புகள், செயலகப் பதிவுகள், ஆணைகள், தீர்மானங்கள், ஆவணங்கள் போன்றவை.

வழக்காறுகள் : இவை சமூகம் சார்ந்தவை. வாய்மொழி, கதைகள், கவிதைகள், பழமொழிகள் போன்றவை.

தொல்பொருள் ஆய்வுகள் : இவை குறியீடுகள், அடையாளங்கள், வரைபடங்கள், நினைவுப் பொருள்கள், சிதைவுண்ட நகரங்கள், கோட்டைகள், கட்டுமானங்கள், சின்னங்கள், முத்திரைகள், கல்வெட்டுகள், போர்க்கருவிகள், நாணயங்கள், தொழிற்கருவிகள் போன்றவை.

ஒரு வரலாற்று நூலைத் தொகுப்பதற்கு சிரமம் மிகுந்த இம்மூன்று வழிமுறைகளுடன் உயர் கல்வி, உழைப்பு, மனவுறுதி, ஆர்வம், அகத்தூண்டுதல் போன்ற தனித்துவ ஆற்றல்களும் தேவை. நாட்டுப்புற வழக்காறுகள், பழக்க வழக்கங்கள், மரபுகள்,

அவற்றின் அடிப்படைகள், புவியியல் அமைப்புகள்போன்றவை ஒரு வரலாற்றாசிரியனுக்குத் தேவையான மேலும் சில துணைக் கருவிகள்.

வகை மாதிரிகள் : வரலாற்றின் அடிப்படையை, பொதுவானது; தனிப்பட்டது என இரண்டாக வகைப்படுத்தலாம். பொது வரலாறானது, உலக மக்கள் அனைவரையும் குறிப்பிடுவது. தனி வரலாறானது, குறிப்பிட்ட ஒரு பகுதியை, மக்களை, ஆட்சியைப் பற்றிய தகவல்களை உள்ளடக்கியது. திறனாய்வின் அடிப்படையிலும் இது இரண்டு வகைப்படும். நிகழ்வை அறிவிப்பது; ஆய்வு செய்து அறிவிப்பது.

வரலாற்றை அறிவிப்பவர், தாம் கண்டுணர்ந்ததைச் சொல்லுமிடம்தான் நிகழ்ச்சி அறிவிப்பு. இவர், தாம் நேரடியாகப் பார்த்து அனுபவித்ததை அல்லது தமக்கு ஏற்புடைய ஒரு தகவலைச் சொல்லியிருப்பார். இத்தகைய வரலாறுகள்தான் அதிகமும் பயனுள்ளவையாக இருக்கின்றன. ஏனெனில், இதில், பிற தரவுகளுக்கோ யூகங்களுக்கோ இடமில்லை. இதன் அடிப்படையிலான வரலாறுகள், பிற தரவுகளிலும் தவறுகளிலும் யூகங்களிலுமுள்ள பிழைகளைச் சீர்திருத்தும் வல்லமை பெற்றவை.

ஆய்வியல் வரலாறானது, நிகழ்வுகள் குறித்து நம்பத்தகுந்த ஆதாரங்கள் இல்லாத அல்லது கிடைக்காத நிலையில் ஏற்கப்படுவது. இது, தொல்பொருள் ஆய்வுகளாலும் அவற்றின் விளைவுகளாலும் விளக்கங்களாலும் அறிவு சார்ந்த கருதுகோள்களாலும்தான் பெரும்பாலும் நிறுவப்படுகின்றன. எகிப்து, இரான், இராக் போன்ற நாடுகளின் பழங்கால வரலாறுகள் இவ்வாறாகவே தொகுக்கப்பட்டன. இவ்வகை வரலாற்று ஆய்வுகள் முற்றிலும் பயனற்றவையுமல்ல. அதே நேரத்தில் இவற்றின் நம்பகத்தன்மைகள் குறித்த உண்மையை உறுதிப்படுத்தவும் இயலாது.

காலங்கள் : வரலாற்றாசிரியர்கள் சிலர், வரலாற்றை முற்காலம், இடைக்காலம், தற்காலம் என மூன்று காலகட்டங்களாகப் பிரித்துப் பார்க்கின்றனர்.

முற்காலம் என்பது, உலகின் ஆரம்பக் கட்டம் தொடங்கி

ரோமானிய ஆட்சிக்காலம் வரையிலும். இடைக்காலம் என்பது, ரோமானிய ஆட்சியின் கடைசிக்கட்டம் தொடங்கி இரண்டாவது சுல்தான் முஹம்மத் உஸ்மான், கான்ஸ்டான்டிநோபிளை (இஸ்த்தான்புல்) கைப்பற்றும்வரையிலான காலப் பிரிவுகள்.

மாபெரும் நிகழ்வுகளிலிருந்தே இவ்வகையான காலக்கணக்குகள் உருவாகியுள்ளன. எடுத்துக்காட்டாக, ஆதம் நபியின் தோற்றத்துக்குப் பின்; நீர்ப்பிரளயம் நிகழ்ந்த இத்தனை ஆண்டுகளுக்கு முன் அல்லது பின்; யேசு கிறிஸ்துவின் பிறப்புக்கு முன் அல்லது பின்; முஹம்மத் (ஸல்) அவர்களின் புலம்பெயர்வுக்கு முன் அல்லது பின்; குறிப்பிட்ட மன்னர் பதவியேற்ற முன் பின் என, காலங்கள் கணிக்கப்படுகின்றன. கிறிஸ்தவ ஆண்டுகள் அல்லது ஹிஜ்ரீ ஆண்டுகள்தான் பெரும்பாலும் இன்று வழக்கில் உள்ளன.

இஸ்லாமிய வரலாறு : உலகிலுள்ள அனைத்து சமூகங்களிலும், தனது வரலாற்றின் தொடக்கம் முதல் இன்றளவும், இறையியல் சார்ந்தும் சமூகம் சார்ந்தும் முழுமையாகவும் தனித்துவமாகவும் தனது வரலாற்றைத் திரிபுபடாமல் பாதுகாத்துக்கொண்டிருக்கும் ஒரே மார்க்கம் இஸ்லாமும் முஸ்லிம்களும்தான்.

முஹம்மது நபி (ஸல்) அவர்கள் காலத்திலிருந்து இன்றளவும், தங்கள் வரலாறுகளையும் நிகழ்வுகளையும் வருங்கால சந்ததியினருக்காகப் பதிவு செய்வதிலும் பாதுகாத்து வைப்பதிலும் முஸ்லிம்கள் என்றைக்குமே அலட்சியமாகவோ கவனமின்மையாகவோ இருந்ததில்லை. இம்முயற்சி இன்றளவும் தொடர்கிறது. சமகாலத்தவர்களின் அசைக்க முடியாத ஆதாரங்களுடன் இஸ்லாத்தின் முழு வரலாற்றையும் எந்நேரத்திலும் தொகுக்க முடியும். முஸ்லிம்கள் பெருமைப்பட வேண்டிய ஓர் உண்மை இது. மேலும், நிகழ்வுகளின் ஆதாரக் கண்ணிகள் எந்த இடத்திலும் அறுபடாதபடி ஒன்றோடொன்று தொடர்ச்சியாக உள்ளன.

சுருங்கச் சொல்வதானால், இத்தகைய முழுமையானதும் நம்பகமானதுமான வரலாற்றை, முஸ்லிம் சமூகம் மட்டும்தான் கொண்டிருக்கிறது. உலகில், இதுபோன்ற அல்லது இதற்கு இணையான வரலாற்றுத் தெளிவும் தனித்தன்மைகளும்கொண்ட ஒரு சமூகம் கிடையாது.

இஸ்லாமிய வரலாற்றியல் அறிஞர்கள், தங்களின் தனிப்பட்ட

கருத்துக்களைக் கண்டுகொள்ளாமல், அந்தந்த நிகழ்வுகளின் அடிப்படைகள் சார்ந்து அதன் இயல்பை ஏற்றுக் கொள்வதில் எப்போதும் கவனம் செலுத்தியே வந்திருக்கிறார்கள். இந்நிலையில், மாணவர்கள் மீது வரலாற்றாய்வாளர்களின் பார்வைகள் செல்வாக்கு செலுத்தாது.

ஆசிரியரின் தனிப்பட்ட கருத்துக்களைத் திணிக்காத ஒரு வரலாற்றுக் கல்வியின் வழியாக, தனக்கானக் கருத்தை உருவாக்கிக்கொள்கிற சுதந்திரம் மாணவனுக்குக் கிடைக்கிறது. நம்பகத் தன்மையைக் கேள்விக்குட்படுத்தும் ஒரு தேர்வில், இஸ்லாமிய வரலாற்றின் எந்தப் பகுதியையும் உட்படுத்த முடியும். இதன் அடிப்படையில் இஸ்லாமிய வரலாற்றை அறிந்துகொள்கிற ஆர்வம் இயல்பாகவே அதிகரிக்கும்.

வரலாற்றின் வரலாறு : பாபிலோனியா, நைனே போன்ற நகரங்களின் இடிபாடுகளையும் நஜ்த் பாலைநிலத்தில் ஆத் சமூகத்தாரின் இரம் நகரத் தூண்களையும் எகிப்தின் பதப்படுத்தப்பட்ட உடல்களையும் பிரமிடுகளையும் பார்க்கும்போது, அவற்றைக் கட்டியெழுப்பியவர்களைக் குறித்து அறிந்துகொள்ளும் ஆர்வம் மேலெழும். பாபிலோனிய மக்களைப் பற்றி எழுதும் முயற்சியும் பரவலாக நடந்துள்ளது. இன்றளவும் அவை முழுமை பெறாத ஆய்வுகளாக இருப்பினும் கிடைத்தவை அனைத்தும் மிகப் பெருமளவிலான தரவுகள். பிரமிடுகளைக் கட்டியெழுப்பியவர்களின் வாழ்க்கையையும் பணிகளையும் இந்தத் தரவுகளை முன்னிறுத்தி எளிதாக எழுதிவிட இயலும்.

சமய நூல்கள், இதிகாசங்கள், காவியங்கள் மூலமும் பழங்கால மனிதர்களின் பழக்க வழக்கங்கள் குறித்துப் பல்வேறு தகவல்களை அறிந்துகொள்ள இயலும். குறியீடுகள், குகை ஓவியங்கள், தொழிற்கருவிகள், இரும்பு மற்றும் உலோகப் பயன்பாடுகள், அணிகலன்கள், கற்சிலைகள், பதனிடப்பட்ட உடல்கள், செப்பேடுகள், வாய்மொழி வழக்காறுகள், பழமொழிகள், அரச அடையாளங்கள், பெருஞ்சுவர் போன்றவையும் வரலாறு குறித்த ஆர்வங்களைத் தூண்டுகின்றன. இவை, இந்தியா, சீனா, எகிப்து, இரான், கிரேக்கம், அரேபியா என, உலகின் அனைத்துப் பகுதிகளிலுள்ள மனித வாழ்க்கையைக் குறித்து ஓரளவிலாவது புரிந்துகொள்ள வழியமைக்கின்றன.

வரலாற்றின் தொடக்கம் : ரோமானிய, கிரேக்க வரலாறுகள் குறிப்பாக, அலெக்சாண்டரின் வெற்றியிலிருந்தே தொடக்கம் பெறுகின்றன. இவை, குறிப்பிட்ட உலக நாடுகளின் அன்றைய நிலைகளைப் புரிந்துகொள்ள உதவுகின்றன. இதன், தொடர்புக்கண்ணிகள் மிகக் குறைந்த அளவில்தான் துண்டுபடுகின்றன. வரலாறு இங்கிருந்து தொடக்கமாகிறது என்று பொதுவாகக் கருதப்படுகிறது.

கிரேக்கம், எகிப்து, இரான் நாடுகளின் வரலாறுகள் சுவாரஸ்யம் நிரம்பியவை. இந்தியாவைப் பொறுத்தவரைக்கும் இதே காலகட்டத்தில் வரலாற்று உண்மைகளை விடவும் புனைவுகள் மீதான ஆர்வமே மேலோங்கி நின்றது.

செழிப்பான இந்தியப் பகுதிகளைப் பொறுத்தவரைக்கும் அரேபியா, பாலைநிலங்களால் சூழப்பட்ட ஒரு பகுதி. வரலாற்றுப் பதிவுகள் சார்ந்து இந்த இரு நிலப்பகுதிகளிலும் அடிப்படை வேறுபாடுகள் நிலவின. அரேபியாவின் அறியாமைக் காலங்களில்கூட வரலாற்றுச் செல்வங்கள் பாதுகாக்கப்பட்டன.

வரலாற்றின் உண்மையான தொடக்கம் : குர்ஆன் அருளப்பட்டது. உலகம் முழுவதையும் அது தனக்குள் ஆவாகித்துக்கொள்கிறது. அரபு சமூகத்தின்முன் பிற சமூகங்கள் அனைத்தும் குர்ஆன் கூறுவதுபோல் '... பரப்பப்பட்ட புழுதியாக...' (25: 23) ஆகின்றன. உண்மையான வரலாறு இங்கிருந்துதான் தொடக்கம் பெறுகிறது.

அல்ஹதீஸ், அஸ்மாஉர் ரிஜால் ஆகியவற்றை ஒழுங்குபடுத்தித் தொகுத்த மிக உன்னதமான பணியைத் தவிர, இத்துறையில் ஆழமாகச் செயல்பட்ட ஆயிரமாயிரம் முஸ்லிம் வரலாற்றாசிரியர்கள் உள்ளனர். இவர்களால் கவனம் செலுத்தப்படாத எந்த மனித சமூகமும் இல்லை. இவ்வாய்வுகளின் பின்னணியில் உண்மை ஒன்றே உயிரோட்டமாகவும் இருந்தது. முஸ்லிம்களைத் தவிர வேறு எந்தச் சமூக ஆய்வாளர்களையும் இதற்கிணையாகச் சொல்வதற்கில்லை எனும் அளவுக்கு இதில் நம்பகத்தன்மையுடன் செயலாற்றியுள்ளனர்.

பிற நாடுகளின், சமூகங்களின் வரலாறுகளைத் தொகுத்தளிப்பதிலும்கூட குறிப்பிடத்தக்க பணிகளை இவர்கள் செய்துள்ளனர். வரலாற்றைப் பதிவு செய்யும் கலையை அறிவியல் தளத்துக்கு உயர்த்தியவர்களும் முஸ்லிம் ஆய்வாளர்கள்தாம்.

வரலாற்றைப் பதிவு செய்யும் முறையியலின் மூலவரான இப்னு கல்தூனின் பெயரை உலகம் உள்ளவரைக்கும் சொல்லிக்கொண்டிருக்கும்.

சிறந்ததொரு மக்கள் சமூகம் என்ற பெயரை முஸ்லிம்கள் இழக்கத் தொடங்கிய அவர்களின் வீழ்ச்சியிலிருந்து, இதுபோன்ற அரிய முயற்சிகளில் பெரும்பாலானவற்றையும் அவர்கள் கைவிட்டனர். இவர்களிடமிருந்து இந்தக் கலையைக் கற்றுணர்ந்த மாணவர்கள், ஐரோப்பிய வரலாற்றாசிரியர்களாகத் தங்களை நிறுவிக்கொண்டனர்.

விலங்குகளுக்கும் மனிதனுக்குமான வேறுபாடு இதுதான்: விலங்கினங்களுக்கான உணவுகளுக்கு எல்லைகள் நிர்ணயிக்கப்பட்டுள்ளன. இதைப் பெறுவதற்கான வாய்ப்புகள் மனிதனுக்குப் பரவலாக உள்ளன. முன்னேற்றங்களை நோக்கிப் பயணிக்க வசதியாக மனிதன் படைக்கப்பட்டுள்ளான்.

மாபெரும் உயரங்களை அடைந்துவிட்ட ஒரு மனிதன், ஏதோ ஒருவகையில், தன்னை விடவும் உயர்ந்த நிலையில் இருப்பவர்களைப் பார்க்கிறான். உயரத்திற்குச் சென்றும் தான் முழுமையடையாமல் இருப்பதையும் உணர்கிறான். அதே நேரத்தில் தன்னை விடவும் தாழ்ந்த நிலையில் இருப்பவர்களையும் பார்க்கிறான். இயற்கையாகவே ஒரு பேராற்றலுக்கு அனைவரும் அடிபணிந்தாக வேண்டிய வகையில்தான் உயிரினங்களின் படைப்பு அமைந்துள்ளது. இது, இறையாட்சியின் இருப்பையும் ஆளுமையையும் உறுதிப்படுத்துகிறது. ஒரு அரசன் மனிதர்களிடையே உயர்ந்தவனாக இருக்கலாம். ஆனால், இயற்கையின் விதிகளிலிருந்து அவனுக்கும் விலக்குகள் கிடையாது.

'... ஜின்களையும் மனிதர்களையும், என்னை அவர்கள் வணங்குவதற்காகவே தவிர, நான் படைக்கவில்லை.' (குர்ஆன் 51: 56)

அந்த ஒரே பேராற்றல் எல்லாம் வல்ல அல்லாஹ்வுக்கே உரித்தானது. அனைத்திலிருந்தும் விடுதலை பெற்றவன் அவன் ஒருவனே! முழுமையான எல்லாப் பண்புகளுக்கும் உரித்தானவன் அவனே! அவனே அரசன்; அவனே ஆள்பவன்; ஆட்சி, அதிகாரம் அனைத்துக்கும் அவனே உரித்தானவன். மனிதனுக்கு அவன் அருளிய

இஸ்லாமிய வரலாறு முதல் பாகம் 33

பண்புகளும் அவனை அடிபணிவதற்காகவே! தனது வாழ்வியல் பண்பின் ஒரு கூறாக, மனிதன், பிறரைப் பணிந்து பின்பற்றுகிறான். அவனது உண்மையான எஜமான், இவ்வாறு பணிவதைத் தடை செய்துள்ளான். '...அல்லாஹ்வுக்குக் கீழ்ப்படியுங்கள்; (அவனது) தூதருக்கும் கீழ்ப்படியுங்கள். இன்னும் (உங்களில் அல்லாஹ்வுக்கும் அவனது தூதருக்கும் கீழ்ப்படிந்து நடக்கும்) ஆணையுரிமையுள்ள (தலை)வருக்கும் கீழ்ப்படியுங்கள்...' (குர்ஆன் 4:59)

தன்னை விட கீழ்நிலையிலுள்ளவர்கள்மீது அதிகாரம் செலுத்துவது மனித இயல்பு. தனது நிலையை உயர்த்திக்கொள்வதற்கான முயற்சி, கீழே செல்வதற்கான வாய்ப்பையும் உள்ளடக்கியது. தனக்கு உரிமையற்ற விருப்பமாயினும் அதைப் போற்றி வளர்ப்பது மனித இயல்பாகவே இருக்கிறது. அரசுரிமைகள்மீதான போரும் இதன் ஒரு பகுதிதான். இதனை நடைமுறைப்படுத்துதல், இறையியல் சார்ந்ததும் உலகியல் சார்ந்ததுமான இருவேறுபட்ட வகைகளில் நிகழ்கிறது.

ஓர் ஆட்சியாளருக்குத் தேவையான திறமைகளைக் குறிப்பிடும் வகையில் தாலூத், தாவூத் (அலை) தொடர்பாக குர்ஆன் கூறுகிறது: 'அவர்களுடைய நபி அவர்களிடம், நிச்சயமாக அல்லாஹ், தாலூத்தை உங்களுக்கு அரசனாக அனுப்பியிருக்கிறான் என்று கூறினார்...' (குர்ஆன் 2: 247) மக்கள் தாலூத்தின் அரசுரிமைக் குறித்துக் கேள்விப்பட்டு, அதற்கு ஒப்புதலின்மை தெரிவித்ததுடன் அதற்குரிய பதிலையும் பெற்றனர். 'நிச்சயமாக அல்லாஹ், உங்களை விட (மேலாக) அவரையே தேர்ந்தெடுத்திருக்கிறான். அறிவாற்றலிலும் உடல் வலிமையிலும் உங்களைவிட அவருக்கு மிகுதியாக வழங்கியுள்ளான்...' (குர்ஆன் 2:247)

தாவூத் (அலை) பற்றி மேலும் சொல்லப்படுவதாவது: '... தாவூது, ஜாலூத்தைக் கொன்றார். பின்னர் அவருக்கு அல்லாஹ் அரசுரிமையையும் ஞானத்தையும் அளித்து, தான் நாடியவற்றை அவருக்குக் கற்பித்தும் கொடுத்தான்...' (குர்ஆன் 2: 251)

வரலாற்றுக் கல்வியிலிருந்துதான் இதுவும் வெளிச்சத்துக்கு வருகிறது: தனது கல்வியாலும் உடல் வலுவாலும் உயர்ந்து, மக்கள்சார்பு நிலையில் நடுநிலையாளனாகி பிறர்மீதான தனது ஆற்றலை எடுத்துச்சொல்கிற வாய்ப்பைப் பெற்றவர் யாரோ, அவர், அம்மக்களின் அரசராக ஏற்றுக்கொள்ளப்பட்டார்.

மூவாயிரம் ஆண்டுகளுக்கு முன், உடல் வலிமையும் போர்த்திறன் சார்ந்த அறிவுமே, ஓர் ஆட்சியாளனின் தலைமைப்பண்புகளாகக் கருதப்பட்டன. காலப்போக்கில், பண்புகளுக்கான அளவுகோல்களில் மாற்றம் வந்த நிலையில் பிற தகுதிகளும் முக்கியத்துவம் பெற்றன. அரசுரிமைக்கான தகுதிகளிலும் பண்புகளிலும் மாற்றம் வந்தன. சிறந்தவனும் மதிப்பீடுகளில் உயர்ந்தவனுமே தலைமைப் பொறுப்புக்குத் தகுந்தவனானான். தகுதியற்றவர்கள் தலைமைப் பொறுப்புக்கு வரும்போது தீயசெயல்களும், சோதனைகளும், வேற்றுமைகளும், இரத்தம் சிந்துதலும், திருட்டும், கொள்ளையும் நிகழ்ந்தன. இன்றளவிலும் இதில் விதிவிலக்கைக் காண இயலாது.

ஒவ்வொரு மனிதனையும் அவனுக்கான தகுதிகளும் பெற்றுள்ள இயற்பண்புகளும்தான் தலைமையையும் அரசுரிமையையும் நோக்கி இட்டுச் செல்லும். '... மனிதனுக்கு அவன் முயற்சி செய்தது (உழைத்தது) தவிர வேறில்லை.' *(குர்ஆன் 53:39)*

அறிவுத்திடமும் நற்பண்புகளும்தான், சிறந்த தலைவனாக, ஆட்சியாளனாக, குடும்பத் தலைவனாக ஒருவனை உயர்த்துகிறது. பண்டைய இனக்குழு ஆட்சித்தலைமையின் முன்மாதிரிகள் இதுவாகவே இருந்தன. இன்றுகூட இதில் மாற்றங்கள் தேவைப்படவில்லை. இந்த அமைப்பில் குறைகாணவும் இயலாது. இதில் ஏதேனும் தவறுகள் நிகழ்ந்தாலோ குயுக்தியான வழிகளில் அதிகாரம் கைப்பற்றப்பட்டாலோ தகுதியற்றவர் தலைமைப் பொறுப்புக்கு வருகிறார்.

மனிதப் பண்பும் மக்களாட்சியும் : மனித இனமானது, ஒருபுறம், எல்லாம் வல்ல இறைவனின் கண்ணியமிக்க படைப்பாகவும் பிரபஞ்சத்தின் ஒரு கூறாகவும் இருக்கிறது. இன்னொருபுறம், உன்னதமான, ஆற்றல் வாய்ந்த, ஒப்புமையற்ற எதையும் வழிபாட்டுப் பொருளாகக் கொள்ளும் இயல்பையும்கொண்டிருக்கிறது. இந்நிலை, பிற அனைத்தையும் புறந்தள்ளிவிட்டு ஒப்புமையும் மிக்காருமற்ற ஓரிறைக் கொள்கையை நோக்கி இயல்பாகவே இட்டுச் செல்லும்.

அரசுரிமையை அடைவதற்கான முயற்சியில் தன் குலப்பெருமையை முன்வைப்பது வஞ்சகத்தின் (ஷைத்தானின்)

மாபெரும் சூழ்ச்சியாகவும் குயுக்தியாகவும் இருந்தது. இது, தகுதியில்லாதவர்களைத் தலைமைப் பொறுப்புக்குக்கொண்டு வருவதுடன் தகுதியுள்ளவர்களை வீழச்செய்யும் நிலையையும் உருவாக்கியது. மனித இனத்தின் இந்த மாபெரும் தவறுதான் பற்பல தீமைகளுக்கும் குழப்பங்களுக்கும் காரணமாக அமைந்தது. இதன் பாரத்தைச் சுமந்தவர்கள் ஆதம் நபியின் சந்ததிகளான மனித குலம்தான்.

குர்ஆன் அருளப்பட்ட பின், இத்தீமையை மொத்த மனித குலத்திடமிருந்தும் அகற்றும் விதமாக மானுடப் பண்புகள் முதன்மைப்படுத்தப்பட்டன. முஹம்மத் நபி (ஸல்) அவர்கள் இறைத்தூதராகப் பொறுப்பளிக்கப்பட்டதுடன் தம்மையே முன்மாதிரியாக நிறுத்தி சமூகத்தை வழி நடத்தினார். கட்டுப்பாடுகளற்ற உலகின் முன், இறையியலுக்கும் ஆட்சித்தலைமைக்குமான இணைப்பை விளக்கும் தலைசிறந்த முன்மாதிரியாக விளங்கினார். அரசனின் கடமைகளையும் அரசுரிமையின் வல்லமைகளையும் மனித குலத்திற்கு விளக்கிச் சொன்னார். இறைத்தூதரால் மிகச் சிறப்பாகப் பயிற்சி அளிக்கப்பட்ட அவரது தோழர்கள், நபிகளாரின் போதனைகளுக்கேற்பத் தங்களில் சிறந்தவரை ஆட்சித் தலைவராகத் தேர்வு செய்தனர்.

உலகில் முதன்முறையாக, வாரிசுரிமை அரசாட்சி எனும் கோட்பாடு தகர்ந்தது. அபூபக்ர் ஸித்தீக் (ரலி) அவர்களுக்குப் பின், உமர் ஃபாரூக் (ரலி) அவர்களின் தேர்வும் இதே அடிப்படையில்தான் நிகழ்ந்தது.

உஸ்மான் (ரலி) அவர்களும் வாரிசுரிமை மரபு அல்லாத முறையில்தான் தேர்வு செய்யப்பட்டார். ஆயினும், சில தனிமனிதர்களுக்கும் மக்களில் ஒரு பிரிவினருக்கும் மரபுத்தொடர்மீது ஆர்வமிருந்தது. உஸ்மான் (ரலி) தம் உறவினர்களுக்கும் இனக்குழுவினருக்குமென தனிப்பட்ட சில உதவிகளைச் செய்தார். இவருடைய ஆட்சிக்காலத்தில் பல்வேறு இறைசோதனைகளும் பேரிடர்களும் நிகழ்ந்தன.

முஹம்மத் நபி (ஸல்) அவர்கள், இருபத்து மூன்று ஆண்டுகள் இறைத்தூதராக இருந்து மானுடத்தை மீட்டெடுத்ததுபோல், ஹிஜ்ரீ தொடக்கம் முதல் பத்தாண்டு காலம், நேர்மையும் ஒளி மிகுந்ததுமான

தலைமைக்கும் எடுத்துக்காட்டாக விளங்கினார். அவருடைய மதீனா வாழ்க்கையும் அபூபக்ர், உமர் (ரலி) ஆகியோரின் ஆட்சிக்காலமும் சேர்ந்த மேலும் ஒரு இருபத்து மூன்று ஆண்டுகள் இஸ்லாமிய சமூகத்தின் முன்னேற்றத்திற்கு மிகவும் வலு சேர்த்தன.

அரசுரிமையை அல்லது ஆட்சித் தலைமையை அடைவதற்கு வாரிசுரிமை எனும் மனித ஆற்றலை மறுக்கும் ஷைத்தானியச் சூழ்ச்சி மீண்டும் மேலெழுந்தது. தகுதியும் திறமையுமுள்ளவர்களுக்கான அரசுரிமை சில குறிப்பிட்ட மரபுவழியினரின் தொடர் உரிமையாகக் கருதப்படும் கெடுகெட்ட நிலை வந்துசேர்ந்தது.

இதன்படி, தகுதியான தந்தையின் தகுதியற்ற வாரிசுகளுக்கு அரசுரிமை வந்து சேர்ந்தது. நெறியற்ற இந்த ஆட்சியாளர்களால் மக்கள் தீராத அல்லல்களை அனுபவிக்க வேண்டிய நிலையேற்பட்டது. இவர்களிடமிருந்து தங்களைத் தற்காத்துக்கொள்கிற போராட்டத்தில் பல்வேறு துன்பங்களுக்கு மக்கள் இரையாயினர்.

மாற்று வழியில்லாத நிலையில், வாரிசுரிமைக்கு நிகரானதும் ஒட்டு மொத்த குடிமக்களுக்குமான நன்மைகளை உறுதிப்படுத்த இயலாததுமான ஜனநாயக மரபினுள் மக்கள் வந்து சேர்ந்தனர்.

மனித குலத்தின் அமைதிக்கும் இறையியலுக்குமான தொடர்பு எனும் மானுட இயல்பின் அடிப்படையில் அமைந்த முன்மாதிரி ஆட்சிமுறை, ஹிஜ்ரீ தொடக்கம் முதல் நான்கு நூற்றாண்டுகள் நிலவின. ஜனநாயக மரபுக்கும் சர்வாதிகாரத்திற்கும் இடைப்பட்டதும் மக்களுக்கு நன்மைகள் விளைய உதவியாக இருப்பதுமான ஓர் அமைப்பு இது.

மக்களாட்சியின் தலைமை : ஜனநாயக மரபில், மூன்று அல்லது ஐந்தாண்டுகளுக்கான ஓர் ஆட்சித்தலைவர் மக்களால் தேர்வு செய்யப்படுகிறார். இவர், குறிப்பிட்ட ஆண்டுகள் மக்களின் ஆட்சித் தலைவராக விளங்குவார். தேர்வுக்கான போட்டியில் பலர் இடம்பெறுவதாக இருந்தால், அதிக எண்ணிக்கையில் ஆதரவு பெற்றவர் தலைமைப் பொறுப்புக்கு வருவார். இதன் மூலம், பிற போட்டியாளர்களுக்கு ஆதரவாக இருந்த பெரும்பான்மையினரின் விருப்பம் புறக்கணிக்கப்படும். இது ஜனநாயகம் எனும் மக்களாட்சித் தத்துவத்தின் அடிப்படைக்கே முரணானது.

மக்களாட்சித் தலைமைக்கு நல்லதொரு அரசன்போல் ஆணை பிறப்பிக்கும் உரிமைகள் கிடையாது. பொதுப்படையான சிறு நடவடிக்கைகளில்கூட அவர் தனது இயலாமையை உணர்கிறார். தன் விருப்பத்துக்கு மாறாக, எதிர்நிலையிலுள்ள பெரும்பான்மையின் விருப்பத்தைச் சார்ந்தே அவர் செயல்படவேண்டியதாகிறது. மக்களாட்சியின் அடிப்படையில் திட்டவட்டமானதும் தேவையானதுமான ஓர் ஆணையைச் செயல்படுத்த இயலாத நிலையும் உருவாகும். மேலும், ஓர் அரசியல் நடவடிக்கையானது, பல்வேறு இனக்குழுக்களின் தனித்துவத்தைக் கணக்கில்கொள்ள மறுப்பதாகவும் அமைந்து விடுகிறது.

மேலோட்டமாகப் பார்க்கும்போது, இந்த அமைப்பு பாதுகாப்பானதுபோல் தோன்றக் கூடும். மக்கள், தங்களைத் தாங்களே ஆள்வதுபோலவும், அதிகாரம் பரவலாக்கம் செய்யப்பட்டு விட்டது போலவும் சர்வாதிகாரம் இல்லாததுபோலவும் தோன்றக்கூடும். மக்களும் இந்த அமைப்புக் குறித்து தற்போதைய மகிழ்ச்சியை உணர்வார்கள். ஆனால், மகிழ்ச்சியைப்போலவே மாபெரும் இழப்புக்கும் அவர்கள் உள்ளாகிறார்கள்.

பொதுவான மனிதப் பண்புகள், கட்டவிழ்ந்த விடுதலைக்கு எதிராகவே உள்ளன. மேலை நாடுகளின் ஜனநாயக அமைப்பு, மக்களின் ஆன்மிகம் சார்ந்த விருப்பங்களுக்கு எதிராகவும் ஆன்மிகம், தனது உன்னதங்களை இழந்துவிடவும் காரணமாக அமைந்துள்ளது. ஜனநாயகம் தழைத்தோங்குவதாகச் சொல்லப்படும் நாட்டில், இறையியல் சார்ந்த உயர்ந்த ஒழுக்கப் பண்புகள் தழைத்தோங்க இயலாது.

ஜனநாயக அமைப்பு முறையானது, மனித இயல்பான தெய்வீகப் பண்புகளையும், ஆர்வங்களையும் செயற்கையான விடுதலைப் பாதையை நோக்கிச் செலுத்துகிறது. இவ்வமைப்பின் அடிப்படைத் தத்துவம் செயல்படுவதன் விளைவும் இதுவே!

இஸ்லாமிய இறையியலின் அடிப்படைக் கோட்பாடு ஒழுக்கமும் பணிவும். ஒப்பாரும் மிக்காருமில்லாத அல்லாஹ்வை மனிதன் அடிபணிந்தாக வேண்டும். அவனே அனைத்துக்கும் மேலானவன். அவன் முன்னிலையில், சுப்ஹான ரப்பியல் அஃலா (மிக மேன்மையான இறைவனுக்கே.....) என்று கூறி அனைவரும்

சிரம் தாழ்த்த வேண்டும். இதன் அடிப்படையில் உண்மையான இறையியல் கோட்பாட்டைப் பின்பற்றும் மனித இயல்பான ஆர்வம் மனதினுள் நீங்காமல் நிறைந்திருக்கும்.

உலகில் தோன்றிய இறைத்தூதர்கள், மார்க்க வழிகாட்டிகள் அனைவரும் தங்களை ஏற்றுக் கொள்ள வேண்டுமென்றும் பின்பற்ற வேண்டுமென்றும் வலியுறுத்தியுள்ளார்கள். இதனை ஏற்று, பின்பற்றிய மனிதர்களுக்கு வெற்றி கிடைத்திருக்கிறது என்பதை யாரும் மறுக்க இயலாது.

இறையியலானது, இழிவுகளிலிருந்தும் சீர்கேடுகளிலிருந்தும் விடுதலை தந்து, மானுடத்தின் வளர்ச்சியை நோக்கி மனித குலம் முன்னேற உதவுகிறது. நேர்மாறாக, எல்லா ஒழுக்கக் கட்டுப்பாடுகளிலிருந்தும் மனித இனத்தைக் கட்டவிழ்த்து ஊறுவிளைவிக்கும் அரசியல் முறையால் மனித இனம் நன்மைகள் அடைந்ததாக நிரூபிக்க இயலாது.

மகன் தனக்குப் பணிய வேண்டும் என்று தந்தை விரும்புவதும், மாணவன் தனக்குப் பணிய வேண்டும் என்று ஆசிரியர் விரும்புவதும் இயல்பானதும் முறையானதும்கூட! இது ஏற்கப்படும் நிலையில் பாதுகாப்பும் நன்மைகளும் விளைகிறது. இறையியல் சார்ந்தும் இதுவே உண்மை.

ஆனால், மக்களாட்சித் தத்துவத்தில் மனித மாண்புகளும் தலைமுறை இடைவெளிகளால் உருவான மனமுரண்களும் விருப்பம் சார்ந்ததாக மாறிவிடுகின்றன. இது அநாகரிகத்தை நோக்கி அழைத்துச் செல்கிறது. இறையியலை வலியுறுத்தும் எதுவும் தன்முன் இல்லாத நிலையில், மனதை ஆற்றுப்படுத்துவதற்கான அனைத்து வலிமைகளையும் மனிதன் இழந்து விடுகிறான்.

மாபாதகங்கள் செய்யும் ஒருவன் அரசாங்கத்தின் கழுகுப் பார்வையிலிருந்து தப்பித்து விடலாம். ஆனால், இறைவனிடமிருந்து அவனால் ஒருபோதும் தப்பித்துவிட இயலாது. ஆக, உண்மை நம்பிக்கையாளன் ஒருவனால் மாபாதகங்கள் செய்ய இயலாது.

மக்கள் அனைவரும் ஜனநாயக அமைப்பு அனுமதித்திருக்கும் உலகியல் இன்பங்களைத் துய்க்க ஆரம்பித்தால் பாலியல் பிறழ்வுகள், திருட்டு, கொலை, ஏமாற்று, வஞ்சகம், பொய் என உலகமே நரகமாகிவிடும்.

ஜனநாயக அமைப்பினுள் பெரிய நன்மைகள் எதுவும் இருப்பதாகத் தெரியவில்லை. இவ்வமைப்பின் கீழ்தான் இறையச்சம் குறைவாக உள்ளது. ஒழுக்கமின்மை, வெட்கமின்மை, வாக்குறுதி மீறல், லஞ்சம், ஊழல், மோசடி, வஞ்சகம், சுயநலம்போன்ற தீமைகளின் நடமாடும் உருக்களாக மக்கள் மாறுவது இவ்வமைப்பில்தான். இதில், நெப்போலியன், கைஸர், வில்லியம், ஜூலியஸ் சீசர், தைமூர், ஹனிபல், ஸலாஹுத்தீன், சுலைமான் கனூனி, ஷேர் ஷா, ஆலம்கீர் என ஒருவர்கூட உருவாக இயலாது.

சர்வாதிகாரம் : ஒருவன், தனக்குப் பிறகு தனது உடைமைகள் வாரிசுக்குப் போய்ச் சேரவேண்டுமென்று நினைப்பது சரியாக இருக்கலாம். அரசுடைமையைப் பொறுத்தவரைக்கும் இது அத்துமீறல். அரசுடைமை என்பது அரசனின் தனிப்பட்ட உடைமையல்ல. அரசனை நம்பி ஒப்படைத்த மக்களின் உடைமை. அதைத் தன் வாரிசிடம் ஒப்படைக்கும் உரிமை அரசனுக்குக் கிடையாது.

தங்களின் தலைமையைத் தேர்வு செய்யும் உரிமை மக்களுக்கு மட்டுமே உரியது. மக்களின் நம்பிக்கைக்குக் குந்தகம் விளைவிக்க எண்ணும் அரசனைத் தடுப்பதற்கு மிகுந்த மனஉறுதியும் மதிநுட்பமும் தேவை. இத்தகைய பயமற்ற மனநிலை, முஸ்லிம்களுக்கு மட்டுமே உரித்தானது. முஹம்மத் நபி (ஸல்) அவர்கள் பயிரிட்ட விளை நிலம் அது.

முஸ்லிம்கள் கடந்த கால சீரிய அனுபவங்களினூடே பெற்ற மனஉறுதி, மதிநுட்பம், நன்மையை நாடுகிற ஆர்வம் போன்றவற்றில் பெரும் பகுதியை இழந்து போனதுடன் இஸ்லாத்தின் போதனைகளிலிருந்தும் நழுவினார்கள். ஆகவே, தங்கள் ஆட்சியாளர்கள்மீது அக்கறையற்றவர்களாகவும் ஆனார்கள். அரசனின் வஞ்சக முடிவுகளின்முன் அவர்கள் கண்ணை மூடிக்கொண்டார்கள். நேர்மையான முறையில் கடைப்பிடிக்கப்பட்டு வந்த அரச நியமனம், ஆள்பவர்களின் தன்னிச்சையான, வெறுக்கத்தக்க வாரிசுரிமை நியமனமாக நடைமுறைக்கு வந்தது. தவறான இச்செயலுக்கு ஒப்புதலளித்தப் பாரத்தை முஸ்லிம்கள் அனைவருமே சுமக்க வேண்டியதாயிற்று.

இஸ்லாத்தில் வழக்கமற்ற, பேசவும் தகுதியற்ற வாரிசுரிமை

நியமனமானது, மாமனிதர்களின் அவையில் அமர்ந்திருக்கும் அருகதைகூட இல்லாத பலருக்கு முஸ்லிம்களின் தலைவராகும் பாதையை அமைத்துக்கொடுத்தது. முஸ்லிம்களின் ஆளுநராகவோ கலீஃபாவாகவோ ஒருவர்தான் இருக்க வேண்டும். அவர், மிகச் சிறந்தவராக இருக்க வேண்டும். பொது ஒப்புதலுடனோ பெரும்பான்மைக் கருத்தின்படியோதான் அவரைத் தேர்ந்தெடுக்கவும் வேண்டும். ஒரு கலீஃபாவின் அல்லது ஆளுநரின் குடும்பத்தில் பிறந்துவிட்டதால் மட்டும் ஒருவனுக்கு ஆட்சியாளருக்கான தகுதிகள் வந்துவிடாது.

தலைமுறை ஆட்சியுரிமைக்கு இடங்கொடுக்காமல் இருந்திருந்தால், நேர்மையான கிலாஃபத் காலத்தில் இருந்ததுபோல் போற்றுதலுக்குரிய இஸ்லாமியக் கருத்தியலும் ஆட்சிமுறையும் பாதுகாக்கப்பட்டிருந்தால், இஸ்லாமிய ஆட்சியும் முஸ்லிம்களும் இன்று நாம் காணும் துன்ப நிலைக்கு ஆட்பட்டிருக்க முடியாது. ஆயினும், அல்லாஹ்வின் நாட்டம் அதுவாக இருந்திருக்கிறது. தொடக்கக் காலத்திலேயே இதைக் கடுமையாக எதிர்த்திருந்தால், கிலாஃபத் காலத்து நடைமுறையைத் தளரவிடாமல் பாதுகாத்திருந்தால், ஒரு சில அனுசரணைகளின் பிறகேனும் அரச பதவிக்கு தம் வாரிசுகளைத் தேர்ந்தெடுப்பதற்கோ அறிவிப்பதற்கோ யாருக்கும் தைரியம் வந்திருக்காது.

தனக்குப் பிறகு ஆட்சியாளராகும் தகுதிகள் பெற்ற மகன்கள் இருந்தும் அவர்களை விடவும் சிறந்தவரான உமர் (ரலி) அவர்களைத் தேர்வு செய்தார் அபூபக்ர் (ரலி). உமர் (ரலி), தமக்குப் பிறகு கலீஃபாவாகும் எல்லாத் தகுதிகளும் பெற்றிருந்த மகன் அப்துல்லாஹ் (ரலி) அவர்களை நியமிப்பது ஒரு தீய வழக்கத்திற்கு முன்னுதாரணமாக அமைந்து விடும் என்ற அச்சத்தில் எந்த நிலையிலும் தனது மகனை கலீஃபாவாகத் தேர்வு செய்ய வேண்டாம் என்று உத்தரவு பிறப்பித்தார்.

வாரிசுரிமையின்கீழ் ஆட்சியாளராக வருபவரின் அறியாமையையும் அதன் தீமைகளையும் நேரடியாக அனுபவித்து அறிந்தும்கூட அதைக் களைவதற்கான முயற்சியில் மக்கள் ஏன் முனைப்புடனில்லை என்பதை விளங்கிக்கொள்ள இயலவில்லை. அரசனால் நியமிக்கப்படுகிற வாரிசுரிமை எனும் திணிப்பு, மற்றொரு வடிவத்தில் மக்களாட்சி முறையிலும் நிலவுகிறது.

சர்வாதிகார ஆட்சியின் தீமைகளில் மிக முக்கியமான ஒன்று வாரிசுரிமை. தங்களுக்கான ஆட்சியாளனைத் தேர்வு செய்கிற பொறுப்பு மக்களிடமிருந்து பறிக்கப்படுகிறது. ஆட்சியதிகாரங்களைப் பொறுத்தவரைக்கும் மக்களுக்கான பொறுப்பு, அனைத்துத் தீமைகளுக்கும் விளைநிலமாக விளங்கும் வாரிசுரிமை ஆட்சி முறையை முற்றிலுமாக ஒழிக்க வேண்டும் என்பதுதான்.

ஆட்சியாளனுக்குரிய எந்தத் தகுதியுமற்ற ஒரு வாரிசு அரியணை ஏறுவதை என்ன விலை கொடுத்தேனும் தடுத்தாக வேண்டும். இதை ஒரு கோட்பாடாகவே கொள்ள வேண்டும். அவன் தகுதியுள்ளவனாக இருக்கும்பட்சத்திலும் பொதுஒப்புதலோ பெரும்பான்மைக் கருத்தோதான் அதைத் தீர்மானிக்க வேண்டும்.

ஒரு தவறை மற்றொரு தவறால் திருத்துவது மடமை. தகுதியற்ற ஆட்சியாளன் தேர்வு செய்யப்படுவதை இது எளிதாக்கி விடும். மக்களின் மனஉறுதியின்மையும் கோழைத்தனமுமே இதற்கான காரணங்கள். கடமை உணர்வுடன் காட்டப்படும் அடக்கம், இதிலிருந்து வேறுபட்டது. இதை இன்னும் தெளிவாகச் சொல்ல உமர் (ரலி) தொடர்பான ஒரு மேற்கோளைக் குறிப்பிடலாம். உமர் (ரலி) அவர்களின் ஆளுநர்களில் ஒருவர் சொன்னார்: "உமர் ஃபாரூக் பிறப்பித்த ஓர் உத்தரவின்படி எடுத்த நடவடிக்கையில் சிறிதொரு தொய்வு ஏற்படுமாக இருந்தால், அவரது ஒரு கை, கீழேயும் மறு கை, தாடையிலும் இருக்கும். இதை நாங்கள் எங்கள் தாடைகளைப் பிளப்பதுபோல் உணர்வோம்."

மாபெரும் வெற்றிகளைப் பெற்ற படைத்தலைவராக இருந்தும்கூட காலித் பின் வலீத் (ரலி), உமர் (ரலி) அவர்களின் ஆணைக்கு மிக அமைதியாகப் பணிவார். அதே வேளையில், உமர் (ரலி) உரைமேடையில் நிற்கும்போது மிக எளிய மனிதர் ஒருவரால் அவரது நேர்மையும் பொறுப்பும் கேள்விக்குட்படுத்தப்படும்.

மஹர் (மணக்கொடை) தொடர்பாக உமர் (ரலி) அவர்களின் உரையைப் பெண்ணொருத்தி செவிமடுத்தாள். அதில் அவளுக்கு உடன்பாடில்லை. கேள்வி எழுப்பினாள். மேடையிலிருந்த இறைநம்பிக்கையாளரின் தலைவர் உமர் (ரலி) அதனை ஏற்றுக்கொண்டார். ஆட்சியாளர் செய்யும் தவறைத் திருத்துகிற உரிமை மதீனாவில் வாழ்கிற எளிய ஒரு பெண்மணிக்கும் உண்டு என்பதை உலகுக்கு அறிவித்த நிகழ்வு இது.

வரைமுறை மக்களாட்சி : இஸ்லாம் உருவாக்கித் தந்த ஆட்சிக்கோட்பாடு, வரைமுறை மக்களாட்சி என்று அறியப்பட்டது. இது, மக்களாட்சிக்கும் சர்வாதிகாரத்திற்கும் இடைப்பட்ட ஒரு நிலை. ஓர் ஆட்சியாளரை அல்லது ஆளுநரைத் தேர்ந்தெடுப்பதற்கான திட்டவட்டமான நெறிமுறைகளை இஸ்லாம் வகுத்துத் தந்துள்ளது.

ஆட்சி செய்வதற்குரிய தகுதியும் பொருத்தமுமுள்ள ஒருவரைத் தேர்ந்தெடுப்பதில், நேர்மையான அனைத்து அம்சங்களும் பயன்படுத்தப்பட வேண்டும். இதிலுள்ள பாதகங்களைக் கருத்தில்கொள்ள வேண்டியதில்லை. வழிகாட்டு நெறிகளோ அரசியல் அமைப்போ ஆட்சியதிகாரம் சார்ந்த புதிய கோட்பாடுகளோ முஸ்லிம்களுக்குத் தேவையில்லை. குர்ஆனும் இறைத்தூதரின் நெறிமுறைகளுமே போதுமானவை.

இம்முறையியல், மிகச் சிறந்தவரைக் கண்டடையும் முயற்சியை எளிதாக்கி வைத்திருக்கிறது. குர்ஆனையும் நபிமொழியையும் சரியாக உணர்ந்து அதற்கேற்ப வாழ்பவரே, முஸ்லிம்களின் ஆட்சியாளராகும் தகுதி பெற்றவர். குர்ஆனின் போதனைகளின்படி அரசாட்சி செய்வதும் இறைத்தூதரின் ஆணைகளை நடைமுறைப்படுத்துவதுமே ஓர் ஆட்சியாளரின் முக்கியக் கடமைகள்.

இறைவனாலும் அவனது தூதராலும் அமைக்கப்பட்ட நல்வழியில் ஆட்சியாளன் சிறு தவறிழைத்தாலும், அதைக் கேள்விக்குட்படுத்தும் உரிமை ஒவ்வொரு முஸ்லிமுக்கும் இருக்கிறது. ஆனால், ஆட்சிமுறை, குர்ஆனுக்கும் நபிவழிகளுக்கும் எதிராக இல்லாத நிலையில் கிளர்ச்சி செய்ய எண்ணாமல் ஆட்சியாளரின் ஆணைகளைப் பின்பற்ற வேண்டிய கடமையும் அவர்களுக்குண்டு.

நல்வழியிலிருந்து விலகும் அறிகுறிகள் முஸ்லிம் ஆளுநர் ஒருவரிடம் தென்படுமாயின் அவரைத் தகுதி நீக்கம் செய்யலாம். மாறாக, தனது மக்களுக்கான கடமைகளை நிறைவேற்றத் தவறிய ஒருவரை, குறிப்பிட்ட காலம் கடந்து தகுதி நீக்கம் செய்யும் சட்ட வரையறை மக்களாட்சித் தத்துவத்தின் மிகப்பெரிய போதாமையாக இருக்கும்.

இறைநம்பிக்கையில் பழுதற்றவராகவும், மக்களின்

இஸ்லாமிய வரலாறு முதல் பாகம் 43

பாதுகாவலராகவும், அதே நேரத்தில் மக்கள் தொண்டராகவும் இருக்க வேண்டியது ஒரு கலீஃபாவின் கடமையாகும். இப்படியான எல்லா ஆற்றல்களையும் பெற்றிருக்கும் நிலையில் ஓர் ஆட்சியாளரைத் தகுதி நீக்கம் செய்வதற்கான காரணங்கள் இருக்காது.

இறைவனால் அருளப்பட்டதும் அவனுடைய தூதரால் வழிகாட்டப்பட்டதுமான நெறிமுறைகள் இருக்க, ஒரு கலீஃபா என்ற நிலையில் புதிய நெறிமுறைகளை உருவாக்குவதை இஸ்லாமிய சமூகம் ஏற்றுக்கொள்ளாது. வெறும் கேளிக்கை நோக்கத்துடன் பொதுப்பணத்தை செலவிடவும் இஸ்லாம் அனுமதிக்கவில்லை. சார்புநிலை இல்லாமலும் நேர்மையான முறையிலும் குறிப்பிட்ட விழுக்காட்டில் செல்வந்தர்களிடமிருந்து நிதி திரட்டி, அதை ஏழைகளுக்கும் ஆதரவற்றோருக்கும் பகிர்ந்தளிக்கவும் அவர் கடமைப்பட்டவராவார். நேர்மையான இந்த வரி விதிப்பு, மனிதர்களிடையே முதலாளி தொழிலாளி எனும் பொருளாதார வேற்றுமைகளைக்கூட வேரறுத்து விடுகிறது.

முஸ்லிம்களின் கலீஃபா, சமூகத்தின் பாதுகாவலராகவும் காவலாளியாகவும் இருக்கும் அதே நேரத்தில் அவர்களின் ஆசிரியராகவும் வழிகாட்டியாகவும் விளங்குகிறார். அமைதிப் பேச்சு வார்த்தைகள், தற்காப்பு ஏற்பாடுகள், படைகளை அனுப்பி வைப்பதுபோன்ற நாட்டின் பாதுகாப்பு குறித்த எல்லாச் செயல்பாடுகளிலும் நடவடிக்கைகளிலும் கலீஃபா, தனது நாட்டு மக்களுடன் கலந்தாலோசனை செய்தாக வேண்டும் என்று குர்ஆன் கட்டளையிட்டிருக்கிறது.

இக்கலந்துரையாடலின் நோக்கம், ஆட்சியாளரின் நேர்மையான விருப்பங்களைத் தடுத்து மக்கள் சொல்வதற்கேற்ப அவரை வலியுறுத்துவது அல்ல. மாறாக, கலந்துரையாடலின் மூலம், கலீஃபாவின் முடிவுகளிலுள்ள சாதக பாதகங்களை ஆராய்ந்து முடிவுகளை மேலும் செம்மைப்படுத்துவதுதான். குர்ஆன் கூறுகிறது: *'... மேலும், அனைத்து (போர், அமைதி போன்ற) செயல்களிலும் அவர்களுடன் கலந்துரையாடுவீராக! பின்னர், நீர் முடிவு செய்துவிட்ட பிறகு, அல்லாஹ்வின் மீதே நம்பிக்கை வைப்பீராக!...' (குர்ஆன் 3: 159)*

மேலே குறிப்பிட்டதும் இஸ்லாம் அமைக்க விரும்பியதுமான

இம்மக்களாட்சி, கிலாஃபத் காலத்தின்போது பழுதற நடைமுறைப்படுத்தப்பட்டது. இம்முறையிலிருந்து விலகிய ஆட்சியாளர்கள் பிற்பாடு, சர்வாதிகார, வாரிசுரிமை அமைப்பின்கீழ் வந்து சேர்ந்தனர். இஸ்லாமியப் போதனைகளின்படியான கருத்துக்களும், ஒழுக்க விழுமியங்களும் முஸ்லிம்களால் நிறுவப்பட்ட ஆட்சிகளை ஒளிர வைத்தன. ஈடிணையற்ற இவ்வாட்சியமைப்புக்கு நிகரான ஒன்று வரலாற்றுக் குறிப்புகளில் காணக் கிடைக்காததாகும். இஸ்லாம் வலியுறுத்தியதும் வெற்றிகரமாக செயல்படுத்தப்பட்டதுமான ஆட்சியமைப்பின் சிறப்பை இன்று நிகரற்றதாக நிறுவ முயலும் மக்களாட்சியுடன் ஒப்பீட்டளவில்கூட பார்க்க இயலாது.

தொடக்கப் புள்ளி : முஸ்லிம் வரலாற்றாசிரியர்கள் தங்கள் ஆய்வுகளை ஆதம் நபி (அலை) அவர்களிலிருந்தும் பிற ஆய்வாளர்கள் வானம் பூமிபோன்ற படைப்புகளிலிருந்தும் தொடங்கியிருக்கிறார்கள். ஆனால், இந்த இஸ்லாமிய வரலாறு, அல்லாஹ்வின் இறுதித்தூதரிலிருந்து தொடக்கம் பெறுகிறது. ஏனெனில், இறைத்தூதருக்கு முற்பட்ட காலம் தெளிவான வரலாற்றுக் குறிப்புகளைக் கொண்டதல்ல. வரலாற்றுக் குறிப்புகள் எழுதுவதற்கான, குறிப்பிடத்தக்க எந்த ஒழுங்கு முறையும் அன்று இருக்கவில்லை.

இஸ்லாமிய வரலாறு, முதல் மனிதரான ஆதம் (அலை) அவர்களிலிருந்து தொடக்கம் பெற்றாலும், இறுதித்தூதர் முஹம்மத் நபி (ஸல்) என்றும் அவரைப் பின்பற்றுபவர்கள் மட்டுமே இஸ்லாமியர் என்றும் சொல்லப்படுவதால் ஆதாரபூர்வமான இஸ்லாமிய வரலாறு இறைத்தூதரிலிருந்துதான் தொடக்கம் பெறுகிறது.

வரலாறும் புவியியலும் : வரலாற்றுக்கும் புவியியலுக்குமான உறவு, மிகவும் நெருக்கமானதும் வலுவானதுமாகும். ஐரோப்பிய வரலாற்றாசிரியர்களின் முறையியலின் அடிப்படையில் அண்மையில் எழுதப்பட்டுள்ள வரலாறுகளும் புவியியலையே மையமாகக் கொண்டுள்ளன. இறைத்தூதரின் வாழ்க்கை வரலாற்றை எழுதியவர்களும் சில கருத்துக்களைத் தெளிவுபடுத்திச்சொல்ல, அரேபிய நிலப்பகுதியைச் சித்திரித்துள்ளனர். ஒட்டுமொத்த முஸ்லிம்களை உள்ளடக்கியதும் சுருக்கமான வரலாற்றை நோக்கமாகக்கொண்டதுமான இந்நூலும் அதே அடிப்படையில்

அமைவதானால் உலகம் முழுமைக்குமான புவியியலையும் சொல்வதாக ஆகிவிடும். ஏனெனில், முஸ்லிம் சமூகமும் அதன் ஆட்சிப்பகுதிகளும் உலகம் சார்ந்தவை. நூலின் சுருக்கமான வடிவத்தைக் கவனத்தில்கொண்டால் இது எளிதான விஷயமல்ல.

இதில் இடம்பெற்றுள்ள இறைத்தூதரின் வாழ்க்கையைப் பொறுத்தவரை, வரலாற்று நூல்களை விடவும் நபிமொழி நூல்களுக்கு முக்கியத்துவம் தரப்பட்டுள்ளது. ஸிஹாஹ் சித்தாவிலிருந்து (இமாம் புகாரீ, முஸ்லிம், திர்மிதீ, அபூதாவூத், நசாயீ, இப்னுமாஜா ஆகியோர் தொகுத்த ஆதாரபூர்வமான நபிமொழி ஆறு தொகுப்புகள்) பெருமளவும், பொதுவான விஷயங்களைப் பொறுத்தவரைக்கும், தாரீக் தபரீ, இப்னு அத்தீரின் தாரீக் அல்காமில், தாரீக் மஸ்ஊதி, தாரீக் அபுல் ஃபிதா (இப்னு கஸீர்), தாரீக் இப்னு கல்தூன், சுயூத்தியின் தாரீக் அல்குலஃபா ஆகிய வரலாற்று நூல்களிலிருந்து பதிவு செய்யப்பட்டுள்ளது. இப்படி, முழுமையான வரலாற்றின் சுருக்கமான உட்பொருள் இயன்றளவு இதில் சிறப்பாகப் பதிவு செய்யப்பட்டுள்ளது.

அப்பாசிய கிலாஃபத்தின் வீழ்ச்சிக்குப் பிறகு, பல்வேறு நாடுகளில் நிறுவப்பட்ட இஸ்லாமிய ஆட்சிகளைப் பற்றிய சமகால வரலாற்று நூல்களிலிருந்தும் ஆதாரங்கள் கையாளப்பட்டுள்ளன. சிற்சில இடங்களில் கிறிஸ்தவ வரலாற்றாசிரியர்களின் சான்றுகள் வலுச்சேர்ப்பதற்காக மேற்கோள் காட்டப்பட்டுள்ளன. முஸ்லிம் வரலாற்றாசிரியர்களை ஒப்பிடுகையில், உண்மைகளைத் தேடும் ஒரு வரலாற்றாசிரியர் தங்களை நோக்கி ஒருபோதும் திரும்பிவிடாதபடி கிறிஸ்தவ வரலாற்றாசிரியர்களின் நம்பகத்தன்மை மிகவும் குறைவாகக் காணப்படுகிறது.

அரேபியா

முதலில் அரேபியாவைப் பற்றிய சிறு குறிப்பு: இறைத்தூதர் முஹம்மத் (ஸல்) அவர்கள் மக்காவில் பிறந்தார். இங்கிருந்து, முதலாவது இஸ்லாமிய அரசின் தலைநகரான மதீனாவுக்குப் புலம் பெயர்ந்தார். இறைத்தூதர் வாழ்ந்திருக்கும்போதே இஸ்லாத்தை ஏற்றுக்கொண்ட உலகின் முதல் நிலப்பகுதி அரபு தீபகற்பம். இஸ்லாமிய ஒளி முதன்முதலில் இங்கிருந்துதான் சுடர்விட்டது. உலகம் முழுவதிலுமுள்ள அனைத்து சமூகங்களுக்கும் இறுதித் தீர்ப்பு நாள்வரைக்குமான வழிகாட்டியான திருக்குர்ஆன் அருளப்பட்டது அரபுமொழியில். கஅபா எனும் மிகவும் தொன்மை வாய்ந்த இறையில்லம் மக்கா நகரில் அமைந்துள்ளது. உலகின் அனைத்துப் பகுதிகளிலுமுள்ள முஸ்லிம்கள் இதை நோக்கிப் பிரவாகிக்கின்றனர். அல்லாஹ்வின் பெயரை உச்சரித்துப் புகழ்ந்து வழிபடவும் அவனிடம் வேண்டுதல் கோரியும் அரஃபா மைதானத்தில் ஒன்று கூடுகின்றனர். பிரபஞ்சங்களைப் படைத்துக் காத்துவரும் இறைவனின் புகழை எண்ணி வியந்தபடியே ஏழைகள், செல்வந்தர், கறுப்பர், வெள்ளை நிறத்தவர் என எந்தப் பாகுபாடுகளுமின்றி தோளோடு தோள் நின்று இறைவனை வழிபடுவதை இங்கே காணலாம். உலகம் முழுவதையும் தனது ஆன்மிக ஒளியால் வசீகரித்துக்கொண்டுள்ளது அரேபியா.

நிலச்சித்திரம் : உலக வரைபடத்தில் ஆசியக் கண்டத்தில் நீள்சதுர வடிவிலான ஒரு பெரிய தீபகற்ப நிலப்பகுதியைக்

காணலாம். இதுவே அரபு தீபகற்பம் என்றும் அரேபியா என்றும் குறிப்பிடப்படுகிறது. இதன் நான்கு எல்லைகளாக கிழக்கில், பாலைவனமும் அரபு வளைகுடாவும்; தெற்கில், இந்தியப் பெருங்கடலும் ஏடன் வளைகுடாவும்; மேற்கில், செங்கடலும்; வடக்கில், ஜோர்டானும் இராக்கும் அமைந்துள்ளன.

அர்ருப் அல்காலி (வெறுமைப் பகுதி) எனும் புகழ்பெற்ற பாலைவனப் பகுதி, அரேபியாவின் மையப்பகுதியிலிருந்து தென்கிழக்காக சுமார் 2,50,000 சதுர மைல்கள் பரப்பளவைக் கொண்டது. இந்த அகண்ட பாலைநிலத்தின் வடக்கில், அல்அஹ்ஸா அல்லது பஹ்ரைன் தீவும் தென்கிழக்குப் பகுதியில் ஓமனும் அமைந்துள்ளன.

அரபு வளைகுடா பகுதிகளில் அமைந்திருக்கும் துபாய், அபுதாபி, மஸ்கட் நகரங்கள் புகழ் பெற்றவை. அர்ருப் அல்காலியின் தெற்கில், அரேபிய கடற்கரையிலும் இந்துமாக் கடற்கரையிலுமாக ஹள்ரமவ்த், மஹ்ரா ஆகிய பகுதிகள் அமைந்துள்ளன. அர்ருப் அல்காலியின் தெற்கிலும் மேற்கிலுமாக, அரேபிய மற்றும் செங்கடலின் கரைப்பகுதியில் யேமனின் புகழ் வாய்ந்த நகரமான ஸன்ஆ அமைந்துள்ளது. இஸ்லாத்தின் வருகையின்போது அரேபியாவில் கிறிஸ்தவர்களின் மையமாக இருந்தது ஸன்ஆ நகர்.

அர்ருப் அல்காலியின் மேற்கில், செங்கடலோரப் பகுதியில், அஸீரும் நஜ்ரானும் அமைந்துள்ளன. அஸீரின் வடக்கில் செங்கடலைத் தொட்டபடி, ஹிஜாஸின் ஒரு பகுதியான திஹாமா எனும் சிறு நிலப்பரப்பும், அர்ருப் அல்காலியின் வடக்கில் சதுர வடிவில் நஜ்த் பீடபூமியும் அமைந்துள்ளன. இதன் கிழக்கில் பஹ்ரைனும், மேற்கில் ஹிஜாஸும், வடக்கில் இராக் மற்றும் சிரியாவின் பாலைவனப் பகுதிகளும் உள்ளன.

நஜ்தின் வடகிழக்குப் பகுதியில் யமாமாவும், மேற்கு மற்றும் செங்கடலின் கிழக்குப் பகுதிகளாக ஹிஜாஸும் அமைந்துள்ளன. இது மக்கா, மதீனா நகரங்களையும் ஜித்தா, யான்பு துறைமுகங்களையும் உள்ளடக்கிய பகுதிகள். சிரியாவுக்கும் ஹிஜாசுக்குமிடையே கைபர், ஹிஜ்ர் ஆகிய நிலப்பரப்புகள் உள்ளன. இவை, சிரியா, ஹிஜாஸ், நஜ்த் பகுதிகளால் வரையறுக்கப்பட்ட மேலும் சில நிலப்பரப்புகள்.

அர்ருப் அல்காலியின் உட்புறம், ஹள்ரமவ்துக்கும் யமாமாவுக்குமிடையிலுள்ள, அல் அஹ்காஃப் எனும் புகழ்பெற்ற பாலைவனம், முன்பொரு காலத்தில் ஆத் சமூகத்தாரின் வாழ்விடமாக இருந்தது.

தட்பவெப்பமும் வாழ்விடமும் : அரேபியா, சுட்டெரிக்கும் பாலைவனமும் விளைச்சலுக்குப் பயன்படாத பாழ்நிலமும்கொண்ட ஒரு பகுதி. நதிகள் கிடையாது. மக்களின் வசிப்பிடங்கள் கடலோரப் பகுதிகளைச் சார்ந்து மட்டுமே அமைந்துள்ளன. மனித வாழ்க்கையின் அடிப்படைத் தேவையான நீர்வளம் இல்லையென்பதால் நாட்டின் உட்பகுதிகள் பெரும்பாலும் மக்கள் வாழ முடியாத பாலைவனப் பகுதிகளாக உள்ளன. அர்ருப் அல்காலியின் வடக்கிலும் அரபு நாட்டின் மையப்பகுதிக்குமிடைப்பட்ட நஜ்த் பீடபூமியில் மட்டும் மக்கள் வாழ்கிறார்கள். இதுவும் சிறிய பாலைவனங்கள்வரை பரந்துக்கிடக்கிற பகுதிகள்தான்.

அரேபியாவில் ஆங்காங்கே மலைகள் உள்ளன. ஆனால், எதிலும் உயிர்ப்போ பசுமையோ கிடையாது. செங்கடலோரத்திலுள்ள யேமனையும் ஹிஜாஸையும் தவிர. அரேபியாவின் மொத்த மக்கள் தொகை சதுர மைலுக்குப் பதின்மூன்றுபேர் எனும் வகையில் கிட்டத்தட்ட மூன்று கோடி.

இங்கே வெயிலின் தீவிரம் மிகக் கடுமையாக இருக்கும். வீசுகிற அனல்காற்றில் பாலைவனப் பிராணியான ஒட்டகம்கூட செத்து விழும். நூற்றுக்கணக்கான மைல்களுக்கப்பாலும் நீரின் அறிகுறியைக் காண இயலாது. பாலைவனப் பகுதிகளில் ஒட்டகம் மிகவும் பயன்படக்கூடியது.

பேரீச்சம் மரங்களைத் தவிர குறிப்பிடும்படியாக எதுவும் வளர்வதில்லை. ஒட்டகப்பாலும், பேரீச்சம்பழமும்தான் முக்கியமான உணவுகள். கடலோரப் பகுதிகளில் மீனும் உணவாக இருக்கிறது. மக்கள்தொகையில் பெரும்பகுதியினரும் நாடோடி வாழ்க்கையையே மேற்கொண்டனர். ஆகவே, செழிப்பாக சில நகரங்கள்தாம் இருந்தன.

அரபு பூர்வகுடியினர் : நூஹ் (அலை) அவர்களின் மகனான ஸாமின் வழிவந்தோர், தொடக்கக் காலத்திலிருந்தே அரேபியாவில் வாழ்ந்து வந்தனர். அரேபிய மக்களின் கால வேறுபாடுகளை அரப்

பாயிதா, அரப் முஸ்தஅரிபா, அரப் ஆரிபா என மூன்று பிரிவாக வரலாற்றாசிரியர்கள் முறைப்படுத்தியுள்ளனர்.

சில வரலாற்றாசிரியர்கள் ஆரிபாவையும் முஸ்தஅரிபாவையும் ஒன்றாகக்கொண்டு அரப் பாயிதா, அரப் பாக்கியா என்று இரண்டு பிரிவுகளாக முறைப்படுத்தியுள்ளனர். அரப் பாயிதா என்பது, அரேபியாவில் மிகவும் முற்பட்ட காலத்தில் வாழ்ந்திருந்த மக்களைக் குறிக்கிறது. தங்களுக்குப் பின் எந்தச் சான்றுகளும் இல்லாதவாறு அவர்கள் அனைவருமே அழிந்து போயினர். அரப் பாக்கியா என்பது, இன்னும் வாழ்ந்துகொண்டிக்கும் மக்களைக் குறிக்கிறது. இவர்களுள் ஆரிபா, முஸ்தஅரிபா எனும் இரண்டு பிரிவினர் உள்ளனர். வரலாற்றாய்வாளர்களில் சிலர், அரப் பாயிதா அல்லது அரப் ஆரிபா, அரப் முஸ்தஅரிபா, அரப் தாபிஆ, அரப் முஸ்தஅஜிமா என நான்கு பிரிவுகளாகவும் முறைப்படுத்தியுள்ளனர்.

அரப் பாயிதா : காலத்தால் மிகவும் முற்பட்ட அரபு இனக்குழுவைச் சேர்ந்த இவர்கள், ஆத், ஸமூத், ஆபிள், அமாலிகா, தஸ்ம், ஜடாய்ஸ், உமைம், ஜுர்ஹும், ஹள்ரமவ்த், ஹாதுர், அப்த், தக்ம் என்று பல்வேறு பெயர்களில் குறிப்பிடப்பட்டனர். லவுத் பின் ஸாம் பின் நூஹ் வழி வந்த இவர்கள் தீபகற்பம் முழுவதையும் தங்கள் ஆட்சியின்கீழ் வைத்திருந்தனர். போர்கள்மூலம் தங்களது எல்லைகளை இவர்கள் எகிப்துவரையிலும் விரிவுபடுத்தினர். இவர்களைக் குறித்த மேலும் தகவல்கள் எதுவும் வரலாற்று நூல்களில் காணப்படவில்லை. தொல்பொருள் ஆய்வுகள், அகழாய்வுகள் மூலம் கண்டுபிடிக்கப்பட்ட கட்டுமானங்கள், கல்தூண்கள், அணிகலன்கள், சிலைகள் போன்றவற்றின் சிதைவுகள் நஜ்திலும் அஹ்காஃபிலும் ஹள்ரமவ்திலும் கண்டு பிடிக்கப்பட்டுள்ளன. இதன் அடிப்படையில் இவர்கள் போற்றத்தக்க நாகரிகமுள்ள இனங்களாகவும் இறையச்சத்துடனும் வாழ்ந்தவர்கள் என்று தெரியவருகிறது.

இவர்களுள் ஆத் சமூகம் மிகவும் புகழ் பெற்றது. இம்மக்கள் அஹ்காஃப் எனுமிடத்தில் வாழ்ந்தனர். இந்த இனக்குழுவின் புகழுக்குக் காரணமான ஆத் பின் அவ்ஸ் பின் இரம் பின் ஸாம், அரேபியாவின் முதலாவது அரசராவார். இவருக்கு ஷத்தாத், ஷாதித், இரம் என்று மூன்று புதல்வர்கள். முறையே இவர்கள் ஒருவர் பின் ஒருவராக அரசாட்சி புரிந்தனர்.

ஷத்தாத் பின் ஆத், ஏடன் பாலைவனத்தில் இரம் எனும் நகரைத் தோற்றுவித்ததாகவும் அதன் எச்சங்கள் இன்று காணக்கிடைக்கவில்லை என்றும் அல்லாமா ஸமக்ஸ்ரி எழுதியுள்ளார். குர்ஆனிலும் இரம் நகர் பற்றிக் குறிப்பிடப்பட்டுள்ளது. ஆனால், இரம் என்பது ஓர் இனக்குழுவையே குறிப்பிடுகிறது. அது, ஒரு நகரின் பெயரோ பூந்தோட்டத்தின் பெயரோ அல்ல! இரம் இனக்குழு என்பது ஆத் இனக்குழுவின் மற்றொரு பெயராக இருக்கலாம் அல்லது ஆத் இனக்குழுவின் ஒரு கிளையாக இருக்கலாம். அல்லது ஆத் இனக்குழு, இரம் இனக்குழுவின் கிளையாகவும் இருக்கலாம்.

வல்லோன் அல்லாஹ் தனது திருமறையில் கூறுகிறான்: *'உம் இறைவன் ஆ(த் கூட்டத்)தை என்ன செய்தான் என்பதை நீர் காணவில்லையா?' '(அவர்கள்) தூண்களையுடைய இரம் (நகர) வாசிகள்.' 'அவர்கள்போன்ற ஒரு சமுதாயம் எந்த நாடுகளிலும் படைக்கப்படவில்லை.' (குர்ஆன் 89: 6,7,8)*

ஆதுக்கு முன் அவரது தந்தையார் ஆஸ் என்பவர் அரசராக இருந்ததாக மஸ்ஊதி எழுதியுள்ளார். இதே மரபுவழியின் ஓர் அரசராகிய ஜைரூன் பின் ஸஅத் பின் ஆத் பின் அவ்ஸ் என்பவர், சிரியாவின்மீது படையெடுத்துச்சென்று சலவைக் கற்களாலும் விலை மதிப்புமிக்க மணிக்கற்களாலும் ஓர் இல்லத்தைக் கட்டி அதற்கு இரம் என்று பெயரிட்டான். இப்னு அசாகிர் தமது டமாஸ்கஸ் வரலாற்றில் ஜைரூனின் பெயரையும் குறிப்பிட்டுள்ளார்.

இறைத்தூதர் ஹூத் (அலை) அவர்கள், ஆத் இனக்குழுவினரிடம் அல்லது அதன் ஒரு கிளையினரிடம் அனுப்பி வைக்கப்பட்டார். ஆனால் மக்கள் அவருக்குக் கீழ்ப்படியவில்லை. அவர்கள் அழிவை நோக்கிச் சென்றனர். குர்ஆனில் இந்நிகழ்ச்சி விளக்கமாகச் சொல்லப்பட்டுள்ளது.

ஆபிள், அமாலிகா, ஸமூத், அப்த், தக்ம் என்போர் ஆதுக்குப் பின் வந்த சமூகத்தினர். இவர்களில் யஅரூப் பின் கஹ்த்தானின் முடிவின்மூலம் புதிய ஒரு காலப்பிரிவுத் தொடங்கும் வரை இவர்கள் ஒருவர் பின் ஒருவராக நாட்டை ஆண்டனர். இறைத்தூதர் ஸாலிஹ் (அலை) அவர்கள், ஸமூத் இனக்குழுவிடம் அனுப்பப்பட்டார். ஸமூத் இனக்குழு மக்கள் ஹிஜ்ரில் வாழ்ந்து வந்தனர். அப்போது தஸ்ம், ஜடாய்ஸ் ஆகியோரின் இருப்பிடமாக யமாமா இருந்தது.

அமாலிகாவினர் திஹாமாவிலும் ஜுர்ஹும் இனத்தார் ஏமனிலும் வாழ்ந்து வந்தனர். மேலே குறிப்பிடப்பட்டவாறு அரேபியாவின் எல்லா இனக்குழுவினரும் நூஹ் (அலை) அவர்களின் மகனாகிய ஸாமின் வழித்தோன்றல்களாவர். இது தலைமுறை நிரலில் காட்டப்பட்டுள்ளது.

அரப் ஆரிபா : அரேபியாவின் இவ்வகுப்பினர் கஹ்த்தான் வழிவந்தவர்களாவர். நூஹ் (அலை) அவர்கள் முதல் கஹ்த்தானுக்கு முன்புவரைக்கும் வாழ்ந்த யாருமே அரபுமொழியினர் அல்ல. கஹ்த்தான் வழி வந்தோரே முதன்முதலாக அரபுமொழியைப் பயன்படுத்தினர். இவர்கள், ஏமானிய்யா, ஸபாயியா என்று இரு வகையினராகப் பிரிக்கப்பட்டனர்.

கஹ்த்தான் வழிவந்தோரின் வரிசையைப் பொறுத்தமட்டிலும் ஆய்வாளர்கள் பெரிதும் முரண்படுகிறார்கள். அவர்களில் சிலர், அபர் பின் ஷாலிக் பின் அரஃபக்ஸான்ட் பின் ஸாம் பின் நூஹ் என்பாரின் மகனே கஹ்த்தான் என்றும் இவர், கேன், யக்தான் என்போரின் உடன்பிறந்தவர் என்றும் கூறுகின்றனர். தவ்ராத்தில் இப்படி இல்லை. ஆனால், இதில், கேனும் யக்தானும் குறிப்பிடப்பட்டுள்ளனர்.

சில கூற்றுகளின்படி, கஹ்த்தானின் மகனே யக்தான் என்றாகிறது. ஆனால், கஹ்த்தானும் யக்தானும் ஒருவர்தான். இப்னு ஹிஷாம் கூறுகிறார்: “யஅரூப் பின் கஹ்த்தான் என்பவர் ஏமன் என்றும் அழைக்கப்பட்டார். இவருக்குப் பின்னர்தான் ஏமன் நாடு என்ற பெயர் வந்தது. இவ்வகையில், இஸ்மாயீல் (அலை) அவர்களின் வம்சாவளியில் கஹ்த்தானும் சேருகிறார். ஆக, அரபிகள் அனைவரும் இஸ்மாயீல் (அலை) அவர்களின் வழித்தோன்றல்கள் என்றாகிறது. ஏனெனில், கஹ்த்தான், அத்னான் ஆகிய இருவர்தான், அரபு இனக்குழுக்கள் அனைத்துக்கும் முன்னோர்கள்.

நம்பத்தகுந்ததும் தெளிவுள்ளதும் ஏற்புடையதுமான ஆதாரங்களின்படி, கஹ்த்தானும் யக்தானும் ஒருவர்தான். இஸ்மாயீலின் வம்சாவளியினருக்குப் பின்வந்தவர்கள் கஹ்த்தான் இனக்குழுவினர். அரப் ஆரிபா அல்லது கஹ்த்தான் இனக்குழுக்களில், முழு அரேபியாவையும் தங்கள் கட்டுப்பாட்டின்கீழ்க் கொண்டு வந்த, புகழ் வாய்ந்த அரசர்கள் சிலர் தோன்றியுள்ளனர். யஅரூப்பின்

கஹ்த்தான், அரப் பாயிதாவின் இனங்களையும் எச்சங்களையும் இல்லாமல் செய்தார்.

கஹ்த்தான் கிளையினரின் சுருக்கமான வம்சாவளி குறிப்பு: கஹ்த்தான் இனக்குழுவின் முதல் நிலப்பகுதியென ஏமன் கருதப்படுகிறது. இதில், ஹிம்யர், அஸ்தி எனும் இனக்குழுவினர் புகழ்பெற்றவர்களாவர். அஸ்தி இனக்குழுவினர் ஸபா நகரையும் தெற்கு அரேபியாவையும் ஆண்டு வந்தனர். ஏமன் மக்களின் வளர்ச்சியில் இவர்கள் மிகுந்த அக்கறைச் செலுத்தினார்கள். இதில் ஒருவரான பல்கீஸ் அரசி, சுலைமான் நபி (அலை) அவர்களின் சமகாலத்தவர் ஆவார். ஏமனையும் ஹள்ரமவுத்தையும் ஆண்ட தாபியியா மன்னர்களும் இந்த இனக்குழுவைச் சேர்ந்தவர்கள்தாம்.

அஸ்தி இனக்குழுவிலுள்ள ஒரு பகுதியினர் மதீனாவில் குடியேறியதுடன் அங்கே ஆட்சியும் செய்தனர். குஸாஆ என்பவர் தலைமையில் ஒரு குழுவினர் மக்காவில் குடியேறி, அங்குள்ள ஜுர்ஹும் இனக்குழுவினரைத் தோற்கடித்தனர்.

அஸ்தின் மகனான நஸ்ர், திஹாமாவில் தஞ்சமடைந்தார். குஸாஆவின் ஒரு மகனான இம்ரான், ஓமனில் தங்கள் நிலையை உறுதிசெய்தார். அவருடைய வாரிசுகள் அஸ்த் ஓமன் என்று அறியப்பட்டனர். கஸ்ஸான் என்பவர் சிரியா எல்லையில் குடியேறி, அங்கு வாழ்ந்த இனக்குழுவுக்குத் தலைமை வகித்தார். ஏமனில், கஹ்த்தானிய மன்னர்களின் ஆட்சி, கி.பி. ஏழாம் ஆண்டுவரை நீடித்தது. ரோமானியப் பேரரசின் எல்லைவரைக்கும் கஸ்ஸானியர் ஆட்சி செலுத்த, கஹ்த்தானியரின் ஹிரா அரசு, பாரசீகப் பேரரசுவரை அண்மித்திருந்தது. இஸ்லாத்தின் வருகையின்போது, அரேபியா முழுவதிலும் கஹ்த்தானிய இனக்குழுவினர் மிகுந்த வல்லமைப் பெற்றவர்களாக இருந்து வந்தனர்.

அரப் முஸ்தஅரிபா : அரேபியரின் இந்த இனம், அத்னான் கிளையை அல்லது இஸ்மாயீல் (அலை) அவர்களின் வழித்தோன்றல்களைக் குறிப்பிடுகிறது. இவர்கள், அரேபியாவின் வெளியிலிருந்து வந்தவர்கள். இதனால் இவர்கள், அரப் முஸ்தஅரிபா (கலப்பு அரபியர்) என்று அழைக்கப்பட்டனர். இப்ராஹீம் (அலை) அவர்களின் தாய்மொழி பாரசீகம். இவர், அமாலிகா குடும்பத்தைச்

சேர்ந்த அமாரா பின்த் ஸயீத் பின் உஸாமா என்பவரைத் திருமணம் செய்துகொண்டார்.

சிறிது காலத்துக்குப் பிறகு, தமது தந்தை இப்ராஹீம் (அலை) அவர்களின் வழிகாட்டுதலின்படி, மனைவியை மணவிலக்குச் செய்த இஸ்மாயீல் (அலை) அவர்கள், ஜுர்ஹும் குலத்தைச் சேர்ந்த ஸைதா பின்த் முதாத் பின் அம்ர் என்பவரை மணமுடித்தார். தொடர்ந்து, தந்தையும் புதல்வனும், ஆதம் (அலை) அவர்களால் தொடங்கப்பட்ட, பழைய அடித்தளத்தின்மீது கஅபா கட்டும் பணியை மேற்கொண்டனர்.

இப்ராஹீமும் இஸ்மாயீலும் இவ்வீட்டின் அடித்தளத்தை உயர்த்தியபோது: 'எங்கள் இறைவனே! எங்களுடைய (இப்பணியை) ஏற்றுக்கொள்வாயாக! நிச்சயமாக நீயே (யாவற்றையும்) கேட்பவனும் நன்கறிபவனுமாக இருக்கிறாய்!' (குர்ஆன் 2:127)

கட்டுமானப் பணி, கீழே நின்று செய்ய இயலாத அளவுக்கு உயர்ந்தபோது இப்ராஹீம் நபி ஒரு கல்லின்மேல் ஏறினார். இந்த இடம்தான் இன்று மகாமு இப்ராஹீம் (இப்ராஹீம் தொழுத இடம்) என்று குறிப்பிடப்படுகிறது. கஅபாவின் கட்டுமானப் பணி முழுமையடையும்போது, அடிப்பகுதியில் அடையாளம் வைப்பதற்கான, ஒரு கல்லைக் கொண்டுவரும்படி தமது புதல்வரான இஸ்மாயீல் நபியிடம் கேட்டார் இப்ராஹீம் நபி. ஜிப்ரீல் (அலை) அவர்களால் அழைத்துச் செல்லப்பட்ட இஸ்மாயீல் நபி, புக்காஃபிஸ் மலையிலிருந்து ஹஜருல் அஸ்வத் எனும் கல்லைக் கொண்டு வந்தார். குறிப்பிட்ட ஓர் இடத்தில் இப்ராஹீம் நபி அதனைப் பதித்தார். கஅபாவை வலம் வரும்போது ஹஜ் பயணிகளால் முத்தமிடப்படுவது இந்தக் கல்தான்.

கஅபாவைக் கட்டி முடித்த பிறகு, இப்ராஹீம் நபியும் இஸ்மாயீல் நபியும் தங்களைப் பின்பற்றியவர்களுடன் மினாவுக்கும் அரஃபாவுக்கும் சென்று, நேர்ச்சைப் பிராணிகளைக் குர்பான் செய்து, கஅபாவை வலம் வந்தனர். இதன் பின்னர் இப்ராஹீம் நபி, சிரியாவுக்குச் சென்றார். ஒவ்வோர் ஆண்டும் ஹஜ் கடமையை நிறைவேற்றும் பொருட்டு, கஅபாவுக்கு வருவதை அவர் தமது வாழ்க்கையின் இறுதிக் காலம்வரைக்கும் தொடர்ந்தார்.

இஸ்மாயீல் (அலை) தமது வாழ்வின் எஞ்சியப் பகுதியை

மக்காவிலேயே கழித்தார். ஜுர்ஹுமின் கிளைக் கோத்திரம், (இரண்டாவது ஜுர்ஹும்) ஏற்கனவே மக்காவில் வாழ்ந்து கொண்டிருந்தது. அமாலிக்கா இனக்குழு, மக்கா நகரின் புறப்பகுதிகளில் வாழ்ந்து வந்தது. (இது, அரப் பாயிதாவின் அமாலிகா இனக்குழு அல்ல) இவர்களில் சிலர், இஸ்மாயீல் (அலை) அவர்களின் வழிகாட்டுதலையும் ஏனையோர் தமது பழைய நம்பிக்கையையும் கடைப்பிடித்தனர்.

தவ்ராத்தின்படி இஸ்மாயீல் (அலை) அவர்கள் தமது 137ஆவது வயதில் மரணமடைந்தார். இவரது பன்னிரண்டு மகன்கள் மற்றும் வாரிசுகள் எனப் பெரும் எண்ணிக்கையிலான இவர்கள் மக்காவிலும் ஹிஜாஸின் எல்லாப் பகுதிகளிலுமாக பரவியிருந்தனர். கஅபாவின் பொறுப்பும் மக்காவின் தலைமையும், இஸ்மாயீல் (அலை) அவர்களின் தலைமுறையினரிடமே தொடர்ந்து இருந்து வந்தது. இவர்களில் ஒருவர்தான் கேதாரின் மகனாகிய அத்னான். இஸ்மாயீல் (அலை) அவர்களின் வம்சாவளியிலுள்ள புகழ்பெற்ற எல்லா இனக்குழுக்களும் அத்னான் வழிவந்தோரில் சேருவார்கள். எனவே, இஸ்மாயீல் (அலை) அவர்களின் வம்சாவளியிலுள்ள அரப் முஸ்தஅரிபாவினர் அத்னானின் மக்கள் எனக் குறிப்பிடப்படுகின்றனர்.

அத்னானின் மகன் மஅத், பேரன் நிஸார். நிஸாருக்கு நான்கு மகன்கள். அத்னான் இனக்குழுவினர் அனைவரும் இவர்களின் வம்சாவளியினர்தான். ஆகவேதான், அத்னான் இனக்குழுவினர் மஅதிகள் அல்லது நிஸாரிகள் எனக் குறிப்பிடப்படுகின்றனர்.

அத்னான் இனக்குழு : அத்னான் இனக்குழுவினரில் அய்யாத், ரபீஆ, முதார் என்போர் புகழ்பெற்றவர்கள். இதில் மிகவும் அறியப்படுகிற முதார் கோத்திரம், கினானா இனக்குழுவைச் சார்ந்ததாகும். குறைஷ் எனவும் அழைக்கப்பட்ட ஃபிஹ்ர் பின் மாலிக் எனும் மேன்மையுள்ள ஒருவர் இக்குழுவைச் சார்ந்தவர். குறைஷின் கோத்திரம், பல வம்சாவளிகளைக்கொண்டது. இதில், ஸஹ்ம், மக்ஸூம், ஜுமுஹ், தாயிம், அதீ, அப்துத்தார், ஸுஹ்ரா, அப்த் மனாஃப் போன்றவை மிகவும் புகழ்பெற்ற வம்சாவளிகள்.

அப்த் மனாஃபிற்கு, அப்த் ஷம்ஸ், நவ்ஃபல், அப்துல் முத்தலிப், ஹாஷிம் என நான்கு புதல்வர்கள். ஹாஷிமின் வாரிசுதான், உலக

முஸ்லிம்கள் அனைவருடைய வழிகாட்டியும் இறுதித் தூதருமான முஹம்மத் நபி (ஸல்) அவர்களின் தந்தைவழி பாட்டனாராகிய அப்துல் முத்தலிப். (நபிகளாரின் தந்தை அப்துல்லாஹ், பாட்டனார் அப்துல் முத்தலிப், முப்பாட்டனார் ஹாஷிம்).

அப்த் ஷம்சின் மகன் உமய்யா. இவரது வம்சாவளிகள் உமய்யா குடும்பத்தினர் என்று அழைக்கப்பட்டனர். குஸாஆவால் தோற்கடிக்கப்பட்ட அத்னான் இனக்குழுவினர், மக்காவைத் தவிர அரேபியாவின் பல்வேறு பகுதிகளிலும் பரவலாக வாழ்ந்து வந்தனர். பக்ர் வம்சம் பஹ்ரைனிலும், ஹனீஃபா வம்சம் யமாமாவிலும், தக்லிப் வம்சம் யூப்ரட்டீஸ் நதியோரங்களிலும், தமீம் வம்சம் அல்ஜீரியாவிலும், சுலைம் வம்சம் மதீனாவின் புறநகர்ப்பகுதிகளிலும், ஸகீஃப் வம்சம் தாயிஃபிலும், அசத் வம்சம் குபாவின் மேற்கிலும், கினானா வம்சம் திஹாமாவிலும் பரவியிருந்தனர். அத்னான்களிடையிலிருந்து வந்த குறைஷின் ஒழுங்குபடுத்தப்படாத நிலையிலுள்ளவர்கள் மட்டுமே மக்காவிலும் அதன் சுற்றுப்புறங்களிலும் வாழ்ந்து வந்தனர்.

கி.பி. 5 ஆம் நூற்றாண்டைச் சார்ந்த, குஸை பின் கிலாப் என்பவர், பல்வேறு குறைஷி கோத்திரத்தார்களை ஒன்றுதிரட்டி, மக்காவை மட்டுமல்ல முழு ஹிஜாஸையுமே தமது கட்டுப்பாட்டின்கீழ் கொண்டுவந்தார். இதன் மூலம், இறையில்லமான கஅபாவின் தலைமைப் பொறுப்பு, மீண்டும் அத்னான் இனக்குழுவினரிடம் வந்து சேர்ந்தது.

குஸை, கஅபாவில் சில பழுது பார்ப்புப் பணிகளைச் செய்தார். தனக்கான ஓர் இல்லமும் அதனருகில் ஆய்வுகள் மற்றும் கலந்துரையாடல்களின் பொருட்டு, மக்கள் ஒன்றுகூடுவதற்காக தாருந் நத்வா என்ற பெயரில் ஒரு கட்டடமும் கட்டினார். உத்தரவுகள் பிறப்பிக்கும் இடமாகவும் இது பயன்பட்டது. இதைத் தமது அலுவலகமாகக்கொண்டு பணிகளைச் செய்து வந்தார். ஹஜ் காலத்தின்போது பயணிகளுக்கு மூன்று நாள்கள் உணவளிக்க வேண்டும் என்றும், குறைஷிகள் அனைவரும் இதற்கான பங்களிப்புகளைத் தர வேண்டும் என்றும் ஒரு விதிமுறையை வகுத்தார். இப்படியாக, மக்காவிலும் ஹிஜாஸிலுமுள்ள இறைப்பணியும் அதன் உரிமைகளுக்கான அதிகாரங்களும் குஸையிடம் இருந்தன. இவர், கி.பி. 480 இல் மரணமடைந்தார்.

பிறகு, இவரது மகன் அப்துத்தார் பொறுப்புக்கு வந்தார்.

அப்துத்தாரின் மரணத்துக்குப் பிறகு, இவரது வாரிசுகளும் சகோதரரான அப்த் மனாஃபின் வாரிசுகளும் தங்களுக்குள் முரண்பட்டனர். மக்கா நகரிலுள்ள முக்கியஸ்தர்களின் தலையீட்டில் உடன்பாடு ஏற்பட்டது. தண்ணீர் வினியோகம், நன்கொடைகள், வரி திரட்டுதல், பயணிகளுக்கான உணவு வினியோகம் போன்ற பொறுப்புகள் வரையறுக்கப்பட்டு இரு பிரிவினருக்கும் பகிர்ந்தளிக்கப்பட்டன.

கஅபாவின் பாதுகாப்புப் பொறுப்பும் நிர்வாகமும் தாருந் நத்வா மேற்பார்வையும் அப்துத்தாரின் பேரன்களிடம் வந்தன. சிறிது காலத்துக்குப் பிறகு, அப்த் மனாஃபின் மகன் அப்த் ஷம்ஸ் தனது உரிமையை இளைய சகோதரரான ஹாஷிமிடம் ஒப்படைத்தார். ஹாஷிம், தமது வணிகத் திறனாலும் கொடைப்பண்புகளாலும் செல்வச் செழிப்பாலும் மக்களிடையே மிகுந்த செல்வாக்கையும் நன்மதிப்பையும் பெற்றவர். குறைஷிகளுக்காக பெரிய அளவில் நன்மைகள் விளையும்படி இவர் செயலாற்றினார். குறைஷிகளின் வணிக நடவடிக்கைகள் மேலும் சிறப்படைய பல்வேறு வகைகளில் இவர் உதவியாக இருந்தார்.

அப்துல் முத்தலிப் : அன்று யஸ்ரிப் என்ற பெயரில் அறியப்பட்ட, மதீனாவிலுள்ள தலைவர் ஒருவரின் மகளைத் திருமணம் செய்துகொண்டார் ஹாஷிம். இவர்களுக்கு ஒரு மகன் பிறந்தான். ஷைபா எனப் பெயரிடப்பட்ட அந்தக் குழந்தையின் சிறுவயதிலேயே தந்தையான ஹாஷிம் மரணமடைந்தார். ஹாஷிமின் சகோதரரான முத்தலிபிடம் மக்காவின் ஆட்சிப் பொறுப்பு வந்தது. ஹாஷிமின் மகன் ஷைபா மதீனாவில் வளர்ந்து வந்தார்.

தன் சகோதரரான ஹாஷிமின் மகன் பெரியவனாகி விட்டதை அறிந்ததும், அவனை மக்காவுக்கு அழைத்து வருவதற்காக மதீனாவுக்குச் சென்றார் முத்தலிப். ஷைபாவுடன் மக்காவுக்குத் திரும்பி வந்த முத்தலிபுடனிருந்த ஷைபாவை முத்தலிபின் அடிமை என்று நினைத்துவிட்டனர் மக்காவாசிகள். உண்மையை அவர் எடுத்துச்சொல்லியும் அப்துல் முத்தலிப் (முத்தலிபின் அடிமை) எனும் பெயர் நிலைத்துவிட்டது.

குணநலன்களிலும் பண்பிலும் நற்சிந்தனைகளிலும் புகழிலும்

இஸ்லாமிய வரலாறு முதல் பாகம்

தன் தந்தையான ஹாஷிம் போலவே அப்துல் முத்தலிபும் இருந்தார். அப்துல் முத்தலிபின் செயல்திறனும் செல்வாக்கும், உமய்யாவின் மகன் ஹர்புவுக்குத் தாங்க முடியாத கோபத்தையும் பொறாமையையும் உருவாக்கியது. தன்னுடன் சண்டையிட்டு வெற்றி பெற முடியுமா என்று அவர் அப்துல் முத்தலிபுக்குச் சவால் விடுத்தார். அக்காலகட்ட வழக்கத்தின்படி, நியமிக்கப்பட்ட நடுவர், அப்துல் முத்தலிபிற்குச் சாதகமாகத் தீர்ப்பு வழங்கினார். இதன் மூலம், உமய்யா குடும்பத்திற்கும் ஹாஷிம் குடும்பத்திற்குமிடையிலான பகை அதிகரித்தது.

அப்துல் முத்தலிபின் காலத்தில், அப்ரஹா என்பவனின் தலைமையில் அபிசீனியாவிலிருந்து புறப்பட்ட ஒரு படை மக்காவின்மீது தாக்குதல் தொடுத்தது. யானைப்படை என்று அறியப்பட்ட இப்படை, இயற்கையின் தாக்குதலாலும் இறைவனின் உதவியாலும் முழுவதுமாக அழித்தொழிக்கப்பட்டது.

அப்த் மனாஃபின் குடும்பம் : அரேபியா முழுவதிலுமுள்ள கோத்திரங்களில் சிறப்பு வாய்ந்தவர்களாகக் கருதப்பட்டவர்கள் அப்த் மனாஃப் வம்சாவளியினர். அப்த் மனாஃபிற்குப் பிறகு, அவரது வாரிசுகளாலும் இந்தப் பெருமை பாதுகாக்கப்பட்டது. அப்த் மனாஃபின் இயற்பெயர் முகீரா. கமர், ஸெய்யத் என்ற பெயர்களிலும் இவர் அறியப்பட்டார். இவரது சகோதரர்களின் பெயர்கள் அப்துத்தார், அப்துல் உஸ்ஸா என்பதால் இவரும் அப்த் மனாத் என்று அழைக்கப்பட்டு இறுதியில் அப்த் மனாஃப் என்றானது.

அரேபிய வாழ்வியல் : அரப் பாயிதா குறித்து அதிகமாகத் தெரியவில்லை, ஆதலால் உலகிலுள்ள பிற மக்களுடன் ஒப்பிட்டு இவர்களைப் பற்றிய ஒரு கருத்தை முன்வைக்க இயலாது. எனினும், முற்கால மனிதர்களின் வாழ்விடங்களும் சூழல்களும் இன்றைய ஒப்பீட்டளவில் சிறப்பு வாய்ந்ததாக இல்லை என்பதால் வாழ்வியல் நெறிகளின் அடிப்படையிலான பொதுவான பல ஒற்றுமைகள் இருந்திருக்க வேண்டும் என்றுதான் புரிந்துகொள்ள முடிகிறது.

இஸ்மாயீல் (அலை) அவர்களின் வம்சாவளியினரால் ஏற்பட்ட மாற்றங்களுக்கு முன்பும், அரப் பாயிதாவுக்குப் பின்பும், கஹ்த்தானிய அரேபியரின் ஆட்சிக்காலத்திலிருந்து தொடங்கிய

எல்லைகள் சார்ந்த பல்வேறு அடையாளங்கள், அரேபியா முழுவதும் கண்டுபிடிக்கப்பட்டுள்ளன. இதிலிருந்து அரேபியா முழுவதற்குமான ஒரே ஆட்சியாளராக யாரும் இருந்ததாகத் தெரியவில்லை.

வெவ்வேறு தலைமைகளின்கீழ் பெரும்நிலப்பரப்புகள் இருந்தன. இதில் சில புகழ்பெற்று விளங்கின. ஆயினும், நாட்டின் உட்புறப் பகுதிகளில் வாழ்ந்த மக்கள், நிரந்தர வசிப்பிடங்களோ கட்டுப்பாடுகளோ அற்றவர்களாக, தங்கள் கூடாரங்களை ஒட்டகங்களின் மீதேற்றி, இலக்கில்லாமல் அலைந்து திரிந்தனர். மேய்ச்சல் நிலமோ, நீர்வளமோ, உணவு தானியங்களோ இல்லாத இந்நிலை, அவர்களை நாடோடி வாழ்க்கையை நோக்கித் துரத்தியது. சிரமம் மிகுந்ததும் மாற்றமில்லாததுமான வாழ்க்கையிலேயே அவர்களது காலம் கழிந்தது. வாழ்வாதாரங்களில்லாத நிலை, சமூக வாழ்க்கையைக் குறித்த சிந்தனையையோ தெளிவான நோக்கத்தையோ மாற்றத்திற்கான ஆர்வத்தையோ அவர்களிடம் உருவாக்கவுமில்லை.

சில நிகழ்வுகளை மட்டுமே மையமாகக்கொண்டு அவர்களின் வாழ்க்கை சுழன்று கொண்டிருந்தது. நிகழ்வுகளும் ஒன்றுபோலவே அமைந்திருந்தன. இது, தாராளமான ஓய்வு நேரத்தைக் கொடுத்தது. அகண்ட பாழ்நிலங்கள்; தாவரங்களோ கனிவகைகளோ செழிப்பான மண்வளமோ இல்லை. ஆகவே, தங்கள் சாம்ராஜ்யங்களை விரிவுபடுத்தும் நோக்கத்துடன் எந்த சக்தியும் அரேபியாவை நோக்கித் திரும்பவில்லை. மேலும், பயணிகளையோ வணிகர்களையோ கவர்வதற்கான எந்த அம்சங்களும் அரேபிய தீபகற்பப் பகுதியில் கிடையாது. இதனால், உலகின் பிற பகுதிகளின் வளர்ச்சிகளையோ முன்னேற்றங்களையோ மக்களின் பண்பாடுகள், வாழ்வியல்கள் குறித்த தகவல்களையோ அறியாதவர்களாகவே அவர்கள் வாழ்ந்தனர்.

அரேபிய மேன்மைகள் : இச்சூழ்நிலை, அரேபியர்களிடையே தனிப்பட்ட இரு பண்புக் கூறுகள் வளரக் காரணமாக அமைந்தன. ஒன்று: கவித்திறன். வானமே கூரையாகக்கொண்ட பாலைவெளியில் இரவு நேரங்களைக் கழிப்பதற்குத் தேவையான ஓய்வு நேரமும் சூழலும் கட்டுப்பாடுகளற்ற எண்ணவோட்டமும் அவர்களுக்கு மிகப்பெரிய விடுதலை மனோபாவத்தை அளித்தன.

மற்றொன்று: உயிர் வாழ்வதற்காக மேற்கொள்ளும் கடினமான முயற்சி, போராட்டத்தில் ஆர்வமுள்ளவர்களாக இவர்களை மாற்றியிருந்தது. சண்டைக் கலைமீதிருந்த பெரும் ஆர்வம், உடல் வலுவைக் காட்டிக்கொள்ளவும் காரணமாக அமைந்தது. தொடர்ந்து நிகழும் இந்தச் சண்டைகள், தற்பெருமையையும் மேலாண்மையைப் பறைசாற்றும் விதமாகவும் அமைந்த இந்தக் குணவியல்பு, கட்டுப்பாடற்ற உரிமைகளைப் பேணிப்பாதுகாக்கும் நிலைக்கு அவர்களைக் கொண்டு சென்றது.

தற்பெருமையும் தற்புகழ்ச்சியும் மனித மனதின் அடிப்படைக் கூறுகள். இவற்றைப் பாதுகாக்கும் முயற்சி, அவர்களின் வீரத்துக்கும் கொடைத்தன்மைக்கும் காரணங்களாக அமைந்தன. சோம்பலும் கவிதை புனையும் ஆற்றலும், காதல் மனோபாவத்தையும் போதை ஆர்வத்தையும் தூண்டின. தற்பெருமையும், வீரமும், உறுதிபெற்ற மனமும், வாக்குறுதிகளைக் காப்பாற்றத் தூண்டின. அவர்களின் பெரும்பொழுதும், சூதாட்டம், அம்பெய்தல், கவிதைக் கூட்டங்கள், போட்டிகள் போன்றவற்றில் கழிந்தன. அரேபியாவும் அதன் தட்பவெப்பச் சூழல்களும் இந்தப் பண்புகளுக்கு மேலும் உரமூட்டுவதாக இருந்தன.

ஹூத், ஸாலிஹ் (அலை) போன்ற பல இறைத்தூதர்கள், அரப் பாயிதாவினருக்கு நல்வழி காட்ட அனுப்பப்பட்டனர். இவர்களுக்கு இழைக்கப்பட்ட அக்கிரமமும் அவமரியாதையும் இச்சமூகங்களின் அழிவுக்குக் காரணமாயின. இறைத்தூதர்கள் சிலர், அரேபியரின் இன்னொரு பிரிவினரான கஹ்த்தானியரிடமும் அனுப்பப்பட்டனர். இவர்களும் மிகச் சிறு அளவில் மட்டுமே அதில் ஈடுபாடுகொண்டனர். இதன் விளைவாக அவர்கள் மீண்டும் மீண்டும் அழிவைச் சந்தித்தனர்.

அரேபியர்களின் அடிபணிய மறுக்கும் மனோபாவமும் கட்டுப்பாடற்ற எண்ணவோட்டமும் காரணமாக நற்செய்திகளுடன் வந்த இறைத்தூதர்களின் வழிகாட்டுதல்களையோ அதன் மேன்மைகளையோ பெற முடியாமல் போய்விட்டது. அரேபியர்களில் சிலர், நபிமார்களான இப்ராஹீம், இஸ்மாயீல்மீது நம்பிக்கை வைத்தனர். இது, தங்களுடைய குலக்கீர்த்தியையும் தற்பெருமையையும் இறையியல் சார்ந்து போற்றுவதாக அமைந்து, மூதாதையரை வணங்கும் தனிமனித வழிபாட்டை நோக்கி

அழைத்துச் சென்றது. இறுதியில் மூதாதையரின் பெயர்களில் உருவங்கள் செய்து வழிபட்டனர். இந்தத் தனிமனித வழிபாடு, மூடப் பழக்க வழக்கங்களுக்கும் பகுத்தறிவற்ற சிந்தனைகளுக்குமே அவர்களைக் கொண்டுசென்றது.

கஹ்த்தான் இனக்குழுவினர் வீழ்ச்சியடைய ஆரம்பித்து இஸ்மாயீல் வம்சாவளியினரின் (அத்னான் இனக்குழு) எழுச்சியின்போது குஸாஆ கூட்டத்தினர், மக்காவின்மீது போர் தொடுத்தனர். இதில், ஜுரஹும் இனக்குழு தோல்வியுற்றது. இத்தோல்வியில், அத்னான் குழுவினரின் நேர்மை சந்தேகிக்கப்பட்டது. இது, ஹிஜாஸில் எழுச்சி பெற்றுக்கொண்டிருந்த இஸ்மாயீல் பிரிவினரின் ஆளுகைக்கும் பெருமைக்கும் ஊறுவிளைவித்தது. இது, அத்னான் கஹ்த்தான் இனக்குழுவினரிடையே அச்சமூட்டும் பகையில்போய் முடிந்தது. இது, குறிப்பிட்ட தலைமைக்குள் தங்களை இணைத்துக்கொள்ள இயலாத சிறு குழுக்களை உருவாக்கின.

ஒழுங்குபடுத்தப்பட்ட ஆட்சி நிர்வாகங்களின் செயல்திறன்கள், ஒழுங்கற்ற ஆட்சி நிர்வாகத்தின் செயல்பாடுகளைவிட சிறப்பானதாக ஒன்றுமில்லை. பாரசீகத்தில் பின்பற்றப்பட்ட பொதுப்படையான நெறிமுறைகள், ஒழுங்குகள்போல் எந்த அரேபிய அரசனும் எந்த ஆட்சியும் குறிப்பிடும்படியான எந்த அடிப்படைகளையும் கொண்டிருக்கவில்லை. அரசின் இந்த ஒழுங்கின்மை, மக்களின் ஒழுக்கமின்மைக்கும் கட்டுப்பாடற்ற விடுதலை உணர்வுக்கும் தகாத செயல்களுக்கும் கொடுமைகளுக்கும் இழிவுகளுக்கும் மேலும் உரமூட்டின. ஒவ்வொருவரின் வாழ்க்கையிலும் இது ஊடுருவி நின்றது. இந்த இருண்ட அடிவானத்திலிருந்து இஸ்லாத்தின் பேரொளி தோன்றும்வரைக்கும் இச்சீர்கேடு தொடர்ந்து கொண்டிருந்தது.

அரபிகளில் பெரும்பாலானோரும் நாடோடிகளாகவே வாழ்ந்தனர். நகரங்களிலும் பிற வாழ்விடங்களிலும் மிகச் சிலரே நிரந்தர வாழ்க்கையை மேற்கொண்டிருந்தனர். முன்னோர்களின் மரபுவழி களை மனதில் பாதுகாத்து வைப்பதில் அரபிகளுக்கு மிகுந்த ஈடுபாடிருந்தது. தமது மூதாதையரின் பெயர்களையும் அவர்களின் அரிய செயல்களையும் பெருமையுடன் பகிர்ந்துகொள்வார்கள். போர்களின்போது இதைச்சொல்லி தங்களின் ஆவேசத்திற்கும் குறிக்கோளுக்கும் எழுச்சியூட்டுவார்கள்.

சூழலின் தட்ப வெப்பம் அல்லது மூதாதையர் குறித்த மனப்பதிவுகள், அவர்களது மிக வலுவான நினைவாற்றலுக்குக் காரணமாக இருந்திருக்கலாம். நூற்றுக்கணக்கான செய்யுட்கள்கொண்ட ஒரு கவிதையைக் கேட்டு அதை அப்படியே நினைவில் பதிந்துகொள்வது அரபிகளைப் பொறுத்தவரைக்கும் எளிதான விஷயம். அரபிகள் அல்லாத அனைவரையும் அஜமிகள் (ஊமைகள்) என்று குறிப்பிடுமளவுக்கு அவர்களின் கவித்திறனும் மொழி ஆளுமையும் மேலோங்கி நின்றன.

ஓர் இனத்தைச் சார்ந்தவன் கொல்லப்பட்டால், கொன்றவனைப் பழி வாங்கும்வரை, கொலையுண்டவனின் இனம் ஓயாது. பழி வாங்காமல் விடுவதை அவர்கள் பெரும் இழிவாகக் கருதினர். ஆதரவற்றவர்களுக்கும் ஒடுக்கப்பட்டவர்களுக்கும் உதவிகள் செய்வது; ஆதிக்கம் செலுத்துபவர்களை வலுவுடன் எதிர்த்து நிற்பது போன்றவை அரபிகளின் பொதுப்பண்புகளாக இருந்தன. அச்சமும் உலோபமும் பெரும்குறைபாடுகளாகவும் மனிதப் பண்பின் மாபெரும் கேடுகளாகவும் கணிக்கப்பட்டன.

அமைதி மாதங்கள் : சண்டைகள் விரும்பத்தக்கதல்ல என்ற எண்ணத்தை வலியுறுத்தும் விதமாக ஆண்டில் ஒன்று அல்லது சில மாதங்களை சண்டைகளிலிருந்து விலக்களிப்பதாக முடிவு செய்திருந்தார்கள். அமைதியையும் ஒழுக்கத்தையும் நிலைநாட்டும் விதமாக இம்மாதங்களில் மோதல்கள் நிறுத்தி வைக்கப்பட்டன. குறிப்பிட்ட இந்நாள்களில் கஅபாவுக்குச் சென்று ஹஜ்ஜை நிறைவேற்றுவார்கள். இக்காலகட்டங்களில்தான், கவிதை வாசிப்புகளுடன் பெரிய அளவிலான வணிகச் சந்திப்புகள் நடைபெறும். இதன்மூலம் புதிய வர்த்தக உடன்பாடுகளுக்கான மாபெரும் வாய்ப்புகளையும் பெற்றனர். போற்றுதலுக்குரிய இதுபோன்ற வேறு சில பண்புகளும் முக்கியமானவை.

நம்பிக்கையும் இறையியலும் : இஸ்லாம் தோன்றுவதற்கு முந்தைய அரபிகளின் ஆன்மிக வாழ்வியல் இதுதான்: அரேபிய இனக் குழுக்கள் சில, இறைவனையோ அவன் கொடுப்பதையோ தண்டிப்பதையோ நம்பாமலேயே வாழ்ந்து வந்தனர். ஆனால், பிற இனக்குழுவினர், இறைவன்மீது நம்பிக்கை வைத்திருந்தாலும், நன்மை தீமைகள், இறுதித் தீர்ப்பு நாள்மீது நம்பிக்கையற்றவர்களாக இருந்தனர். பெரும்பாலும் சிலைகளையும் நட்சத்திரங்களையுமே

வணங்கினர். சிலர் நெருப்பையும் வணங்கினார்கள்.

கஅபா, சிலைவழிபாட்டின் மையமாக மாறியிருந்தது. கஅபாவின் உட்புறத்தில் 360 உருவச் சிலைகள் இருந்தன. சிரியாவிலிருந்து வந்த யூதர்கள், மதீனாவிலும் அதன் புறநகர்ப் பகுதிகளிலும் தங்கியிருந்தனர். மூஸா நபி (அலை) அவர்களின் மரணத்திற்குப் பிறகு இவர்களின் வருகை நிகழ்ந்தது. இதில் குறைளா, நளீர், கைனுகா போன்ற கோத்திரங்கள் பெரும் புகழ் பெற்றவை. கஸ்ஸான், நஜ்ரான் பகுதிகளில் கிறிஸ்தவர்கள் சிலர் தங்கியிருந்தனர். குஸாஆ இனக்குழுவினரில் சிலர் அப்போது கிறிஸ்தவத்தைத் தழுவியிருந்தனர்.

உருவ வழிபாடு : அரேபியாவின் அனைத்துப் பகுதிகளிலும் உருவ வழிபாடு இருந்து வந்தது. முஹம்மத் நபி (ஸல்) அவர்களின் வருகைக்கு 400 ஆண்டுகளுக்கு முன், ஷாப்பூர் எனும் பாரசீக மன்னரின் காலத்தில், ஹிஜாஸ் அரசனாகிய அம்ர் பின் லுஹை, கஅபாவின் முகட்டில் ஹுபல் எனும் உருவச் சிலையை நிறுவினான். ஸம்ஸம் கிணறு இருந்த இடத்தில் இஸாஃப், நாயிலா எனும் மேலும் இரண்டு சிலைகளை வைத்து, அவற்றை வணங்கும்படி மக்களிடம் சொன்னான். ஹிஜாஸ் அரசனாகிய இந்த அம்ர், இறுதித் தீர்ப்பு நாள் கோட்பாட்டை அடியோடு மறுத்தவன்.

யகூஸ், யஊக், நஸ்ர், வத், ஸுவாஉ எனும் உருவச் சிலைகள் வெவ்வேறு இனக்குழுக்களால் வடிவமைக்கப்பட்டிருந்தன. ஒவ்வொரு குழுவும் தங்களுக்கான உருவச் சிலைகளை வெவ்வேறாக வைத்திருந்தன. ஆண் வடிவில் வத் சிலையும் பெண் வடிவில் நாயிலாவும் ஸுவாஉம் இருந்தன. குதிரை, யானை, கழுகு எனப் பல்வேறு உருவங்களில் இச்சிலைகள் வடிவமைக்கப்பட்டிருந்தன. சில இனக்குழுக்கள் ஒரே உருவத்தைப் பகிர்ந்து வணங்கின. தஸ்ம், ஜடாய்ஸ் எனும் குழுக்களுக்கும் பொதுவாக ஒரு சிலை. கல்ப் இனக்குழு, வத் சிலையை வழிபட்டது. தூமத்துல் ஜன்தல் எனும் ஊர் இதன் மையப்பகுதியாக இருந்தது. தமீம் கோத்திரம், தாயிமை வழிபட்டது.

ஹுதைல் இனக்குழு, ஸுவாஉவையும், முதீஜ், யேமானிய இனக்குழுவினர் யாகூசையும், ஹிம்யரிலுள்ள, தில் கலாஅ இனக்குழு நஸ்ரையும், ஹம்தான் கோத்திரம் யஊக்கையும் வணங்கினர்.

தாயிஃபில் ஸக்கீஃப் இனக்குழுவின் முகீத் கோத்திரத்தார் லாத் கடவுளின் காவலர்களாகப் பணிவிடை செய்தனர்.

குறைஷி மற்றும் கினானா, உஸ்ஸாவை வணங்க, ஷாய்பா கோத்திரம் உஸ்ஸாவின் பொறுப்பை ஏற்றனர். அவ்ஸ், கஸ்ரஜ் இனக்குழுவினர் மனாத்தை வணங்கினர். ஹவாஸின் கோத்திரம் ஜெஹார் சிலையையும், பக்ர் மற்றும் தக்லிப் இனக்குழுவினர் அவால் சிலையையும், பக்ர் பின் வாயில் கோத்திரம் முஹர்ரக் சிலையையும், மல்கான் கோத்திரம் சஅத் சிலையையும், அண்டாரா கோத்திரம் ஸயீர் சிலையையும், கவ்லான் கோத்திரம் அம்யனஸ் சிலையையும், தாய் கோத்திரம் ரஸா சிலையையும், தாவுஸ் கோத்திரம் துல் கஃப்ஃபய்ன் சிலையையும் வழிபட்டன.

இதைத் தவிர ஜாரிஷ், ஷாரிக், அயிம், மதான், அவ்ஃப், மனாஃப் என்று புகழ்பெற்ற வேறு பல சிலைகளுமிருந்தன. ஒவ்வொன்றும் ஏதாவதொரு இனக்குழுவின் கடவுள்தான். வழிபாடு சார்ந்து ஏதாவது விழாக்கள் ஏற்பாடு செய்யப்பட்டு, அன்றைய தினம் ஒரு அரபி அதில் கலந்து கொள்ளவில்லை என்றால், அவர், துவ்வார் எனும் கல்லை நட்டு, கஅபாவை வலம் வருவது போல் அதை வலம்வரவேண்டும், விழாவில் பங்குபெறாததன் தண்டனையாக!

அரேபியாவில் கஅபாவைத் தவிர, வேறு வழிபாட்டில்லங்களும் இருந்தன. கத்ஃபானியர், கஅபாவைப்போன்ற ஒன்றைக் கட்டுவித்து, அதைக் கலீஸ் என்றழைத்தனர். தங்களது ஹஜ்ஜை இவர்கள் இங்கேயே நிறைவேற்றிக்கொண்டனர். கத்அம் கோத்திரத்தார், ஒன்றைக் கட்டுவித்து, அதை துல்கலஸா என்றழைத்தனர். இவர்களின் ஹஜ்ஜூம் இங்கேயே நிறைவேறியது. ரபீஆவினரின் வழிபாட்டில்லத்தின் பெயர், துல்கஅபாத்.

நஜ்ரானிலுள்ள ஓர் இனக்குழுவினருக்கு கஅபா எனும் பெயரில் முந்நூறு தோல்களால் கட்டப்பட்ட ஒரு வழிபாட்டில்லம் இருந்தது. கஅபாவுக்கு புனிதப் பயணம் மேற்கொள்வதுபோல் அரேபியாவிலுள்ள சிலை வழிபாட்டாளர்கள் இங்கே வருகை தந்தனர். ஹரம் எனும் புகலிடம் ஒன்றும் அதைச் சுற்றி அமைக்கப்பட்டது. இதில் கொலை செய்தவனும் வஞ்சகனும்கூடப் பாதுகாப்பாகத் தங்கியிருக்க முடியும். கஅபாவின் முகட்டில் ஷம்ஸ் என்றழைக்கப்பட்ட இன்னொரு உருவமும் இருந்தது. நபிமார்களான

இப்ராஹீம், இஸ்மாயீல், ஈஸா, மர்யம் (அலை) போன்றோரின் உருவப் படங்களும் கஅபாவில் வைத்து வணங்கப்பட்டன.

உயிர்ப்பலி : சிலை வழிபாட்டினர், ஹஜ்ஜை நிறைவேற்ற வரும்போது, தங்கள் கடவுள்களுக்கு உயிர்ப்பலி கொடுப்பதற்கான ஒட்டகங்களைக் கொண்டுவந்தனர். ஒட்டகங்களின் கழுத்துகளில் காலணிகளைத் தொங்கவிட்டு, நேர்ச்சைப் பிராணிகள் என்று அடையாளப்படுத்தும் ஒரு வழக்கமும் அன்றிருந்தது. நேர்ச்சைப் பிராணிகளின் நடவடிக்கைகளில் யாரும் தலையிட மாட்டார்கள். செம்மறியாடுகள் போன்ற பிற உயிரினங்களும் சிலைகளுக்காகப் பலியிடப்பட்டன. சில இனக் குழுக்கள், சிலைகளுக்கு மனிதர்களையும் பலியிட்டனர்.

சில வரலாற்றாசிரியர்களின் கூற்றுப்படி, அரேபிய சிலை வழிபாட்டாளர்கள், ஏகத்துவம் மீதும் நம்பிக்கை வைத்திருந்தனர். இச்சிலைகள் ஏக இறைவனிடம் தங்களுக்காகப் பரிந்துரைக்கும் என்று நம்பி அவற்றை வழிபட்டனர். யாருடைய புதைகுழியின்மீது ஒரு பெண் ஒட்டகம் பலிகொடுக்கப்படுமோ அவர் இறுதித்தீர்ப்பு நாளில் புதைகுழியிருந்து அந்த ஒட்டகத்தின்மீது எழுந்து வருவார் எனும் நம்பிக்கை சில இனக்குழுக்களிடம் இருந்தது. இது, உயிர்த்தெழுதல், மறுமை நாள், இறுதித்தீர்ப்புகள் குறித்த அவர்களது ஏதோ ஒரு வகையான நம்பிக்கையைச் சுட்டிக் காட்டுகிறது.

நட்சத்திரங்களை வழிபடுதல் : அரேபியாவின் அறியாமைக் காலத்தில் நட்சத்திரங்களை வழிபடுவதென்பது பொதுவழக்கமாகவே இருந்தது. அரேபியா, எகிப்து, கிரேக்கம், பாரசீகம் போன்ற எந்த நாட்டிலிருந்து இது தொடங்கியது என்பதை அறிந்துகொள்வதற்கு வலுவான சான்றுகளில்லை. அரேபியாவுக்கு வெளியில்தான் இந்த வழிபாடு தொடங்கியது என்றும் சொல்லிவிட இயலாது. சூரியனை ஹிம்யர் இனக்குழுவும், சந்திரனை கினானா இனக்குழுவும் வழிபட்டன. நட்சத்திரங்களையும் பிற கோள்களையும் லக்ம், ஜுதாம், தாய், கைஸ், அசத் போன்ற இனக்குழுக்கள் வழிபட்டன.

இனக்குழுக்களின் விக்கிரகங்கள் பெரும்பாலும் நட்சத்திரங்களின் பெயர்களில்தான் அறியப்பட்டன. குறிப்பிட்ட சில நட்சத்திரங்கள் தோன்றுவதையும் மறைவதையும் அடிப்படையாக வைத்தே தங்களின் முக்கியமான நிகழ்வுகளை அவர்கள் அமைத்துக்கொண்டனர்.

தமது வாழ்நாட்களில் பெரும்பகுதியையும் பாலைநிலங்களின் திறந்த வெளிகளில் கழித்த அரேபியர்கள் இயல்பாகவே நட்சத்திரங்களிலும் கோள்களிலும் ஈடுபாடுகொண்டனர். இதில் சிலவற்றைத் தமது கடவுள்களாக ஏற்கும் மனநிலைக்கும் ஆட்பட்டனர். குர்ஆனின் எழுபத்தொன்றாவது அத்தியாயத்திலிருந்து, நூஹ் (அலை) காலத்தில் நட்சத்திரங்களின் பெயரிலான யஃகூஸ், யஊக், வத், நஸ்ர், ஸதிவா ஆகியவற்றை வணங்கினார்கள் என்பது தெரிய வருகிறது. அரேபிய நிலப்பகுதிகளில் நட்சத்திர வழிபாடுகள் என்பது மிகவும் தொன்மையான ஒரு வழக்கமாக இருந்திருக்கிறது என்று மிகத்தெளிவாகவே தெரிகிறது. அனைத்தையும்விட அதிக அளவில் சந்திரன் வழிபடப்பட்டது.

கணிப்புகளும் சகுனங்களும் : அரேபியாவில் ஜோதிடம் சொல்பவர்களின் எண்ணிக்கை பெருமளவில் இருந்தது. காஹின் எனும் ஜோதிடர், மறைவான விஷயங்களையும் தன்னால் கணித்துச்சொல்ல இயலும் என்று அறிவித்தார். எதிர்காலத்தைக் கணிப்பவர்கள், அர்ராஃப் என்று குறிப்பிடப்பட்டனர். இவர்களில் ஆண்பெண் பேதமில்லை. அஃப்அ, ஜாதிமா, அப்ராஷ், ஷாக், ஸதீஹ் ஆகியோர் அரேபிய ஜோதிடர்களில் மிகவும் புகழ்பெற்றவர்கள்

கண்ணாடியில் அல்லது பாத்திரத்தில் நிரப்பிய நீரில் தன் பார்வையை ஊன்றிச் செலுத்தி இதன் மூலம், மறைவான விஷயங்களைச் சொல்லும் ஒருவகை ஜோதிடர்கள், நாஸிர் என்று குறிப்பிடப்பட்டனர். கணியர்கள் அனைவரும் ஒரே வகையினராக இருந்தாலும் உயர்வு தாழ்வுகளும் இருந்தன. மந்திர அணிகலன்கள் செய்பவர்கள் மிகவும் தாழ்வாக மதிப்பிடப்பட்டனர்.

நன்மைகள், தீமைகள் குறித்த முன்அனுமானங்கள்மீதும் அரபிகள் நம்பிக்கை வைத்திருந்தனர். பிரிவை உருவாக்கும் தீமையின் அறிகுறியாக, காகத்தைக் கருதினார்கள்.

அரபு மொழியில் காகம், குராப் எனப்படுகிறது. பயணத்தை அவர்கள் குர்பத் என்றும் பயணியை கரீப் என்றும் குறிப்பிடுவதால், சொல்லின் அடிப்படையில் குராபை பிரிவின் குறியீடாக நினைத்தார்கள். ஆந்தையின் சத்தம் மரணத்தையும் அழிவையும் உருவாக்குமென்று நம்பினார்கள். தும்மலையும் அவர்கள் தீமையின் அறிகுறியாக நம்பினார்கள். அரபிகளில் பில்லி சூனியம்

செய்பவர்களும் இருந்தனர். இவர்கள், தீய ஆவிகளுடனான நட்பை வேண்டி தீங்கான காரியங்களைச் செய்து வந்தனர்.

சண்டைகள் : சின்னஞ்சிறு விஷயங்களை முன்வைத்தும் அரபிகளிடையே சண்டை ஆரம்பமாகி விடும். ஒருமுறை தொடங்கிய சண்டை, பற்பல தலைமுறைகளைக் கடந்தும் தீராதப் பகையாக நீடிக்கும். சண்டையிலேயே அவர்களின் காலம் கடந்துபோகும். பெரும்பாலான போர்களுக்கும் சரியான காரணங்கள் இருக்காது. அறியாமைக் காலத்தில் நூற்றுக்கும் அதிகமான கோத்திரச் சண்டைகள் நடந்துள்ளன. ஃபுஆத், கிலாப், ஃபத்ரத், நக்லா, கரண், ஸுபான், ஹாத்திப் போன்றவை இதில் புகழ்பெற்ற கோத்திரச் சண்டைகளாகும்.

இக்கோத்திரச் சண்டைகளால் எந்த இனக்குழுவுக்கும் ஒருபோதும் நன்மைகள் விளைந்ததில்லை. வாழ்க்கையில் பொருளிழப்பையும் அழிவையும் துன்பங்களையும் மட்டுமே அனுபவித்தனர். தோல்வியடைந்த எதிரிகளையும் பெண்களையும் சிறை வைப்பதுடன் பிறகு, அவர்களைக் கொன்றொழிக்கும் ஒரு பண்டைய வழக்கமும் அவர்களிடையில் இருந்து வந்தது. ஆனால், எதிரிகளிடமிருந்து முன் எப்போதேனும் ஏதாவது உணவு உண்டிருந்தாலோ பெற்றிருந்தாலோ அவர்கள் கொலைசெய்யப்பட மாட்டார்கள். விடுதலைபெற்ற எதிரிகளின் தலையை மொட்டையடித்து அனுப்பி விடுவார்கள்.

தனிப்பட்ட இருவர் மட்டும் சண்டையிட சவால் விடுப்பதன் மூலம், பல பிணக்குகள் தீர்வுக்கு வந்தன. தங்களுடைய குதிரைகள்மீதும் போர்க்கருவிகள்மீதும் அவர்கள் பெரும் அக்கறைச் செலுத்தினார்கள். படை அணிவகுப்புகள் அப்போது வழக்கத்தில் இல்லை. வாள் சண்டை, அம்பெய்தல், குதிரைச்சண்டை, ஈட்டிச்சண்டை என எதுவாக இருந்தாலும் அது பெருமைக்குரிய ஒன்றாக நிகழும். வெற்றிபெற்றவரின் பெயரும் புகழும் நீண்ட தொலைவு வரைக்கும் வெகு வேகமாகப் பரவும்.

சில இனக்குழுக்கள், குறிப்பிட்ட சில கருவிகளைப் பயன்படுத்துவதில் திறமை பெற்றவர்களாக இருந்தனர். ஒவ்வொருவரும், தங்கள் போர்க் கருவிகளுக்கும் வாளுக்கும் வில் அம்புகளுக்கும் குதிரைக்கும் பரவலான சில சிறப்புப் பெயர்களைச் சூட்டியிருந்தார்கள். ஹர்த் பின் அபூஷிம்ர் கஸ்ஸானியின் வாளின்

சிறப்புப் பெயர் குதும். அப்துல் முத்தலிப் பின் ஹாஷிமின் வாளின் சிறப்புப் பெயர் அத்ஷான். மாலிக் பின் ஸுபைரின் வாள் துன்நூன். அரபிகள் போர்க்கலையில் பெரும் ஆர்வமுள்ளவர்களாக இருந்தார்கள் என்பது இச்சான்றுகள் மூலம் தெரிய வருகிறது. குதிரைகளுக்கும் வாட்களுக்கும் சூட்டிய சிறப்புப் பெயர்களின் அடிப்படையும் இதுதான்.

பாலுணர்வு : அறியாமைக் காலத்தில் பெண்களுக்கான தனி ஆடை முறையான ஹிஜாப் வழக்கத்தில் இல்லை. பிற ஆண்களின் முன், அரபுப் பெண்கள் வெகு இயல்பாகவே காணப்படுவார்கள். பொருள் பகிர்வில் குறைபாடுகள், பொழுதைக் கழிப்பதற்கான செயல்பாடுகள், பொறுப்பற்றத் தன்மை, விடுதலை உணர்வு, கவிதையின்மீதான அளவற்ற ஆர்வம், பிறரைவிட மேலானவர்களாகத் தங்களை முன்நிறுத்துவதில் பெருமை, சூழலின் தட்ப வெப்ப நிலைகள்போன்றவை இதற்கான காரணங்கள். முன்பின் அறிமுகமற்ற ஒரு பெண்மீதும் ஒருவன் நாட்டம் செலுத்தாமலிருந்தால் அவன் இழிவுசெய்யப்படுவான். சில இனக்குழுக்கள், காமஉணர்வுகளை முன்வைத்தே புகழ்பெற்றிருந்தன. அத்ராஹ் கோத்திரத்தாரின் காமக்களியாட்டம் ஒரு பழமொழியாக அமையுமளவுக்குப் பெரும் புகழ் பெற்றிருந்தது.

ஒரு நாடோடியிடம் அவர் எந்த இனக்குழுவைச் சேர்ந்தவர் என்று கேட்டபோது, அவர் காதலில் விழும்போதே மரணமடைந்து விடும் இனக்குழுவைச் சேர்ந்தவர் என்று பதில் சொன்னாராம். இதைக்கேட்ட ஒரு சிறுமி சொன்னாளாம்: "கஅபாவிலிலுள்ள இறைவன்மீது ஆணையாகச் சொல்கிறேன்: நீர் அத்ராஹ் கிளையைச் சேர்ந்தவர்."

கவிதை : கவிதைப் புனைவதில் ஆண், பெண், சிறுவர், சிறுமியர், மூத்தவர், இளையவர் எனும் பாகுபாடுகளின்றி அனைவருமே பங்கு வகித்தனர். உயர்நிலை, கீழ்நிலை எனப் பிரிவுகள் மட்டும் இருந்தன. கவித்துவமும் உணர்வாற்றல் மிக்க மொழிவளமும் நினைத்ததும் பாடும் திறனும் பெற்றவர்கள் உயர்நிலைக் கவிஞர்களாவர். இவர்களுக்கு, தலைப்புகள் குறித்து யோசிக்கவோ கவிதை புனைவதற்காக ஆழ்ந்து சிந்திக்கவோ தேவையில்லை. அரேபியர் அல்லாதவர்கள் அனைவரும் பேச இயலாதவர்கள் என்று கருதுகிற அளவுக்கு, தங்களின் ஆற்றல்மிக்க மொழிவளத்தையும் உணர்ச்சி

வெளிப்பாட்டையும் குறித்து அவர்கள் பெருமிதம் கொண்டிருந்தனர். ஆனால், இந்தச் சொல்லாற்றலும், கவித்துவமும், கோர்வையும், அழகியலும், இது குறித்த தற்பெருமைகளும் குர்ஆனின் முன் தலை குனிய வேண்டியதாயிற்று.

வணிக நோக்கங்களுடன் கூடுமிடங்களிலும், கவியரங்குகளிலும், மேடை நிகழ்ச்சிகளிலும், ஹஜ்ஜின்போதும் மிகச் சிறந்த புகழுரைக் கவிதையை இயற்றியவர், தனித்துவம் வாய்ந்த முக்கியஸ்தர்களில் சிறந்தவராக ஏற்றுக்கொள்ளப்படுவார். இப்படியான கவிஞர்கள், படைத்தலைவர்களுக்கும் அரசர்களுக்கும் நிகரானவர்கள் அல்லது அவர்களை விடவும் சிறந்தவர்கள்.

உண்மையில், இனக்குழுக்களைப் பரஸ்பரம் போரிடச் செய்வது; போரைத் தொடரச் செய்வது; முடிவுக்குக் கொண்டுவரச் செய்வது; நம்பமுடியாத அளவுக்கு அவர்களைப் பெருமையடையச் செய்வது என எதுவாக இருந்தாலும் கவிஞர்களைப் பொறுத்தவரைக்கும் எளிதான விஷயங்களாகவே இருந்தன. மிகச்சிறந்த புகழ்மாலைக் கவிதைகள், கஅபாவின் கதவில் தொங்கவிடப்பட்டன. பொற்கவிதைகள் எனும் இப்படியான ஏழு புகழுரைக் கவிதைகளை இயற்றியவர்கள்: இம்ரஉல் கைஸ் பின் ஹிஜ்ர் கின்தி, ஸுஹைர் பின் அபூ சல்மா முஸானி, லபீத் பின் ரபீஆ, அம்ர் பின் குல்ஸூம், அண்ந்தரா அப்ஸி ஆகியோர்.

வேட்டை ஆர்வம் : வேட்டையாடுவதிலும் அரபிகள் பெரும் ஆர்வம்கொண்டிருந்தனர். வேட்டையாடுவது குறித்தும் அதன் நடைமுறைகள் குறித்தும் ஏராளமான வழக்குச் சொற்களும் அம்மொழியிலிருந்தன. வேட்டையில் கிடைத்த இறைச்சியை அவர்கள் ஆகுமானதா இல்லையா என்ற சிந்தனைகளின்றி புசித்தார்கள். ஏற்புடையது ஏற்பற்றது எனும் விதிமுறைகளை இஸ்லாம் வரையறுத்துச் சொல்லும்வரைக்கும்.

உணவும் உடைகளும் : அரேபிய மண்ணில் பட்டோ பருத்தியோ விளைவதில்லை. மக்களின் தேவைகளுக்குப் பற்றாத மிகச்சிறு அளவிலான நிலப்பரப்புகளில் மட்டும் இவை விளைகின்றன. பண்டைக்காலம் முதல் ஏமன் நாடு ஆடைகளுக்குப் பெயர் பெற்றதாக விளங்கியது. அரபிகள் பொதுவாக மிகவும் எளிமையான ஆடைகளையே அணிந்து வந்தனர். தோல் ஒட்டுடன் கூடிய

முரட்டு உடைகள்தான் வழக்கத்தில் இருந்தன. சிலர், சிறு தோல் துண்டுகளை ஒன்றிணைத்து ஆடைகளாகவும் தரையில் விரித்துப் படுக்கவும் பயன்படுத்தினர்.

ஒட்டகம் மற்றும் செம்மறியாட்டு ரோமத்தால் துணிகள் நெய்யப்பட்டன. இவை, படுக்கையாகவும், தரை விரிப்பாகவும், கூடாரங்கள் அமைக்கவும் பயன்படுத்தப்பட்டன. தொய்வானதும் நீளமானதும் நிறமற்றதுமான மேலாடைகள், அரையில் கட்டும் ஆடைகள், தலைப்பாகைகள், கழுத்தாடைகள் போன்றவை வழக்கத்திலிருந்தன. அகில், அம்பர் போன்ற வாசனைப்பொருள்கள் குறித்தும் அரபிகள் அறிந்திருந்தார்கள்.

இவர்களுடைய உணவு வகைகளும் எளிமையானவை. மனதுக்குப் பிடிக்காத, சுவையற்ற உணவுகளிலும்கூட அவர்கள் திருப்தியடைந்தனர். இறைச்சியும் மீனும் அவர்களுக்குப் பிடித்த, சுவையான உணவுகள். பாலும் இறைச்சியும் பரவலாகப் பயன்படுத்தப்பட்டன. பாலாடைக்கட்டி, முட்டை கலந்த வாற்கோதுமை, பேரீச்சை, ஆலிவ் எண்ணெய் போன்றவை அவர்களின் பொதுவான உணவு வகைகளில் சேரும். மாவைச் சலித்துப் பயன்படுத்தும் வழக்கம் அவர்களிடமில்லை. சலிக்கப்படாத மாவையே ரொட்டிக்குப் பயன்படுத்தினர். உண்பதில் ஒழுங்கு முறைகள் எதையும் கடைப்பிடிக்கமாட்டார்கள். உண்பதிலும் குடிப்பதிலும் பின்பற்றத் தகுந்தவை, தகாதவை என முஹம்மத் நபி (ஸல்) அவர்கள் வரையறுத்துச் சொல்லும்வரைக்கும் இது தொடர்ந்தது. பெருந்தீனி, நாணமின்மை, தூய்மையற்ற பழக்க வழக்கங்கள், உண்ணும்போது பொருளற்ற பேச்சு வார்த்தைகளில் ஈடுபடுவதுபோன்ற பலவற்றையும் பெருமானார் விலக்கினார்.

அபகரிப்பு : ஏற்கனவே குறிப்பிட்டதுபோல் அரேபியாவில் இரண்டு வகையான சமூகங்கள் வாழ்ந்து வந்தன. நிரந்தரமான வாழ்விடங்கள் சார்ந்த சமூகமும், நாடோடி சமூகமும். நாடோடி சமூகம்தான் பெரும் எண்ணிக்கையிலானது. இவர்களில், நம்பிக்கை, நாணயம், நேர்மை போன்ற நற்பண்புகளுள்ள சிலர் இருந்தாலும், வியாபாரத்தில் இதையெல்லாம் கண்டுகொள்ளாதிருக்கும் குறைபாடுகள் நிறையவே காணப்பட்டன.

பாலைவன நாடோடி வாழ்க்கையின் உட்கூறுகளான

எதிர்பாராமல் தாக்குவதிலும் வழிப்பறிக் கொள்ளைகளிலும் இவர்கள் திறமையானவர்களாக இருந்தனர். பிறர் பொருளைப் பலவந்தமாக அபகரிப்பதிலும் பயணிகளிடம் கொள்ளையடிப்பதிலும் இவர்கள் கைதேர்ந்தவர்கள். ஒரு பயணியின் வழித்தடத்தை உறுதி செய்த பின், அவர் செல்லும் வழியிலுள்ள கிணறுகளைப் புற்களால் மூடிவிடுவார்கள். பயணி தாகத்தால் இறந்து போவார். பிறகு அவர்களது உடைமைகளைத் திருடுவார்கள். இதில், சிலர் மிகவும் திறமையானவர்களாக இருந்தனர். இவர்கள், துபான் உல்அரப் (அரேபிய ஓநாய்கள்) எனும் பெயரில் அறியப்பட்டனர்.

அகந்தையும் தீராப்பகையும் : அரேபியாவின் அறியாமைக் காலத்தில் அகந்தை என்பது அதன் உச்சத்தை அடைந்து நின்றது. இந்த இழிவான மனோபாவத்திற்காகவே பெயர்பெற்ற பல இனக்குழுக்கள் இருந்தன. அகந்தையற்ற இனக்குழுக்கள் என்று எதுவுமில்லை. இது, அறிந்து கொள்ளும் ஆர்வமின்மைக்கும், இறைத்தூதர்களின் வழிகாட்டுதல்களுக்கும் நல்ல படிப்பினைகளுக்கும் செவிசாய்க்காமல் இருக்கவும் காரணமாக அமைந்தன. பணிவு காட்டுவது என்பதை அவர்கள் கௌரவக் குறைவாகக் கருதினார்கள்.

ஒரு பகைவனை அல்லது கொலையாளியை அவன் உயிரோடிருக்கும்போது பழி வாங்கத் தவறி விட்டால், அவனது வாரிசுகளைப் பழி வாங்கினர். இதைச் செய்து முடிக்கும் வரைக்கும் அவர்கள் மனஅமைதியற்ற நிலையிலேயே வாழ்வார்கள். பழி வாங்குவதற்கான காரணங்கள் இல்லாமலோ மறந்துபோய் விட்டாலோகூட பழி வாங்கியே தீருவார்கள். பகைக்கான காரணத்தை மனதில் வைத்து யாரிடமும் சொல்லாமல், கொல்வது ஒன்றையே நோக்கமாகக் கொண்டிருப்பார்கள்.

இறந்தவர்களுக்காக வருந்துதல் : ஒருவர் இறந்து போய் விட்டால், அவரது உறவினர்கள், தங்கள் முகங்களையும் தலைமுடியையும் பிய்த்தபடியே கதறியழுவார்கள். குலைந்து கிடக்கும் தலைமுடியும் புழுதிபடிந்த உடலுமாக, பெண்களும் இறுதி ஊர்வலத்தில் கலந்துகொள்வார்கள். இறந்தவர்கள்மீதான அனுதாபத்தைக் காட்டிக்கொள்வதற்காக பெண்கள் தமது தலைமுடியை மழித்துக்கொள்வார்கள். ஒப்பாரி வைக்கவும் பெண்கள் அழைக்கப்படுவார்கள். அவர்கள் உச்சக் கட்டக்குரலில் ஒப்பாரி வைப்பார்கள். அடக்கம் முடிந்த பிறகு, பெண்களுக்கு உணவளிக்கப்படும்.

மூடநம்பிக்கைகள் : ஜின்கள், தீயஆவிகள் மற்றும் வானுலகத் தேவதைகள் இருப்பதாக அவர்கள் நம்பிக்கை வைத்திருந்தனர். மேலும், தேவதைகள் ஆண்களுடனும், ஜின்கள் பெண்களுடனும் பாலுறவு கொள்ள இயலுமென்று நம்பினார்கள். ஜின்களை அவர்கள் அரூப உயிரினராகக் கருதினாலும், இதன் உடற்சேர்க்கையால் குழந்தைப்பேறு உண்டாகுமென்றும் நம்பினார்கள்.

ஓர் ஆணுக்கும் வானுலக தேவதைக்குமான உடலிணைவின் விளைவாகவே ஜுர்ஹூம் பிறந்ததாக நம்பினர். ஸபா அரசி பல்கீஸின் பிறப்பு குறித்தும் உமர் பின் யர்புவின் பிறப்புக் குறித்தும் அவர்கள் இதையே நம்பினார்கள்.

நான்கு பெண் ஒட்டகங்களுக்குப் பிறகு, ஐந்தாவதாக ஓர் ஆண் ஒட்டகத்தை ஈன்ற தாய் ஒட்டகத்தை பஹீரா என்று குறிப்பிடுவார்கள். அதைக் காதுகளில் துளையிட்டுக் கட்டுப்பாடில்லாமல் திரிய விட்டுவிடுவார்கள். அதற்கு, எங்கு வேண்டுமானாலும் மேய உரிமை உண்டு. யாரும் அதைத் தடுக்க மாட்டார்கள். ஒரு செம்மறியாடு ஆண் குட்டியை ஈன்றால் அதைச் சிலைகளுக்கு பலி கொடுத்து விடுவார்கள். பெண் குட்டியை ஈன்றால் தங்களிடம் வைத்துக்கொள்வார்கள். குட்டிகள் ஆணும் பெண்ணுமாக இருந்தால், அவற்றைப் பலிகொடுப்பதில்லை. இதை வஸீலா என்று குறிப்பிடுவார்கள்.

பத்து ஒட்டகங்கள் பிறப்பதற்குக் காரணமான ஆண் ஒட்டகத்தை மிகுந்த மதிப்புடன் நடத்துவார்கள். அதன்மீது சுமையேற்றவோ வாகனமாகப் பயன்படுத்தவோ மாட்டார்கள். அதைக் கட்டுப் படுத்தாமல் அப்படியே விட்டுவிடுவார்கள். இதை ஹாம் என்று சொல்வார்கள்.

திட்டங்களைச் செயல்படுத்த, உருவச்சிலைகளுக்குமுன் அல்லது கோவில்களின் நுழைவாயிலுக்குமுன் மூன்று அம்புகளை வைத்து, ஒன்றில் 'லா' (இல்லை) என்றும், மற்றொன்றில் 'நஅம்' (ஆம்) என்றும் எழுதி, மூன்றாவது அம்பில் எதுவும் எழுதாமல் வைத்து விடுவார்கள். அதிலிருந்து ஓர் அம்பை வெளியே எடுப்பார்கள். 'லா' என்று எழுதப்பட்ட அம்பு வந்தால், திட்டத்தைக் கைவிட்டுவிடுவார்கள். 'நஅம்' என்று எழுதப்பட்ட அம்பு வந்தால், நிறைவேற்ற அனுமதி கிடைத்துவிட்டதாக முடிவு செய்வார்கள்.

எதுவும் எழுதாத அம்பு வந்தால், 'லா' அல்லது ' நஅம்' அம்பு வரும்வரை தொடர்ந்து செய்வார்கள்.

பயணங்களைத் தொடங்கும்போது, 'ரத்ம்' எனும் ஒருவகை மரத்தின் மெல்லிய கிளையில் ஒரு முடிச்சு போடுவார்கள். திரும்பி வந்த பிறகு, முடிச்சு அப்படியே இறுக்கமாக இருக்கிறதா அல்லது நெகிழ்ந்துள்ளதா என்று கவனமாகப் பார்ப்பார்கள். முடிச்சு நெகிழ்ந்திருந்தால், தான் இல்லாத வேளையில் மனைவி பாலியல் நெறி தவறியதாக முடிவு செய்வார்கள்.

இறந்துபோன ஒருவரின் பெண் ஒட்டகத்தின் கண்களை மறைத்துக்கட்டி அவரது புதைகுழியின்மீது சாகும்வரைக்கும் அதைக் கட்டி வைப்பார்கள் அல்லது அதன் தலையை மார்பை நோக்கி இழுத்துக் கட்டி சாகும்வரை அப்படியே விட்டு விடுவார்கள். இறந்த மனிதர், புதைகுழியிலிருந்து எழும்போது, பெண் ஒட்டகத்தைத் தனது வாகனமாகப் பயன்படுத்திக் கொள்வார் எனும் நம்பிக்கையில்.

தொற்றுநோயால் பாதிக்கப்பட்ட பகுதிக்குச் சென்ற ஒருவர், அதன் நுழைவாயிலில் நின்று கழுதைபோல் உரக்கக் கத்தினால் அந்நோயால் பாதிக்கமாட்டார் என்றும், ஒருவரது சொத்தில் ஆயிரத்துக்கும் அதிகமான ஒட்டகங்கள் இருந்தால், ஓர் ஆண் ஒட்டகத்தின் இரண்டு கண்களையும் தோண்டியெடுப்பதன்மூலம் மற்ற ஒட்டகங்களை நோய்களிலிருந்து காப்பாற்றி விடலாமென்றும் நம்பினார்கள்.

ஒரு ஒட்டகம் தோல் நோயால் பாதிக்கப்பட்டால், நோய் பாதிக்காத மற்றொன்றுக்கு சூடு வைப்பார்கள். இதன்மூலம் நோய் பாதித்த ஒட்டகம் குணமடையும் என்று நம்பினார்கள்.

புகழ்பெற்ற கவிஞனான நாபிகாவின் கவிதை வரிகள்:

பிறரை விட்டுவிட்டு பளுவை நீ என்மீது சுமத்தினாய்

தோல்நோயால் துன்புறும் ஒட்டகத்தை விட்டுவிட்டு,

அமைதியாக மேயும் நலமான ஒட்டகத்துக்கு

சூடு வைப்பதுபோல்!

ஒரு பசு நீரருந்த மறுத்தால், அவர்கள் மற்றொரு எருதை

அடிப்பார்கள். கெட்ட ஆவியுடன் தொடர்புள்ள எருது, பசுவைக் கட்டுப்படுத்தும் என்று நம்பினார்கள். தண்டனையிலிருந்து தப்பித்தக் கொலையாளியைப் பழி வாங்கும்வரைக்கும், இறந்தவனின் தலையோட்டிலிருந்து ஹமா எனும் பறவை வெளிவந்து, எனக்கு நீர் கொடு; எனக்கு நீர் கொடு என்று கதறிக்கொண்டே இருக்குமென்றும் நம்பினார்கள்.

ஒருவனது வயிற்றுக்குள் பாம்பு இருந்தால், அவனுக்கு புலால்வேட்கை ஏற்படும்போதெல்லாம் அந்தப் பாம்பு, அவனது விலா எலும்புகளிலுள்ள புலாலைக் கொத்தித் தின்றுகொண்டிருக்கும் என்று நம்பினார்கள். பிள்ளைகள் அடுத்தடுத்து இறந்துகொண்டிருக்கும் ஒரு பெண், மதிப்பும் செல்வ வளமும்பெற்ற ஒருவரின் உயிரற்ற உடலைக் கால்களால் மிதித்தால் மிச்சமிருக்கும் பிள்ளைகள் சாவிலிருந்து காப்பாற்றப்படுவார்கள் என்ற நம்பிக்கையும் அவர்களிடமிருந்தது. ஜின்கள், குழிமுயல்களுக்குப் பயப்படும் என்று நம்பிய அவர்கள், தம் பிள்ளைகளின் கழுத்தில் குழிமுயல்களின் எலும்பைக் கட்டித் தொங்க விட்டார்கள். ஜின்களின் தீமைகளிலிலிருந்து அவர்களைப் பாதுகாப்பதற்காக!

பெண்குழந்தைகளைக் கொல்லுதல் : பெண் குழந்தைகளைக் கொன்றுவிடும் வழக்கம், தமீம் மற்றும் குறைஷிகளிடம் அதிகமாக இருந்தது. இதில், தங்களுடைய கோத்திரப் பெருமையும் அடங்கியிருப்பதாக அவர்கள் கருதினார்கள். பெண் குழந்தை, இனிய மழலை மொழி பேச ஆரம்பித்த, ஐந்து அல்லது ஆறு வயதை அடைந்ததும் இதைச் செய்வார்கள். தங்கள் குடியிருப்புக்கு வெளியே ஏற்கனவே தோண்டிய ஆழமான குழியின் அருகில், அழகிய ஆடைகளுடன் ஒருவன் தன் மகளை அழைத்துச் செல்வான். குழியின் அருகில் நின்றிருக்கும் மகளை அப்படியே குழிக்குள் தள்ளுவான். அந்தக் குழந்தையின் உயிர் அடங்கும்வரைக்கும் கதறக் கதற அவளைக் கல்லால் அடிப்பான். குழந்தையின் கதறல்கள் எதுவுமே அவனது கல்மனதைக் கரைத்து விடாது. பிறகு, குழியை மூடிவிட்டுத் திரும்புவான்.

தங்களுடைய பெண் குழந்தைகளை இப்படி உயிருடன் புதைப்பதில் அவர்கள் பெருமிதம் கொண்டார்கள். தமீம் கோத்திரத்தைச் சேர்ந்த, கைஸ் பின் ஆஸிம் தனது பத்து பெண் குழந்தைகளை இப்படிக் கொன்றான். குரூரம் நிறைந்த

இவ்வழக்கம், அரேபிய இனக்குழுவினர் அனைவரிடமும் இருந்தது. சில இனக்குழுவினரிடம் அதிகமாக இருந்தது.

சூதாட்டம் : சூதாடுவதிலும் அரேபியர்கள் மிகுந்த ஆர்வம் காட்டினர். இறகுகளற்ற அம்புகளை வைத்து இந்தச் சூதாட்டம் நடைபெற்றது. பத்து எண்ணிக்கையிலான அவை: 1. கத், 2. தவாம், 3. ரகீப், 4. நாஃபிஸ், 5. ஹல்ஸ், 6. மபல், 7. முஅல்லா, 8. ஃபஸீஹ், 9. மனீஹ், 10. வக்த் எனும் பெயர்களில் குறிப்பிடப்பட்டன.

இவை ஒவ்வொன்றுக்கும் தனித்தனி மதிப்பீடுகளிருந்தன. எடுத்துக்காட்டாக: கத் ஒன்று, தவாம் இரண்டு, ரகீப் மூன்று என மதிப்பீடுகள் அதிகரிக்கும். ஆனால், கடைசி மூன்று அம்புகளுக்கு மதிப்பீடுகளில்லை. பத்து செல்வந்தர்கள் சேர்ந்து, பத்து கொழுத்த வெள்ளாடுகளை வாங்கி, அதை இருபத்தெட்டு பங்குகளாகப் பிரிப்பார்கள். ஒருவரை நியமித்து அவரிடம் அம்புகள் கொடுக்கப்படும். அவர் அதை ஆளுக்கொன்றாகக் கொடுப்பார். இப்போது, அவர்கள் தங்களின் அம்புக்குரிய பங்கைப் பெற்றுள்ளனர். இந்தச் சூதாட்டத்தை கஅபாவிலிருந்த ஹுபல் சிலைக்கு முன்னால் வைத்து நடத்தினர்.

இன்னொரு வகை சூதாட்டம்: சிறிது மணலைக் குவித்து அதனுள் எதையாவது மறைத்து வைப்பார்கள். மணலை இரண்டு பகுதிகளாகப் பிரித்து, மறைத்து வைத்த பொருள், எந்தப் பகுதியில் இருக்கிறது என்று சொல்ல வேண்டும். இதைச் சரியாகச் சொன்னவர்கள் வெற்றி பெறுவார்கள்.

அரேபியாவும் அண்டை நாடுகளும் : அரபு சமூகங்களும் அதன் பண்பாடுகளும் பழக்க வழக்கங்களும் குறித்து இதுவரை சொல்லப்பட்டவை அனைத்தும் இஸ்லாத்தின் தோற்றத்துக்கும் இறைத்தூதர் முஹம்மத் நபி (ஸல்) அவர்களின் வருகைக்கும் முற்பட்டவை. இறையியல் மற்றும் நம்பிக்கைகள், இறைத்தூதரின் வருகைக்கு ஒரு நூற்றாண்டுக்கு முன்பிருந்து, தூதராக அவர் அறிவிக்கப்படும்வரையிலான நிலைமைகள். இறைத்தூதரின் நியமனத்தின்போது அரபுலகம் எத்தகைய சூழ்நிலையில் இருந்தது என்பதையும் இஸ்லாம் அறிமுகமாகும்போது அந்தச் சமூகம் எந்த அளவுக்குச் சீர்கெட்டுப் போயிருந்தது என்பதையும் இதன்மூலம் புரிந்துகொள்ள இயலும்.

இஸ்லாமிய வரலாறு முதல் பாகம்

மனிதனை மாண்புகளை நோக்கிக் கொண்டுசெல்லும் உந்துசக்தியாகத் திகழ்ந்த இஸ்லாத்தின் தாக்கமும் இறைத்தூதரின் போதனைகளால் உருவான மாபெரும் புரட்சியின் ஒரு வரலாற்றுச் சித்திரத்தை, இனிவரும் பக்கங்களில் காணலாம். அரபு சமூகங்களின் அனைத்துக் கூறுகளையும் ஓரளவில் புரிந்துகொண்டோம். ஆனால், அன்றைய உலகின் ஒட்டுமொத்த சமூகங்களின்மீதான ஒப்பீட்டு அளவில்தான் இதை அணுக முடியும். இந்தச் சூழலில், இஸ்லாம் எத்தகைய மாற்றத்தைக் கொண்டு வந்தது என்று மதிப்பிடுவதுதான் இதன் நோக்கம்.

பாரசீகம் (இரான்) : அன்றைய உலகில் மிகவும் புகழ்பெற்ற, பழைமையான, போற்றத்தகுந்த நாகரிகங்களில் பாரசீக நாகரிகமும் ஒன்று. பண்டைக் காலங்களில் மக்கள் சந்திரனை வழிபட்டனர். இம்மக்களைச் சீர்திருத்தும்பொருட்டு, ஒருவர்பின் ஒருவராகப் பல தீர்க்கதரிசிகள் வருகை தந்தனர். ஏறக்குறைய, இக்காலகட்டத்தின் இறுதியில், ஸொராஸ்ட்ரரால் அக்னி வழிபாடு மேலோங்கியது. ஸொராஸ்ட்ரரின் ஆன்மிக இறையியல், அக்னி வழிபாட்டிலிருந்து விலகிய ஏகத்துவ நெறியை முன்வைப்பதுதான். ஆனால், ஏகத்துவத்தைக் கடந்து அக்னி வழிபாடு மேலோங்கியது. இவர் உண்மையான வழிகாட்டியாகவே தன்னை முன் நிறுத்தினார். மிக விரைவில் இது, அரசு ஆன்மிகமாக மாற்றம்பெற்று மக்களின் ஆன்மிகமாக பரிணமித்தது.

வளர்ச்சியிலும் நாகரிகத்திலும் பிற நாடுகள் அனைத்தை விடவும் பாரசீகம் மேலோங்கி நின்றது. பரப்பளவிலும் தகுதியிலும் உயர்நிலையிலிருந்த பாரசீகப் பேரரசின் எல்லைகள், எகிப்திலிருந்து மங்கோலியாவரைக்கும், இமயமலைத் தொடரிலிருந்தும் பாரசீக வளைகுடாவிலிருந்தும் அல்த்தாய் மலைத்தொடர்வரைக்கும் வியாபித்திருந்தது. பாரசீக சமூகம், ஆசியாக்கண்டம் முழுவதையும் தங்களின்கீழ் வைத்திருந்தது. பாரசீகப் பண்பாடு, நாகரிகம், ஒழுக்கவியல் போன்றவற்றை, ஆசியப் பகுதிகளிலுள்ள அனைத்து நாடுகளும் பின்பற்றத் தகுந்தவையாகக் கருதின.

பாரசீகர்கள், பல தெய்வ வழிபாடு எனும் இருண்ட குகைக்குள் வீழ்ந்த பின், தங்களது நற்குணங்களில் பெரும்பாலானவற்றையும் இழக்கும் அளவுக்குச் சீரழிவுக்குள்ளாயினர். இஸ்லாம் தோன்றிய காலத்தில் ஸொராஸ்ட்ரருக்கு தெய்வீகப் பண்புகளைக் கொடுத்து,

தங்கள் பொய்க் கடவுளர்களில் அவரையும் சேர்த்திருந்தார்கள். நன்மை, தீமைகளின் கடவுளர்களாக யஸ்தான் (அஹுரா மஸ்தா - நன்மையின் கடவுள்) எனும் கடவுளையும், அஹ்ரிமான் (அங்க்ரா மைன்யூ - தீமை மற்றும் இருளின் கடவுள்) எனும் கடவுளர்களை வணங்கினார்கள். அக்னியையும் ஒளியையும் பெருத்த நம்பிக்கையுடன் வழிபட்டனர். கூடவே, சூரிய சந்திராதிகளையும், கோள்களையும், நட்சத்திரங்களையும் வழிபட்டனர்.

திருட்டும் வழிப்பறியும் கொள்ளையும் அளவு கடந்தன. கிஸ்ரா இளவரசியுடன் ஒரு முறை உடலுறவுகொள்ள வேண்டும் என்று ஒருவன் கோரிக்கை வைக்கும் அளவுக்கு, பாலியல் சீர்கேடுகள் தலைவிரித்தாடின. பரஸ்பரம் கருத்தியல் முரண்பாடுகளும், அதுசார்ந்த பகைமையும், கொடூரமும், நம்பிக்கையின்மையும், வஞ்சகமும், எளியவர்களை மிருகங்களைவிடவும் இழிவாக நடத்துவதும் பாரசீகத்தின் பழம்பெருமைகளை அடியோடு சிதைத்தன. உலகப் பண்பாடுகளின், நாகரிக மையமாகத் திகழ்ந்த பாரசீகம், மனித மாண்புகள் அனைத்தையும் ஒருசேர இழந்து நின்றது.

நட்சத்திரம், அக்னி போன்ற இயற்கைகளை வணங்குவதுடன் மட்டும் மக்களால் திருப்தியடைய இயலவில்லை. மன்னர்கள், மந்திரிப் பிரதானிகள், படைத்தலைவர்கள்போன்ற உயர் வகுப்பினரும் மக்கள் தங்களைத் தொழுது நிற்க வேண்டுமென்று விரும்பினார்கள். பாரசீகத்தினுள் முஸ்லிம்கள் நுழைந்து அதைத் தங்களின் கட்டுப்பாட்டுக்குள் கொண்டுவந்த பிறகுதான், இதிலிருந்து மக்களுக்கு விடுதலை கிடைத்தது.

கிரேக்கமும் ரோமும் : அக்காலகட்டத்தில், பாரசீகப் பேரரசுக்கு நிகரான, உலகின் மற்றொரு பேரரசாகவும் மிகப் பெரிய அரசியல் சக்தியாகவுமிருந்தது ரோமானியப் பேரரசு. உலக அளவில் கிரேக்க, ரோமானிய நாகரிகங்களும் மிகவும் புராதனமானவை; பெருமைக்குரியவை. அவர்களது கலையும், அறிவியலும், வீரப்பிரதாபங்களும் உலகப் புகழ்பெற்றவை. மருத்துவம், கணிதவியல், வானவியல், தத்துவம், தர்க்க சாஸ்திரம்போன்ற துறைகளில் உலகின் தலைசிறந்தவர்களாக இருந்தவர்கள் கிரேக்கர்கள். சாக்ரட்டீஸ், ஹிப்போக்கிரேட்ஸ், லுக்மான், பிளேட்டோ, அரிஸ்ட்டாட்டில்போன்ற மேதைகள் பிறந்த மண். உலகின் மாபெரும் வீரனாகிய அலெக்சாண்டரும் இங்குதான் பிறந்தார்.

கான்ஸ்டான்டிநோபிளைத் தலைநகராகக்கொண்ட ரோமானியப் பேரரசர் சீசர், ஆன்மிக வழிகாட்டியாகவும் மதிக்கப்பட்டவர். ஆனால், உலகியல் சார்ந்த அனைத்துத் துறைகளிலும் முன்னணியில் நின்றும், ஆறாவது ஏழாவது நூற்றாண்டுகளின்போது, கிரேக்கமும் ரோமும் வீழ்ந்து கிடந்த நிலை பாரசீகத்தைவிட எவ்வகையிலும் குறைந்ததல்ல.

கடனாளிகளான ஒவ்வொரு பாரசீகனும் தன்னைத்தானே அடிமையாக விற்றுக்கொண்டதுபோல், கிரேக்கத்திலும் பல்வேறு வகையான அடிமை முறைகள் இருந்தன. ஒரு வகை அடிமைகளை மட்டும் கிரேக்கத்திற்கு வெளியே விற்க முடியாது. பிற அடிமைகள், அந்நிய தேசங்களில் ஆடு, மாடு, குதிரை, ஒட்டகங்கள்போல் விற்கப்பட்டனர். விலைக்கு வாங்கியவருக்குத் தனது கால்நடைகளைக் கொல்லும் உரிமைபோல் அடிமைகளைக் கொல்லவும் உரிமை இருந்தது. பெற்றோர்கள் தம் பிள்ளைகளைப் பிறருக்கு அடிமைகளாக விற்பனை செய்தனர். அடிமைகளுக்குத் திருமணம் செய்யும் உரிமை கிடையாது. அடிமைகளுக்கும் அவர்களது வாரிசுகளுக்குமிடையே உரிமையோ உறவுமுறைகளோ கிடையாது.

கிறிஸ்தவர்களின் சீர்கேடு : ஈஸா (அலை) அவர்களின் பிறப்புக்குப் பிந்தைய இருநூறு ஆண்டுகளில் கிறிஸ்தவர்களிடையே துறவறம் இருந்ததான எந்தச் சான்றுகளும் இல்லை. ஆனால், ஆறாம் நூற்றாண்டில், ஆன்மிக உயர்வை அடைய விரும்பும் யாரும் துறவறம் மேற்கொள்ளலாம் எனும் அளவுக்கு சிரியாவிலும் கிரேக்கத்திலும் ரோமிலும் துறவிகளின் எண்ணிக்கை அதிகரித்திருந்தது. படிப்படியாக இது, பெண்களிடையிலும் வழக்கத்திற்கு வந்தது. இதன் விளைவாக, எல்லாவகையான மோசமான செயல்களும் அரங்கேறும் மேடைகளாகத் திகழ்ந்தன துறவியர் இல்லங்கள். சில துறவியர் பாலைவனப் பகுதிகளிலும் வாழ்ந்து வந்தனர்.

துறவு வாழ்க்கையை மேற்கொண்ட பெண்களுக்கும் அவர்களது பெற்றோருக்கும் இடையே உறவுகளைப் பேணுவதற்கான இடமில்லை. திருட்டு, பாலியல் பிறழ்வு, நம்பிக்கை மோசடி போன்றவை மிகப்பரவலாக இருந்தன. யாசகம் வெறுக்கத்தக்க ஒன்றாகக் கருதப்படவில்லை. மாறாக அதைத் துறவு வாழ்க்கையின் கொடுப்பினையாகக் கருதினார்கள். ஏகத்துவ சிந்தனையும்

இறைவழிபாடும் வாழ்வியல் முறைகளிலிருந்து அகற்றப்பட்டிருந்தன. மக்கள், துறவிகளையும் புரோகிதர்களையும் சேவித்து மகிழ்ச்சியூட்டி, நற்சான்று பேறு பெற்றனர்.

எளியவர்கள் தங்களுக்குத் தொண்டூழியம் செய்வதை உரிமையாகக் கருதினார்கள் செல்வந்தர்கள். அரசர்களும் அரசவை ஆட்களும் மக்களைக் கால்நடைகளைப்போல் நடத்தினர். அவர்களின் உழைப்பிற்கான பலன்கள்மீது கட்டுப்பாடுகள் விதித்து மிகச் சிறு பலனை மட்டுமே அவர்களுக்கு அனுமதித்தனர்.

எகிப்து : எகிப்தின் பண்டைய சூழ்நிலை, மக்கள், புகழ், மேன்மைகள் குறித்த மதிப்பீடுகளின் சாராம்சமாக, பெண்ணின் தலையும் சிங்கத்தின் உடலும்கொண்ட சிலையின் பிரம்மாண்ட அமைப்பையும், பிரமிடுகளையும், அண்மைக்காலங்களில் அகழ்வாய்வுகள் மூலம் கண்டுபிடிக்கப்பட்ட பொருள்களையும் அதன் மாபெரும் உண்மைகளையும் குறிப்பிடலாம்.

எகிப்து, அடிப்படையில் ஒரு விவசாய நாடாக இருந்ததால், வலுவிழக்கும்போதெல்லாம் பலம் மிக்க நாடுகளின் தாக்குதல்களுக்கு இரையானது. பாரசீகர்களும் கிரேக்கர்களும் ரோமானியர்களும் பலமுறை அடிமைப்படுத்தி, நீண்டகாலம்வரைக்கும் அதைத் தங்கள் கட்டுப்பாட்டின்கீழ் வைத்திருந்தனர். ஆதிக்க நாடுகளின் நாகரிகம் எகிப்தியர்மீது மிகஎளிதாகச் செல்வாக்கு செலுத்தின என்பது கவனிக்கப்பட வேண்டிய ஒன்று.

ரோமானிய ஆட்சியின்போது, எகிப்தின் பெரும்பகுதி மக்கள் கிறிஸ்தவத்தைத் தழுவினர். ஆயினும், இஸ்லாத்தின் வருகை நிகழ்வதுவரைக்கும் எகிப்து இருளில்தான் மூழ்கிக்கிடந்தது. சிலை வழிபாட்டைவிட எவ்வித உயர்ந்த நிலையிலும் கிறிஸ்தவம் அங்கு பேணப்படவில்லை. எகிப்திய சிலைவழிபாட்டின் எல்லாக் குறைபாடுகளும் கிறிஸ்தவர்களிலும் காணப்பட்டன.

ஆட்சியாளர்களாக இருந்த ரோமானியர்களும் கிரேக்கர்களும் மக்களை, கால்நடைகளைவிட இழிவாக நடத்தினர். கிரேக்கர்களிடமும் ரோமானியர்களிடமும் இருந்த குறைபாடுகள், எகிப்தியர்களிடம் மிக மோசமான விளைவுகளை உருவாக்கின. அடிமை வணிகம் மிகத்துயரமான கட்டத்தை அடைந்தது. கொள்ளையடிக்கவும் பாலியல் பிறழ்வுகளில் ஈடுபடவும் வசதியாக,

கவர்ச்சிகரமான கொள்கைகளும் விதிமுறைகளும் இயற்றப்பட்டன. உயிர்க்கொலைகள் பொழுதுபோக்கு அம்சமாக அரங்கேறின. பெண்கள் தற்கொலைக்குத் தூண்டப்பட்டனர். எகிப்தில் நிலவிய இருளடர்ந்த இச்சூழல் பிற நாடுகளை விடவும் எவ்விதத்திலும் குறைந்ததல்ல. கற்பனைக்கும் எட்டாத எல்லாவகைச் சீரழிவுகளும் எகிப்தில் நடந்துகொண்டிருந்தன.

இந்தியா : மிகவும் செழிப்பான ஒரு நாடு இந்தியா. வானியல், கணிதவியல், தத்துவம்போன்ற பல துறைகளில் தங்களைப் பெருமைக்குரியவர்களாகக் கருதிய இந்தியப் பெருநிலப்பரப்பின் ஆட்சியாளர்களான அசோகர், சந்திரகுப்த மௌரியர் போன்ற மாபெரும் பேரரசர்கள் அப்போது மறைந்து விட்டனர். தேசத்தின் எந்தப் பெருநிலப்பரப்பும் தலைசிறந்த ஒரு ஆட்சியாளரின் கீழ் இல்லை. தங்களுக்குள் போரிட்டுக்கொண்டிருந்த குறுநில மன்னர்களைக்கொண்ட ஒரு பெரும் நிலப்பரப்பாக அது இருந்தது.

இந்தியாவில் கடவுள் சிலைகளில்லாத வீடுகளே கிடையாதென்று சீனப்பயணி ஒருவர் குறிப்பிடுகிறார். அந்த அளவுக்கு, தேசம் முழுவதும் சிலைவழிபாடுகள் இருந்து வந்தன. பவுத்தமும் இதிலிருந்து மாறுபட்டிருக்கவில்லை. சமயம் சார்ந்த ஒரு பிரிவினர், பாலியல் எண்ணங்களை ஆன்மிகமயப்படுத்தி எகிப்தியரைப்போல், விதிமுறைகளையும் கொள்கைகளையும் வகுத்திருந்தார்கள். விண்மீன்கள், கோள்கள், மலைகள், ஆறுகள், கற்கள், மரங்கள் போன்ற இயற்கைகளையும் கால்நடைகள், ஊர்வனபோன்ற உயிரினங்களையும் மானுடப் பிறப்புறுப்புகளையும் வணங்கும்முறை பரவலாக இருந்து வந்தது. இந்த அடிப்படையில் இந்திய மக்களின் வாழ்வியல் முறைகளை ஓரளவுக்குக் கணித்து விடலாம்.

சீனா : மேற்குறிப்பிடப்பட்ட நாடுகள் அரேபிய நிலப்பகுதியைச் சூழ்ந்திருப்பவை. நாகரிக வளர்ச்சியடைந்த நாடுகளின் வரிசையில் ஒப்பீட்டுக்காக இவை எடுத்துக்கொள்ளப்பட்டன. இதில் சீனாவும் உட்படும். ஆனால், பிற எல்லா நாடுகளைவிடவும் சீனா அன்று மிக மோசமான நிலையில் இருந்து வந்தது. கன்ஃபியூஸியனிஸம், தாவோயிஸம், பவுத்தம் ஆகியவற்றின் கலப்பு, அதன் பண்பாட்டு நெறிமுறைகளையும், இறையியலையும் தெளிவற்ற நிலையில் பாதித்திருந்தது. இங்கே வந்த முஸ்லிம்களில் ஒரு பிரிவினரது உயர்

பண்புகளால் இங்கும் மாற்றங்களுக்கான பாதை உருவானது.

துருக்கி, ரஷ்யாபோன்ற மேலும் சில நாடுகளிலும் மக்கள் வாழ்ந்து வந்தனர். ஆனால், அவர்கள் உலகின் பிற பகுதியினரால் அறியப்படாதவர்களாகவோ குறிப்பிட்டுச் சொல்வதுபோல் எந்த விசேஷ அம்சங்களும் இல்லாத சமூகங்களாகவோ இருந்திருக்க வேண்டும்.

முடிவுரை : முஹம்மத் (ஸல்) அவர்கள் இறைத்தூதராக அனுப்பப்பட்ட காலகட்டம் அல்லது அதற்குச் சற்று முன்னதாக, உலகின் அனைத்துப் பகுதி மனித வாழ்க்கையும் அறியாமை இருளில் ஆழ்ந்து கிடந்தது. நிலவி வந்த இறைநம்பிக்கைகளால் மனித சமூகத்தை இச்சீர்குலைவிலிருந்து விடுவிக்க இயலவில்லை. ஆன்மிகம் சார்ந்த தெளிவுகள், சமத்துவம், சகோதரத்துவம், நீதி, ஒழுக்கம், பண்பாடு, நாகரிகம், அறிவுபோன்ற அனைத்து அம்சங்களும் குலைந்து கிடந்த அப்போதைய சூழல், அதற்குமுன் ஒருபோதும் இருந்ததில்லை.

எல்லாம் வல்ல அல்லாஹ், மனிதர்களுக்கு நேர்வழிகாட்ட அனைத்து சமூகங்களுக்கும் தனது தூதர்களை அனுப்பினான். அவர்களும் தங்கள் பணிகளைச் செவ்வனே ஆற்றிச் சென்றனர். ஆனால், பகல் இரவுபோல், ஒளியும் இருளும் மாறி மாறி வந்தன. இருளால் உலகம் முழுவதும் மூடப்படும்வரை இது தொடர்ந்துகொண்டே இருந்தது. எல்லாம் வல்ல அல்லாஹ், தூதர்களை அனுப்பும் தனது பணியை முஹம்மத் நபி (ஸல்) அவர்களுடன் நிறைவு செய்தான். இதற்கான தேவையும் அல்லாஹ் ஒருவனையே சேரும்.

எல்லாம் வல்ல அல்லாஹ், தனது இறுதித்தூதரின் பிறப்பிடமாக அரேபியாவைத் தேர்வு செய்தான். உலகம் முழுவதையும் அறிவின் ஒளிக்கதிர்களால் நிரம்பச்செய்யும் இறையறிவிப்பின் ஞாயிறு, மக்கா மண்ணிலிருந்து உதித்தெழுந்தது.

இந்த அறிவின் ஒளிக்கதிர்கள்தான் இந்நூலுக்கான அகத்தூண்டுதலையும் அளித்தது. ஆயினும், இறையறிவிப்பிற்காக ஏன் அரேபிய மண் தேர்வு செய்யப்பட்டது? ஏன் வேறு ஒரு பகுதி தேர்வு செய்யப்படவில்லை? இந்தக் கேள்வி பொருளற்றதாயினும் உருவாகலாம்.

நபித்துவத் தேர்வு : ஏதாவது ஒரு நாட்டில்தான் இறுதித்தூதர் பிறந்தாக வேண்டும் என்பது மேற்கண்ட கேள்விக்கான எளிய ஆனால், தீர்க்கமான பதில். மேலும், இறையறிவிப்பு அருளப்பெற்ற அரபு மொழிபோல் உலகின் வேறு எந்தப் பகுதியிலுள்ள மொழியும் அன்று முழுமை பெற்றிருக்கவில்லை. அல்லது தன்னளவில் முழுமைபெற்றதும், பிற்காலத்தில் சிதைவுகளுக்கோ, சீர்திருத்தங்களுக்கான தேவைகளோ உள்ள மொழிகள். சொல்லாற்றலிலும் வளத்திலும் உலகிலுள்ள பிற மொழிகள் அனைத்தைவிடவும் அரபு மொழி மேலோங்கியிருந்தது. உலகம் முழுமைக்கும் வழிகாட்டுகிற இறையறிவிப்பு, வழக்கிலுள்ள மொழிகளை விட, மேம்பட்ட ஒரு மொழியில் வெளிப்பட்டாக வேண்டிய தேவை மிக முக்கியமானது.

அரபிகள், முன்முடிவுகளற்றதும், முற்றிலும் அடிபணியாததுமான விடுதலை மனோபாவம் கொண்டவர்கள். எந்த இறையியல் முறைகளிலும் அவர்கள் தீர்க்கமாக இல்லை. இதில் உறுதியுடனிருக்கும் சமூகத்தாரிடம் இறையறிவிப்பு நிகழ்ந்திருந்தால், அச்சமூகம் ஏற்கனவே பற்றுதலுடனிருக்கும் பழைய நம்பிக்கைகளை இறையறிவிப்பில் சேர்க்கவோ, தங்களுக்கு உவப்பானவற்றை எடுத்து பூர்வநம்பிக்கைகளினுள் சேர்க்கவோ செய்யும் ஆபத்தும் இருந்தது. இறுதித்தூதர் என்ற நிலை, இதற்கான வாய்ப்புகளை மறுக்க வேண்டிய கட்டாயத்தை உள்ளடக்கியது.

எந்த அந்நிய சக்திக்கும் அரேபியர்கள் அடிபணிந்தது கிடையாது. எந்த அந்நிய தேசத்தையும் தங்கள் ஆதிக்கத்தின்கீழ் வைத்தவர்களும் அல்ல. இந்நிலையில், பிற பகுதிகளிலுள்ள அனைத்து சமூக மக்களும் தேசங்க்ளும் ஒரு நாடோடி சமூகத்தைப் பொறுத்தவரைக்கும் அந்நியர்களல்ல. இஸ்லாத்தையும் கையிலேந்திக்கொண்டு அவர்கள் வெளியே வந்தபோது, அட்லாண்டிக் பெருங்கடலின் கிழக்குக்கரையிலுள்ள ஸ்பெயின் முதல் சீனக்கடலின் மேற்குக்கரையிலுள்ள சீனாவரைக்குமான நாகரிகமடைந்த எல்லா தேசங்களின் சமூக மக்களும் அவர்களுக்கு முன்பின் அறியாதவர்களாகவே இருந்தனர். உலகம் முழுவதுமே ஒரே மனித குலமாக, ஒரே மக்களாகவே அவர்களுக்குத் தெரிந்தார்கள்.

வெளியுலகால் அறியப்பட்ட எல்லா நாடுகளும் நாகரிகம், ஆன்மிகம், அறிவியல் போன்ற துறைகளில் வளர்ச்சி அடைந்திருந்தன.

ஒவ்வொரு நாடும் பல்வேறு காலகட்டங்களில் வெற்றியையும் தோல்வியையும் அனுபவித்திருந்தன. அரேபியாவைத் தவிர, உலகின் வேறு ஏதாவது பகுதிக்கு இறைத்தூதர் அனுப்பப்பட்டிருந்தால், அது கடந்தகால வெற்றி தோல்விகளின் அடிப்படையிலோ பொருளாதார அடிப்படையிலோ ஆட்சியாளர்களின் நலன்கள் சார்ந்து அரசியல் ரீதியாகவோ ஏற்கனவே அனுப்பப்பட்ட இறைச்செய்திகள்போல் தவறான புரிதல்களுக்கு ஆட்பட்டிருக்கும்.

இறைமறை : பண்பாடு, நாகரிகம், சமூக ஒற்றுமை போன்ற அம்சங்களிலும், வளர்ச்சியிலும், முன்னேற்றத்திலும் மிகவும் பின்தங்கியிருந்த அரபிகளை, இறைமறைதான் உயர்நாகரிகமும் ஒழுக்கநெறி சார்ந்த முன்மாதிரி சமூகமாகவும் உலகாள்பவர்களாகவும் இறையியல் ஆசான்களாகவும் மாற்றியமைத்தது. இறைத்தூதர் வாழ்ந்த காலத்திலும் பிற்காலங்களிலும் உலகிலுள்ள ஒவ்வொரு சமூகமும் அவரால் பெரும் நன்மைகள் கிடைக்கப்பெற்றன. அனைத்து இறைத்தூதர்களாலும் வழிகாட்டிகளாலும் அறிவிக்கப்பட்ட போதனைகளைவிடவும் புனிதக் குர்ஆன் உயர்வானது.

வரலாற்று நூல் எழுதும் கோட்பாடுகளின் அடிப்படையில் மேற்கண்ட இறுதிச் சொற்களின் தேவை குறித்த கேள்விகள் எழலாம். இவ்வரலாற்று நூல் முஸ்லிம்களின் வாசிப்புக்காகவே முன்வைக்கப்படுவதாலும், இதனைத் தொகுத்தளிப்பவர்கள் முஸ்லிம்களாக இருப்பதாலும் எழுதுகோலிலிருந்து இயல்பாகவே வந்துள்ள இச்சொற்களைத் தவிர்க்க வேண்டிய தேவையில்லை.

இறைத்தூதர் முஹம்மத் நபி (ஸல்)

ஏற்கனவே சொன்னதுபோல், அறியாமை மற்றும் அந்தகாரக் கூரிருளில் உலகம் மூழ்கிக் கிடந்தது. பலதெய்வ வழிபாட்டின் கொடுங்காற்றையும் அதன் தீமைகளையும் பாலை நிலப்பரப்புகள் அனுபவித்துக்கொண்டிருந்தன. வழிகாட்டும் சூரியக்கதிர்கள் உருவாகும் அடையாளங்களையும் நேர்வழிக்கான நீரூற்று பொங்கிப் பிரவகிக்கும் அறிகுறிகளையும் அந்த மண் படிப்படியாக வெளிப்படுத்தத் தொடங்கியது. கறுத்த இரவுகள் முடிவுக்கு வந்தன. உதிக்கும் கதிரவனின் நற்செய்திகளை உலகுக்கு அளிப்பதுபோல் வைகறை கிளர்ந்தெழுந்தது. இருள் போர்த்திக் கிடந்த அரேபிய மண்ணின் அடிவானிலிருந்து மெல்லியதொரு ஒளிக்கீற்று தென்பட ஆரம்பித்தது.

இறைத்தூதரின் தோற்றத்துடன், நன்மைகள்மீதான நாட்டமும் தீமையை வேரறுக்கும் எண்ணமும் அரேபிய இனக்குழுவினரிடம் உருவாக ஆரம்பித்தன. வரக்கா பின் நவ்ஃபல், உஸ்மான் பின் அல்ஹுவைரித், உமர் பின் கத்தாபின் மாமனாரான ஸைத் பின் அம்ர், உபைதுல்லாஹ் பின் ஜஹ்ல் போன்றோர் ஓரிடத்தில் கூடித் தங்கள் நம்பிக்கைகளையும் செயல்பாடுகளையும் குறித்து பரிசீலனை செய்யத் தொடங்கினர்.

இறுதியில், அவர்கள் கற்களையும் உருவங்களையும் வழிபடுவது குறித்துத் தங்கள் வெறுப்பைப் பகிர்ந்துகொண்டனர். இப்ராஹீம் (அலை) அவர்கள் முன்வைத்த இறைமறையைத் தேடிப்

பல இடங்களுக்கும் புறப்பட்டனர். வரக்கா பின் நவ்ஃபல், கிறிஸ்தவத்தை ஏற்று, தவ்ராத்தையும் கிறிஸ்தவ வேதத்தையும் தம்மை மறந்த ஈடுபாட்டுடன் படித்தார். உபைதுல்லாஹ் பின் ஜஹ்ஸ், ஏகத்துவத்தைத் தேடும் தனது தணியாத தாகத்திலிருந்து விடுபடாதவராக வாழ்ந்து, இஸ்லாம் தோன்றியதும் ஆர்வத்துடன் அதைத் தழுவிக்கொண்டார். பின்னர், அபிசீனியாவில் வாழ்ந்தபோது கிறிஸ்தவராக மாறினார்.

உஸ்மான் பின் ஹுவைரித், ரோமானிய அரசர் சீசரிடம்போய்ச் சேர்ந்து, கிறிஸ்தவத்தைத் தழுவினார். ஸைத் பின் அம்ர், யூத, கிறிஸ்தவ மறைகளை ஏற்கவுமில்லை; பல தெய்வ வழிபாட்டைப் பின்பற்றவுமில்லை. தானாகவே செத்தப் பிராணிகளின் இறைச்சியை உண்பது தவறானது என்பதை ஏற்றுக்கொண்டார். இரத்தம் சிந்துவதையும் உறவினர்களுடனான பிணைக்கங்களையும் கைவிட்டார். தாம், இப்ராஹீம் (அலை) அவர்கள் முன்வைத்த இறைவனை வணங்குவதாகச் சொன்னார். சிலை வணக்கத்தைக் கண்டித்தார். தீய செயல்களில் ஈடுபடுவதைத் தவிர்க்குமாறு தன் மக்களை அறிவுறுத்தினார். அவர் அடிக்கடி சொல்வது: "அல்லாஹ்வே! உன்னை வணங்கும் முறையை நான் அறிந்திருந்தால், பிற அனைத்தையும் விட்டுவிலகி, உன்னையே வணங்கி, உனது திருப்தியை நாடுவேன். ஆனால், அதற்கான வழிமுறைகளை நான் அறியேன்." இதைச் சொல்லி விட்டு நெற்றி நிலத்தில்பட அப்படியே விழுவார்.

வானியலாளர்களும் ஆருடம் சொல்பவர்களும், அரேபியாவில் மாபெரும் தூதர் ஒருவர் பிறக்கப் போவதாகச் சொல்ல ஆரம்பித்தனர். அரேபியாவில் வாழ்ந்த யூத, கிறிஸ்தவ அறிஞர்கள் மாபெரும் இறைத்தூதர் ஒருவரின் வருகைக் குறித்த நற்செய்திகளைத் தங்கள் மறைநூல்களிலிருந்து எடுத்துரைத்தனர்.

அப்துல் முத்தலிபின் காலத்தில், ஏமன் நாடு மிகக் குறுகிய காலம் அபிசீனிய மன்னனின் ஆளுகையின் கீழிருந்தது. அப்போது, ஆளுநராக இருந்த அப்ரஹா அஷ்ரம் என்பவன், ஏமனில் ஒரு கோவில் கட்டினான். மக்காவில், கஅபாவுக்குச் சென்று ஹஜ் செய்பவர்கள், ஏமனில் அதை நிறைவேற்றும்படி சொன்னான்.

இதில் அவனுக்கு வெற்றி கிடைக்கவில்லை. அப்ரஹாவை

இழிவுபடுத்துவதற்காக ஓர் அரபி, அவனது கோவிலில் மலம் கழித்தான். புனித இல்லமான கஅபாவை அழித்தொழிக்க நினைக்குமளவுக்கு அப்ரஹாவிற்குக் கோபம் வந்தது. அவன் மக்காவின்மீது படையெடுத்தான். இதற்காக, மிகப்பெரிய யானைப்படை ஒன்றையும் அவன் அழைத்து வந்தான்.

அப்ரஹாமின் படையெடுப்பை அறிந்த குறைஷிகள் பயந்துபோயினர். இவ்வளவு பெரிய ஒரு படையை எதிர்கொள்வதற்கான வலிமை குறைஷிகளிடமில்லை. அப்ரஹாவிடம் சென்று போரைத் தவிர்க்கச் செய்யும்படி தங்கள் தலைவரான அப்துல் முத்தலிபிடம் அவர்கள் கேட்டுக்கொண்டனர். தன்னை நாடி வந்த அப்துல் முத்தலிபை மகிழ்ச்சியுடன் வரவேற்று உபசரித்தான் அப்ரஹா. அவரை அறிவாளி என்று புகழ்ந்தான். அப்துல் முத்தலிப் சொன்னார்: "தங்கள் படையினர், எனக்குச் சொந்தமான இருநூறு ஒட்டகங்களைக் கவர்ந்துகொண்டு விட்டனர்."

அப்ரஹாவின் படைகள், அல்லாஹ்வின் இல்லமான கஅபாவை அழிக்கும் நோக்கத்துடன் வந்திருப்பதை அப்துல் முத்தலிப் நன்றாகவே அறிவார். இருந்தும், கஅபாவைக் குறித்த அவனது பேச்சைப் பொருட்படுத்தாமல், தமது ஒட்டகங்களைப் பற்றிப் பேசினார்: "ஒட்டகங்களின் உரிமையாளன் நான்; இறையில்லத்தின் உரிமையாளன் வேறொருவன். அவன் அதைக் காப்பாற்றுவான்" என்றார். அப்ரஹாவுக்குக் கோபம் வந்தது. "இறையில்லத்தின் உரிமையாளன் அதைக் காப்பாற்றுகிறானா, பார்க்கலாம்" என்றான்.

போருக்கான தேவையே ஏற்படவில்லை. அப்ரஹாவின் படைகள் முற்றிலுமாக அழிக்கப்பட்டன. அறுவடை முடிந்த நெல்வயல் போலாயின அப்ரஹாவின் படைகள். இறையில்லத்தை அதன் உரிமையாளன் பாதுகாப்பான் என்று அப்துல் முத்தலிப் குறிப்பிட்டதன் பிறகு நடந்த இந்தச் சம்பவம், அரபிகள் அனைவரது மனங்களிலும், அல்லாஹ்வைக் குறித்த பெரும் அச்சத்தைத் தூண்டியது. இந்தப் படையெடுப்பு நிகழ்ந்த ஆண்டை முன் வைத்து யானைக் கலகத்துக்கு முன், பின் என்று காலக்கணக்கைக் குறிப்பிடும் வழக்கமும் அரேபியர்களிடையே உருவானது.

அபிசீனிய மன்னனின் கீழிருந்த ஏமன் நாட்டை, இந்நிகழ்ச்சிக்குப்

பிறகு, ஸைஃப் பின் யாசீன் கைப்பற்றினார். ஸைஃப் மன்னருக்கு வாழ்த்துச் சொல்ல, குறைஷி முக்கியஸ்தர்கள் சிலரை அழைத்துக்கொண்டு சென்றார் அப்துல் முத்தலிப். அப்போது, "தங்களின் வம்சாவளியிலிருந்து இறுதி இறைத்தூதர் தோன்றுவார்" எனும் நற்செய்தியை வழங்கினார் அபிசீனிய மன்னர் ஸைஃப் பின் யாசீன்.

அபிசீனிய மன்னரின் இச்செய்தி, எங்கும் பரவலாகப் பேசப்பட்டது. குழுவில் இடம் பெற்ற உறுப்பினர்கள் அனைவரும், தங்களின் வம்சாவளியிலிருந்துதான் இறைத்தூதர் தோன்றுவார் என்று நம்பினார்கள். இதற்காக அவர்கள் ஆரூடம் சொல்பவர்களையும் துறவியரையும் தொடர்புகொண்டனர்.

தீர்க்கதரிசி அல்லது இறைத்தூதரின் பிறப்பின்போது வானில் அதிக அளவிலான ஒளிக்கதிர்கள் தென்படும். இவ்வாறாக, இறுதித்தூதரின் பிறப்பை அறிவிக்கும்விதமாக வானில் ஒளிக்கதிர்கள் தோன்றின. இறுதித்தூதரின் பிறப்பு நெருங்கிவிட்டதாக, ஆன்மிக அறிஞர்கள் கூறினர். ரபீயுல் அவ்வல் மாதம், 9 ஆம் நாள், (கி.பி. 571, ஏப்ரல் 20 அல்லது 22) திங்கட்கிழமை, அதிகாலையில் இறுதித்தூதர் முஹம்மத் நபி (ஸல்) அவர்கள் பிறந்தார்கள்.

அப்துல்லாஹ் பின் அப்துல் முத்தலிப் : இஸ்மாயீல் (அலை) அவர்களுக்கும் தாயார் ஹாஜரா அன்னையாருக்கும் தாகம் மிகுந்தபோது அவர்களுக்காக ஸம்ஸம் நீரூற்று தோன்றியது. வல்லோன் அல்லாஹ் பாலைநிலத்தில் நீரூற்றைப் பெருகிடச் செய்தான். பெருகி வழியும் நீரைச் சுற்றிலும் மணல் மேடு அமைத்து அதைத் தேக்கி வைத்தார் ஹாஜரா அன்னையார். பின்னர் இது கிணறாக மாறியது.

பிற்காலத்தில், ஜுர்ஹும் இனக்குழு மக்காவைவிட்டுப் போகும்போது, ஸம்ஸம் ஊற்றை மண்ணால் மூடிவிட்டார்கள். நீண்டகாலமாக இது அடையாளம் தெரியாமலிருந்தது. ஹஜ் பயணிகளுக்கு நீர் வினியோகிக்கும் பொறுப்பு அப்துல் முத்தலிபிடம் வந்தது. அவர், தம் மூத்த மகன் ஹாரிசுடன் சேர்ந்து நீரூற்றைத் தேடும் முயற்சியில் ஈடுபட்டார். முயற்சிகள் பலனளிக்கவில்லை.

முஹம்மத் (ஸல்) அவர்களின் தந்தையார் : ஒரு நாள், அப்துல் முத்தலிபின் கனவில் ஸம்ஸம் நீரூற்று இருக்குமிடம் தெரிய

வந்தது. அந்த இடத்தில் தோண்ட ஆரம்பித்தார். அதில், இஸாஃப், நாயிலா எனும் இரண்டு சிலைகள் தென்பட்டன. இந்தத் தடங்கலை முன்வைத்து, குறைஷிகள் தங்கள் எதிர்ப்பைத் தெரிவித்தனர். தந்தையும் மகனும் மட்டுமே இருந்தபோதும், இடையூறுகள் அனைத்தையும் தங்கள் கட்டுப்பாட்டுக்குள் கொண்டுவந்ததுடன் தொடர்ந்து அவர்கள் தோண்டினார்கள்.

உதவிக்கு ஆளில்லாத தமது நிலையை எண்ணி வருந்திய அப்துல் முத்தலிப், அல்லாஹ்விடம் பிரார்த்தனை செய்தார். தனக்குப் பத்து மகன்களைத் தந்தருள்வாயெனில் அவர்களில் ஒருவனை இறைவன் பெயரால் பலி கொடுப்பதாக வேண்டிக்கொண்டார். சில நாள்களில் ஊற்று தென்பட்டது. பிறகு, அப்துல் முத்தலிபுக்கு பத்து மகன்களும் பிறந்தனர்.

ஸம்ஸம் நீரூற்று வெளிப்பட்ட சம்பவம், அப்துல் முத்தலிபின் சிறப்பை குறைஷியரிடம் மேலும் அதிகமாக்கியது. அவருடைய நற்பணிகளும் தலைமைப் பண்பும் அவர்களிடம் பெருமதிப்பை உருவாக்கின. மகன்கள் தகுந்த வளர்ச்சியை அடைந்ததும், அப்துல் முத்தலிப் தமது வேண்டுதலை நிறைவேற்ற முன்வந்தார். மகன்கள் அனைவருடனும் கஅபாவுக்குச் சென்ற அவர், ஹுபல் சிலையின் முன் அம்புக்குறி வைத்தார். அம்புகள், அவருக்கு மிகவும் அன்பான இளைய மகன் அப்துல்லாஹ்வையே தேர்வு செய்தன. தமது வேண்டுதலை நிறைவேற்றுவதில் உறுதியாக இருந்த தந்தையுடன் பலிக்களத்துக்குச் சென்றார் அப்துல்லாஹ்.

வேண்டுதலை நிறைவேற்றுவதிலிருந்து அப்துல் முத்தலிபைப் பின்வாங்கச் செய்ய, அவரது சகோதரர்கள், குறைஷித்தலைவர்கள் எனப் பலர் முயன்றும் அவர் பின்வாங்க மறுத்தார். பல்வேறு யோசனைகளுக்குப் பிறகு, நிமித்தம் பார்ப்பதில் புகழ்பெற்ற பெண்மணியான ஸஜா என்பவளிடம் சென்று யோசனை கேட்டனர். அப்துல் முத்தலிபின் வம்சாவளிக்கான குருதி இழப்பீடு பத்து ஒட்டகங்கள் என்பதை அவள் சுட்டிக் காட்டினாள். அதன்படி, ஒரு சீட்டில் அப்துல்லாஹ் என்றும் இன்னொன்றில் பத்து ஒட்டகங்கள் என்றும் எழுதி சீட்டுக்குறி வைத்தனர்.

ஒட்டகங்கள் என்றிருந்தால் அதில் குறிப்பிட்டிருக்கும் எண்ணிக்கையில் ஒட்டகங்களைப் பலிகொடுக்க வேண்டும்.

அப்துல்லாஹ் என்றிருந்தால், சீட்டுக்குறியை மீண்டும் வைக்க வேண்டும். ஒட்டகங்கள் என்று தேர்வாகும்வரைக்கும் மீண்டும் மீண்டும் குறி வைக்க வேண்டும். இப்படியாக, ஒட்டகங்களின் எண்ணிக்கை நூறாகும்வரை அப்துல்லாஹ் என்றும் அதன் பிறகுதான் ஒட்டகம் என்றும் வந்தது. அப்துல் முத்தலிப், தமது தனிப்பட்ட திருப்திக்காக மீண்டும் இரண்டு முறை சீட்டு வைத்தார். இரண்டுமே நூறு ஒட்டகங்கள் என்றுதான் வந்தன. இவ்வாறு நூறு ஒட்டகங்களுக்குப் பதிலீடாக அப்துல்லாஹ் காப்பாற்றப்பட்டார். அன்றிலிருந்து, கொல்லப்பட்ட ஒருவருக்கான இரத்த இழப்பீடு நூறு ஒட்டகங்கள் என முடிவு செய்யப்பட்டது.

இறைத்தூதரின் பிறப்பு : யானை ஆண்டுக்குச் சில மாதங்களுக்கு முன், மதீனாவில் வாழ்ந்து வந்த மேன்மை மிகுந்த, குறைஷி குடும்பத்தைச் சேர்ந்த ஆமினா பின்த் வஹப் எனும் பெண்மணியை இருபத்து நான்கு வயது நிரம்பிய மகன் அப்துல்லாஹ்வுக்குத் திருமணம் செய்து வைத்தார் அப்துல் முத்தலிப். அதே வேளையில், ஆமினாவின் உறவினரான ஹாலா பின்த் உஹைப் என்பவரை அப்துல் முத்தலிபும் மணந்துகொண்டார். ஹாலாவுக்கும் அப்துல் முத்தலிபுக்கும் பிறந்தவர்தான் ஹம்ஸா.

திருமணம் நடந்த சில நாள்களில், வணிகக்குழு ஒன்றுடன் மகன் அப்துல்லாஹ்வைச் சிரியாவுக்கு அனுப்பி வைத்தார் அப்துல் முத்தலிப். திரும்பி வரும்போது நோய்வாய்ப்பட்டிருந்த அப்துல்லாஹ், மதீனாவில் தம் உறவினர்களுடன் தங்கியிருந்தபடி, தந்தைக்குத் தகவல் அனுப்பினார். அப்துல்லாஹ்வை மக்காவுக்கு அழைத்துவரச் சொல்லி இன்னொரு மகனான ஹாரிஸை மதீனாவுக்கு அனுப்பினார் அப்துல் முத்தலிப். ஹாரிஸ், மதீனாவை அடைவதற்குள் அப்துல்லாஹ் இறந்து, அவரது உறவினர்களான நஜ்ஜார் வம்சாவளியினரின் மயானத்தில் அடக்கமும் செய்யப்பட்டிருந்தார்.

திரும்பி வந்த ஹாரிஸ், தகவலை அப்துல் முத்தலிபிடம் சொன்னார். சில ஒட்டகங்களையும் வெள்ளாடுகளையும் உம்மு அய்மன் எனும் அடிமைச் சிறுமியையும் மட்டுமே அப்துல்லாஹ் விட்டுச்சென்றிருந்தார். அப்துல்லாஹ்வின் மனைவி ஆமினா அப்போது இறைத்தூதர் முஹம்மது நபி (ஸல்) அவர்களைக் கர்ப்பம் தரித்திருந்தார். தாயின் வயிற்றுக்குள் இருக்கும்போதே தந்தையை இழந்தார் இறைத்தூதர்.

யானை ஆண்டு நிகழ்வின் 52 அல்லது 55 நாள்களுக்குப் பிறகு இறைத்தூதர் அவர்கள் பிறந்தார். 'பிறக்கவிருக்கும் குழந்தைக்கு அஹ்மத் எனப் பெயரிடப்பட்டிருக்கிறது' என்று ஒரு வானவர் சொல்வதாக அவரது தாயார் கனவு கண்டிருந்தார். அவ்வாறாக, தம் குழந்தைக்கு அவர், அஹ்மத் என்று பெயர் சூட்டினார். அதே நேரம், அப்துல் முத்தலிப் தம் பேரனுக்கு முஹம்மத் என்று பெயர் சூட்டினார்.

அபுல் ஃபிதா என்பவரின் அறிவிப்பின்படி, அப்துல் முத்தலிபிடம் தங்கள் குடும்பத்தில் வழக்கிலிருக்கும் எல்லாப் பெயர்களையும் ஒதுக்கிவிட்டு, பேரனுக்கு ஏன் ஒரு புதிய பெயரைச் சூட்டினீர்கள் என்று மக்கள் கேட்டனர். "உலகில் எல்லோராலும் என் பேரனார் புகழப்படவும் குறிப்பிடப்படவும் வேண்டும் என்பதற்காக" என்று பதில் சொன்னார் அப்துல் முத்தலிப்

குழந்தைப் பருவம் : இறைத்தூதர் பிறந்த பின், முதன் முதலாகப் பாலூட்டியவர் அப்துல் முத்தலிபின் இன்னொரு மகனான அபூலஹபின் முன்னாள் அடிமைப்பெண் துவைபா. இவர், ஏழு நாள்கள் பாலூட்டினார். இறைத்தூதரின் சிறிய தந்தையான ஹம்ஸாவுக்குப் பாலூட்டியவரும் இவர்தான். இவ்வகையில், துவைபாவின் மகன் மஸ்ரூஹ், ஹம்ஸா ஆகிய இருவரும் இறைத்தூதரின் பால்குடி சகோதரர்களாவர். அரேபியாவிலுள்ள உயர்குலத்தவரின் மரபுப்படி, எட்டாவது நாள், இறைத்தூதர் ஹவாஸின் இனக்குழுவின் சஅத் குலத்தைச் சேர்ந்த ஹலீமா எனும் பெண்மணியின் பொறுப்பில் பால் புகட்டவும் வளர்க்கவும் ஒப்படைக்கப்பட்டார்.

பாலைவனத்தின் திறந்த, கட்டுப்பாடற்ற, தட்ப வெப்பச் சூழலில் குழந்தைகள் நல்ல உடல் நலத்துடனும் ஆரோக்கியத்துடனும் வளர்வார்கள் என்பதால் அரேபிய உயர் குலத்தினர், தங்கள் குழந்தைகளை நாடோடிப் பெண்களிடம் ஒப்படைப்பது வழக்கம். பேச்சுத்திறனை வளர்க்கவும் இது உதவியாக இருக்கும். நகரங்களில் வாழ்பவர்களின் மொழியைவிட நாடோடிகளின் மொழியில் தூய்மையும், இனிமையும், வலிமையும் மிகுதியாக இருந்தன.

தாயார் ஆமினாவிடமும் பாட்டனார் அப்துல் முத்தலிபிடமும் காட்டுவதற்காக, வருடத்திற்கு இரண்டுமுறை தனது வளர்ப்புக்

குழந்தையை மக்காவுக்கு அழைத்து வருவார் ஹலீமா சஅதியா. முஹம்மத் (ஸல்) அவர்களைத் தம் பொறுப்பில் வைத்திருந்த நான்காண்டுகளில் இரண்டாண்டுகள் இவர் பாலூட்டினார். முடிவில், மக்காவிலிருக்கும் தாயாரிடம் ஒப்படைத்தார். ஆறாவது வயதில், தாயார் அவரை மதீனாவிலிருக்கும் தன் உறவினர்களிடம் அழைத்துச் சென்றார். ஒரு மாதத்திற்குப் பிறகு திரும்பி வரும்போது பயணத்தினிடையே அப்வா எனுமிடத்தில் தாயார் காலமானார். இதன் பிறகு, முஹம்மத் (ஸல்) அவர்களை வளர்க்கும் பொறுப்பை அப்துல் முத்தலிப் ஏற்றார்.

சில அறிவிப்புகளின்படி, சஅத் குலத்தாருடன் அவர் ஐந்தாண்டுகள் தங்கியிருந்ததாகவும் தெரிய வருகிறது. அவர், தமது ஐந்தாவது வயதில் சக நண்பர்களுடனும் பால்குடி சகோதரர்களுடனும் இருக்கும்போதுதான் நெஞ்சு திறக்கப்பட்ட நிகழ்ச்சி நடக்கிறது.

சீரத் இப்னு ஹிஷாமின் அறிவிப்பின்படி, ஹலீமா பின்த் அபூதுஹைப், இந்நிகழ்ச்சியை விவரிக்கிறார்: “என் இரு குழந்தைகளும் ஒருநாள் பயந்தபடியே என்னிடம் வந்து, தூய்மையான ஆடைகள் அணிந்த இரண்டுபேர், நம் குறைஷி சகோதரரைப் பிடித்து அவரது நெஞ்சைக் கிழித்தார்கள் என்று சொன்னார்கள். என் கணவருடன் (ஹாரிஸ் பின் அப்துல் உஸ்ஸா) நான் அந்த இடத்துக்குச் சென்றேன். அங்கே அவர் வெளிறிய முகத்துடன் அமர்ந்திருப்பதைக் கண்டேன். என்ன நடந்தது என்று கேட்டபோது, தூய்மையான ஆடைகள் அணிந்த இருவர் தன்னிடம் வந்ததாகவும், தன்னை அவர்கள் மல்லாந்து படுக்க வைத்ததாகவும், தமது நெஞ்சை வெளியில் எடுத்து, அதிலிருந்து எதையோ பிரித்தெடுத்ததாகவும் சொன்னார்.” ஆனால், அதற்கான எந்த அறிகுறியும் ஹலீமாவுக்குத் தென்படவில்லை. ஜின்போன்ற அரூப உயிர்களின் பாதிப்பு எதுவும் முஹம்மத் (ஸல்) அவர்களைப் பீடித்திருக்கக்கூடுமென்று நினைத்த ஹலீமா, காலம் கடத்தாமல் அவரை மக்காவுக்கு அழைத்து வந்து, தாயாரிடம் ஒப்படைத்து விட்டு நடந்ததை விளக்கினார்.

ஆயினும், நடந்ததை எண்ணி பயப்படுதற்கு மாறாக அன்னை ஆமினா, தனக்கேயுரிய மனோதிடத்துடன் தன் மகன் உலகின் மிக உன்னதமான ஓர் இடத்தை அடைவார் என்றும் எல்லாத் துன்பங்களிலிருந்தும் பாதுகாக்கப்படுவார் என்றும் உறுதிபடச்

சொன்னார். அவரைக் கர்ப்பம் தரித்த நிலையில் வானவர்கள்மூலம் தான் பல செய்திகளை அறிந்ததாகவும் இயல்புக்கு மாறான பல நிகழ்வுகளைக் கண்டதாகவும் சொன்னார்.

அப்துல் முத்தலிபின் இறப்பு : அப்துல் முத்தலிபின் மேற்பார்வையிலும் பாதுகாப்பிலும் இரண்டாண்டுகள் வளர்ந்த இறைத்தூதரின் எட்டாவது வயதில் பாட்டனாரான அப்துல் முத்தலிப் இறந்துபோனார். அப்துல் முத்தலிபின் இறுதி ஊர்வலத்தில் கண்ணீர் ததும்பும் விழிகளுடன் முஹம்மத் (ஸல்) அவர்களும் சென்றார். தனது இறப்புக்கு முன்பே, தன் மகன் அபூதாலிபிடம், முஹம்மதை மிகவும் பாதுகாப்பாகவும் அக்கறையுடனும் கவனித்துக்கொள்ள வேண்டுமென்று வலியுறுத்திச் சொல்லி பொறுப்பை ஒப்படைத்திருந்தார் அப்துல் முத்தலிப்.

மகன்கள் பலர் இருந்தும், முஹம்மத் (ஸல்) அவர்களின் பாதுகாப்புப் பொறுப்பை அபூதாலிபிடம் ஒப்படைத்த செயல், அப்துல் முத்தலிபின் அறிவுக்கூர்மையைக் காட்டுகிறது. ஏனெனில், அபூதாலிபும் நபிகளாரின் தந்தையான அப்துல்லாஹ்வும் ஒரு தாய் மக்கள். அப்துல் முத்தலிபின் எண்ணம் மிகச்சரியாக இருந்தது. தனது சகோதரர் மகன்மீது அபூதாலிப் தனிப்பட்ட அன்பு செலுத்தி வந்தார்.

அபூதாலிபின் ஆதரவு : சகோதரர் மகனிடம் தனி ஈடுபாடுகொண்டிருந்தார் அபூதாலிப். தனது மகன்களை விடவும் சகோதரர் மகனிடம் மிகுதியாக அன்பு செலுத்தினார். தன்னுடன் படுக்கையில் தூங்க வைப்பார். அரேபிய சமூக இயல்புக்கு முற்றிலும் மாறான வகையில், தனது சிறு வயதைக் கழித்தார் பெருமானார். தன்னுடைய வயதிலுள்ள சிறுவர்களுடன் சேர்ந்து விளையாடுவதை விடவும் தனிமையையே அவர் அதிகம் விரும்பினார். அல்லாஹ், ஒவ்வொரு தீய செயலிலிருந்தும் அவரைப் பாதுகாத்து வந்தான்.

குறைஷி இளைஞர்கள் சிலர், பாட்டும் நடனமும் நடைபெற்ற ஒரு திருமண விழாவுக்கு வரச் சொல்லி நபிகளாரை வற்புறுத்தினார்கள். அதன்படி அங்கே சென்றவரைத் தூக்கம் தழுவிக் கொண்டது. இரவு முழுவதும் தூங்கினார். திருமண விழா முடிந்து, கூட்டம் கலைந்த பிறகு விழித்தெழுந்தார். இவ்வாறாக விரும்பத்தகாத ஒரு முன்மாதிரியை உருவாக்குவதிலிருந்தும் அவர் பாதுகாக்கப்பட்டார்.

நபிகளாருக்கு அப்போது ஏழு வயதிருக்கும். பெருவெள்ளத்தால் பாதிக்கப்பட்ட கஅபாவின் புனரமைப்புப்பணி நடந்துகொண்டிருந்தது. இதில், வேலை செய்பவர்களுடன் சேர்ந்து பெருமானாரும் கல் சுமந்தார். அப்போது, அவர் உடுத்தியிருந்த இஸார் எனும் கீழாடை வேலை செய்வதற்குச் சற்று இடையூறாக இருந்தது.

ஏழு வயதுச் சிறுவர்களின் ஆடைகள்மீதெல்லாம் யாரும் அன்று அக்கறை செலுத்துவதில்லை. இந்நிலையில், நபிகளாரின் சிறிய தந்தையார் அப்பாஸ், அவரது கீழாடையைப் பலமாகப் பிடித்திழுத்து, பிறந்த தோற்றத்திலாக்கினார். தாங்க முடியாத வெட்கம் மேலிட நபிகளார் உணர்வற்றுக் கீழே விழுந்தார். நிலைமையின் தீவிரத்தை உணர்ந்த அப்பாஸ், ஆடையை மீண்டும் அணிவித்த பிறகுதான் தன்னுணர்வு பெற்றார்.

முதல் பயணம் : நபிகளாருக்குப் பன்னிரெண்டு வயது நிரம்பியது. ஒரு வணிகக் குழுவுடன் சிரியா செல்வதாகத் திட்டமிட்டார் அபூதாலிப். ஆனால், தன்னைவிட்டுப் பிரிந்திருக்க மனமில்லாத முஹம்மதை மக்காவில் விட்டுச் செல்லவும் அவரது மனம் இடங்கொடுக்கவில்லை. வேறு வழியில்லாத நிலையில் முஹம்மதையும் சிரியாவுக்கு அழைத்துச்செல்வதாக ஒப்புக் கொண்டார்.

வணிகக்குழு சிரியாவின் தென்கிழக்குப் பகுதியிலுள்ள புஸ்ராவை அடைந்தது. பஹீரா எனும் கிறிஸ்தவத் துறவி ஒருவர் முஹம்மதைக் கண்டார். இறுதி இறைத்தூதர் இவர்தான் என்று புரிந்துகொண்டவராக அவர் அபூதாலிபிடம் வந்தார். "தவ்ராத்திலும் கிறிஸ்தவ வேத நூலிலும் எழுதப்பட்டுள்ள தூதுத்துவ அறிகுறிகள் அனைத்தும் தங்கள் சகோதரர் மகனிடம் இருப்பதைக் காண்கிறேன். வரவிருக்கும் இறைத்தூதர் இவர்தான். ஆகவே, தாங்கள் உடனடியாக இங்கிருந்து திரும்பி விடுங்கள்" என்று அபூதாலிபுக்கு அறிவுறுத்தினார். துறவியின் அறிவுரையை அபூதாலிப் ஏற்றார்.

ஹர்ப் அல்ஃபிஜார் போரில் முதல் பங்கெடுப்பு : உக்காள் சந்தையில் ஆண்டுதோறும் தொடர் நிகழ்ச்சிகள் ஏற்பாடு செய்யப்படும். குதிரை சவாரி, மல்யுத்தம், பிற சண்டைப் போட்டிகள், கவிதைப் போட்டிகள் எனப் பல்வேறு நிகழ்ச்சிகள் நடக்கும். அரபு இனக்குழுவினர், இயல்பாகவே போர்க்கலையில்

தேர்ச்சி பெற்றவர்கள். மிகச் சிறிய ஒரு சண்டைக்கும் பரஸ்பரம் வாள்களை உருவுவார்கள்.

ஒருமுறை உக்காள் சந்தையில் ஹவாஸின் குறைஷ் இனக்குழுவினர், தங்களிடையே உருவான மிகச்சிறு முரண்பாட்டை முன்வைத்து பரஸ்பரம் சவால் விடுத்தனர். நல்லெண்ணம்கொண்ட சிலரது தலையீட்டின்பேரில் நிலைமைக் கட்டுக்குள்ளானது. ஆனால், சில தீயவர்களால், நிலைமை மீண்டும் சீர்கெட்டது. இரு பிரிவினரிடையிலும் பெரும் போரும் கொலைகளும் நடந்தேறின.

சண்டைகள் முற்றிலுமாகத் தடை செய்யப்பட்ட, துல்கஅதா மாதத்தில் இந்தப் போர் நடை பெற்றதால், ஹர்ப் அல்ஃபிஜார் என்ற பெயரில் இது அறியப்பட்டது. நான்கு தொடர் போர்களாக இது நடைபெற்றது. முதல் மூன்று போர்களை விடவும் நான்காவது போர், மிகவும் அச்சமூட்டுவதாக அமைந்தது. ஹவாஸின் இனக்குழுவுடன் கைஸ் இனக்குழுவும், குறைஷிகளுடன் கினானா இனக்குழுவும் சேர்ந்து போரில் ஈடுபட்டதால் இப்போர் பயமுறுத்தும் வகையில் அமைந்தது. இது, கைஸ் கினானா இனக்குழுக்களிடையிலான போராகவும் மாறியது. களத்திலிருந்து வெளியேற இயலாதபடி சில குழுத் தலைவர்களின் கால்கள் சங்கிலியால் பிணைக்கப்படும் அளவுக்கு இந்தப் போர் மிகவும் உக்கிரமாக நடைபெற்றது.

முதன் முறையாக, நபிகளாரும் இப்போரில் கலந்துகொண்டார். கினானா இனக்குழுவிலுள்ள ஒவ்வொரு பிரிவும் தனித்தனிப் படைத்தலைமைகளின்கீழ் திரண்டிருந்தனர். இப்படி, ஹாஷிம் வம்சத்தின் படைத்தலைவராக இறைத்தூதரின் தந்தையின் சகோதரரான ஸுபைர் பின் அப்துல் முத்தலிபும், கினானா இனக்குழுவின் அனைத்துப் படைத்தலைவராக ஹர்ப் பின் உமய்யாவும் இருந்தனர்.

முஹம்மத் (ஸல்) அவர்கள் அப்போது பதினைந்துக்கும் இருபதுக்கும் இடைப்பட்ட வயதிலிருந்தார். தந்தையின் சகோதரர் எய்த அம்புகளைப் பொறுக்கிக் கொண்டுவந்து கொடுக்கும் பணியில் அவர் ஈடுபடுத்தப்பட்டிருந்தார். நேரடிச் சண்டையிலிருந்து அவர் விலக்கப்பட்டிருந்தார். தொடக்கத்தில், ஹவாஸின் இனக்குழுவின் கைகள் ஓங்கியிருந்தன. கைஸ் இனக்குழுவை, கினானா இனக்குழு

தோற்கடித்ததுடன் போர், அமைதி உடன்படிக்கைக்கு வந்து சேர்ந்தது.

வணிகம் : முஹம்மத் (ஸல்) அவர்கள் இளைஞரானதும், வணிகத்தை நோக்கித் திரும்பினார். பெரிய தந்தையார் அபூதாலிபும் தன் மகன் வணிகத்தில் ஈடுபடுவதையே விரும்பினார். வணிகக் குழுவினருடன் இணைந்து தங்களுடைய பொருள்களையும் கொண்டுசென்ற இறைத்தூதர் ஒவ்வொரு முறையும் இலாபங்களுடன் திரும்பினார். இப்பயணங்களின்போது அவரது, நேர்மையான வணிக நடவடிக்கைகளையும் உயர் பண்புகளையும் அறிந்துகொள்வதற்கான பல வாய்ப்புகள் மற்றவர்களுக்குக் கிடைத்தன. மக்காவில் இறைத்தூதருடன் சேர்ந்து வணிகத்தில் ஈடுபட்ட அனைவருமே, அவரது நம்பிக்கைக்கும் நாணயத்திற்கும் உயர் பண்புகளுக்கும் சாட்சிகளாக அமைந்தனர்.

நபிகளாரின் தோழரான அப்துல்லாஹ் பின் அபுல் ஹம்ஸா (ரலி) கூறுகிறார்: “இறைத்தூதரின் நபித்துவத்திற்கு முன்பு எனக்கு அவருடன் ஒரு வணிகத் தொடர்பிருந்தது. அது குறித்த பேச்சு வார்த்தையின்போது, எதிர்பாராமல் நான் இன்னொரு இடத்துக்குப் போக வேண்டியதாயிற்று. ஆகவே, குறிப்பிட்ட நேரத்தில் மீண்டும் சந்திப்போம் என்று சொல்லிவிட்டுச் சென்ற நான் இதை மறந்து விட்டேன். மூன்றாவது நாள் நான் அதே வழியாக வரும்போது இறைத்தூதர் அவர்களை அதே இடத்தில் பார்த்தேன். என்னைக் கண்டதும், ‘நீங்கள் என்னை மிகவும் சிரமத்திற்குள்ளாக்கி விட்டீர்கள். உங்களுக்காக நான் இங்கேயே காத்துக்கொண்டிருக்கிறேன்’ என்றார்.”

இதைப் போன்று, சாயிப் (ரலி) இஸ்லாத்தைத் தழுவியபோது இறைத்தூதர் முன்னிலையில், சிலர் அவரைப் பற்றி மிக உயர்வாகப் பேசினார்கள். அப்போது இறைத்தூதர் சொன்னார்: “உங்கள் அனைவரைவிடவும் சாயிபை நான் நன்றாக அறிவேன்.” உடனே சாயிப் (ரலி) மிகுந்த பணிவுடன் சொன்னார்: “என் தாயும் தந்தையும் தங்களுக்கு உரித்தாகட்டும். தாங்கள் ஒரு முறை என்னுடன் வியாபாரப் பங்காளியாக இருந்தீர்கள். எப்போதும் தாங்கள் நேர்மையான கொடுக்கல் – வாங்கல்களில் மட்டுமே ஈடுபட்டீர்கள்.”

கதீஜா (ரலி) அளித்த வாய்ப்பு : அசத் குலத்தின் ஓர் உயர்

பிரிவைச் சேர்ந்த பெண்மணியான கதீஜா பின்த் குவைலித் (ரலி), குறைஷிகளிடையே மிகுந்த செல்வவளம் பெற்றவர். இவரது இரண்டாவது கணவரின் இறப்பின் மூலம், மேலும் அதிகமான செல்வமும் உடைமைகளும் இவரிடம் வந்து சேர்ந்தன. கதீஜா (ரலி), வணிகப் பொருள்களைத் தனது பணியாட்கள் மூலம் சிரியா, இராக், ஏமன் நாடுகளுக்கு அனுப்பும் வணிகத்தில் ஈடுபட்டு வந்தார். முஹம்மது (ஸல்) அவர்களின் நேர்மையையும் நம்பிக்கையையும் அறிந்த கதீஜா (ரலி), அவரைத் தனது வணிகத்திற்குப் பயன்படுத்திக்கொள்ளும் விருப்பத்தை இன்னொருவர் மூலம் தெரிவித்தார்.

நபிகளார், தனது பெரிய தந்தையார் அபூதாலிபுடன் கலந்தாலோசனை செய்த பிறகு, கதீஜா (ரலி) அவர்களின் வேண்டுகோளை ஏற்றார். கணிசமான ஊதியமும் நிர்ணயிக்கப்பட்டது. கதீஜா (ரலி) அவர்களின் அடிமையான மைசராவும், உறவினரான குஸைமா பின் ஹகீமும் நபிகளாருடன் புறப்பட்டனர்.

இரண்டாவது சிரிய பயணம் : நபிகளாரின் தலைமையிலான வணிகக்குழு, சிரியாவில் ஒரு துறவியர் மடத்தின் அருகில் தங்கியது. மடத்தில், நஸ்தூரா எனும் ஒரு துறவி வாழ்ந்து வந்தார். நபிகளாரைக் கண்டதும், அவர் சில மறைநூல்களை எடுத்து, அதில் எழுதப்பட்டவற்றுடன் அவரது உடலையும் முகத்தையும் ஒப்பிட்டுப் பார்த்தார். துறவியின் நோக்கம் குறித்த சந்தேகத்துடன் குஸைமா, அபயக் குரலெழுப்பினார். குறைஷிகள் அனைவரும் விரைந்து வந்தனர். துறவி, மடத்தின் மேல்மாடிக்கு ஓடி, பயப்படத் தேவையில்லை என்றும், அவரது உடல் அடையாளங்களையும் தோற்றத்தையும் அந்நூல்களில் எழுதப்பட்டிருந்தவற்றோடு தான் ஒப்பிட்டுப் பார்த்ததாகவும், அதில் குறிப்பிட்டுள்ள ஒவ்வோர் அம்சமும் அவரிடம் இருப்பதைத் தான் அறிந்துகொண்டதாகவும் அங்கிருந்தபடியே சொன்னார்.

சிரிய பயணம் மிகப் பெரிய வெற்றியாக அமைந்தது. இப்படி, பஹ்ரைன், ஏமன், சிரியா ஆகிய இடங்களுக்கும் கதீஜா (ரலி) அவர்களின் வணிகக் குழுவுக்குத் தலைமையேற்று ஒவ்வொரு முறையும் வெற்றியுடன் திரும்பி வந்தார் நபிகளார்.

திருமணம் : முஹம்மத் (ஸல்) அவர்களின் நேர்மை, நம்பிக்கை,

ஒழுக்கம், இறையச்சம் போன்ற நற்குணங்களை கதீஜா (ரலி) உணர்ந்துகொண்டார். மக்காவிலுள்ள பல செல்வந்தவர்கள் கதீஜா (ரலி) அவர்களை மணம் புரிந்துகொள்ளும் தங்கள் விருப்பத்தை முன்வைத்திருந்த நிலையில் அவற்றையெல்லாம் மறுத்த கதீஜா (ரலி), முஹம்மத் (ஸல்) அவர்களை மணம் புரிந்துகொள்ளும் தன் எண்ணத்தை நஃபீசா அல்லது ஆத்திகா பின்த் அப்துல் முத்தலிப் வாயிலாக அவரிடம் தெரிவித்தார்.

திருமணம் நடந்தது. நபிகளாரின் உறவினர்களும் கதீஜா (ரலி) அவர்களின் உறவினர்களும் விழாவில் கலந்துகொண்டனர். திருமணத்தின்போது நபிகளாரின் வயது இருபத்தைந்து. கதீஜாவின் வயது நாற்பது. இவர்களுக்கு இரண்டு மகன்களும் நான்கு மகள்களும் பிறந்தனர்.

முஹம்மத் எனும் பெயரைக் குறிப்பிடாமல் அஸ்ஸாதிக் (உண்மையாளர்) அல்லது அல் அமீன் (நேர்மையாளர்) என்று அழைக்குமளவுக்கு நபிகளாரின் நற்பண்புகளும் நேர்மையும், அவர்மீதான நம்பிக்கையும் அரேபியா முழுவதும் செல்வாக்கைப் பெற்றிருந்தன.

ஹில்ஃபுல் ஃபுதூளைப் புதுப்பித்தல் : பழங்காலத்தில் அரேபியாவின் குறிப்பிடப்பட்ட சிலர் ஒன்றிணைந்து, ஒடுக்கப்படுவோருக்கு உறுதுணையாகவும் ஒடுக்குவோருக்கு எதிராகவும் போராடுவதாக வாக்குறுதி எடுத்திருந்தனர். வாக்குறுதி எடுத்தவர்களில் பெரும்பாலானோரும் தங்கள் பெயர்களுடன் ஃபத்ள் எனும் சொல்லையும் சேர்த்துக்கொண்டனர். இந்த உடன்படிக்கைக்கு, ஹில்ஃபுல் ஃபுதூள் என்று பெயர். அரேபியாவில் இக்குழு தொடர்ந்து செயல்படவில்லை. எனினும் மக்கள் இப்பெயரைத் தங்கள் உரையாடலின்போது குறிப்பிடுவதுண்டு.

ஹர்ப் அல்ஃபிஜார் போருக்குப் பிறகு, நபிகளாரின் சிறிய தந்தையரில் ஒருவரான ஸுபைர் பின் முத்தலிப், இந்த இயக்கத்தை மீண்டும் புனரமைப்பதன் தேவையை உணர்ந்தார். எனவே, அப்துல்லாஹ் பின் ஜத்ஆனின் இல்லத்தில் சிலர் ஒன்றுகூடி, ஒடுக்குவோருக்கு எதிராகப் போராடவும் ஒடுக்கப்படுவோருக்கு உறுதுணையாகவும் ஓர் உடன்படிக்கை செய்துகொண்டனர். நபிகளாரும் இவ்வுடன்படிக்கையில் இணைந்து கொண்டார்.

சிறிது காலத்துக்குப் பிறகு, தன்னுடனிருந்த இனத்தலைவர்களிடமும் சான்றோர்களிடமும் அவர் ஒரு திட்டத்தை முன்வைத்தார். ஒடுக்குமுறை, வழிப்பறிக்கொள்ளை, எளியவர்கள்மீதான அத்துமீறல்கள் போன்ற தீமைகளிலிருந்து அரபு சமூகத்தை மீட்டு அதனை எழுச்சிபெற வைக்கும் ஒரு திட்டம் அது. இந்நேர்மையான முயற்சிகளுக்குப் பலன் கிடைத்தது. ஹாஷிம், முத்தலிப், அசத், ஸுஹ்ராக், தமீம் போன்ற கோத்திர வம்சாவளியினர் ஒன்றிணைந்தனர். அதன் ஒவ்வொரு உறுப்பினரும் இதையேற்பதாக உறுதியளித்தனர்:

1. ஒழுங்கின்மையைத் தடை செய்வோம். 2. பயணிகளுக்குப் பாதுகாப்பு அளிப்போம். 3. எளியவர்களுக்குத் துணை நிற்போம். 4. கொடியவர்களை இனம் கண்டுகொள்வோம்.

இவ்வியக்கம் நல்ல முறையில் மக்களுக்குத் தொண்டாற்றியது. தனது நபித்துவத்தின் பிறகு, ஒருமுறை இறைத்தூதர் சொன்னார்: "இஸ்லாத்தின் வருகைக்குப் பிறகுகூட அந்த இயக்கத்தில் பங்குகொள்ள என்னை அழைத்தால் நிச்சயமாக நான் அதில் மீண்டும் இணைந்து கொள்வேன்."

குறைஷிகளின் நடுவர் : கஅபாவில் ஒரு முறை கவனமின்மையின் காரணமாக தீ விபத்து ஏற்பட்டு, சுவர்களில் ஆழமான வெடிப்புகள் விழுந்தன. அதை மீண்டும் புனரமைப்பதாக முடிவு செய்தனர். இதனால், தங்களுக்கு ஏதாவது இடையூறுகள் ஏற்படக்கூடும் என்று பயந்து யாரும் அதை இடிக்க முன்வரவில்லை. இறுதியில், இனத்தலைவர்களில் ஒருவரான வலீத் பின் முஃகீரா முன்வந்தார். பிறகு, மற்ற இனக்குழுக்களும் இதில் இணைந்துகொண்டன.

அப்போது, ஜித்தா துறைமுகத்தின் அருகில் ஓர் உடைந்த கப்பல் நின்றிருந்தது. அதிலிருந்த மரச்சாமான்களைக் குறைஷிகள் விலைக்கு வாங்கினர். கட்டடப் பணி, ஹஜருல் அஸ்வத் கல்லை வைக்க வேண்டிய பகுதியை அடைந்தபோது, ஒரு சிக்கல் உருவானது. புனிதக் கல்லை அதற்குரிய இடத்தில் தங்கள் கைகளால் பொருத்த ஒவ்வொரு இனக்குழுவின் தலைவரும் விரும்பினார்கள். வாள்கள் உருவப்பட்டன. இப்பிரச்சினை ஐந்து நாள்கள் நீடித்தது. கடைசியில் குறைஷ் இனக்குழுவினர் கஅபாவில் ஒன்றுகூடி, ஆலோசனை மேற்கொண்டனர். பிரச்சினையின் தீர்வாக, மறுநாள் காலையில்

கஅபாவுக்கு வரும் முதல் மனிதரை நடுவராக வைத்து அவர் சொல்வதை அனைவரும் ஏற்க வேண்டுமென்று அபூஉமய்யா பின் முஃகீரா, ஒரு தீர்வை முன்வைத்தார்.

மறுநாள், கஅபாவுக்கு வந்த முதல் மனிதர் முஹம்மத் (ஸல்) அவர்கள். தங்களின் இந்த உரிமைக்காக சாகும்வரை போராடுவோம் என்று சொல்லி, இனக்குழு மரபுப்படி இரத்தத்தில் விரல்களை அமிழ்த்தி உறுதிமொழி எடுத்திருந்த அனைவரும் அல் அமீனாகிய முஹம்மத் (ஸல்) அவர்களின் தீர்ப்புக்கு உடன்படுகிறோம் என்று ஒப்புதல் அளித்தனர்.

பிரச்சினையின் சாராம்சங்களைப் புரிந்துகொண்ட நபிகளார், அதற்கான தீர்ப்பையும் வழங்கினார். வயதிலும் அனுபவத்திலும் முதிர்ந்த பலர் நிரம்பிய அந்தக் கூட்டம் நபிகளாரின் அறிவையும் ஆற்றலையும் நேர்மையையும் கண்டு ஆச்சரியம் மேலிட்டவர்களாக, தீர்ப்பை வரவேற்றுக் குரல் எழுப்பினர்.

பிரச்சினையின் தீர்வாக ஒரு துணியைக் கொண்டு வருமாறு சொன்ன நபிகளார், கல்லைத் தூக்கி அந்தத் துணியில் வைத்தார். துணியின் ஒவ்வொரு ஓரத்தையும் பிடித்து உயர்த்தும்படி இனக்குழுத் தலைவர்களிடம் சொன்னார். பொருத்துவதற்கான இடம் வந்ததும், இறைத்தூதர் தமது கைகளால் எடுத்து அதை வைத்தார். கட்டடம் தொடர்ந்து கட்டப்பட்டது. இந்தப் பிரச்சினையில் தீவிரமாகவும் விடாப்பிடியாகவும் நின்றிருந்த உத்பா பின் ரபீஆ, அஸ்வத் பின் முத்தலிப், அபூஹுதைஃபா பின் முஃகீரா, கைஸ் பின் அதீ போன்றவர்களும் மிகுந்த மகிழ்ச்சியுடனும் மனநிறைவுடனும் தீர்ப்பை ஏற்றுக்கொண்டனர். இதைக்காரணமாக வைத்து ஒரு போர் நிகழ்ந்திருக்கும் என்றால் அதுவரை இல்லாத அளவிலான இரத்த இழப்பிலும் கோத்திர அழிவிலும் கொண்டுபோய் விட்டிருக்கும். இந்தப் பிரச்சினைக்குத் தீர்வு காணும்போது நபிகளாரின் வயது முப்பத்தைந்து.

வறியோருக்கு உறுதுணை : அரேபியா முழுவதிலுமுள்ள மக்களிடையே முஹம்மத் (ஸல்) அவர்கள் மிகுந்த பெருமைக்குரியவராகப் புகழ்பெற்றிருந்தார். எதிரிகள் என்று அவருக்கு யாருமில்லை. அவரது அறிவு, நேர்மை, நம்பிக்கை போன்ற நற்குணங்கள் மக்களின் பேசு பொருளாயின. கதீஜா

(ரலி) அவர்களைத் திருமணம் செய்த பிறகும், பெருவணிகரான நிலையிலும் அவர் எளிய வாழ்க்கையையே பேணி வந்தார். அக்காலகட்டத்தில் ஏற்பட்ட பெரும் பஞ்சத்தின்போது ஒரு குடும்பத்தின் பொறுப்பை அபூதாலிப் சுமக்க வேண்டியதாயிற்று. ஹாஷிம் வம்சத் தலைவராக இருந்தும் அவரது வாழ்க்கைச் சூழல் வறுமையில்தான் உழன்றுகொண்டிருந்தது.

பெரிய தந்தையின் வாழ்க்கைச் சூழல் குறித்து அறிந்திருந்த நபிகளார், மற்றொரு சிறிய தந்தையான அப்பாஸ் பின் அப்துல் முத்தலிபிடம் பேசினார். நாம் ஒவ்வொருவரும் அவருடைய ஒவ்வொரு மகன்களை நமது பாதுகாப்பில் வைத்துக்கொள்ளலாம் என்றார். அப்பாஸ் ஒப்புக்கொண்டார். இதன்படி அலீயின் பொறுப்பை நபிகளாரும் ஜஅஃபரின் பொறுப்பை அப்பாசும் ஏற்றுக்கொண்டனர். கஅபா புனரமைக்கப்பட்ட அதே ஆண்டுதான் இதுவும் நடந்தது.

அடிமைகள்மீது நேசம் : கதீஜா (ரலி) அவர்களின் மருமகனான ஹகீம் பின் ஹராம் என்பவர், ஓர் அடிமையை விலைக்கு வாங்கி, தன் தந்தையின் சகோதரியான கதீஜா (ரலி) அவர்களுக்கு அன்பளிப்பாகக் கொடுத்தார். கதீஜா (ரலி), அந்த அடிமையை நபிகளாரிடம் தந்தார். இவர்தான் ஸைத் பின் ஹாரிஸா. அரபுக் குடும்பத்தைச் சேர்ந்த இவர், ஒரு கொள்ளையின்போது கைப்பற்றப்பட்டு அடிமையாக விற்கப்பட்டவர்.

ஸைதின் தந்தை ஹாரிஸாவும் மாமா கஅபும், ஸைத் மக்காவில் அடிமையாக இருப்பதை அறிந்து நபிகளாரிடம் வந்து அவரை விடுவிக்குமாறு வேண்டினர். இதை ஏற்றுக்கொண்ட நபிகளார், "ஸைத், தன் உறவினர்களுடன் செல்ல விரும்பினால் அதற்கான உரிமை அவருக்கு இருக்கிறது" என்றார். ஸைத் அழைக்கப்பட்டார். அவரிடம், "இந்த இருவரையும் உமக்குத் தெரியுமா?" என்று கேட்டார் நபிகளார். "ஆம். இவர்கள் என் தந்தையும் மாமாவும்" என்றார் ஸைத். "அவர்கள் உம்மை அழைத்துச்செல்ல வந்திருக்கிறார்கள். நீர் அவர்களுடன் செல்வதாக இருந்தால் நான் அனுமதிக்கிறேன்" என்றார்.

"தங்களை விட்டுப் பிரிவதில் எனக்கு விருப்பமில்லை" என்றார் ஸைத். "நீ விடுதலையை விடவும் அடிமைத்தனத்தை

விரும்புகிறாயா?" என்று கேட்டார் ஸைதின் தந்தை. ஸைத் சொன்னார்: "உலகில் இவருக்கு ஒப்பான எந்தச் சிறப்பையும் நான் யாரிடமும் கண்டதில்லை."

ஸைதின் பதிலைக் கேட்ட நபிகளார், அவரைத் தழுவிக்கொண்டு, கஅபாவினுள் நுழைந்து, உரத்தக் குரலில் அறிவித்தார்: "அனைவரும் அறிந்துகொள்வீர்களாக! ஸைதை நான் அடிமைத் தளையிலிருந்து விடுவித்து, என் மகனாக ஏற்றுக்கொண்டேன். இன்று முதல் இவர் எனது மரபுவழி உரிமைக்குரியவரும் நான் அவருடைய தந்தையுமாவேன் என்பதற்கு நீங்கள் சாட்சி."

மனத்தை நெகிழச் செய்யும் இந்தக் காட்சி, ஸைதின் தந்தைக்கும் மாமாவிற்கும் பெரும் மகிழ்ச்சியூட்டியது. நபிகளாரின் பொறுப்பில் அவரை ஒப்படைத்துவிட்டு அவர்கள் திரும்பிச் சென்றனர். அன்றிலிருந்து, புலம்பெயர்வுக்குப் பிறகு, வளர்ப்பு மகன், இரத்த வாரிசாக ஏற்றுக் கொள்ளப்படமாட்டார் என்ற இறைவசனம் அருளப்படுவதுவரைக்கும், ஸைத் பின் ஹாரிஸாவான இவர், ஸைத் பின் முஹம்மத் என்றே அழைக்கப்பட்டார்.

நபித்துவ நிலைக்கு உயர்வதற்கு முன்பே, முஹம்மத் (ஸல்) அவர்களின் இதுபோன்ற பல்வேறு நிகழ்வுகள் அவரது மேன்மைக்குச் சான்றுகளாக அமைந்தன.

அல்லாஹ்வின் மீது நாட்டம் : முப்பத்து மூன்று அல்லது முப்பந்தைந்து வயதில் நபிகளாருக்குத் தனிமைமீதான ஆர்வம் முளைவிட்டது. இது அவருள் தனித்த ஒரு மகிழ்ச்சியையும், பல தெய்வ நம்பிக்கைமீது இயல்பான வெறுப்பையும் உருவாக்கியிருந்தது. ஒரு முறை, சிலைகளுக்குப் படைக்கப்பட்ட சிறிது உணவை அவருக்குக் கொடுத்தார்கள். அதை அவர், ஸைத் பின் அம்ருவின் பக்கம் தள்ளிவைத்தார். ஸைதும் அதை உண்ண மறுத்து நாங்கள் சிலைகளுக்குப் படைக்கப்பட்டதை உண்பதில்லை என்று அந்தப் பலதெய்வ வழிபாட்டாளர்களிடம் சொன்னார். இந்த ஸைத் பின் அம்ர், உமர் பின் கத்தாப் (ரலி) அவர்களின் மாமனார் ஆவார்.

தனிமையின்போது அவர், இறைவனின் ஆற்றல்கள் குறித்துச் சிந்தித்துப் புகழ்வார். நாற்பதாவது வயதை நெருங்கும்போதுதான் தனிமையால் மிகவும் கவரப்படுவதை உணர்ந்தார். அமைதியையும் தனிமையையும் விரும்பி ஹிரா குன்றுக்குச் செல்வார். அப்போது,

உலர்ந்த வாற்கோதுமையும் தண்ணீரும் எடுத்துச் செல்வார். இங்கே தங்கியிருந்த பகல் வேளைகளில் சில கனவுகள் கண்டார். இதே நிலை ஒன்பது ஆண்டுகளாக இருந்து வந்தது. கடைசி ஆறு மாதங்களில் அடிக்கடி சில உண்மைக் கனவுகள் கண்டார். இன்று, ஜபல் நூர் (ஒளி மலை) என்று அறியப்படும் ஹிரா குன்று, மக்காவின் வடக்குப் பகுதியில் மூன்று மைல் தொலைவில் மினாவுக்குச் செல்லும் வழியில் அமைந்திருக்கிறது.

ஒளிக்கதிரின் எழுச்சி : முஹம்மத் (ஸல்) அவர்களுக்கு நாற்பது வயது நிரம்பியது. தூதுத்துவத்தின் ஒளிக்கதிர் எழுந்தது. தொழுகையும், வேண்டுதல்களும், தொடர்பயிற்சிகளும், தனிமை தந்த ஆழ்ந்த சிந்தனைகளும் முழுமையடைந்தன. இறைவசனத்தின் பளுவைத் தோள்களில் தாங்கும் பொறுமையும் வலுவும் பெற்றிருந்த அந்நேரத்தில், வானவர் ஒருவர் அவர் முன் தோன்றிச் சொன்னார்: "ஓதுவீராக!" இறைத்தூதர் சொன்னார்: "எனக்கு ஓதுவதற்குத் தெரியாதே!"

இது குறித்து இறைத்தூதர் அவர்கள் பின்வருமாறு விவரித்தார்: "வானவர், என்னை இறுகத் தழுவி விட்டு, "ஓதுவீராக" என்றார். "எனக்கு ஓதுவதற்குத் தெரியாதே" என்றேன். வானவர் மீண்டும் என்னை இறுகத் தழுவிவிட்டு, "ஓதுவீராக" என்றார். இம்முறையும், "எனக்கு ஓதுவதற்குத் தெரியாதே!" என்று கூறியதும் மூன்றாவது முறையாக வானவர் என்னை இறுகத் தழுவிவிட்டுச் சொன்னார்:

'(யாவற்றையும்) படைத்த உம்முடைய இறைவனின் திருநாமத்தால் ஓதுவீராக! அவனே, மனிதனைக் கருவிலிருந்து படைத்தவன்! ஓதுவீராக! மேலும் உம் இறைவன் மிகவும் அருளாளன். அவனே, எழுதுகோலைக்கொண்டு கற்றுக்கொடுத்தான். மனிதன் அறியாதவற்றை அவனுக்குக் கற்றுக்கொடுத்தான்....' (குர்ஆன் 96: 15). இதைச் சொல்லிவிட்டு வானவர் மறைந்தார்.

தன்னுணர்வற்ற நிலையில் பயத்துடன் வீட்டுக்குத் திரும்பிய இறைத்தூதர் அவர்கள், கதீஜா (ரலி) அவர்களிடம், "என்னைப் போர்த்துங்கள்!... என்னைப் போர்த்துங்கள்!.." என்றபடியே வந்தார். கதீஜா (ரலி) ஒரு போர்வையால் தம் கணவரைப் போர்த்தினார். சிறிது நேரத்திற்குப் பின் மனஅமைதி பெற்றவராக கதீஜா (ரலி) அவர்களிடம் நடந்ததை விவரித்துவிட்டு, "எனக்கு ஏதாவது

நிகழ்ந்து விடுமோ என்று பயப்படுகிறேன்" என்றார்.

கதீஜா (ரலி) அவர்களின் வரலாற்றுச் சொற்கள் : கதீஜா (ரலி) சொன்னார்: "அல்லாஹ்வின் மீது ஆணையிட்டுச் சொல்கிறேன். அவன், தங்களை ஒருபோதும் கைவிட மாட்டான். தாங்கள் உறவைப் பேணுகிறீர்கள்; உண்மையைப் பேசுகிறீர்கள்; மக்களின் பாரங்களைச் சுமக்கிறீர்கள்; தேவையானவர்களுக்கு உதவுகிறீர்கள்; விருந்தினரை உபசரிக்கிறீர்கள்; சத்தியத்தை நிலைநாட்டுவதன் பொருட்டு வேதனை அனுபவிப்பவர்களின் துயரங்களை அகற்றப் பாடுபடுகிறீர்கள்."

நபிகளாரை ஆறுதல்படுத்தி தைரியமூட்டிய கதீஜா (ரலி), தம் மைத்துனரான வரக்கா பின் நவ்ஃபலிடம் அவரை அழைத்துச் சென்றார். வரக்கா அப்போது முதிர்ந்த வயதினர். தாம் கண்டதையும் கேட்டதையும் நபிகளார், அவரிடம் சொன்னபோது அவர் கண்ணீர் மல்கச் சொன்னார்: "முன்னர் இறைத்தூதர் மூஸா அவர்களிடம் வந்த அதே தூய ஆவிதான் உங்களிடமும் வந்திருக்கிறது. ஆகா! மக்கள் உங்களை வெளியேற்றும்போது நான் இளமையாகவும் உயிருடனும் இருக்க மாட்டேனா..."

நபிகளார் கேட்டார்: "என்ன, என்னை வெளியேற்றுவார்களா?" "ஆமாம்," என்ற வரக்கா, "அல்லாஹ்வின் தூதர் ஒருவர் வந்து ஏகத்துவத்தைக் கற்பிக்கும்போதெல்லாம் அவர் தகாதமுறையில் நடத்தப்படுவதும் சொல்ல முடியாத துன்பங்களுக்கு ஆட்படுவதும் நடக்கும்" என்றார். பின்னரும் இறைத்தூதர் அவர்கள் ஹிரா குகைக்குத் தொடர்ந்து சென்றார். சிறிது காலம் இறைவசனங்கள் எதுவும் அருளப்படவில்லை.

ஒரு நாள், இறைத்தூதர் அவர்கள், ஹிரா குகையிலிருந்து வீடு திரும்பிக்கொண்டிருக்கும்போது, அதே வானவரைக் கண்டு அச்சம்கொண்டார். வீட்டுக்கு விரைந்து வந்தவர், போர்த்திக் கொண்டுப் படுத்துவிட்டார். அந்நேரம், ஒரு குரல் கேட்டது:

'போர்த்திக்கொண்டிருப்பவரே! எழுந்திருப்பீராக! மக்களுக்கு அச்சமூட்டி எச்சரிக்கை செய்வீராக! மேலும், உம் இறைவனைப் பெருமைப்படுத்துவீராக! மேலும் உமது ஆடைகளைத் தூய்மையாக வைத்துக்கொள்வீராக! இன்னும், அழுக்கை வெறுத்துவிடுவீராக!...' (குர்ஆன் 74: 15).

அன்றிலிருந்து சிறு சிறு இடைவெளிகளுக்குப் பிறகு

இறைவசனங்கள் வந்துகொண்டே இருந்தன. ஒருநாள், இறைத்தூதர் அவர்களை ஒரு குன்றின் அடிப்பகுதிக்குத் அழைத்துச்சென்ற ஜிப்ரீல் (அலை) அவர்கள் உளூ செய்தார். இறைத்தூதரும் அதைப் பின்பற்றினார். பிறகு, வானவர் தொழுகை நடத்தினார்.

இஸ்லாத்தைக் கற்பித்தல் : அல்லாஹ்வின் ஆணைப்படி, இறைத்தூதர் அவர்கள், ஏகத்துவத்தைக் கற்பிக்கத் தொடங்கினார். பல தெய்வ வழிபாட்டிலிருந்து மக்களை விலகச்செய்து இறைநெறியின்பால் அழைப்புவிடும் தன் பணியை வீட்டிலிருந்தே தொடங்கினார். இதன் பயனாக முதன் முதலில் இஸ்லாத்தைத் தழுவியவர் கதீஜா (ரலி) அவர்கள்.

தொடர்ந்து, இறைத்தூதரின் இல்லத்தவர்களான, அலீ பின் அபூதாலிபும் ஸைத் பின் ஹாரிஸாவும் இறைத்தூதரின் நண்பரான அபூபக்ர் (ரலி) அவர்களும் இஸ்லாத்தை ஏற்றுக்கொண்டனர். இவர்கள் அனைவரும் முதல் நாளே முஸ்லிம்களானவர்கள்.

இறைத்தூதர் அவர்களுக்கு மிகவும் நெருக்கமான, அவரை மிக நன்றாக அறிந்தவர்கள் இவர்கள். அவரது நற்பண்புகளையும் ஒழுக்கத்தையும் நேரில் கண்டுவருபவர்கள். அவரது வாழ்க்கையின் எந்தப் பகுதியும் இவர்கள் அறியாதது அல்ல. முதலாம் நாளே இவர்கள் இஸ்லாத்தைத் தழுவியது, இந்தப் பண்புகள் அனைத்துக்குமான சான்றுகளாகும்.

ஆரம்பக் கட்டத்தில், ஏகத்துவ அழைப்பை இறைத்தூதர் அவர்கள், தம் உறவினர்களுக்கும் நெருங்கிய நண்பர்களுக்கும் என்ற வரையறையுடன் தொடங்கி, அதிக எதிர்ப்புகளில்லாமல் கொண்டுசென்றார். இஸ்லாத்தின் தொடக்க நாள்களில் அபூபக்ர் (ரலி) தமது ஏகத்துவப் பணிகளை வெளிப்படையாகவே செய்தார். அவரது நற்பண்புகளையும் செல்வாக்கையும் அறிந்த பெரியதொரு நண்பர்கள் வட்டம் இருந்தது. இது, உஸ்மான் பின் அஃப்ஃபான், தல்ஹா பின் உபைதுல்லாஹ், ஸஅத் பின் அபீவக்காஸ், அப்துர் ரஹ்மான் பின் அவ்ஃப், ஸுபைர் பின் அவ்வாம் போன்றவர்கள் இஸ்லாத்திற்கு வரக் காரணமாக அமைந்தது.

இஸ்லாத்தை நோக்கிய பயணக் குழுவில் அடுத்து, உஸ்மான் பின் மழ்ஊன், குதாமா பின் மழ்ஊன், ஸயீத் பின் ஸைத், உமர் பின் கத்தாபின் சகோதரியும் ஸயீதின் மனைவியுமான ஃபாத்திமா

(ரலி) ஆகியோர் இணைந்துகொண்டனர். இன்னொரு புறம், ஸஅத் பின் அபீவக்காஸின் சகோதரரான உமைர், அப்துல்லாஹ் பின் மஸ்ஊத், ஜஅஃபர் பின் அபூதாலிப் (ரலி) ஆகியோரும் இணைந்துகொண்டனர்.

இப்படியாக, வயது வேறுபாடுகளில்லாமல், ஆண்கள் பெண்கள் குழந்தைகள் உட்பட சிறு முஸ்லிம் குழுவொன்று உருவானது. இவர்கள், அல்லாஹ்வைத் தொழுவதற்காக, தங்கள் உயிர்களுக்குப் பயந்து மக்காவுக்கு வெளியிலுள்ள மலையடிவாரத்துக்குச் செல்வார்கள். இப்படியாக, ஓரளவு அமைதியாகவும் மறைவாகவும் இஸ்லாத்தைக் கடைப்பிடித்து நடப்பதில் மூன்றாண்டுகள் கழிந்தன.

பலதெய்வ உருவ வழிபாட்டை வெறுத்தவர்கள், இஸ்லாத்தை நோக்கி ஓடிவந்தனர். இந்த மூன்றாண்டு காலத்தில், குறைஷிகளின் பெரும்பாலான நிகழ்வுகளும் கூட்டங்களும் இஸ்லாம் உருவாக்கியிருந்த அசைவை முன்வைத்தே நடந்தன. அவர்களின் கலந்துரையாடல்களில் புதிய இறையியல் கோட்பாட்டைத் தவிர வேறெதுவும் இருக்கவில்லை.

ஆரம்பக் காலங்களில் குறைஷிகள், இஸ்லாமிய நடவடிக்கைகளை அதிகம் கண்டுகொள்ளாமலிருந்தனர். தங்களுடைய நம்பிக்கைகளை இது எந்த வகையிலும் பாதிக்காது என்றே கருதினர். ஏகத்துவ நம்பிக்கையாளர்களைக் கேலியும் கிண்டலும் செய்வதுடன் நிறுத்திக் கொண்டனர். சிற்சில இடங்களில் முஸ்லிம்கள் தாக்குதலுக்கும் உள்ளாயினர்.

ஒரு முறை, முஸ்லிம்கள் சிலருடன், ஸஅத் (ரலி), ஒரு மலையடிவாரத்தில் தொழுதுகொண்டிருந்தார். எதிர்பாராமல் அந்த வழியாக வந்த பலதெய்வ வழிபாட்டாளர்கள் சிலர் முஸ்லிம்களைத் தொழுகை நடத்த விடாமல் தடுத்தனர். இதை எதிர்த்த ஸஅத் (ரலி), அவ நம்பிக்கையாளன் ஒருவனின் வாளால் தாக்கப்பட்டார். ஏகத்துவ வழித்தடையில் ஏற்பட்ட முதல் வாள் சண்டை இதுதான்.

ஒரு முறை இறைத்தூதரும் அலீ (ரலி) அவர்களும் ஒரு மலையடிவாரத்தில் தொழுதுகொண்டிருந்தனர். எதிர்பாராமல் அங்கே அபூதாலிப் வந்தார். தொழுபவர்களை அமைதியாகப் பார்த்துக்கொண்டிருந்த அவர், தொழுகை நிறைவடைந்ததும்,

"நீங்கள் கடைப்பிடிக்கும் இறைமறை எது?" என்று கேட்டார். "இது இப்ராஹீம் நபியின் இறைமறை என்று சொன்ன அவர்கள், நீங்களும் இதை ஏற்றுக்கொள்ள வேண்டும்" என்றனர்.

"என் மூதாதையரின் வழிமுறையை நான் கைவிடமாட்டேன்" என்ற அபூதாலிப், அலீ (ரலி) அவர்களைப் பார்த்துச் சொன்னார்: "மகனே! முஹம்மதை விட்டு எப்போதும் பிரியாதே! நன்மையைத் தவிர வேறு எதை நோக்கியும் அவர் உன்னை அழைத்துச்செல்ல மாட்டார்."

ஸஃபா குன்றின் மீதிருந்து உண்மையை வெளிப்படுத்துதல் :
இறைவசனம் வந்தது: '... உமக்குக் கட்டளையிடப்பட்டதை நீர் அவர்களுக்கு வெளிப்படையாக அறிவிப்பீராக!...' (குர்ஆன் 15: 94).

இந்தக் கட்டளையுடன், ஸஃபா குன்றின் மீதேறிய இறைத்தூதர் அவர்கள் உரத்தக் குரலில், ஒவ்வொரு இனக்குழுவின் பெயரையும் சொல்லி அழைப்பு விடுத்தார். அழைப்பை ஏற்ற மக்கள் பெருமளவில் ஒன்றுதிரண்டனர். இறைத்தூதர், அவர்களிடம் கேட்டார்: "குறைஷிகளே! எதிரிகள் உங்களைத் தாக்க வருகிறார்கள் என்று நான் சொன்னால் நீங்கள் நம்புவீர்களா?"

"நிச்சயமாக." அவர்கள் ஒருமித்தக் குரலில் பதில் சொன்னார்கள்: "எங்களில் உண்மையாளராகவும் நம்பிக்கைக்குரியவராகவும் தாங்கள் இருக்கிறீர்கள்." குறைஷிகளின் பதிலைக் கேட்டதும் இறைத்தூதர் சொன்னார்: "நல்லது. உங்கள் செயல்களின்மீதான தண்டனையை அடைவதற்குள் உங்களுக்கு முன்னறிவிப்புக் கொடுக்கிறேன்." இதைக் கேட்டதும் அவர்கள் உரத்தக் குரலில் சிரித்தனர். அபூலஹப் சொன்னான்: "நீ அழிந்து போவாய்! இதைச் சொல்லவா எங்களை இங்கே வரவழைத்தாய்?"

கூட்டம் கலைந்தது. அபூலஹப் சென்றதும், அல்மசத் எனும் 111 ஆம் அத்தியாயம் அருளப்பட்டது. சில நாள்களுக்குப் பிறகு இறைத்தூதர் கட்டளையிடப்பட்டார்: 'இன்னும், நீர் உம்முடைய நெருங்கிய உறவினர்களுக்கு அச்சமூட்டி எச்சரிக்கை செய்வீராக!' (குர்ஆன் 26: 214)

இதைத் தொடர்ந்து, ஒரு விருந்துக்கு ஏற்பாடு செய்து

உறவினர்களை அழைக்குமாறு அலீ பின் அபூதாலிப் (ரலி) அவர்களிடம் சொன்னார் இறைத்தூதர் அவர்கள். விருந்து நடைபெற்றது. முடிவில், தீய செயல்களின் விளைவுகளைக் குறித்துச் சொல்வதற்காக இறைத்தூதர் எழுந்ததும் வெற்றுக் கூச்சல்களால் அதை அனுமதிக்க மறுத்தான் அபூலஹப்.

சில நாள்கள் இடைவெளியில் இன்னொரு விருந்து ஏற்பாடு செய்யப்பட்டது. உணவு முடிந்ததும் இறைத்தூதர் பேசுவதற்காக எழுந்தார்: "கேளுங்கள்! இதற்கு முன் வேறு யாருமே தனது இனக்குழுவுக்குக் கொண்டுவராத ஒன்றுடன் நான் உங்கள் முன் வந்துள்ளேன். இதில் யார் எனக்கு உதவியாக இருக்கிறீர்கள் என்பதை அறிந்துகொள்ள விரும்புகிறேன்." யாருமே பதில் சொல்லவில்லை. அபூதாலிப் மட்டும் தமது ஆதரவை உறுதிப்படுத்தினார்.

வெளிப்படையான அழைப்பு : இக்கால கட்டங்களில் குறைவான எண்ணிக்கையுடன் வலுவற்றவர்களாக இருந்த முஸ்லிம்கள் தங்களது நம்பிக்கையின் பொருட்டு மற்றவர்களால் தொந்தரவு செய்யப்பட்டனர். இருந்தும், ஏகத்துவத்தை நோக்கிய தமது பணியை அயராமல் மேற்கொண்டார் இறைத்தூதர் அவர்கள். அவைகளிலும் கூட்டங்களிலும் அங்காடிகளிலும் விற்பனை நிலையங்களிலும் தெரிந்தவர்களின் இல்லங்களிலும் சென்று ஏகத்துவச் சிறப்புகளை எடுத்துரைத்தார். உருவ வழிபாடுகளை விட்டு விலகும்படி கேட்டுக்கொண்டார். பாலியல் பிறழ்வு, சூதாட்டம், சோம்பல், திருட்டு, வஞ்சகம், கொள்ளை போன்றவற்றை விட்டொழிக்கும்படி சொன்னார்.

தங்கள் மூதாதையரின் நம்பிக்கைகளையும் பழக்க வழக்கங்களையும் குறைகூறுவதைக் குறைஷிகள் விரும்பவில்லை. ஆண்டான் - அடிமைகளுக்கிடையிலான வேறுபாடுகளைக் களைவது குறித்து அவர்கள் சிந்திக்கவே விரும்பவில்லை. ஆனால், இஸ்லாமோ, இவ்வேறுபாடுகள் முற்றிலும் களையப்பட வேண்டும் என்பதில் உறுதியாக இருந்தது.

கஅபாவிலுள்ள சிலைகளை வழிபடுவதற்காக அரேபிய இனக்குழுக்கள் மக்காவுக்கு வருகை தந்தன. இதன் காரணமாக, மக்கா நகர் மக்களையும் குறைஷிகளையும் அவர்கள் உயர் நிலையில் வைத்திருந்தனர். இஸ்லாம் உருவ வழிபாட்டுக்கு எதிராக இருக்கும்

இந்நிலை, குறைஷித் தலைவர்களின் பெருமைக்குக் குந்தகம் விளைவிக்கும். இதன் காரணமாகவும் அவர்களால் இறைத்தூதரைப் பின்பற்ற இயலவில்லை.

பெரும்பாலான இனக்குழுவினருக்கு ஹாஷிம் வம்சத்தாருடன் பகை இருந்தது. எனவே, அந்தக் கிளையிலுள்ள ஒருவர், தங்களை வழிநடத்திச் செல்வதையும் அவர்களால் ஏற்க இயலவில்லை. இப்படியாக, இறைத்தூதரின் வெளிப்படையான அழைப்புப் பணி, பகைமையையும் கடும் எதிர்ப்பையும் அரேபியா முழுவதும் உருவாக்கியது. நபித்துவத்தின் நான்காம் ஆண்டில், இது கொழுந்து விட்டெரியும் பெருநெருப்பாக மாறியது.

முதலாவது கல்வி நிறுவனம் : இதே கால கட்டத்தில், ஸஃபா குன்றின் கீழ்ப்பகுதியிலுள்ள, அர்க்கம் பின் அபூஅர்க்கம் (ரலி) அவர்களின் இல்லத்தைக் கல்வி நிறுவனமாக ஆக்கினார் இறைத்தூதர் அவர்கள். இஸ்லாத்திற்கு வருகை தரும் ஒவ்வொரு முஸ்லிமும் இஸ்லாத்தின் போதனைகளைக் கற்பதற்காக இங்கு வந்தனர். இறைத்தூதர் அவர்கள் இதைக்கற்பித்தார். இந்த இடம், மூன்றாண்டு காலம், இஸ்லாமிய நடவடிக்கைகளுக்கான மையமாகவும் இறைத்தூதர் தங்குமிடமாகவும் அமைந்திருந்தது.

இக்கால கட்டத்தில் இஸ்லாத்தில் இணைந்தவர்கள், தொடக்க கால முஸ்லிம்கள் என்று குறிப்பிடப்பட்டனர். அர்க்கம் (ரலி) அவர்களின் இவ்வீட்டில் வைத்து, இறுதியாக இஸ்லாத்தைத் தழுவியவர் உமர் பின் கத்தாப் (ரலி). உமர் (ரலி) இஸ்லாத்தை ஏற்றுக்கொண்டது ஒரு திருப்புமுனையாகவும் அமைந்தது.

குறைஷிகளின் வன்மம் : இஸ்லாத்தில் இணைந்தவர்களில் அடிமைகளும், பலவீனர்களும், சக்தியற்ற இனக்குழுவைச் சேர்ந்தவர்களும், பாதுகாப்பற்றவர்களும் இருந்தனர். இப்படியான முஸ்லிம்கள், எளிதில் எதிரிகளுக்கு இரையாயினர். பல்வேறு துன்பங்களை அனுபவித்தனர். ஏளனம் செய்யப்பட்டனர். இப்படிச் செய்தால்தான் மற்றவர்களும் இஸ்லாத்திற்கு வரத் துணியமாட்டார்கள் என்று நம்பினார்கள்.

உமய்யா பின் கலஃபின் அடிமையாக இருந்தார் பிலால் (ரலி). இவரைப் பெரும் துன்பத்திற்குள்ளாக்கினான் உமய்யா. உச்சி வெயிலில் படுக்க வைத்து மார்பின்மீது, பாறாங்கல்லை

ஏற்றினான். இரு கைகளையும் பின்பக்கமாகப் பிணைத்து வைத்து, முட்கசையால் அடித்தான். பட்டினியால் அவரைத் துன்புறுத்தி, கழுத்தில் கயிற்றைக் கட்டிச் சிறுவர்களிடம் ஒப்படைத்தான். அவர்கள் தெருக்களைக் கடந்து நகரின் வெளிப்புறமிருக்கும் குன்றுகள்வரைக்கும் அவரை இழுத்துச் சென்றனர். அப்போதும், பிலால் (ரலி) அவர்களின் உதடுகள், அஹத், அஹத் (ஒருவன், ஒருவன்) எனும் சொற்களையே உச்சரிக்கும். இதை உச்சரித்தவாறே தம்மீது நிகழ்த்தப்பட்ட சித்திரவதைகள் அனைத்தையும் தாங்கிக்கொண்டார் பிலால் (ரலி).

அம்மார் (ரலி), தமது தந்தையார் யாசிர் (ரலி), தாயார் ஸுமய்யா (ரலி) ஆகியோருடன் இஸ்லாத்தைத் தழுவினார். அபூஜஹ்ல், இவர்களுக்கு சொல்லொணாத் துன்பங்கள் இழைத்தான். அபூஜஹ்ல் பாய்ச்சிய ஈட்டியால் ஸுமய்யா (ரலி) அவர்களின் உயிர்பிரிந்தது. இறை மார்க்கத்திற்காக உயிர் துறந்தவர் எனும் சிறப்பு ஸுமய்யா (ரலி) அவர்களுக்குக் கிடைத்தது.

அபூஜஹ்ல் ஒருமுறை ஸனீரா (ரலி) அவர்களின் கண்பார்வைப் பறிபோகுமளவுக்கு முட்கசையால் அடித்தான். இப்படி, இஸ்லாத்தை ஏற்றுக்கொண்ட அடிமைகளான ஆண்களுக்கும் பெண்களுக்கும் எளியவர்களுக்கும் எதிராக நடந்த கொடுமைகள் சொல்லும் தரமில்லை. ஆயினும், இதன் காரணமாக யாருமே இஸ்லாத்தைத் துறக்க முன்வரவில்லை. அந்த அளவுக்கு இஸ்லாம், அவர்களது மனதில் திடமான ஓர் இடத்தை வகித்திருந்தது.

உஸ்மான் பின் அஃப்ஃபான் (ரலி), உமய்யா இனக்குழுவைச் சேர்ந்த ஒரு செல்வந்தர். இஸ்லாத்தைத் தழுவினார் என்பதற்காக இவரைப் பல்வேறு வகைகளில் துன்புறுத்தியதுடன் கயிற்றால் கட்டித் தூக்கியெறிந்தார்கள். ஸுபைர் பின் அல்அவ்வாமின் மாமா, இவரைப் பாயில் சுருட்டித் தன் கட்டுப்பாட்டுக்குள் வைத்துக்கொள்ள முயற்சி செய்தார்.

அபூதர் கிஃபாரீ (ரலி) ஒருமுறை குர்ஆன் ஓதிக்கொண்டிருக்கும்போது, கொடூரமாகத் தாக்கப்பட்டார். மரணமடையும் நிலையில் அவர் உணர்வற்று விழுந்தார். அப்போது அங்கே வந்த அப்பாஸ் பின் அப்துல் முத்தலிபின் வணிகக்குழு, தாங்கள் செல்லும் வழியில் கிஃபார் இனக்குழுவினர் வசிப்பதாகவும் ஆகவே அவரை

விட்டுவிடுங்கள் என்றும் சொல்லி அவரைக் காப்பாற்றினார்.

அப்துல்லாஹ் பின் மஸ்ஊத் (ரலி) அவர்களும் இதுபோல் ஒரு முறை தாக்கப்பட்டார். கப்பாப் பின் அரத் (ரலி) அவர்களை நெருப்புத் தணல்மீது புரள முடியாமல் படுக்க வைத்து ஒருவன் அவரது மார்பில் அமர்ந்துகொண்டான். இதில், அவரது முதுகும் இடுப்புப் பகுதியும் வெந்து கருகின.

இறைத்தூதரை இகழ்ந்தனர் : ஒருமுறை கஅபாவில் தொழுதுகொண்டிருந்த இறைத்தூதர் அவர்களின் கழுத்தில் துணியைப் போட்டு இறுக்கினான் உக்பா பின் அபூமுஅய்த். இதையறிந்த அபூபக்ர் (ரலி) விரைந்து வந்து இறைத்தூதரை விடுவித்துவிட்டு, கூடிநின்ற குறைஷிகளைப் பார்த்துக் கேட்டார்: "தன்னுடைய இறைவன் அல்லாஹ் என்று சொல்வதற்காக, நீங்கள் ஒரு மனிதரைக் கொலை செய்ய முயல்வீர்களா?" உடனே அவர்கள் அபூபக்ர் (ரலி) அவர்களிடமும் முரட்டுத்தனமாக நடந்து கொண்டனர்.

இதுபோல் ஒருமுறை இறைத்தூதரைச் சுற்றிச் சூழ்ந்துகொண்ட குறைஷிகள் அவரை முரட்டுத்தனமாகவும் மரியாதையின்றியும் நடத்தினர். அவர்களின் பிடியிலிருந்து இறைத்தூதரை விடுவிப்பதற்காக விரைந்து வந்த ஹாரிஸ் பின் அபூஹாலா கொல்லப்பட்டார். ஆயினும், இறைத்தூதர்மீது கைவைக்கும் துணிவு அவர்களிடமில்லை. இரவில், இறைத்தூதர் நடந்து செல்லும் பாதையில் முட்களைப் பரப்பினார்கள். இதையறியாமல் நடந்து சென்ற இறைத்தூதர் அவர்களின் பாதங்கள் புண்பட்டன.

இறைத்தூதர் கஅபாவில் தொழுதுகொண்டிருந்தார். அங்கிருந்த குறைஷிகளிடையே அபூ ஜஹ்லுமிருந்தான். அவன், இன்ன இடத்தில் ஒட்டகத்தின் குடல்கள் கிடக்கின்றன; அதை எடுத்துக்கொண்டு வந்து முஹம்மதின்மீது போடுங்கள் என்று சொன்னான். இதன்படி, உக்பா பின் அபூமுஅய்த் சென்று ஒட்டகக் குடல்களைக் கொண்டு வந்து தொழுதுகொண்டிருந்த இறைத்தூதரின் முதுகில் போட்டான். அவர்கள் உரத்த குரலில் சிரித்தனர்.

அங்கிருந்த அப்துல்லாஹ் பின் மஸ்ஊதால் எதுவும் செய்ய இயலவில்லை. எதிர்பாராமல் அங்கே வந்த, மிகவும் இளவயதினரான ஃபாத்திமா (ரலி), தம் தந்தையின் முதுகில் கிடந்த குடல்களை நீக்கியதுடன் கடுமையான சொற்களால் எதிரிகளைக் கண்டித்தார்.

குறைஷிகள், கழிவுப் பொருள்களையும் கற்களையும் குப்பைகளையும் இறைத்தூதர்மீதும் அவரது வீட்டிலும் எறிவதைத் தொடர்ந்தனர். நபிகளார் ஒருமுறை, "அப்த் மனாஃப் வம்சமே, மற்றவர்கள் செய்ய வேண்டிய துப்புரவுப் பணிகளை எவ்வளவு அழகாக நீங்களே செய்து விடுகிறீர்கள்?" என்றார். இறைத்தூதரை அவர்கள் கவிஞர் என்றும் ஏவல் செய்பவர் என்றும் ஆரூடம் சொல்பவர் என்றும் மூளை பிறழ்ந்தவர் என்றும் பல்வேறுவிதமாகச் சொன்னார்கள். இறைத்தூதருக்கும் அவருடைய தோழர்களுக்கும் உடல் மற்றும் மனரீதியாக என்னென்ன இன்னல்களைச் செய்ய இயலுமோ அனைத்தையும் செய்தனர்.

ஆனால், அசையாத உறுதியுடன் நன்மைகளை விளைவிக்கும் தனது நோக்கத்தை நிறைவேற்றுவது ஒன்றையே இலட்சியமாகக்கொண்டிருந்தார் இறைத்தூதர் அவர்கள். தங்களது இவ்வகையான எதிர்ப்புகளால் எந்தப் பலனும் ஏற்படப்போவதில்லை என்பதைப் புரிந்துகொண்ட குறைஷிகள் குறுக்கு வழிகள் பற்றிய ஆலோசனையில் ஈடுபட்டனர்.

ஆசை காட்டலும் பதிலும் : தற்போதைய நிலைமைகள் குறித்து குறைஷிகள் கலந்தாலோசனை செய்தனர். இதன்படி, உத்பா பின் ரபீஆ என்பவரை இறைத்தூதரிடம் அனுப்பி வைத்தனர். அவர் மிகுந்த பரிவுடன் நபிகளாரிடம் சொன்னார்: "முஹம்மதே! நீர் மேன்மையானவரும் சிறந்ததொரு குடும்பத்தைச் சேர்ந்தவருமாவீர். இருந்தும் நீர் மக்களிடையே பிளவை உருவாக்கியிருக்கிறீர். உமது தேவைதான் என்ன? செல்வம்தான் உம் தேவையெனில், எங்கள் எல்லோரையும்விட பெரும் செல்வந்தராகும் அளவுக்கு அதைத் தருகிறோம். தலைவராக விரும்பினால், உம்மையே எம் தலைவராக ஏற்கிறோம். உமது ஆளுகையின்கீழ் நாங்கள் இருக்கிறோம். நீர் திருமணம் செய்ய விரும்புவீர் எனில், மிக உயர்வானதும் மதிப்புமிக்கதுமான இல்லத்தில் நீர் மணம் புரிந்து கொள்ள ஏற்பாடு செய்கிறோம். இவை அனைத்தையும் நீர் ஒருசேர விரும்புவீர் எனில் அனைத்தும் உமக்குக் கிடைக்கச் செய்கிறோம்." உத்பா பேசி முடித்ததும், இதற்கான பதிலாக இறைத்தூதர் அவர்கள் 'ஹாமீம் அஸ்ஸஜ்தா' எனும் குர்ஆன் அத்தியாயத்தை ஓத ஆரம்பித்தார்.

...'ஆகவே (நபியே!) அவர்கள் (பின்னும் நம்பிக்கைகொள்ளாது) புறக்கணித்து விடுவார்களாயின், அப்போது, ஆத், ஸமூது

(கூட்டத்தாரு) க்கேற்பட்ட இடிமுழக்கம் போன்றதோர் இடிமுழக்கத்தையே நான் உங்களுக்கு அச்சமூட்டி அறிவிக்கிறேன் என்று கூறுவீராக!' (குர்ஆன் 41: 13) என்ற வசனத்தை நபிகளார் ஓதும்போது, முகம் வெளுத்த உத்பா, அவ்வசனங்களைக் கூற வேண்டாமென்று சொல்லி இறைத்தூதரின் வாயைத் தன் கைகளால் மறைத்தார். பிறகு, நெற்றி தரையில் பதிய இறைவனைத் தொழுத இறைத்தூதர், தலையை உயர்த்தி, "எனது பதிலைப் பெற்றுக்கொண்டீரா, உத்பா?" என்று கேட்டார்.

திரும்பி வந்த உத்பா, குறைஷிகளிடம் சொன்னார்: "நான் சொல்வதைக் கேளுங்கள். அவரை விட்டுவிடுங்கள். அவரது விஷயத்தில் நேர்மையாக இருங்கள். அரேபியா முழுவதையும் அவர் தம் கட்டுப்பாட்டின்கீழ் கொண்டுவரும்போது, உங்கள் சகோதரர் எனும் நிலையில் அந்த வெற்றி உங்களுடையதாகவே இருக்கும். இதில் அவர் தோல்வியைச் சந்திப்பதாக இருந்தாலும் நீங்கள் மகிழ்ச்சியடைய முடியும்" என்றார்.

இதைக் கேட்ட குறைஷிகள், "முஹம்மத் உம்மீதும் மந்திரத்தை ஏவிவிட்டார்போல் தெரிகிறது" என்றார்கள். "நீங்கள் விரும்புவதைக் கூறலாம்; நான் எனது கருத்தைச் சொல்லிவிட்டேன்" என்றார் உத்பா.

குறைஷிகளின் தூதுக்குழு : உத்பாவின் முயற்சிகள் தோல்வியடைந்ததால் உத்பா, ஷைபா, அப்துல் புக்தாரி, அஸ்வத், வலீத், அபூஜஹ்ல் ஆகியோர் இணைந்த ஒரு குழுவினர் அபூதாலிபிடம் வந்து முறையிட்டனர்: "உமது சகோதரர் மகன் எங்கள் கடவுள்களை இகழ்வதை இன்னும் நிறுத்தவில்லை. நீர் அவரிடம் விளக்கிச் சொல்லி இதைத் தடுத்து நிறுத்த வேண்டும்."

அபூதாலிப் இதற்கான பதிலைச் சொன்னதுடன், அவர்களின் அத்துமீறலைக் கண்டிக்கவும் செய்தார். அப்போதைக்குத் திரும்பிப்போனவர்கள் கலந்துரையாடல்களுக்குப் பிறகு மீண்டும் மறுநாளே வந்தனர். ஏற்கனவே சொன்னதை இப்போது அபூதாலிப் முன்னிலையில் இறைத்தூதரிடம் சொன்னார்கள்: "முஹம்மதே! நீர் மக்களுக்குக் கொண்டு வந்திருக்கும் குழப்பத்தைப் போன்று இதற்கு முன் யாரும் கொண்டு வந்ததில்லை என்பதைச் சொல்லவே உம்மிடம் ஆள் அனுப்பினோம். இதன்மூலம் நீர் செல்வம்

சேர்க்க விரும்பினால், உம்மை நாங்கள் மிகப் பெரிய செல்வந்தர் ஆக்குகிறோம். நீர் ஆட்சித் தலைமையை விரும்பினால் உம்மையே தலைவராக்குகிறோம். நீர் தீய ஆவிகளாலோ ஜின்னாலோ பாதிக்கப்பட்டிருந்தால் திறன்வாய்ந்த மருத்துவரையோ ஆரூடம் சொல்பவரையோ வைத்து உம்மைக் குணப்படுத்துகிறோம்."

இதைக்கேட்ட இறைத்தூதர், அவர்களுக்கான பதிலாக, சில குர்ஆன் வசனங்களை ஓதிவிட்டு அவர்களைப் பார்த்துச் சொன்னார்: "எல்லாம் வல்ல அல்லாஹ் அவனது தூதராக என்னை உங்களிடம் அனுப்பியிருக்கிறான். அவனுடைய செய்தியை நான் வெளிப்படுத்தியாக வேண்டும். எனது போதனைகளை நீங்கள் ஏற்றுக்கொண்டீர்களெனில் இம்மையிலும் மறுமையிலும் நீங்கள் வெற்றியடைவீர்கள். மறுத்தால், எல்லாம் வல்ல அல்லாஹ்வின் முடிவுக்காக நான் காத்திருப்பேன்."

இதற்கான பதிலாக அவர்கள், "நல்லது! நீர் இறைவனின் தூதர் என்பது உண்மையாக இருந்தால், அரேபியாவிலுள்ள இம்மலைகளை அகற்றுவீராக; பாலைவனங்களை சோலைவனங்களாக மாற்றுவீராக; எங்கள் மூதாதையருக்கு மீண்டும் உயிர் கொடுப்பீராக; குறிப்பாக, குஸை பின் கிலாப் அவர்களுக்கு. அவர் உயிர் பெற்று வந்து, நீர் உண்மையானவர் என்று ஏற்றுக்கொள்வாரெனில் நாங்களும் உம்மை ஏற்றுக்கொள்கிறோம். உம்மையே பின்பற்றுகிறோம்" என்றனர்.

இறைத்தூதர் சொன்னார்: "அல்லாஹ் என்னைத் தூதராக அனுப்பியது இதற்காக அல்ல. அவன் எனக்கு அறிவித்திருக்கும் ஆணைகளை உங்களுக்கு எடுத்துச்சொல்லி அதை உங்களுக்கு முழுமையாக விளக்கவே நான் வந்திருக்கிறேன். எனக்கு உரிமை இல்லாத எதையும் செய்ய என்னால் இயலாது."

வாக்குவாதங்களின் முடிவில் கோபத்துடன் எழுந்த குறைஷித் தலைவர்கள் அபூதாலிபை நோக்கியும் அறைகூவல் விடுத்துவிட்டுச் சென்றனர்.

அவர்கள் போனதும், தமது மகனை அணுகிப் பரிவுடன் சொன்னார் அபூதாலிப்: "மகனே! நான் முதியவன். குறைஷிகளின் கடும் கோபங்களை எதிர்த்து நிற்கும் ஆற்றல் என்னிடமில்லை. அதுபோன்ற சிக்கல்களுக்குள் என்னைத் தள்ளிவிட வேண்டாம். சிலை வழிபாட்டைக் குறைசொல்வதை விட்டு விலகியிருப்பதுதான்

உமக்கு நல்லது.'' இந்தச் சொற்கள், பெரிய தந்தையான அபூதாலிப் தம்மீதான ஆதரவு நிலையிலிருந்து விலகிவிடுவாரோ எனும் சந்தேகத்தை இறைத்தூதரின் மனதில் ஏற்படுத்தியது.

தனக்கேயுரிய உறுதியுடன் இறைத்தூதர் சொன்னார்: "என் அன்பான சிறிய தந்தையே, அவர்கள் எனது வலக்கையில் சூரியனையும் இடக்கையில் சந்திரனையும் தந்தாலும், நான் எனது இலட்சியத்திலிருந்து விலகப்போவதில்லை.''

மக்கா தலைவர்களிடையே அபூதாலிபின் வார்த்தைக்குப் பெருமதிப்பிருந்தது. ஹாஷிம் வம்சத் தலைவராக அரேபியா முழுவதும் அவர் ஏற்றுக்கொள்ளப்பட்டிருந்தார். இறைத்தூதரின் எதிரிகளுக்கு இறைத்தூதர்மீதான பயம் என்பது, அபூதாலிபின் ஆதரவில் உருவானதுதான்.

அபூதாலிபின் சொற்கள் இறைத்தூதரின் கண்களில் நீரை வரவழைத்தன. "பெரிய தந்தையே, எனது செயல்பாடுகளில் நான் வெற்றியடையும்வரை அல்லது நான் மரணிக்கும்வரை கைவிட மாட்டேன்'' என்று சொல்லிவிட்டு எழுந்தார். இதைக்கேட்டு மனமுருகிய அபூதாலிப் மகனை அழைத்துச் சொன்னார்: "நீர் உமது செயலைத் தொடர்ந்து மேற்கொள்ளலாம். ஆணையுரிமை இருக்கும்வரை நான் எனது ஆதரவைத் திரும்பப்பெறவோ எதிரிகளிடம் உம்மை ஒப்படைக்கவோ மாட்டேன்.''

அபிசீனியாவுக்குப் புலம்பெயர்தல் : குறைஷிகளின் எல்லா முயற்சிகளும் தோல்வியுற்றன. தவ்ஹீத் எனும் ஏகத்துவம் தொடர்ந்து ஒளி வீசிக்கொண்டிருந்தது. அதன் வலுவையும் ஆற்றலையும் அறிந்திருந்த குறைஷிகள் வன்முறையில் ஈடுபட்டனர். இறைத்தூதர் கஅபாவுக்குள் நுழைவதைத் தடுத்தனர். இறைத்தூதர் உட்பட ஏகத்துவ நம்பிக்கையாளர்களைக் கண்டதும் கூச்சலிட்டு அவமானப்படுத்தச் சொல்லி ஆட்களை ஏவினர். தரம்கெட்ட சொற்களைப் பிரயோகித்தனர். அவர்கள் செயல்படாமலிருப்பதற்கான அனைத்தையும் செய்தனர். மக்காவுக்கு வெளியிலிருந்து வருபவர்கள் ஏகத்துவ நம்பிக்கையாளர்களைக் கண்டு விடாதபடி கவனித்துக்கொண்டனர். எளியவர்களையும் வறியவர்களையும் மிக மோசமாகத் தண்டித்தனர். ஏகத்துவ நம்பிக்கையாளர்களின் வாழ்க்கை, கடினமாக மாறியது. வாழவே முடியாது என்ற நிலைக்கு அவர்கள் தள்ளப்பட்டனர்.

முஸ்லிம்கள் அனுபவிக்கும் இத்துன்பங்களைக் கண்ட இறைத்தூதர் அவர்கள், கிறிஸ்தவ ஆட்சியின் கீழிருக்கும் அபிசீனியாவுக்குப் போகும்படி அவர்களிடம் சொன்னார். இதன்படி, நபித்துவத்தின் ஐந்தாம் ஆண்டு, ரஜப் மாதம், பதினொரு ஆண்களும் நான்கு பெண்களும் அடங்கிய ஒரு குழு மக்காவிலிருந்து அபிசீனியாவுக்குப் புறப்பட்டது. அவர்கள் மிக இரகசியமாக ஷுஅய்பா துறைமுகத்துக்குச் சென்று அங்கிருந்து கப்பல் மூலம் அபிசீனியாவை அடைந்தனர்.

இதில், உஸ்மான் பின் அஃப்ஃபான், அவரது மனைவியார் ருக்கையா (நபிகளாரின் மகள்), ஹுதைஃபா பின் உத்பா, உஸ்மான் பின் மழ்ஊன், அப்துல்லாஹ் பின் மஸ்ஊத், அப்துர் ரஹ்மான் பின் அவ்ஃப், ஸுபைர் பின் அல்அவ்வாம், முஸ்அப் பின் உமைர், அமீர் பின் ரபீஆ, ஸுஹைல் பின் பைய்தா (ரலி) ஆகியோரும் உட்படுவார்கள்.

இவர்கள் அனைவரும் வலிமை வாய்ந்த இனக்குழுக்களைச் சேர்ந்தவர்கள். குறைஷிகளின் இலக்குகளாக எளியவர்கள் மட்டுமல்லாமல் வலியவர்களும் இருந்தனர் என்பதை இது தெளிவாக்குகிறது. இவர்கள் புலம்பெயர்வதை அறிந்த குறைஷிகள் சிலர் பின் தொடர்ந்து சென்றனர். ஆனால், அதற்குள் கப்பல் புறப்பட்டு விட்டது. ஏகத்துவ நம்பிக்கையாளர்கள் அபிசீனியாவில் அமைதியாக வாழ்ந்தனர். தொடர்ந்து மற்றவர்களும் அபிசீனியாவுக்குச் சென்றனர்.

இது நடந்த சில மாதங்களுக்குப் பிறகு, குறைஷிகள் அனைவரும் முஸ்லிம்களாக மாறிவிட்டனர் என்றோ இறைத்தூதருடன் குறைஷிகள் உடன்படிக்கை செய்துகொண்டனர் என்றோ தவறான ஒரு தகவலை அவர்கள் கேள்விப்பட்டனர். இனிமேல் தங்களின் மக்கா வாழ்க்கையில் இடையூறுகள் இருக்காதென்ற எண்ணத்தில் அவர்களில் ஒரு பிரிவினர் மக்காவுக்குத் திரும்பினர். மற்றொரு பிரிவினர், இதன் உண்மை நிலையை அறிந்து கொள்வதுவரைக்கும் மக்காவுக்குச் செல்லவேண்டாமென்று அபிசீனியாவிலேயே தங்கிவிட்டனர்.

மக்காவுக்கு வந்தவர்கள், அதன் அண்மைப்பகுதியை அடைந்ததும் தாங்கள் கேள்விப்பட்ட தகவல் உண்மையல்ல என்று அறிந்தனர்.

சிலர் மீண்டும் அபிசீனியாவுக்கே திரும்பினர். சிலர், மக்காவுக்குள் இரகசியமாக நுழைந்து, செல்வாக்குப் படைத்த சிலரின் பாதுகாப்பின்கீழ் தங்கியிருந்து மக்காவிலுள்ள முஸ்லிம்களைத் தொடர்பு கொண்டனர். பிறகு, மேலும் சில முஸ்லிம்களுடன் மீண்டும் அபிசீனியாவுக்கே புறப்பட்டனர். இது முஸ்லிம்களின் இரண்டாவது புலம்பெயர்வாக அறியப்படுகிறது. இப்போது அபிசீனியாவிலிருந்த முஸ்லிம்களின் எண்ணிக்கை ஏறத்தாழ நூறு.

அபிசீனிய மன்னரிடம் குறைஷிகளின் கோரிக்கை : இஸ்லாத்தைத் தழுவிய மக்காவாசிகள் அபிசீனியாவுக்குச் சென்று விட்டதை அறிந்த குறைஷிகள், மக்காவுக்கு வெளியே அவர்கள் ஒன்றுதிரள்வது தங்களுக்கு ஆபத்தை விளைவிக்குமென்று பயந்தனர்.

அம்ர் பின் அல்ஆஸ், அப்துல்லாஹ் பின் ரபீஆ ஆகியோர் தலைமையிலான குறைஷிகள் குழுவொன்று, முஸ்லிம்களை அபிசீனியாவிலிருந்து வெளியேற்றச் சொல்லும் நோக்கத்துடன் மன்னர் நஜ்ஜாஷியைச் சந்திக்கச் சென்றது. மக்காவுக்கும் அபிசீனியாவுக்குமிடையே அப்போது வணிகத்தொடர்புகள் இருந்து வந்தன. மன்னருக்கும் அரசவைப் பிரமுகர்களுக்கும் விலையுயர்ந்த பரிசுப்பொருட்களுடன் சென்ற இக்குழு, அரசவைக்குள் அனுமதிக்கப்பட்டது. பரிசுப்பொருட்களை அளித்துவிட்டு, தங்கள் முன்னோர்களின் நம்பிக்கைகளுக்கு மாறாக ஒரு புதிய நம்பிக்கை யில் இணைந்துகொண்ட தங்களின் சில அடிமைகள் அபிசீனியாவில் அடைக்கலம் புகுந்துள்ளனர் என்றும் அவர்களைத் தங்களிடம் ஒப்படைக்கவேண்டும் என்றும் வேண்டுகோள் விடுத்தனர். விசாரணைக்குப் பிறகு உங்கள் வேண்டுகோள் பரிசீலிக்கப்படும் என்று உறுதியளித்த மன்னர், முஸ்லிம்களை வரவழைத்து விசாரணை செய்தார். முஸ்லிம்கள் தரப்பில், ஜஅஃபர் பின் அபூதாலிப் (ரலி) புதிய நம்பிக்கை குறித்தும் தங்கள் தரப்பு நியாயங்கள் குறித்தும் அபிசீனிய மன்னர் நஜ்ஜாஷியிடம் விளக்கமாக எடுத்துரைத்தார்.

ஜஅஃபர் பின் அபூதாலிப் (ரலி) அவர்களின் பதில் : “அரசே, நாங்கள் அறியாமையில் ஆழ்ந்து கிடந்த ஒரு சமூகம். சிலைகளை வழிபட்டு வந்தோம். இறந்த மிருகங்களை உணவாகக்கொண்டோம். மனித குணங்களுக்கு ஒவ்வாத

அனைத்தையும் செய்து வந்தோம். உறவுகளைப்பேண மறுத்தோம். அண்டை அயலாரை இழிவுபடுத்தினோம். எளியவர்களுக்குத் துன்பம் விளைவித்தோம். எல்லாம் வல்ல அல்லாஹ் எங்களிடம் ஒரு தூதரை அனுப்பும்வரைக்கும் நாங்கள் இப்படியாகவே வாழ்ந்து வந்தோம். அந்த இறைத்தூதரின் பிறப்பும் குலமும் மேன்மையானதும் சிறப்பு வாய்ந்ததுமாகும். அவர் நெறிபிறழாதவர்; உண்மையானவர். இதை நாங்கள் மிக நன்றாகவே அறிவோம். அவர், இறைவன் ஒருவன் என்றும் அவனது ஏகத்துவத்தை ஏற்கவும் அவனையே வணங்கவும் எங்களுக்கு அழைப்பு விடுத்தார். உண்மையை மட்டும் பேசவும் வாக்குறுதிகளைக் காப்பாற்றவும் உறவுகள்மீதும் சுற்றத்தார்மீதும் அன்பாகவும் ஆதரவாகவும் இருக்கக் கற்பித்தார். பொய், வஞ்சகம், தீயச்செயல்கள் சண்டைகள் போன்ற வெறுக்கத்தக்க அனைத்தையும் எங்களிடமிருந்து அகற்றினார். அநாதைகளின் உடைமைகளை அபகரிக்காதீர் என்றார். பெண்கள்மீது வீண்பழி சுமத்தாதீர் என்றார். ஏக இறையை வணங்கச் சொல்லி கட்டளையிட்டார். நாங்கள் அவரைத் தூதராக ஏற்றோம். அவர்மீது நம்பிக்கை கொண்டோம். இதற்காக, இவர்கள் எங்களுக்குப் பெரும் இன்னல்களை விளைவித்தனர். எங்கள் மக்களை விட்டு நாங்கள் பிரிக்கப்பட்டோம்.

இந்நிலையில் நாங்கள் இங்கே அபயம் புகுந்தோம். தங்கள் பாதுகாப்பை நாடி நாங்கள் இங்கே வந்திருப்பதற்கான காரணம் உயிர்ப்பயம்தான். இந்நிலையில், தங்களின்கீழ் நாங்கள் நீதியற்ற முறையில் நடத்தப்படமாட்டோம் என்று நம்புகிறோம்."

ஜஅஃபர் பின் அபூதாலிப் (ரலி) அவர்களின் உரையை அமைதியாகச் செவிமடுத்த அபிசீனிய மன்னர், "உங்கள் இறைத்தூதர்மூலம் இறைவன் அருளிய ஒரு செய்தியைக் கூறும்" என்றார். குர்ஆனிலுள்ள மர்யம் எனும் அத்தியாயத்தின் முதல் வசனங்களை ஜஅஃபர் (ரலி) ஓதினார். நஜ்ஜாஷி உட்பட அவையோர் அனைவர் கண்களிலும் நீர் அரும்பியது.

ஓதி முடிந்ததும் மன்னர் நஜ்ஜாஷி சொன்னார்: "இதுவும் மூஸா (அலை) அவர்களின் தவ்ராத்தும் ஒரே தெய்வீக ஒளியின் சுடர்கள்தாம்." அபிசீனிய மன்னர் கிறிஸ்தவர் என்பதை முன்வைத்து, குறைஷிகள் தங்களுடைய இறுதி அம்பை எய்தனர்: "அரசே, யேசுவுக்கும் இவர்கள் எதிரிகள்." ஜஅஃபர் (ரலி) உடனடியாக

இதற்குப் பதில் சொன்னார்: “உண்மையல்ல! யேசு குறித்து எங்கள் இறைத்தூதருக்குச் சொல்லப்பட்டதன் அடிப்படையில் அவர் அல்லாஹ்வின் அடிமையும் அவனது தூதருமாவார்.” நஜ்ஜாஷி சொன்னார்: “கிறிஸ்தவத்தின் அடிப்படை சார்ந்து இவ்விளக்கம் ஏற்புடையதாகவே இருக்கிறது. மறைநூலும் இதைத்தான் சொல்கிறது.”

முஸ்லிம்களைக் குறைஷிகளிடம் ஒப்படைக்க மறுத்துவிட்டார் அபிசீனிய மன்னர். இத்துடன், அவர்கள் கொண்டு வந்த அன்பளிப்புகளும் திருப்பிக்கொடுக்கப்பட்டன. நபித்துவத்தின் ஆறாம் ஆண்டு நடந்த நிகழ்ச்சி இது. குறைஷிகள் இத்தோல்வியை மிகுந்த அவமானமாகக் கருதினர். இது மக்காவில் முஸ்லிம்கள் மீதான ஒடுக்குதலை மேலும் தீவிரப்படுத்தியது.

ஹம்ஸா (ரலி) இஸ்லாத்தைத் தழுவுதல் : முஸ்லிம்கள்மீதான குறைஷிகளின் வன்மம் மிகவும் அதிகரித்தது. ஒருநாள், ஸஃபா குன்றின் அருகில் இறைத்தூதரைக் கடந்துபோன அபூஜ்ஹ்ல், மிக மோசமாக அவரை இழிவுபடுத்திப் பேசினான். இறைத்தூதர் இதற்குப் பதில் சொல்லவில்லை என்றதும் கல்லால் தாக்கினான். அவரது உடலில் இரத்தம் கசிந்தது. அமைதியைப் பதிலாகத் தந்து விட்டு வீட்டுக்கு வந்தார். அபூஜஹ்ல், கஅபாவுக்கு வந்து தன் நண்பர்களிடையில் அமர்ந்தான்.

ஹம்ஸா பின் அப்துல் முத்தலிப் (ரலி) இறைத்தூதரின் சிறிய தந்தையார் ஆவார். இவர் இறைத்தூதர்மீது மிகுந்த அன்பு செலுத்துபவர். ஆயினும், அப்போது அவர் இஸ்லாத்தை ஏற்றிருக்கவில்லை. அம்பும் வில்லுமாக தினமும் காலையில் வேட்டைக்குச் செல்லும் ஹம்ஸா, மாலையில், கஅபாவை வலம்வந்த பிறகு வீடு திரும்புவார். இப்படியான ஒருநாள், ஹம்ஸாவை அணுகிய அப்துல்லாஹ் பின் ஜத்ஆனின் அடிமைப்பெண், அபூஜஹ்ல், இறைத்தூதரை வசைபேசியதையும் கல்லால் அடித்ததையும் அவர் பதில் எதுவும் சொல்லாமல் வீடு திரும்பியதையும் சொன்னாள்.

ஹம்ஸா (ரலி) இறைத்தூதரின் சிறிய தந்தையார் மட்டுமல்லாமல் அவரது பால்குடி சகோதரரும்கூட! அடிமைப்பெண் சொன்ன செய்தி, ஹம்ஸாவினுள் பெரும் கோபத்தைத் தூண்டியது. கஅபாவுக்குச் சென்ற ஹம்ஸா, வலம் வந்து முடித்துவிட்டு, நண்பர்களுடன்

அமர்ந்திருந்த அபூஜஹ்லை நோக்கித் திரும்பினார். ஹம்ஸா (ரலி), குறைஷிகளில் உடல்பலமும் பெரும் ஆற்றலுமுள்ள ஒரு வீரராவார். அபூஜஹ்லின் உடலில் இரத்தம் வருமளவுக்கு அவரை வில்லால் தாக்கிக் கீழே தள்ளிய ஹம்ஸா (ரலி) கேட்டார்: "நான் மட்டும் அவரது வழியைப் பின்பற்றியிருப்பேன் என்றால் இப்படியெல்லாம் செய்வதற்கான துணிச்சல் உனக்கு ஏற்பட்டிருக்குமா?"

அபூஜஹ்லின் நண்பர்கள் ஆத்திரத்துடன் எழுந்தனர். ஆனால், "முதலில் வரம்பை மீறியவன் நான்தான்" என்று சொல்லி தன் நண்பர்களைத் தடுத்தான் அபூஜஹ்ல். தன்மீதான கோபம் காரணமாக, ஹம்ஸாவும் இஸ்லாத்தைத் தழுவி விடுவாரோ என்றும் அபூஜஹ்ல் பயந்தான்.

அபூஜஹ்லைப் பழிவாங்கிய தகவலுடன் இறைத்தூதரிடம் வந்தார் ஹம்ஸா. இறைத்தூதர் சொன்னார்: "எனதருமை சிறிய தந்தையே, இதில் எனக்கு மகிழ்ச்சியில்லை. நீங்கள் இஸ்லாத்தில் இணைவது ஒன்றுதான் எனக்கு மகிழ்ச்சி தரும் விஷயம்." அவர் அப்போதே இஸ்லாத்தைத் தழுவினார். ஹம்ஸா (ரலி) இஸ்லாத்தைத் தழுவியது நம்பிக்கையாளர்களுக்கு வலுவூட்டுவதாக அமைந்தது. நபித்துவத்தின் ஆறாமாண்டு நடந்த நிகழ்ச்சி இது. இதன்பிறகு, குறைஷிகளுக்கு, இறைத்தூதர்மீதான பகையுணர்வை வெளிப்படுத்துவதில் மிகுந்த எச்சரிக்கை தேவைப்பட்டது.

உமர் (ரலி) இஸ்லாத்தைத் தழுவுதல் : உமர் பின் கத்தாப் (ரலி) இஸ்லாத்தைத் தழுவியது குறைஷிகளை மிகப்பெரும் கவலைக்குள்ளாக்கியது. அவர்களின் வன்மம் முன்பை விடவும் அதிகரித்தது. உமர் (ரலி) அவர்களும், ஹம்ஸா (ரலி) அவர்களைப் போன்ற பெரும் வீரராவார். அரேபியாவின் புகழ்பெற்ற வீரர்களில் உமர் பின் கத்தாபும் ஒருவர். ஏகத்துவ நம்பிக்கையின்மீதான எதிர்ப்பு நடவடிக்கைகளில் இதுவரை உமர் (ரலி) அவர்களின் மிகப்பெரிய ஆதரவு குறைஷிகளுக்கு இருந்து வந்தது. இஸ்லாத்தைத் தழுவினார் என்பதற்காக, ஒருவரைப் பிடித்துக்கொண்டுபோய் உணர்வற்று விழும்வரைக்கு அவரை முட்கசையால் அடித்தவர் உமர் பின் கத்தாப். முஸ்லிம்கள் தங்கள் மூதாதையரின் பழைய நம்பிக்கைக்குத் திரும்புவதற்கான அனைத்து முயற்சிகளையும் உமர் (ரலி) மேற்கொண்டார். அவரது எல்லா முயற்சிகளும் தோல்வியுற்றன. முடிவில், இதற்கான ஒரே தீர்வு, முஹம்மத் (ஸல்) அவர்களைக்

கொல்வதுதான் என்ற முடிவுக்கு வந்தார் உமர் பின் கத்தாப்.

உமர் பின் கத்தாப் தமது இத்திட்டத்தை நிறைவேற்றினால் நூறு ஒட்டகங்களும் ஆயிரம் ஊக்கியா எடை வெள்ளியும் தருவதாக வாக்குறுதியளித்தான் அபூஜஹ்ல். உருவிய வாளுடன் உமர் பின் கத்தாப், முஹம்மத் (ஸல்) அவர்களைத் தேடிப்புறப்பட்டார்

உருவிய வாளுடன் செல்லும் உமர் பின் கத்தாபை வழியில் சந்தித்த, ஸஅத் பின் அபீவக்காஸ் (ரலி) எங்கே செல்கிறீர் என்று கேட்டார். "இன்று நான் முஹம்மதைக் கொல்வேன். இதன் மூலம் மக்காவைப் பீடித்திருக்கும் பிரச்சினைக்கு நான் தீர்வு காண்பேன்" என்றார் உமர் பின் கத்தாப். "ஹாஷிம் வம்சத்தார் பழிவாங்குவதைக் குறித்து நீர் சிந்திக்கவில்லையா?" என்று கேட்டார் ஸஅத் (ரலி).

"என் கையில் வாள் இருக்கும்வரை நான் யாருக்கும் பயப்பட மாட்டேன்" என்று சொன்ன உமர் பின் கத்தாப், "முஹம்மதுக்கு ஆதரவாக இருக்கும் உம்மையும் கொல்வேன்" என்றார். "என்னையும் முஹம்மதையும் கொல்வதற்குமுன், இஸ்லாத்தைத் தழுவியிருக்கும் உமது சகோதரியைக் கவனியும்" என்றார் ஸஅத் (ரலி).

கேலியான இந்தப் பதிலைக் கேட்டதும் உமர் பின் கத்தாப் வெறி பிடித்தவர்போலானார். நேராகத் தம் சகோதரியின் இல்லத்தை நோக்கிச் சென்றார். தாம் இப்போது செல்வது இஸ்லாத்தை நோக்கி என்பதை அவர் அறிந்திருக்கவில்லை. இல்லத்தில், உமர் பின் கத்தாபின் சகோதரியான ஃபாத்திமா (ரலி) அவர்களுக்கும், அவரது கணவரான ஸயீத் பின் ஸைத் (ரலி) அவர்களுக்கும், குர்ஆன் பாடங்களைச் சொல்லிக்கொடுத்துக் கொண்டிருந்தார் கப்பாப் பின் அல்அரத் (ரலி) அவர்கள்.

காலடியோசையைக் கேட்டதும், கப்பாப் (ரலி) குர்ஆனின் கையெழுத்துப் பிரதியுடன் ஒளிந்துகொண்டார். "நீங்கள் படித்துக்கொண்டிருந்தது என்ன?" என்று கோபத்துடன் கேட்டபடியே தம் மைத்துனரைத் தாக்கினார் உமர் பின் கத்தாப். கணவரைக் காப்பாற்ற இடையில் புகுந்த சகோதரியையும் தாக்கினார். ஃபாத்திமா (ரலி) அவர்களின் உடலிலிருந்து இரத்தம் வடிந்தது. அவர், மிகுந்த தைரியத்துடன், சகோதரரை நோக்கிச் சவால் விடுப்பதுபோல் சொன்னார்: "உமர் பின் கத்தாப், நாங்கள் முஸ்லிம்களாகி விட்டோம். இறைத்தூதரைப் பின்பற்றுகிறோம். உம்மால் முடிந்ததை நீர் செய்யலாம்."

முகத்தில் இரத்தம் கசிய நின்று உறுதியான குரலில் தம் சகோதரி சொன்ன பதிலைக் கேட்டதும் உமர் பின் கத்தாபின் மனம் வருந்தியது. கோபம் ஓரளவு தணிந்த நிலையில், "நீங்கள் ஓதியதை நான் பார்க்கலாமா" என்று அமைதியாகக் கேட்டார். "குர்ஆனைத் தொடுவதற்கு முன்பு, உடல் சுத்தம் செய்துகொள்ள வேண்டும்" என்றார் ஃபாத்திமா (ரலி). அதன்படி செய்த உமர் பின் கத்தாப், இறைவசனங்களை ஆர்வத்துடன் வாசித்துவிட்டு, "இனிமையான வசனங்கள். என் மனதினுள் இது மாற்றத்தை ஏற்படுத்துவதாக உணர்கிறேன்" என்றார். இதைக் கேட்டதும், ஒளிந்திருந்த கப்பாப் (ரலி) முன்வந்து, "வாழ்த்துகள், உமர் பின் கத்தாப். முஹம்மத் (ஸல்) அவர்களின் வேண்டுதலை அல்லாஹ் ஏற்றிருக்கிறான். 'அல்லாஹ்வே! உமர் பின் கத்தாபை அல்லது அபூஜஹ்ல் பின் ஹிஷாமை இஸ்லாத்தைத் தழுவச் செய்வாயாக' என்று அல்லாஹ்விடம் முஹம்மத் (ஸல்) அவர்கள் மன்றாடுவதை நான் கேட்டிருக்கிறேன்" என்றார்.

தொடர்ந்து, குர்ஆனின் தாஹா அத்தியாயத்தின் முதல் பகுதியை ஓதினார் கப்பாப் (ரலி). இந்த வசனங்களைக் கேட்ட உமர் பின் கத்தாப், உணர்ச்சிமேலிட கலங்கிய கண்களுடன் தம்மை இறைத்தூதரிடம் அழைத்துச் செல்லுமாறு வேண்டினார்.

கையில் உருவிய வாளுடனும் மனதில் மாற்றங்களுடனும் சென்ற உமர் பின் கத்தாப், அர்க்கம் (ரலி) அவர்களின் இல்லக் கதவைத் தட்டினார். வந்திருப்பவர் உமர் பின் கத்தாப் என்பதை அறிந்த நபித்தோழர்கள் கதவைத் திறக்கத் துணியவில்லை. இறைத்தூதர் திறக்கச் சொன்னார். ஹம்ஸா (ரலி) அவர்களும் தைரியமூட்டினார். "அவரை உள்ளே அனுமதியுங்கள். அவரது நோக்கம் சிறந்ததாக இருக்குமெனில் சரி! இல்லையெனில், அவரது வாளாலேயே அவரது தலை துண்டிக்கப்படும்."

வீட்டினுள் நுழைந்த உமர் பின் கத்தாபின் முன்சென்று, அவரது மேலங்கியைப் பற்றிக்கொண்ட இறைத்தூதர் அவர்கள், "நீர் உமது தவறான வழியை மாற்றிக்கொள்ள விரும்பவில்லையா?" என்று கேட்டார். "அல்லாஹ்வின் தூதரே! நான் இஸ்லாத்தைத் தழுவ வந்திருக்கிறேன்" என்றார் உமர் (ரலி). இதைக் கேட்டதும் இறைத்தூதர் அவர்கள், "அல்லாஹு அக்பர்!" என்று உரத்தக் குரலில் சொன்னார். தோழர்களும் இதை ஏற்றுச்சொன்னார்கள். இந்த ஓசை மக்கா மலைகளில் எதிரொலித்தது.

ஹம்ஸா, உமர் (ரலி) ஆகிய இருவரும் இஸ்லாத்தில் அணிவகுத்ததுடன் அது பெருமளவில் வலுவடைந்தது. இஸ்லாத்தைத் தழுவிய, உமர் (ரலி), அபூஜஹ்லின் வீட்டுக்குச் சென்று கதவைத் தட்டினார். வெளியே வந்த அபூஜஹ்ல், உமர் (ரலி) அவர்களை உபசரித்து, வரவேற்று, வருகையின் நோக்கத்தைக் கேட்டான். "அல்லாஹ்வின் அருளால் நான் இஸ்லாத்தைத் தழுவியிருக்கிறேன். அவனது தூதராக முஹம்மத் (ஸல்) அவர்கள்மீது நம்பிக்கைக் கொள்கிறேன்" என்றார். இதைக் கேட்டதும், அபூஜஹ்ல் கோபத்துடன் கதவை மூடினான். தாம் இஸ்லாத்தில் இணைந்துகொண்ட செய்தியை அதன் முக்கிய எதிரிக்கு அறிவித்து விட்டதுடன் உமர் (ரலி) அவர்கள் திரும்பி வந்தார்.

இஸ்லாத்தை ஏற்றுக்கொண்ட உமர் (ரலி), முஹம்மத் (ஸல்) அவர்களிடம், "நாம் பிறருக்குப் பயந்து வீடுகளில் மறைந்திருந்து அல்லாஹ்வைத் தொழவேண்டியதில்லை. அதை நாம் கஅபாவில் வெளிப்படையாகவே நிறைவேற்ற வேண்டும்" என்றார். விவாதங்களின் முடிவில், தொழுகையை கஅபாவில் நிறைவேற்றுவதாக முடிவு செய்யப்பட்டது. இதன்மூலம், இஸ்லாம் தன்னை உறுதியாகவும் வெளிப்படையாகவும் அறிவித்துக்கொண்டது.

நபித்துவத்தின் ஆறாமாண்டின் இறுதியில் நடைபெற்ற நிகழ்ச்சி இது. உமர் (ரலி) அவர்களின் வயது அப்போது முப்பத்து மூன்று. மக்காவிலுள்ள முஸ்லிம்களின் எண்ணிக்கை உமர் (ரலி) அவர்களையும் சேர்த்து நாற்பதாக உயர்ந்தது.

சமூக விலக்கம் : உமர் (ரலி) இஸ்லாத்தை ஏற்றுக்கொண்டது, மக்காவிலுள்ள சிலை வழிபாட்டாளர்களை மிகுந்த கவலைக்குள்ளாக்கியது. முஸ்லிம்கள் இப்போது கஅபாவிலேயே தங்கள் தொழுகையை நிறைவேற்றினர். குறிப்பிட்ட எண்ணிக்கையிலான முஸ்லிம்கள் அபிசீனியாவில் அமைதியாக வாழ்ந்து வந்தனர். அடுத்து என்ன செய்வதென்று அறியாத நிலையில் குறைஷிகள் சதியாலோசனைகளில் ஈடுபட்டனர். இஸ்லாத்தின் அறைகூவலை எதிர்ப்பதற்கான புதிய வழிவகைகள் குறித்தும் தீவிரமாகச் சிந்தித்தனர்.

அபூதாலிபைச் சந்தித்து, அவரது சகோதரரின் மகனைத்

தங்களிடம் ஒப்படைக்கக் கோரும் ஒரு திட்டத்தைக் குறித்து ஆலோசனை செய்தனர். இதற்கு அவர் உடன்பட மறுத்தால், இஸ்லாத்துக்கு உறுதுணையாகச் செயல்படும் அப்துல் முத்தலிப் குடும்பத்தினரையும் ஹாஷிம் குடும்பத்தினரையும் மக்காவை விட்டு வெளியேற்றும் ஒரு திட்டத்தைச் செயல்படுத்துவதாகவும் முடிவு செய்தனர். இந்த இரண்டு குடும்பங்களுடனான அனைத்துத் தொடர்புகளையும் முறித்துக் கொள்வதாகவும், அவர்களைச் சந்திக்கவோ பேசவோ மண உறவுகள் வைத்துக்கொள்ளவோ கூடாதென்றும் முடிவு செய்தனர். மேலும், அவர்களுக்கு உணவு கிடைக்காமல் கண்காணிக்க வேண்டுமென்றும் முஹம்மத் (ஸல்) அவர்களைத் தங்களிடம் ஒப்படைக்கும்வரை இந்தச் சமூக விலக்கம் அமலில் இருக்கவேண்டும் என்றும் முடிவு செய்தனர்.

தங்களின் முடிவை எழுதி, குறைஷிகளில் முக்கியமானவர்களிடமிருந்து கையொப்பம் வாங்கி அதைச் கஅபாவின் சுவரில் தொங்கவிட்டனர். இது, அவர்களது முடிவுக்கு மேலும் வலுசேர்ப்பதாக அமைந்தது.

அபூதாலிப், ஹாஷிம் மற்றும் அப்துல் முத்தலிப் குடும்பத்தினருடன் தங்கள் வீடுகளைத் துறந்து, மக்காவின் வெளியே மலையடிவாரங்களில் அபயம் புகுந்தார். முஸ்லிம்கள் அனைவரும் அவர்களைப் பின்தொடர்ந்தனர். ஹாஷிம் குடும்பத்தில் அபூலஹப் மட்டுமே சிலை வழிபாட்டாளர்களுக்கு ஆதரவாக இருந்தான். ஹாஷிம் குடும்பத்தினர் எடுத்துச்சென்றிருந்த உணவுப் பொருள்கள் சில நாள்களிலேயே தீர்ந்துவிட்டன. பிறகு அவர்கள் உணவில்லாமல் வாடினார்கள்.

இறைத்தூதருக்கு ஆதரவாக இருந்த இக்குடும்பங்கள், தங்கள்மீது திணிக்கப்பட்ட சொல்லொணாத் துன்பங்களைத் தாங்கியபடி, மூன்றாண்டுகளைக் கடத்தின. மனிதத் தன்மைகள் சிறிதுமற்ற, மூன்றாண்டுகால இத்தொடர் துன்பங்கள் மிகவும் பயமுறுத்தும் வகையிலானவை. கண்காணிப்புக்குள்ளான இவர்கள், சண்டைகள் தடைசெய்யப்பட்ட, ஹஜ் நாள்களின்போது வெளியே வந்து தேவையான உணவுப்பொருள்களையும் பிறவற்றையும் வாங்கினர். இந்நாட்களில்தான் இறைத்தூதரும் வெளியே வருவார். மக்காவுக்கு வெளியிலிருந்து வருபவர்களிடம் இந்தச் சூழ்நிலையிலும் அவர் இஸ்லாத்தைப் போதித்தார். அவரது உரையைக் கேட்பதிலிருந்து

மக்களைத் தடுத்தனர் குறைஷிகள். முஹம்மத் மூளை பிறழ்ந்தவர்; ஏவல் செய்பவர் என்றெல்லாம் பிரச்சாரம் செய்தனர். இறைத்தூதர் செல்லுமிடங்களுக்குப் பின்தொடர்ந்து சென்று இப்படியான பரப்புரைகள் செய்தனர்.

அரேபிய இனக்குழுக்கள் அனைத்தும் தங்கள் கோத்திரப் பெருமைகளைப் பேணிக்காப்பதையும் அதன் மரபுவழியிலான சிறப்புகள்மீது உறுதியான பிடிப்பையும் முதன்மைக் குணங்களாகக் கொண்டிருந்தன. பலதெய்வ நம்பிக்கையாளர்களாக இருந்தபோதும், அபூதாலிப் மற்றும் ஹாஷிம் குடும்பத்தினரில் சிலர் முஸ்லிம்களுடன் சேர்ந்து வெளியேறியதற்கும் மூன்றாண்டு காலம் துன்பம் அனுபவித்ததற்குமான காரணங்கள் இவைதான். இறைத்தூதருக்கு உறுதுணையாக நிற்கவும் பல்வேறு துன்பங்களைத் தாங்கி, அவரைப் பாதுகாக்கவும் முன்வந்ததற்கு இக்கோத்திரப் பண்புகள்தான் காரணம்.

மூன்றாண்டுகளுக்கும் மேலாக அனுபவிக்க நேர்ந்த இத்துன்பங்கள், இன்னொருவகையில் இறைவனின் அருளாக அமைந்தது. நபிகளாருடனிருந்தவர்கள் அவரை அண்மித்துப் புரிந்துகொள்ள இது மிகவும் உதவியாக இருந்தது. அவரது, அன்பு, பண்பு, நேர்மை, தூய்மையான பழக்க வழக்கங்கள், செயல்பாடுகள் போன்ற அனைத்தையும் அவர்கள் கூடவே இருந்து அறிந்துகொண்டனர். உள்ளன்புடன் அணுகி, அவரது தூதுத்துவ பண்புகளைப் புரிந்து கொண்டனர். மூன்றாண்டு கால இந்தச் சமூக விலக்க நடவடிக்கை, குறைஷிகளை உள்ளூரக் கலக்கமடையச் செய்திருந்தது.

உணவு கிடைக்காமல் ஹாஷிம் குடும்பத்திலுள்ள குழந்தைகள்படும் வேதனையைச் சில குறைஷிகள் சரியாகவே புரிந்துகொண்டிருந்தனர். இதில், ஸுஹைர் பின் அபூஉமய்யா பின் முஃகீரா என்பவர் முக்கியமானவர். இவரது தாய்மாமா அபூதாலிப் அவர்கள்.

இவர், அப்து மனாஃப் குடும்பத்திலுள்ள முத்யிம் பின் அதீ என்பவருடன் உறவின் அடிப்படையில் பேசி, உடன்பாட்டை முடிவுக்குக்கொண்டு வரத் தூண்டினார். தொடர்ந்து, அப்துல் புக்தாரி பின் ஹிஷாம், ஸம்ஆ பின் அல்அஸ்வத் போன்றவர்களையும் தன்னுடன் சேர்த்துக்கொண்டார். இவர்கள் அனைவரும் ஹாஷிம் வம்சத்தாருடனான தங்கள் உறவை முன்வைத்து,

உடன்பாட்டை முடிவுக்குக்கொண்டுவர அல்லது முறித்துக்கொள்ள ஒன்றிணைந்தனர்.

அப்போது, இறைத்தூதர் அவர்கள், "கஅபாவில் தொங்கவிடப்பட்டிருந்த அந்தத் தீர்மான ஓலையில் 'அல்லாஹ்' என்ற வார்த்தையைத் தவிர முழுவதையும் கறையான் அரித்து விட்டதாக அல்லாஹ் தனக்கு அறிவித்திருக்கிறான்" என்று அபூதாலிபிடம் சொன்னார். இதைக்கேட்ட அபூதாலிப், மலையடிவாரத்திலிருந்து வெளியே வந்து, முஹம்மத் (ஸல்) அவர்கள் சொன்னதைக் குறைஷிகளுக்கு அறிவித்து, "அந்தத் தீர்மான ஓலையைப் பாருங்கள். அப்படி ஏதாவது நிகழ்ந்திருந்தால் சமூக விலக்கத்தைத் திரும்பப்பெற வேண்டும்" என்று கோரினார்.

இறைத்தூதர் சொன்னபடி, அல்லாஹ் என்ற வார்த்தையைத் தவிர, தீர்மான ஓலை முழுவதையும் கறையான் அரித்திருப்பதைக்கண்ட குறைஷிகள் பெரும் அச்சத்துக்குள்ளாயினர். தீர்மானம் உடனடியாகத் திரும்பப் பெறப்பட்டது. அபூதாலிபும் ஹாஷிம் வம்சத்தாரும் முஸ்லிம்களும் மூன்றாண்டுகளுக்குப் பிறகு மலையடிவாரத்திலிருந்து புறப்பட்டு மக்காவிற்கு வந்து குடியேறினார்கள்.

இலை தழைகளை உண்ண வேண்டிய மிக மோசமான வாழ்க்கையை இந்த மூன்றாண்டு காலமும் அவர்கள் அனுபவித்தனர். காய்ந்த ஒரு தோல் துண்டைக் கண்டால் அதை, வேக வைத்து உண்டனர். தனது தந்தையின் சகோதரியான கதீஜா (ரலி) அவர்களுக்கு, ஹகீம் பின் ஹிஸாம், தனது அடிமையிடம் சிறிது உணவை இரகசியமாகக் கொடுத்தனுப்புவது வழக்கம். இந்த விஷயம் ஒருநாள், அபூஜஹ்லுக்குத் தெரிய வர, அவன் அடிமையிடமிருந்து அந்த உணவைப் பிடுங்கி எறிந்தான். இத்துடன் கண்காணிப்பையும் தீவிரப்படுத்தினான்.

துயர்மிகு ஆண்டு : மலையடிவாரத்திலிருந்து இறைத்தூதர் வரும்போது, நபித்துவத்தின் பத்தாமாண்டு தொடங்கியிருந்தது. இந்நிலையில் இரக்கம் தோன்றுவதற்குப் பதிலாக, குறைஷிகளிடம் அரக்கக்குணமே மேலோங்கி நின்றது. முஸ்லிம்களின் துயர ஆண்டு என்று சொல்லுமளவில் மிக மோசமான சில நிகழ்வுகள் நடந்தேறின. நோய்வாய்ப்பட்ட அபூதாலிப் அவர்கள், தமது எண்பதாவது வயதில் ரஜப் மாதத்தில் மரணமடைந்தார்.

அபூதாலிபின் மரணம், குறைஷிகளுக்கு மேலும் வலுவூட்டியது. மக்காவிலுள்ள அனைவராலும் மதிக்கப்பட்ட ஒரே மனிதர் அபூதாலிப் அவர்கள்தாம். இத்துடன் ஹாஷிம் குடும்பத்தின் பெருமைகளும் வலிமையும் குன்றின. குழப்பங்களையும் கொடுமைகளையும் எந்தப் பயமுமின்றி வெளிப்படையாகச் செய்ய குறைஷிகளுக்கு இது வாய்ப்பாக அமைந்தது.

குறைஷிகளின் கொடுமைகள் அளவுகடந்துவிட்ட நிலையில், அதே ஆண்டு, அபூபக்ர் (ரலி) அவர்களும் புலம்பெயர்வதாக முடிவு செய்து, பார்க் அல்கிமாத் எனும் இடத்தை அடைந்தார். அப்போது, காரா இனக்குழுவின் தலைவர் இப்னு தகீனாவைச் சந்திக்க நேர்ந்தது. அவர், இந்த முடிவுக்கான காரணம் கேட்டபோது அபூபக்ர் (ரலி), "மக்காவை விட்டு வேறெங்காவது போய் வாழும் நிலைக்குத் தன்னுடைய மக்களே தன்னைத் துன்புறுத்தினார்கள்" என்றும், "புலம்பெயர்ந்தால் மட்டுமே அமைதியான முறையில் அல்லாஹ்வைத் தொழ முடியும்" என்றும் கூறினார். அவரது புலம்பெயர்வை ஏற்க மறுத்த இப்னு தகீனா, "உம்போன்ற ஒருவர் மற்றவர்களின் காரணமாக நாடு விட்டுச் செல்வதை ஏற்க இயலாது. உம்முடைய இறைவனை நீர் உமது நாட்டிலேயே தொழுவதுதான் சிறந்தது" என்றார்.

அபூபக்ர் (ரலி) மக்காவுக்குத் திரும்பினார். குறைஷிகளில் முக்கியமான சிலரை வரவழைத்த இப்னு தகீனா, அபூபக்ர் (ரலி) போன்ற உன்னதமான மனிதர்கள் வெளியேறக் காரணமாக இருப்பது அவமானத்திற்குரிய விஷயம் என்பதை அறிவுறுத்தினார். அபூபக்ர் (ரலி) தமது வீட்டு முற்றத்தில் ஒரு மேடை அமைத்து, தொழுகையையும் குர்ஆன் ஓதுவதையும் நிறைவேற்றினார். உரத்த குரலில் ஓதினார். இது, அயல்வாசிகளின் உள்ளங்களில் ஆழமாகப் பதிந்தது.

இதனுள் மறைந்திருக்கும் இஸ்லாத்தின் வளர்ச்சியைப் புரிந்துகொண்ட குறைஷிகளால் அமைதியாக இருக்க இயலவில்லை. இப்னு தகீனா தடுத்தும் அபூபக்ர் (ரலி) இதைக் கைவிட விரும்பவில்லை. "உம்முடைய பாதுகாப்பிலிருந்து நான் விலகிக்கொள்கிறேன் இப்னு தகீனா. குர்ஆன் ஓதுவதை நிறுத்தி விடுவதைவிட, அல்லாஹ்வின் பாதுகாவலுக்குள் செல்லவே நான் விரும்புகிறேன்" என்று திடமாகச் சொன்னார்.

அபூதாலிப் அவர்கள் மரணமடைந்த இரண்டு மாதங்களுக்குப் பிறகு, நபித்துவத்தின் பத்தாம் ஆண்டில், இறைத்தூதரின் அருமை மனைவி கதீஜா (ரலி) மரணமடைந்தார். இறைத்தூதர்மீது மிகுந்த அன்பும் அவருடைய இன்ப துன்பங்களில் துணையாகவும் ஆறுதலாகவுமிருந்தவர் கதீஜா (ரலி) அவர்கள். நபிகளார் மனம் துவளும்போதெல்லாம் ஆறுதல் வார்த்தைகள் சொல்லி ஊக்குவித்து வந்தவர். துன்பங்களைப் பகிர்ந்துகொண்டு மேலும் செயலூக்கம் பெறத் தூண்டியவர்.

இறைத்தூதர் தமது இறைச்செய்தியுடன் முன்செல்லவும் கதீஜா (ரலி) அவர்களின் தூண்டுதலே காரணமாக இருந்தது. உறுதிமிக்க பக்கத்துணைகளாக இருந்த சிறிய தந்தையின், அருமை மனைவியின் இறப்புகள், முஹம்மத் (ஸல்) அவர்களிடம் சோர்வையும் பெரும் கவலையையும் உருவாக்கின. குறைஷிகளின் கொடுமைகளும் அதன் உச்ச கட்டத்தை அடைந்து நின்றன. இதுவும் சேர்ந்தபோது பெரும் வேதனையிலாழ்ந்தார் இறைத்தூதர் அவர்கள்.

ஒருநாள், சில கயவர்கள் ஒன்றுசேர்ந்து இறைத்தூதர்மீது சேற்றையள்ளி இறைத்தனர். உடலிலும் ஆடைகளிலும் படிந்த சேற்றுடன், பரிதாபமான தோற்றத்துடன் வீட்டுக்கு வந்தார். தம் தந்தையின்மீது படிந்த சேற்றை, அழுதபடியே கழுவிவிட்ட மகள் ஃபாத்திமா (ரலி) அவர்களுக்கு ஆறுதல் சொன்னார் இறைத்தூதர் அவர்கள். “அழ வேண்டாம், எனதருமை மகளே! உமது தந்தைக்கு எல்லாம் வல்ல அல்லாஹ் பாதுகாப்பருள்வான்.”

இன்னொரு நாள் இறைத்தூதர் அவர்கள் கஅபாவுக்குச் சென்றபோது, அங்கே சிலை வழிபாட்டாளர்கள் அமர்ந்திருந்தனர். அப்போது அபூஜஹ்ல், “அப்த் மனாஃப், உம் நபி வந்திருக்கிறார் பாரும்” என்று எள்ளலாகச் சொன்னான். இதற்கு, உத்பா பின் ரபீஆ, “ஒருவர் தன்னை நபியென்றோ வானவரென்றோ சொல்லிக்கொண்டால் அதை மறுத்துச் சொல்ல நாம் யார்?” என்று குறும்பாகக் கேட்டார்.

உத்பாவை நோக்கித் திரும்பிய இறைத்தூதர், “அல்லாஹ்வின் வழியிலும் அவனுடைய தூதரின் வழியிலும் செல்ல மறுக்கும் நீர் குறும்புத்தனமான பிடிவாதத்தால் அதே நிலையிலேயே உறைந்து போனீர்” என்று சொல்லிவிட்டு, அபூஜஹ்லைப்

பார்த்து, "நீர் குறைவாகச் சிரித்துக் கூடுதலாக அழும் நேரம் நெருங்கிக்கொண்டிருக்கிறது" என்றார். பிறகு அங்கிருந்த சிலைவழிபாட்டாளர்களைப் பார்த்து, "நீங்கள் இப்போது மறுத்துக்கொண்டிருக்கும் ஏகத்துவ நம்பிக்கைக்குள் நுழையும் நேரம் நெருங்கிக்கொண்டிருக்கிறது" என்றார்.

தாயிஃப் பயணம் : குறைஷிகளின் கொடுமைகள் அதிகரித்து வந்தன. மலையடிவாரத்தில் வாழ்ந்த காலங்களில் வெளியிலிருந்து மக்காவுக்கு ஹஜ் பயணம் வருபவர்களிடம் இறைத்தூதர் அவர்கள் இஸ்லாத்தைக் கற்பிக்க முயன்றார். இது பலனளிக்கவில்லை. இப்போது, தாயிஃப் மக்களுக்கு இஸ்லாத்தைப் போதிக்க விரும்பினார். மக்காவிலிருந்து 60 மைல் தொலைவில் உள்ளது தாயிஃப். மக்காவைப்போன்ற பெரிய நகரம். லாத் எனும் உருவச்சிலையை வணங்கி வந்த ஸகீஃப் கிளையினர் வாழும் நிலப்பகுதி. லாத் சிலைக்கு அங்கே ஒரு கோயிலுமிருந்தது. மக்களை வசீகரிக்கும் ஒரு மையமாகவும் இது அமைந்திருந்தது. தூதுத்துவத்தின் பத்தாம் ஆண்டு, கதீஜா (ரலி) இறப்பெய்திய ஒரு மாதத்திற்குப் பிறகு, ஷவ்வால் மாதம், ஸைத் பின் ஹாரிஸா (ரலி) அவர்களையும் அழைத்துக்கொண்டு நடந்தே தாயிஃபுக்குப் புறப்பட்டார் இறைத்தூதர் அவர்கள்.

தாயிஃப் பயணத்தில் இறைத்தூதர், முதன்முதலாகச் சந்தித்தது பக்ர் வம்சாவளியினரை. இவர்களும் குறைஷிகளைப்போலவே நடந்துகொண்டனர். அடுத்து, கஹ்த்தான் மக்களிடம் சென்றார். இவர்களிடமும் மாற்றங்களுக்கான வாய்ப்புகள் தென்படவில்லை. இறுதியில், தாயிஃபைச் சென்றடைந்தார். சமூகத்தில் உயர்ந்த நிலையில் இருப்பவர்களிடம் முதலில் இஸ்லாத்தைப் போதிக்க வேண்டுமென்று விரும்பினார். இதன்படி, தாயிஃப் தலைவர்களில் ஒருவரான, அப்த் யாலில் பின் அம்ர் பின் உமைர், இவரது சகோதரர்களான மஸ்ஊத், ஹபீப் எனும் மூன்று பேர்கள் புகழ்பெற்றவர்களாக இருந்தனர். இம்மூவரையும் சந்தித்து இஸ்லாத்தின் சிறப்புகளை எடுத்துரைத்தார். இவர்களோ அகந்தையின் உச்சியில் இருந்தனர். அவர்களில் ஒருவன்: "இறைவன் உம்மைத் தூதராக நியமித்தது உண்மையெனில் நீர் இப்படி நடந்து வந்திருக்கமாட்டீர்" என்றான். இன்னொருவன், "தூதராக அனுப்ப உம்மைத் தவிர வேறு யாரும் இறைவனுக்குக் கிடைக்கவில்லையா?" என்று கேலி பேசினான்.

'இவ்விரண்டு ஊர்களிலுள்ள (யாராவது ஒரு) பெரிய மனிதரின்மீது இந்தக் குர்ஆன் இறக்கி வைக்கப்பட்டிருக்க வேண்டாமா? என்றும் அவர்கள் கூறுகின்றனர்.' (குர்ஆன் 43: 31)

"நான் உம்முடன் பேச விரும்பவில்லை. ஏனெனில், இறைத்தூதர் என்று நீர் சொல்வது உண்மையாக இருந்தால், அதை மறுப்பது இடர் தரக்கூடியது. அப்படி நீர் பொய் சொல்வதாக இருந்தால், பேசுவதற்கு நீர் தகுதியற்றவர்" என்று மூன்றாமவன் வழக்காடினான்.

தாயிஃப் மக்களின் கொடுமை : அப்த் யாலில் சகோதரர்களிடம் தோல்வியுற்ற இறைத்தூதர், தங்களுக்கிடையில் நடந்தவற்றை வெளிப்படுத்த வேண்டாமென்று கேட்டுக்கொண்டார். இதன் பிறகு, ஏனைய மக்களைக் காணச் சென்றார். ஆனால், அப்த் யாலில் சகோதரர்கள் தங்கள் அடிமைகளையும் நகரத்திலுள்ள சில மோசமானவர்களையும் இறைத்தூதருக்கு இன்னல்கள் செய்யத் தூண்டினர். இறைத்தூதர், தாயிஃபைவிட்டுச் செல்லும்வரைக்கும், அவர்கள் வசைச்சொற்களால் தூற்றியும், குரலெழுப்பியும், கல்லெறிந்தும் பின்தொடர்ந்தனர்.

ஓர் அறிவிப்பின்படி, தாயிஃபில், ஒரு வானவர் இறைத்தூதரிடம் வந்து, "நீங்கள் கட்டளையிட்டால் தாயிஃபின் இரு மலைகளையும் இணைத்து அவர்களை அழித்து விடுகிறேன்" என்றார். ஆனால், "இப்போது இவர்கள் இஸ்லாத்தை ஏற்றுக்கொள்ளத் தவறினாலும் இவர்களது சந்ததிகள் நிச்சயம் ஏற்றுக்கொள்வார்கள்" என்றார் இறைத்தூதர் அவர்கள்.

கல்லடிகள்பட்டு இறைத்தூதரின் பின்புற முழங்காலின் கீழ் இரத்தம் வடிந்தது. தாயிஃபின் மூன்று கல் தொலைவுக்கப்பால், மக்காவின் செல்வந்தனான உத்பா பின் ரபீஆ என்பவனது விளைநிலமிருந்தது. அதில் அபயம் புகுந்த இறைத்தூதர் அவர்கள், ஒரு நிழலில் அமர்ந்து எல்லாம் வல்ல அல்லாஹ்விடம் மன்றாடினார்: "யா, அல்லாஹ்! நீயே எளியோருக்கும் துணையற்றோருக்கும் பாதுகாப்பு அருள்பவன். நான் உனது துணையை மட்டுமே நாடுகிறேன்."

அப்போது, உத்பா பின் ரபீஆவும் தோட்டத்தில் இருந்தான். அரேபியாவின் பண்பாட்டுப் பெருமையான

விருந்தோம்பலின்பொருட்டு, ஒரு தட்டில் திராட்சைக் குலையுடன் தனது அடிமையான அத்தாஸை இறைத்தூதரிடம் அனுப்பி வைத்தான் உத்பா. அந்த அடிமை நைனுவா எனும் நாட்டைச் சேர்ந்த ஒரு கிறிஸ்தவன். திராட்சையை உண்ட இறைத்தூதர், அத்தாஸை இஸ்லாத்தின்பால் அழைத்தார். இதில் நெகிழ்வுற்ற அத்தாஸ், இறைத்தூதரின் கைகளை முத்தமிட்டான். இதை உத்பாவும் கவனித்துக்கொண்டிருந்தான். அத்தாஸ் திரும்பிச் சென்றதும், "அவர் சொல்வதை ஏற்க வேண்டாம். அவர் முன்வைக்கும் மறையைவிட உன்னுடைய வேதம் மேலானது" என்றான். இங்கிருந்து நக்லாவுக்கு வந்த இறைத்தூதர், ஒரு ஈச்சைத்தோட்டத்தில் இரவுப் பொழுதைக் கழித்தார்.

மீண்டும் மக்காவில் : திரும்பி வரும்போது, ஹிரா குன்றிலிருந்து, தமக்குப் பாதுகாப்பு அளிக்குமாறு குறைஷித் தலைவர்கள் சிலருக்குத் தகவல் அனுப்பினார். யாருமே இதற்கு முன்வரவில்லை. தகவலறிந்த, சிலைவழிபாட்டாளரான, முத்யிம் பின் அதீ, தன்னுடைய சமூகப் பெருமையின் காரணமாக, ஹிரா குன்றுக்கு வந்து இறைத்தூதரை அழைத்துக்கொண்டு மக்காவுக்கு வந்தார். உருவிய வாட்களுடன் முத்யிமின் மகன்கள் கஅபாவின் முன் காவல் நின்றனர்.

இறைத்தூதர் அவர்கள் கஅபாவைச் சுற்றி வலம் வந்தார். பிறகு, முத்யிமும் அவரது மகன்களும் தங்கள் வாள் நிழல்களின்கீழ், வீடுவரைக்கும் அவரைப் பாதுகாப்பாக அழைத்துச் சென்றனர். "முஹம்மதுடன் உமக்கான உறவு என்ன?" என்று குறைஷிகள் கேட்டனர். "எந்த உறவுமில்லை. நான் அவருக்குத் துணையாக இருக்கிறேன் என்பது மட்டும்தான். என்னுடைய துணை இருக்கும்வரை அவரை யாரும் எதுவும் செய்ய இயலாது" என்றார் முத்யிம். முத்யிமின் ஆதரவு நிலை, குறைஷிகளை அடக்கி வைத்தது.

ஆயிஷா (ரலி) அவர்களுடனான திருமணமும் மிஃராஜும்: நபித்துவத்தின் அதே பத்தாம் ஆண்டு, ஷவ்வால் மாதம், சவ்தா பின்த் ஸம்ஆ (ரலி) அவர்களையும் ஆயிஷா பின்த் அபூபக்ர் (ரலி) அவர்களையும் இறைத்தூதர் அவர்கள் மணம் புரிந்தார். அதே ஆண்டில், மிஃராஜ் எனும் விண் பயணத்தால் சிறப்புற்றார். விண்பயணக் காலகட்டம் குறித்து வரலாற்றாசிரியர்களிடையே

முரண்பாடுகள் உள்ளன. இந்நிகழ்வின் எண்ணிக்கை குறித்தும் சில முரண்பட்ட கருத்துக்கள் உள்ளன.

பல்வேறு இனக்குழுவினருக்கு இஸ்லாத்தைப் போதித்தல் : மக்காவாசிகளின் போக்கில் மனச்சோர்வுற்ற இறைத்தூதர், இஸ்லாத்தைப் போதிக்க தாயிஃபுக்குச் சென்றதையும் அவர்கள் மக்காவாசிகளைவிடவும் மோசமாக நடந்து கொண்டதையும் பார்த்தோம். முஸ்லிம்களின் மீதான குறைஷிகளின் கொடுமைகள் நாளுக்கு நாள் அதிகரித்து வந்தன. ஆயினும், நபியவர்கள், தனது மனவுறுதியையும் இலட்சியத்தையும் கைவிடவில்லை. தாயிஃபிலிருந்து வந்த பிறகு, ஹஜ் காலங்களில் மக்காவை அடுத்து வாழ்ந்து வந்த இனக்குழுவினரிடையே இஸ்லாமிய போதனைகளைத் தொடர்ந்தார்.

கின்தா வம்சாவளியினரையும் அப்துல்லாஹ் வம்சாவளியினரையும் அவர்களது இருப்பிடங்களுக்குச்சென்று தொடர்புகொண்டார். அப்துல்லாஹ் வம்சாவளியினரிடம் சொன்னார்: "அப்துல்லாஹ் வம்சமே, உங்கள் தந்தையார் அப்துல்லாஹ் (அல்லாஹ்வின் அடிமை) ஆவார். நீங்களும் அல்லாஹ்வுக்கு மட்டுமே அடிமைகளாக வேண்டும்." ஹனீஃபா வம்சாவளியினரின் வாழ்விடங்களுக்கும் சென்றார். ஆனால், இறைத்தூதரை அவர்கள் முன்னைவிடவும் மோசமாக எதிர்கொண்டனர்.

ஹஜ் காலங்களில், மக்காவுக்கு வெளியிலிருந்து வந்த வணிகப் பயணக்குழுவினரிடையே தமது போதனையை மேற்கொண்டார் இறைத்தூதர். ஆனால், அவர் கூறுவதற்குச் செவிமடுக்க வேண்டாம் என்று குழப்பம் விளைவிப்பதிலேயே குறியாக இருந்தான் அபூலஹப். இஸ்லாத்தின் போதனைகளை எடுத்துச்சொல்லி ஆமிர், ஷைபான், கல்ப், முஹாரிப், ஃபஸாரா, கஸ்ஸான், ஸுலைம், அப்ஸ், ஹாரிஸ், அத்ரா, துஹ்ல், முர்ரா போன்ற அனைத்து இனக்குழுக்களுக்கும் வம்சாவளியினருக்கும் இறைத்தூதர் அழைப்பு விடுத்தார்.

ஆமிர் வம்சாவளியினரில் ஃபிராஸ் எனும் ஒருவன், "நாங்களும் இஸ்லாத்தை ஏற்று நீங்களும் வலிமை பெற்றீர்களெனில், உங்களுக்குப் பிறகு என்னை நியமிப்பீர்களா" என்று கேட்டான். "அதற்கான பொறுப்பு எல்லாம் வல்ல அல்லாஹ்வுக்கு மட்டுமே உரித்தானது" என்றார் இறைத்தூதர் அவர்கள். இதைக்கேட்டதும்

அவன், "புதுமையாக இருக்கிறது. உங்கள் செயல்பாடுகளின் வெற்றிக்காக நாங்கள் எங்கள் வாழ்க்கையை அர்ப்பணிக்க வேண்டும்; வெற்றிகளின் பலனை மற்றவர்கள் அனுபவிக்க வேண்டுமா? போய்விடுங்கள். உங்களுடன் எனக்கு எந்தத் தொடர்புமில்லை" என்றான்.

ஸுவைத் பின் ஸாமித் : நபித்துவத்தின் பதினொன்றாம் ஆண்டில், அவ்ஸ் இனக்குழுவிலுள்ள, மதீனாவைச் சேர்ந்த ஸுவைத் பின் ஸாமித் எனும் ஒருவரை இறைத்தூதர் அவர்கள் காண நேர்ந்தது. அவரை இஸ்லாத்தை ஏற்கும்படி அழைப்பு விடுத்தார் நபிகளார். "உங்களிடம் இருக்கும் ஒன்று என்னிடமும் இருக்கிறது" என்றார் அவர். "உம்மிடம் என்ன இருக்கிறது?" என்று கேட்டார் இறைத்தூதர். "லுக்மானின் ஞானம்" என்றார் அவர். "நான் அதை அறிய வேண்டும்" என்றார் இறைத்தூதர். அவர் சில சொற்களை ஓதினார். அதைச் சிறப்புடையதாகக் குறிப்பிட்டு விட்டு, "ஆனால் என்னிடம் மிக மேன்மையான குர்ஆன் இருக்கிறது. அது நற்சிந்தனைகளில் மிகவும் மேன்மையானது. ஒளியிலும் வழிகாட்டுதலிலும் முழுமையானது" என்றார் இறைத்தூதர் அவர்கள்.

தொடர்ந்து, திருக்குர்ஆனிலுள்ள சில வசனங்களை ஓதினார். ஒளியிலும் வழிகாட்டுதலிலும் உண்மையாகவே குர்ஆன்தான் மிகவும் சிறப்பானது என்பதை ஒப்புக்கொண்ட ஸாமித், அந்த இடத்திலேயே இஸ்லாத்தை ஏற்றுக்கொண்டார். அன்றிலிருந்து அவர் இறைத்தூதரை எதிர்ப்பதை விட்டு விலகிக்கொண்டார். மதீனாவுக்குத் திரும்பிச்சென்ற ஸாமித், அவ்ஸ் இனக்குழுவுக்கும் கஸ்ரஜ் இனக்குழுவுக்குமிடையே நடந்த ஒரு சண்டையில் கொல்லப்பட்டார்.

ஐயாஸ் பின் முஆத் (ரலி) : கஸ்ரஜ் இனக்குழுவினருக்கு எதிராக, குறைஷிகளுடன் ஓர் உடன்படிக்கைச் செய்துகொள்ளும் பொருட்டு, அனஸ் பின் ராஃபியி, அவரது அப்துல் அஸ்ஹல் எனும் இனக்குழுவைச் சேர்ந்த சிலரால், மக்காவுக்கு அழைத்து வரப்பட்டார். இவரது வருகையை அறிந்த இறைத்தூதர், குறைஷித் தலைவர்களை அவர் சந்தித்துப் பேசுவதற்குள் அவரைக் காணச்சென்றார். "உங்கள் அனைவருக்கும் மிகுந்த நன்மை பயக்கக்கூடிய ஒரு செய்தி என்னிடம் உள்ளது. நீங்கள் விரும்பினால் அதை உங்களுக்கு அறிவிக்கிறேன்" என்றார். அவர்களும், "நல்லது, அதைப்பற்றிச் சொல்லுங்கள்" என்றனர்.

“மக்களுக்கு நல்வழிகாட்டுவதற்காக அல்லாஹ் என்னைத் தூதராக அனுப்பியுள்ளான். அவனது திருமறையையும் தந்தருளினான். ஆகவே, நீங்கள் பலதெய்வ வழிபாட்டிலிருந்து விலகி, அல்லாஹ்வை மட்டுமே வணங்க வேண்டுமென்று கேட்டுக்கொள்கிறேன்” என்று சொல்லி, இஸ்லாத்தின் அடிப்படைகளையும் எடுத்துச்சொல்லி, மேன்மை மிகு குர்ஆனிலிருந்து சில இறைவசனங்களை ஓதினார். அனஸ் பின் ராஃபியி தலைமையில் வந்திருந்த ஐயாஸ் பின் முஆத் எனும் இளைஞர், நபிகளாரையும் அவர் ஓதிய குர்ஆன் வசனங்களையும் மிகுந்த ஈடுபாட்டுடன் செவிமடுத்துவிட்டு, “என் மக்களே, மதீனாவிலிருந்து நீங்கள் எதற்காக வந்திருக்கிறீர்களோ அதை விடவும் இது எவ்வளவோ மகத்தானது” என்றார்.

குழுத்தலைவரான அனஸ், ஐயாஸைக் கடிந்து, “நாம் இதற்காக இங்கு வரவில்லை” என்றார். இறைத்தூதர் அமைதியாக அவ்விடத்தை விட்டகன்றார். குறைஷிகளுடனான உடன்படிக்கை நடக்கவில்லை. மதீனா குழுவினர் தோல்வியுடன் திரும்பினார்கள். சில நாள்களில், இஸ்லாத்தின் மீதான தமது நம்பிக்கையை வெளிப்படுத்திவிட்டு ஐயாஸ் பின் முஆத் இறந்துபோனார்.

திமாத் அஸ்தி : ஏமனைச் சேர்ந்த, திமாத் அஸ்தி என்பவர் புகழ்பெற்ற சூனியக்காரர். மக்காவுக்கு வந்த இவரிடம், முஹம்மத் (ஸல்) அவர்கள் ஜின்னால் பீடிக்கப்பட்டுள்ளார் என்று குறைஷிகள் தெரிவித்தார்கள். தமது மந்திர சக்தியால் அதைக் குணப்படுத்தி விடலாமென்றார் திமாத். பிறகு, அவர் இறைத்தூதரிடம் வந்து, “உங்களுக்காக நான் மந்திரம் ஓத வேண்டும்” என்றார். நபிகளார், “முதலில் உங்களுக்காக நான் ஓதுகிறேன்; பிறகு நீர் ஓதலாம்” என்று சொல்லிவிட்டு, “நிச்சயமாகவே, எல்லாப் புகழும் அல்லாஹ்வுக்கே. நாங்கள் அவனையே வணங்குகிறோம். அவனது துணையையே நாடுகிறோம். யாரை அல்லாஹ் நல்வழி நடத்துகிறானோ, அவரை யாரும் தீயவழியில் செலுத்த இயலாது. யாரை அல்லாஹ் தீயவழியில் நடத்துகிறானோ, அவரை யாரும் நல்வழிப்படுத்த இயலாது. வணக்கத்திற்குரியவன் அல்லாஹ்வைத் தவிர யாருமில்லை என்று நான் சான்று பகர்கிறேன். அவனுக்கு இணை யாருமில்லை. மேலும் நான், அவனது அடிமையென்றும் தூதரென்றும் சான்று பகர்கிறேன்” என்ற இறைவசனங்களை ஓதினார்.

இறைத்தூதர் இந்த வசனங்களை ஓதியதும், திமாத்

மனநெகிழ்ச்சியுடன் உரத்த குரலில், "அந்த வசனங்களை திரும்பவும் ஓதுங்கள்" என்றார். மீண்டும் மீண்டும் அதைச் சொல்லக்கேட்ட அவர், "கவித்துவமான ஆனால், பொருட்செறிவும் நற்சிந்தனையும் முழுமையும்கொண்ட வசனங்கள். இதுவரை நான் அறியாத செய்திகள்" என்றார். இதைச் சொல்லி விட்டு, "உங்கள் கைகளை நீட்டுங்கள். நான் இப்போதே இஸ்லாத்தைத் தழுவுகிறேன்" என்றார்.

துஃபைல் பின் அம்ர் தவ்ஸி (ரலி) : ஏமனிலுள்ள தவ்ஸ் இனக்குழுவின் தலைவரான துஃபைல் பின் அம்ர், புகழ்பெற்ற செல்வந்தரும் அறிவுக்கூர்மை மிக்கவரும் பெரும் கவிஞரும் ஆவார். நபித்துவத்தின் பதினொன்றாம் ஆண்டில் இவர் மக்காவுக்கு வருகை தந்தார். மக்காவின் தலைவர்கள் நகரை விட்டு வெளியே வந்து மிகப்பெரும் வரவேற்புடன் இவரை மக்காவுக்கு அழைத்து வந்தனர்.

இறைத்தூதரை இவர் சந்திக்க நேருமென்றும், அவரால் இவர் வசீகரிக்கப்படும் வாய்ப்பைக் குறித்தும் குறைஷிகளுக்குக் கவலை இருந்தது. ஆகவே, முன்னெச்சரிக்கையாக, மக்காவில் ஒரு சூனியக்காரர் இருப்பதாகவும் அவர் மக்களுக்கு இன்னல்கள் விளைவிக்கும் ஒன்றைக் கொண்டு வந்திருப்பதாகவும் மகன் - தந்தை, கணவன் - மனைவி, சகோதரர்கள் போன்ற உறவுகளை அவர் சீர் குலைப்பதாகவும் அவரது செய்திகளுக்கு செவிமடுக்காமல் எச்சரிக்கையாக இருக்க வேண்டுமென்றும் அறிவுறுத்தினர்.

துஃபைல் சொன்னார்: "நானொரு கவிஞன்; அறிவுத்திடமுள்ளவன்; யார் சொல்வதையும் அப்படியே நான் ஏற்றுக்கொள்ள மாட்டேன். சொல்வது சரியென்றால் உடன்படுவேன்; தவறென்றால் முரண்படுவேன்."

ஒருநாள், அதிகாலையில் துஃபைல், கஅபாவுக்குச் சென்றார். இறைத்தூதர் அப்போது தொழுதுகொண்டிருந்தார். இது, துஃபைலைக் கவர்ந்தது. மெல்ல இறைத்தூதரின் அருகில் சென்றார். அப்போது, இறைத்தூதர் ஓதிய குர்ஆனின் சில சொற்களை அவர் செவிமடுக்க நேர்ந்தது. ஓதி முடித்த இறைத்தூதர் அவர்கள் வீட்டுக்குப் புறப்பட்டார். பின்தொடர்ந்து சென்ற துஃபைல் அந்த வசனங்களை மீண்டும் சொல்லச் சொன்னார்.

இறைத்தூதர் ஓதினார். அந்த இடத்திலேயே துஃபைல் (ரலி) இஸ்லாத்தைத் தழுவினார். தொடர்ந்து அவர், "என் போலவே எனது இனக்குழுவினரும் இஸ்லாத்தைத் தழுவ அருள் புரியுமாறு அல்லாஹ்விடம் மன்றாடுங்கள்" என்று வேண்டிக்கொண்டார். மக்காவாசிகள் இழைக்கும் துன்பங்களிலிருந்து விலக தன்னுடன் வந்துவிடுமாறும் இறைத்தூதரிடம் அவர் கேட்டுக்கொண்டார். "நான் எந்த இடத்துக்குப் புலம்பெயர வேண்டுமென்று எல்லாம் வல்ல அல்லாஹ் நாடுகிறானோ அதன்படியே நடக்கும்" என்றார் நபிகளார். திரும்பிச் சென்ற துஃபைல் (ரலி) தம் மக்களிடையே இஸ்லாத்தைப் போதிக்கும் பணியில் தொடர்ந்து ஈடுபட்டார்.

அபூதர் கிஃபாரீ (ரலி) : ஸுவைத் பின் ஸாமித், ஐயாஸ் பின் முஆத் ஆகியோர் மூலம் இறைத்தூதர் குறித்த தகவலை மதீனாவாசிகள் அறிந்தனர். கிஃபார் குலத்தைச் சேர்ந்தவரும் கவிஞரும் மதீனாவின் புறநகர்ப் பகுதியில் வசித்து வந்தவருமான அபூதர் கிஃபாரீ என்பவர், தனது சகோதரரான உனைஸ் என்பவரிடம் இது குறித்த உண்மைகளைக் கண்டறிந்து வரச் சொல்லி மக்காவுக்கு அனுப்பி வைத்தார். இறைத்தூதரைச் சந்தித்துப்பேசிய உனைஸ், திரும்பி வந்து, தான் அவரைச் சந்தித்ததாகவும் தன்னிடம் அவர் நன்மைகளைப் பின்பற்றவும் தீயவற்றைக் கைவிடவும் அறிவுறுத்தியதாகவும் அபூதர் கிஃபாரியிடம் சொன்னார்.

இந்தத் தகவலில் திருப்தியடையாத அபூதர், நடைப்பயணமாக மக்காவுக்குச் சென்று இறைத்தூதரைச் சந்தித்ததுடன் இஸ்லாத்தை ஏற்றுக்கொண்டார். அங்கிருந்து நேராகக் கஅபாவுக்குச் சென்று ஏக இறை குறித்தும் குர்ஆனின் சில வசனங்களையும் உரத்த குரலில் ஓதினார். குறைஷிகள் நாற்புறமும் சூழ்ந்து நின்று உணர்விழந்துபோகும்வரை அவரைத் தாக்கினார்கள். அவர் உயிரிழக்கும் நிலையில் அவ்வழியாக வந்த, அப்போது இஸ்லாத்தை ஏற்காத அப்பாஸ் அவர்கள், இவர் கிஃபார் இனக்குழுவைச் சேர்ந்தவர் என்றும் தாம் இவரிடம் பேரீச்சம் பழம் கொள்முதல் செய்வது வழக்கம் என்றும் சொன்னார். குறைஷிகள் அவரை விட்டுவிட்டனர். மறுநாள், மயக்கம் தெளிந்து எழுந்த அபூதர் (ரலி), ஏக இறை குறித்தும் குர்ஆனின் சில வசனங்களையும் மீண்டும் உரத்த குரலில் சொன்னார். குறைஷிகள் மீண்டும் தாக்கினார்கள். இந்நிலையில் மதீனாவுக்குத் திரும்பினார் அபூதர் (ரலி).

பேறுபெற்ற ஆறுபேர் : நபித்துவத்தின் பதினொன்றாம் ஆண்டின் இறுதிக்கட்டம். அவ்ஸ், கஸ்ரஜ் இனக்குழுவினரிடையே பெரும் போர் மூண்டது. இரு பிரிவிலுமுள்ள முக்கியமான சிலரின் மரணத்துடன் போர் முடிவுக்கு வந்தது. ஹஜ்ஜை நிறைவேற்றும்பொருட்டு பிற பகுதிகளிலுள்ள வணிகக்குழுக்கள், மக்காவுக்கு வரத் தொடங்கியிருந்தன. இறைத்தூதர், அவர்களின் வசிப்பிடங்களுக்குச் சென்று இஸ்லாத்தைப் போதித்தார். இறைத்தூதர் செல்லுமிடங்களுக்கு அவரைப் பின்தொடர்ந்து சென்ற அபூஜஹ்லும் அபூலஹபும் அவர் சொல்வதற்கு செவிமடுக்க வேண்டாம் என்று மக்களைத் தடுத்தனர். இவர்களது தொல்லைகளிலிருந்து விடுபடுவதற்காக, கஅபாவிலிருந்து சில மைல்களுக்கு அப்பாலுள்ள வணிகக் குழுவினரைத் தொடர்புகொள்ள இரவின் மறைவிலேயே நபிகளார் புறப்பட்டு விடுவார்.

ஒருநாள், மக்காவிலிருந்து நீண்ட தொலைவிலிருக்கும் அகபா எனுமிடத்தில், இரவு நேரத்தில் சிலர் உரையாடிக்கொண்டிருப்பதைக் கண்ட இறைத்தூதர், அவர்களது அருகில் சென்றார். ஹஜ்ஜை நிறைவேற்ற யஸ்ரிபிலிருந்து வந்த கஸ்ரஜ் இனக்குழுவைச் சேர்ந்த ஆறு பேர். இறைத்தூதர் அவர்களுக்கு இஸ்லாத்தைப் போதித்து, குர்ஆனின் சில வசனங்களை ஓதினார். பரஸ்பரம் வியப்புடன் பார்த்த அவர்கள் மிகுந்த ஈடுபாட்டுடன் அதற்கு செவிமடுத்ததுடன் இஸ்லாத்தைத் தழுவிக்கொண்டனர்.

இவர்கள்: அபூஉமாமா அஸ்அத் பின் ஸுராரா (நஜ்ஜார் குலத்தைச் சேர்ந்த இவர் இறைத்தூதரின் உறவினரும் யஸ்ரிபில் முதன்முதலாக இஸ்லாத்தைத் தழுவியவருமாவார்), அவ்ஃப் பின் ஹாரிஸ், ராஃபி பின் மாலிக், குத்பா பின் ஆமிர், ஜாபிர் பின் அப்துல்லாஹ், உக்பா பின் ஆமிர் பின் நாபி ஆகிய ஆறுபேர்.

யஸ்ரிப் மக்களில் யூதர்களும் விக்கிரக ஆராதனையாளர்களும் வாழ்ந்து வந்தனர். விக்கிரக ஆராதனையாளர்களில் அவ்ஸ், கஸ்ரஜ் எனும் ஆற்றல் வாய்ந்த இரண்டு இனக்குழுவினர் இருந்தனர். இவர்கள், விரைவில் வருகை தரவிருக்கும் மாபெரும் இறைத்தூதர் குறித்தும் உலகம் முழுமைக்குமான அவரது ஆளுகை குறித்தும் யூதர்கள் சொல்லிக் கேள்விப்பட்டிருந்தார்கள். இது, இஸ்லாத்தைத் தழுவுவதற்கு அவர்களைத் தூண்டிய முக்கியக் காரணமாகவும் அமைந்தது.

குர்ஆனின் சில கையெழுத்துப் பிரதிகளை, இறைத்தூதர், ராஃபி (ரலி) அவர்களிடம் கொடுத்தார். ஆறுபேர் அடங்கிய இச்சிறு குழு, மதீனாவில் இஸ்லாத்தைப் பரப்புவது என்ற உறுதியுடன் சென்றது. மதீனாவை அடைந்ததும் தங்கள் உறுதியை அவர்கள் செயலில் காட்டத் தொடங்கினார்கள். மதீனாவெங்கும் இஸ்லாத்தின் குரல் எதிரொலித்தது.

முதலாவது அகபா உடன்படிக்கை : நபித்துவத்தின் பன்னிரண்டாம் ஆண்டு தொடங்கியது. குறைஷிகள் இன்னும் தங்கள் வன்மத்தைக் கைவிடவில்லை. தங்கள் மக்களிடையே இஸ்லாத்தைப் பரப்புவதாக வாக்குறுதியளித்து விட்டு மதீனாவுக்குச் சென்ற ஆறுபேரின் நடவடிக்கைகள் குறித்து எந்தத் தகவலும் இறைத்தூதருக்குக் கிடைக்கவில்லை. நம்பிக்கையும் பயமும் கலந்த நிலையில் அந்த ஆண்டு கடந்துபோனது. யஸ்ரிபிலுள்ள அந்த ஆறுபேரையும் தேடி, அடுத்த ஆண்டு ஹஜ் காலத்தின்போது அகபாவின் அதே இடத்துக்குச் சென்றார் இறைத்தூதர் அவர்கள்.

அங்கே, எதிர்பாராமல், அவ்ஸ், கஸ்ரஜ் ஆகிய இரண்டு இனக்குழுவைச் சேர்ந்த, பன்னிரண்டு பேர்கொண்ட ஒரு குழுவைச் சந்தித்தார். இவர்களில், கடந்த ஆண்டு இஸ்லாத்தைத் தழுவிய கஸ்ரஜ் கோத்திரத்தைச் சேர்ந்த ஆறு பேரில், ஐந்துபேர் இருந்தனர்.

மிச்சமிருந்த ஏழுபேரில் ஐந்து பேர், கஸ்ரஜ் இனக்குழுவைச் சேர்ந்தவர்கள். இவர்கள், முஆத் (அவ்ஃப் பின் ஹாரிஸின் சகோதரர்), தக்வான் பின் அப்த் கைஸ், காலித் பின் முக்ஹல்லாத், உபாதா பின் ஸாமித் (ஜுனைப் இனக்குழுவைச் சேர்ந்தவர்), அப்பாஸ் பின் உபாதா (ரலி) ஆகியோர். அப்துல் அஷ்ஹல் வம்சாவளியிலுள்ள, அபுல் ஹைத்தம் பின் அத்தைஹான் (ரலி), உவைம் பின் ஸாயிதா (ரலி) ஆகியோர் அவ்ஸ் இனக்குழுவினர்.

இறைத்தூதரின் கைகளைப் பற்றிக்கொண்ட இவர்கள் அனைவரும் இஸ்லாத்தின் மீதான தங்கள் பிணைப்பை உறுதிப்படுத்தினார்கள். பிரியும்வேளையில், தங்களுடன் ஓர் ஆசிரியரை அனுப்புமாறு வேண்டினார்கள். இதன்படி, முஸ்அப் பின் உமைர் (ரலி) நியமிக்கப்பட்டார்.

இவர், மதீனாவுக்கு வந்து, அஸ்அத் பின் ஸுராரா (ரலி) அவர்களின்

இல்லத்தில் தங்கி, அதை இஸ்லாமியக் கல்வி மையமாக்கினார். முதலாவது அகபா உடன்படிக்கையின்போது, இறைத்தூதர், அவர்களிடம் பெற்றிருந்த உறுதிமொழிகள்: 1. ஓரிறையையே வணங்குவோம்; இறைவனுக்கு இணை வைக்கமாட்டோம். 2. களவு, பாலியல் பிறழ்வுகளில் ஈடுபடமாட்டோம். 3. பெண் குழந்தைகளைக் கொல்லமாட்டோம். 4. யார்மீதும் வீண்பழி சுமத்த மாட்டோம். 5. புறம் பேசமாட்டோம். 6. நன்மையான விஷயங்களில் இறைத்தூதருக்குப் பணிவோம்.

மதீனாவில் முஸ்அப் (ரலி) அவர்களின் வெற்றி : மதீனாவுக்குச் சென்ற, முஸ்அப் பின் உமைர் (ரலி), முழு முயற்சியுடன் இஸ்லாத்தைக் கற்பித்தார். அல்லாஹ்வின் அருளால், ஒவ்வொரு குலத்தினராக வந்து இஸ்லாத்தைத் தழுவினார்கள். மதீனாவின் அவ்ஸ் இனக்குழு வம்சாவளியினரில் அப்துல் அஷ்ஹல் கிளையும் ஸஃபர் கிளை யும் வலுமிகுந்ததும் புகழ்பெற்றதுமாகும். ஸஅத் பின் முஆத், அப்துல் அஷ்ஹல் கிளையின் தலைவராகவும் அனைத்து இனக்குழுக்களின் தலைவராகவும் இருந்தார். ஸஃபர் கிளையின் தலைவராக இருந்தவர், உசைத் பின் ஹுளைர். இவரது தந்தை, புவாத் போர்ப்படைத் தலைவராக இருந்து, அதே புவாத் போரில் கொல்லப்பட்டார்.

முஸ்அப் (ரலி) தங்கியிருந்த இல்லத்தினரான அஸ்அத் (ரலி), ஸஅத் பின் முஆதின் மைத்துனராவார். ஒருநாள், முஸ்அப் (ரலி), அப்துல் அஷ்ஹல் கிளையினரின் குளக்கரையில் அமர்ந்து, அஸ்அத் (ரலி) அவர்களுடன் பேசிக்கொண்டிருந்தார். தங்கள் இல்லத்தில் வைத்து, இஸ்லாம் கற்பிக்கப்படுவதை சஅத் விரும்பவில்லை. அவர், உசைத் பின் ஹுளைரை அழைத்து, தங்களது இல்லத்துக்கு வர வேண்டாமென்று கடுமையான சொற்களால் தடுக்கச் சொன்னார். அஸ்அத் (ரலி) முஸ்அப் (ரலி) ஆகியோரிடம் தனது வாளுடன் சென்ற உசைத், கடுமையான சொற்களால் அவர்களைக் குற்றப்படுத்தினார்.

“நான் சொல்வதை நீர் கேட்பதில் எந்தக் கேடும் நிகழ்ந்துவிடப்போவதில்லை. நீர் அதைத் தீர்மானித்துக்கொள்வதிலும் நிர்ப்பந்தமில்லை” என்றார் முஸ்அப் (ரலி). “நல்லது” என்றவாறே உசைத் அமர்ந்தார். முஸ்அப் (ரலி), இஸ்லாத்தை அவருக்கு விளக்கமாக எடுத்துச்சொல்லிவிட்டு, குர்ஆனிலுள்ள சில

வசனங்களையும் ஓதினார். அமைதியாகக் கேட்டுக்கொண்டிருந்த உசைத் பின் ஹுதைர், முஸ்அப் (ரலி) ஓதி முடித்ததும், "நான் இஸ்லாத்தை ஏற்றுக் கொள்கிறேன்" என்றார்.

பிறகு, உசைத் (ரலி), "ஒருவர் இருக்கிறார். அவர் மட்டும் இஸ்லாத்தை ஏற்றுக்கொண்டு விட்டால், எதிர்க்க யாருமில்லை. நான் இப்போதே அவரை இங்கே அனுப்பி வைக்கிறேன்" என்று சொல்லிவிட்டு, தன்னை எதிர்பார்த்திருந்த ஸஅத் பின் முஆதிடம் திரும்பி வந்தார். அவர், "அவர்கள் என்ன பதில் சொன்னார்கள்?" என்று கேட்டார். "உமது விருப்பத்துக்கு மாறாக எதுவும் செய்யமாட்டோம் என்று உறுதியளித்திருக்கிறார்கள். ஆனால், அங்கே மற்றொரு தகவலை அறிந்தேன். ஹாரிஸா கிளையிலுள்ள சிலர், அஸ்அத் பின் ஸுராராவைக் கொலை செய்யப் போகிறார்களாம்" என்றார் உசைத் (ரலி). இதைக் கேட்ட ஸஅத் பின் முஆத், எழுந்து உருவிய வாளுடன் புறப்பட்டார். அங்கே அஸ்அத் (ரலி) அவர்களும் முஸ்அப் (ரலி) அவர்களும் அமைதியாக உட்கார்ந்திருந்தார்கள்.

தவறான தகவலைச் சொல்லி, தான் அனுப்பப்பட்டிருப்பது குறித்து ஸஅத் சந்தேகப்பட்டார். இந்த எண்ணத்துடன் அவர்கள் இருவரையும் வசைபேசி விட்டு, அஸ்அத் (ரலி) அவர்களிடம், "இவருக்கு ஏதோ தீய நோக்கம் இருக்கிறதென்றும் இல்லாவிட்டால் இஸ்லாத்தைப் போதனை செய்ய இங்கே வந்திருக்கமாட்டார்" என்றும் சொன்னார். முஸ்அப் (ரலி), "மனம் வைத்து உட்கார்ந்து நான் சொல்வதைக் கேளுங்கள். அதை ஏற்பதோ ஏற்காமலிருப்பதோ தங்கள் விருப்பம்" என்றார்.

வாளைக் கீழே வைத்துவிட்டு அவர்களின் எதிரில் உட்கார்ந்தார் ஸஅத். இஸ்லாத்தின் அடிப்படைகளை அவருக்கு விளக்கமாகச் சொன்ன முஸ்அப் (ரலி), குர்ஆனிலுள்ள சில வசனங்களையும் ஓதினார். ஸஅத் (ரலி) உடனடியாக இஸ்லாத்தை ஏற்றார். திரும்பி வந்த ஸஅத் (ரலி) தனது இனத்தவர்களை ஒன்றுதிரட்டி, "என்னைப் பற்றிய உங்கள் கருத்து என்ன?" என்று கேட்டார். அவர்கள் ஒரே குரலில், "நீங்கள் எங்கள் தலைவர். நாங்கள் பின்பற்றத் தகுதிவாய்ந்தவர்" என்றனர். உடனே ஸஅத் (ரலி), "நீங்கள் எல்லாரும் இஸ்லாத்தை ஏற்றுக் கொள்ளுங்கள்" என்றார். இதைக்கேட்ட அப்துல் அஷ்ஹல் கிளையினர் அனைவரும் இஸ்லாத்தை ஏற்றுக்கொண்டனர்.

இவ்வாறாக, மதீனாவின் இனக்குழுவினரிடையில் இஸ்லாம் பரவியது. இது நபித்துவத்தின் பதின்மூன்றாம் ஆண்டு. மதீனாவில் முஸ்அப் (ரலி) அவர்களின் பணி மென்மேலும் சிறப்படைந்து வரும்போது, மக்காவில் குறைஷிகள் இழைக்கும் துன்பங்கள் அளவு கடந்துகொண்டிருந்தன. நபித்துவத்தின் பதின்மூன்றாம் வருடம், துல்ஹிஜ்ஜா மாதம், எழுபத்திரண்டு ஆண்களும் இரண்டு பெண்களும் அடங்கிய ஒரு பயணக் குழு, முஸ்அப் (ரலி) தலைமையில் மக்காவுக்குப் புறப்பட்டது. இந்தப் பயணத்தில் இறைத்தூதரைக் காண்பதும் அவரை மதீனாவுக்கு அழைத்து வருவதுமான இரு நோக்கங்கள் இருந்தன.

இரண்டாவது அகபா உடன்படிக்கை : பயணக்குழுவின் இவ்வருகை பற்றி முன்னரே இறைத்தூதருக்கு அறிவிக்கப்பட்டிருந்தது. அவர் இரவில் வெளியே வந்து, தம் சிறிய தந்தையாகிய அப்பாஸ் பின் அப்துல் முத்தலிபையும் அழைத்துக்கொண்டு, அகபா பள்ளத்தாக்கை அடைந்தார். மதீனாவிலிருந்து வந்திருந்த முஸ்லிம் பயணிகள் அவரை எதிர்பார்த்திருந்தனர். இதில், இஸ்லாத்தில் இணையாத சிலரும் இருந்தனர். இவர்கள் எதையும் அறிந்திருக்கவில்லை. தங்கள் இடங்களில் படுத்து இவர்கள் தூங்கிக் கொண்டிருந்தனர். மதீனா முஸ்லிம்கள் இறைத்தூதரைத் தங்களுடன் அழைத்துச் செல்லும் விருப்பத்தைச் சொன்னதும் அப்பாஸ் எழுந்து சொன்னார்:

"முஹம்மத் தற்போது அவரது குடும்பத்தாரின் பாதுகாப்பில் வாழ்கிறார். அவரை உங்களுடன் அழைத்துச் செல்ல விரும்பினால், அவரது பாதுகாப்புப் பொறுப்பை நீங்கள் ஏற்க வேண்டும். அது எளிதான விஷயமல்ல. பெருமளவில் இரத்தம் சிந்த வேண்டிய எதிர்ப்புகளை நீங்கள் நேரிட வேண்டியதிருக்கும். இதற்கு நீங்கள் தயார் என்றால் அழைத்துச்செல்லுங்கள். இல்லையென்றால், இப்போதே அந்த விருப்பத்தை விட்டுவிடுங்கள்."

பராஉ பின் மஅரூர் (ரலி) எழுந்து இதற்குப் பதில் சொன்னார்: "அப்பாஸ் அவர்களே, நீங்கள் சொன்னதைக் கேட்டோம். இப்போது, இறைத்தூதர் அவர்களும் சிறிது பேச வேண்டும் என்று விரும்புகிறோம்." இறைத்தூதர் குர்ஆனிலிருந்து சில வசனங்களை ஓதினார். பிறகு இஸ்லாத்தின் கடமைகளையும் உரிமைகளையும் விளங்க வைத்தார். தம்மை மதீனாவுக்கு அழைத்துச் செல்வதன்மூலம் அவர்கள் ஏற்கவேண்டிய பொறுப்புகளையும் எடுத்துச் சொன்னார்.

இறைத்தூதரின் உரையைக் கேட்ட பராஉ (ரலி), "அனைத்துக்கும் நாங்கள் பொறுப்பேற்கிறோம்" என்றார். தொடர்ந்து, அபூ ஹைத்தம் பின் தைஹான் (ரலி), "எங்களை மதீனாவில் விட்டு தாங்கள் திரும்பிவிட மாட்டீர்களென்று அருள்கூர்ந்து உறுதியளிக்க வேண்டும்" என்றார். "நான் உங்களுடன் வாழ்ந்து உங்களுடனேயே இறப்பேன்" என்றார் இறைத்தூதர் அவர்கள். அப்துல்லாஹ் பின் ரவாஹா (ரலி), "அல்லாஹ்வின் தூதரே, இதற்கு எங்களுக்கு என்ன கைம்மாறு கிடைக்கும்?" என்று கேட்டார். இதற்கு இறைத்தூதர் அவர்கள், "சொர்க்கமும் அல்லாஹ்வின் திருப்தியும்" என்று பதிலளித்தார்.

பராஉ (ரலி) அவர்களை முன்நிறுத்தி இரண்டாவது அகபா உடன்படிக்கை நிறைவேறியது. "இரு சாராரும் இதிலிருந்து பின்வாங்குவதில்லை" என்றார் அப்துல்லாஹ் (ரலி). தொடர்ந்து, அனைவரும் உடன்படிக்கையை உறுதியேற்றனர்.

உடன்படிக்கை நிறைவேறிய பின், அஸ்அத் (ரலி) சொன்னார்: "நம்மிடையிலான இந்த உடன்பாடு, உலகம் முழுவதையும் நாம் எதிர்கொள்ளத் தயாராக இருக்கிறோம் என்பதைக் குறிக்கிறது. இதை நினைவில் வைத்துக்கொள்ளுங்கள்." "ஆம்! முழு உலகையும் நாம் எதிர்கொள்ள வேண்டியதிருக்கும் என்பதை நாங்கள் மிக நன்றாகவே அறிவோம்" என்று அவர்கள் பதில் சொன்னார்கள். முடிவில், இறைத்தூதர் அவர்கள், அவர்களிடையிலிருந்து இஸ்லாமிய பரப்புரைக்கென பன்னிரண்டு பேர்களைத் தேர்வு செய்து அறிவித்தார்.

1. அஸ்அத் பின் ஸுராரா, 2. உசைத் பின் ஹுதைர், 3. அபுல் ஹைத்தம் பின் அத் தைஹான், 4. பராஉ பின் மஅரூர், 5. அப்துல்லாஹ் பின் ரவாஹா, 6. உபாதா பின் ஸாமித், 7. ஸஅத் பின் ரபீஉ, 8. சஅத் பின் உபாதா, 9. ராஃபிஉ பின் மாலிக், 10. அப்துல்லாஹ் பின் அம்ர், 11. சஅத் பின் கைத்தமா, 12. முன்திர் பின் அம்ர் (ரலி) ஆகிய பன்னிரண்டு பேர் இதற்கெனத் தேர்வு செய்யப்பட்டனர்.

இவர்களில் ஒன்பது பேர் கஸ்ரஜ் இனக்குழுவையும் மூன்றுபேர் அவ்ஸ் இனக்குழுவையும் சேர்ந்தவர்கள். இவர்களிடம் இறைத்தூதர் சொன்னார்: "ஈஸா (அலை) தமது தொண்டர்களிடம்

பொறுப்பளித்ததுபோல், என்னுடைய பொறுப்பை உங்களிடமும் உங்களுடைய பொறுப்புகளை நானும் ஏற்றிருக்கிறோம்.''

அகபா உடன்படிக்கை இறுதிக் கட்டத்தை அடையும்போது, மலைமுகட்டிலிருந்து ஒரு குரல், "குறைஷிகளே எச்சரிக்கை! முஹம்மதும் அவரது தோழர்களும் உங்களுக்கெதிராகத் திரண்டிருக்கிறார்கள்'' என்று மிகவும் உரத்தக் குரலில் சொன்னது. இறைத்தூதரும் ஏகத்துவ நம்பிக்கையாளர்களும் இதைக் கண்டுகொள்ளவில்லை. எல்லாம் நல்லபடியாக முடிந்த நிலையில், மதீனாவுக்குப் புலம்பெயரும் நடவடிக்கையை, எல்லாம் வல்ல அல்லாஹ்வின் பொறுப்பில் ஒப்படைத்தார் இறைத்தூதர் அவர்கள்.

யாரும் இதை அறிந்துவிடாமலிருக்க, தனியாகவும் இரண்டு பேர்களாகச் சேர்ந்தும் அந்த இடத்தை விட்டகன்றனர். இறைத்தூதரும் அப்பாஸ் பின் முத்தலிபும் மக்காவுக்குத் திரும்பினர். முதல் நாளிரவு நடந்த இந்தக் கூட்டத்தைப் பற்றிய தகவலை மறுநாள் காலையில் குறைஷிகள் அறிந்துகொண்டனர். அவர்கள் மதீனாவிலிருந்து வந்தவர்கள் தங்கியிருக்கும் இடத்துக்கு விரைந்து சென்று, "நேற்றிரவு முஹம்மத் உங்களைக் காண வந்தாரா?'' என்று கேட்டனர். இந்தச் சந்திப்பைக் குறித்து ஏதுமறியாத விக்கிரக ஆராதனையாளர்களில் ஒருவனான அப்துல்லாஹ் பின் உபை, அவர்களிடம் திடமாக மறுத்துப் பேசினான். "எனக்குத் தெரியாமல் இவர்கள் எந்தக் கொடுக்கல் வாங்கலிலும் ஈடுபட இயலாது.'' இந்த அப்துல்லாஹ் பின் உபைதான் பிற்காலத்தில் நயவஞ்சகர்களின் தலைவனாகச் செயல்பட்டவன். இவனது திடமான பதிலைக் கேட்டதும் குறைஷிகளின் சந்தேகம் விலகியது. அதேசமயம், மதீனாவாசிகள் தங்கள் பயணத்துக்கான ஏற்பாடுகளைச் செய்துவிட்டு அங்கிருந்து புறப்பட்டனர்.

பிறகுதான் குறைஷிகளுக்கு நடந்தது தெரிய வந்தது. சண்டைக்கான ஆயத்தங்களுடன் மீண்டும் மதீனாவாசிகளைத் தேடிச் சென்றனர். பயணக்குழு அப்போது நெடுந்தொலைவை அடைந்து விட்டது. சில பணிகளை முன்வைத்து, ஸஅத் (ரலி), முன்திர் (ரலி) ஆகிய இருவரும் அங்கேயே இருந்தனர். குறைஷிகளிடம் பிடிபடாமல், முன்திர் (ரலி) தப்பித்து விட்டார். ஸஅத் (ரலி) பிடிபட்டார். அவரை இரக்கமின்றித் தாக்கியபடியே மக்காவுக்குக் கொண்டு சென்றனர் குறைஷிகள்.

ஸஅத் (ரலி) சொன்னார்: "குறைஷிகள் மிக மோசமாக என்னைத் தாக்கினார்கள். அப்போது, வெளுத்துச் சிவந்த ஒரு மனிதர் என்னை நோக்கி வந்தார். எனக்கு இவர் பாதுகாப்பளிப்பார் என்று நினைத்தேன். ஆனால், இவர்தான் என்னை மிக மோசமாகத் தாக்கினார். அப்போது வேறொருவர் வந்து, 'குறைஷிகளில் யாரையாவது உமக்கு அறிமுகமுண்டா?' என்று கேட்டார். நான், அப்த் மனாஃபின் பேரன்களான ஜுபைர் பின் முத்யிமையும் ஹாரிஸ் பின் உமய்யாவையும் தெரியும் என்றேன். 'நீர் அவர்களிடம் உதவி கோரலாமே?' என்று சொல்லிவிட்டு, அவர்களிடம் சென்று, 'கஸ்ரஜ் இனக்குழுவிலுள்ள ஒருவர் தாக்கப்படுகிறார். அவர் உங்களிடம் உதவி கேட்கிறார்' என்றார். அவர்கள் எனது பெயரைக் கேட்டறிந்து விட்டு, 'அவருடன் எங்களுக்கு வியாபாரத் தொடர்புகள் உள்ளன. நாங்கள் அப்போது அவருடைய பாதுகாப்பின்கீழ்தான் இருப்போம். ஆகவே, நாங்கள் அவருக்கு உதவி செய்யக் கடமைப்பட்டிருக்கிறோம்' என்றனர். அவர்கள் வந்துதான் என்னை மீட்டார்கள். மீட்கப்பட்டதும் நான் மதீனாவுக்குச் சென்று விட்டேன்."

நீண்ட காலத்துக்கு முன்பே இறைத்தூதர் அவர்கள் புலம்பெயர வேண்டியிருக்கும் என்று எல்லாம் வல்ல அல்லாஹ் அறிவித்திருந்தான். எங்கே போக விதிக்கப்பட்டிருக்கிறார் என்றும் அவரது கனவில் காட்டப்பட்டிருந்தது. அதனை, ஈச்சை மரங்கள் நிறைந்த ஒரு பகுதி என்று கனவு கண்டிருந்தார். அந்தப் பகுதி யமாமாவாக இருக்குமென்றும் நினைத்திருந்தார் இறைத்தூதர் அவர்கள். யமாமா, ஈச்சை மரங்கள் அதிகமான ஒரு பகுதி.

மதீனாவுக்குக்குப் புலம்பெயர பொதுஒப்புதல் : இஸ்லாத்தின் வளர்ச்சியைத் தடுக்கக் குறைஷிகளால் இயலாத நிலையில் அவர்களது கொடுமைகள் அளவுகடந்தன. இரண்டாம் அகபா உடன்படிக்கைக்குப் பிறகு, இது மேலும் மோசமான கட்டத்தை அடைந்தது. முஸ்லிம்கள் தங்கள் உயிர்களைப் பாதுகாத்துக்கொள்ளும் பொருட்டு, மதீனாவுக்குப் புலம்பெயரப் பொது ஒப்புதல் அளித்தார் இறைத்தூதர். தங்கள் வீடுகளையும் உற்றார் உறவினர்களையும் துறந்து அவர்கள் மதீனாவுக்குப் புறப்பட்டனர். இதைத் தடுக்கவும் பல்வேறு விதமான முயற்சிகளில் ஈடுபட்டனர் குறைஷிகள்.

உம்மு சலமா (ரலி) கூறுகிறார்: "மதீனாவுக்குச் செல்வதாக

முடிவு செய்த அபூசலமா, தனது ஒட்டகத்தைத் தயார்செய்து, மகன் சலமாவுடன் என்னையும் அதில் ஏற்றினார். ஒட்டகத்தின் கயிற்றைப் பிடித்தபடி அவர் முன்னால் நடந்துகொண்டிருந்தார். அப்போது, எங்கள் கோத்திரத்தைச் சேர்ந்த சிலர், ‘உம்மைப் பொறுத்தவரை நீர் முடிவு செய்யலாம்; ஆனால் எங்கள் மகள் உம்முடன் செல்வதை நாங்கள் எப்படி அனுமதிக்க முடியும்?’ என்று கேட்டபடியே என்னருகில் வந்தனர். அப்போது, அபூ சலமாவின் கோத்திரத்தார் ‘உம்மு சலமாவைப் போக அனுமதிக்கா விட்டால், எங்கள் மகனுக்கு உம்முசலமா தேவையில்லை’ என்றனர். அப்துல் அசத் கிளையினர் என் குழந்தையை எடுத்துக்கொண்டனர்.” இப்படியாக, உம்முசலமா (ரலி) தம் மகனிடமிருந்தும் கணவரிடமிருந்தும் பிரிக்கப்பட, தன் குடும்பத்தைப் பிரிந்து அபூசலமா (ரலி) மட்டும் மதீனாவுக்குச் சென்றார்.

ஸுஹைப் (ரலி) மதீனாவுக்குப் போக முயற்சி செய்தபோது, குறைஷிகள் அவரிடம், “நீர் கதியற்ற யாசகனாக எங்களிடம் வந்தீர். பிறகு எங்களிடையே வளர்ந்தீர். செல்வந்தனாக மாறினீர். இப்போது நீர் உம்முடைய செல்வத்துடன் பாதுகாப்பாகப் வாழ்ந்துவிட விரும்புகிறீர்” என்று சொல்லி அவரது உடைமைகள் அனைத்தையும் பறித்துவிட்டு அவரைப் போக அனுமதித்தனர்.

ஹிஷாம் பின் ஆஸ் (ரலி) புலம்பெயர விரும்பியபோது, குறைஷிகள் அவரைத் தடுத்து வைத்து சித்திரவதை செய்தனர். மதீனாவுக்குப் புலம்பெயர்ந்த ஐயாஷ் (ரலி) அவர்களைப் பின் தொடர்ந்து சென்ற அபூஜஹ்ல், வஞ்சகமாக அவரை மக்காவுக்கு அழைத்து வந்து சிறையிலடைத்தான்.

இப்படியான பல்வேறு தடைகளிருந்தும், முஸ்லிம்கள் ஒருவர் இருவராக மதீனாவுக்குப் புலம் பெயர்ந்துகொண்டிருந்தனர். மதீனாவுக்குச் சென்ற மக்காவாசிகளான முஸ்லிம்கள் அனைவரும் மதீனாவிலுள்ள முஸ்லிம்களின் விருந்தினராயினர். புலம்பெயர்ந்த முஸ்லிம்கள் முஹாஜிரீன் என்றும் அவர்களுக்கு உதவியாக இருந்த மதீனா முஸ்லிம்கள் அன்சார் என்றும் அழைக்கப்பட்டனர்.

நபித்துவத்தின் பதினான்காம் ஆண்டு. முஹம்மத் (ஸல்), அபூபக்ர் அஸ்ஸித்தீக் (ரலி), அலீ பின் அபூதாலிப் (ரலி) ஆகியோரும் இவர்களது மனைவியர் மற்றும் பிள்ளைகளும் முதியவர்களும்

பலவீனமான இன்னும் சிலரும் புலம்பெயர வேண்டியதிருந்தது. இவர்களைத் தவிர, பிற முஸ்லிம்கள் அனைவரும் மதீனாவுக்குப் புலம்பெயர்ந்திருந்தனர். இவர்களது இல்லங்கள் வெறுமையாகக் கிடந்தன.

எல்லாம் வல்ல அல்லாஹ்வின் ஒப்புதலை எதிர்பார்த்திருந்த, இறைத்தூதர் அவர்கள் புலம்பெயர்வது குறித்து முடிவு செய்யவில்லை. மதீனாவுக்குத் தன்னுடன் அழைத்துச் செல்வதற்காக அபூபக்ர் (ரலி) அவர்களையும் தடுத்து வைத்திருந்தார். அலீ (ரலி) அவர்களும் மதீனாவுக்குச் செல்வதற்கு இறைத்தூதரின் ஒப்புதலை எதிர்பார்த்திருந்தார்.

தாருந் நத்வாவில் குறைஷிகளின் கலந்தாய்வு : முஸ்லிம்களில் பெருமளவினரும் தங்கள் கண்களைத் தப்பி மதீனாவுக்குச் சென்றுவிட்டதை அறிந்த குறைஷிகள், இதிலுள்ள சிக்கலையும் தங்கள் எதிர்காலத்தையும் பற்றிக் கவலைப்பட்டனர். ஏகத்துவ இறைநம்பிக்கையை முன்வைத்த இறைத்தூதரை மட்டுமே இப்போது அவர்கள் குறி வைத்தனர். தம்முடைய தோழர்கள் பிரிந்து சென்ற பிறகு, இறைத்தூதர் பெரும்பாலும் தனியாகவே இருந்தார். இறைத்தூதரையும் மதீனாவுக்குப் புலம்பெயர விட்டால், நிலைமை தங்களின் கையை விட்டு அகன்று விடுமென்பதை அவர்கள் புரிந்துகொண்டிருந்தனர்.

இறைத்தூதரைக் கொலை செய்வது எனும் ஒரு பொதுக்கருத்தை முன்வைத்து, மக்காவிலுள்ள அனைத்து இனக்குழுவினருக்கும் ஏற்புடைய ஒரு திட்டத்தை அவர்கள் தீட்டினர். ஹாஷிம் குடும்பத்தார் தவிர, மக்காவிலுள்ள இனக்குழுத் தலைவர்கள் அனைவரும் இந்நடவடிக்கை குறித்து ஆலோசிப்பதற்காக, நபித்துவத்தின் பதினான்காம் ஆண்டு, ஸஃபர் மாதம், தாருந் நத்வாவில் ஒன்றுகூடினர்.

இதில் கலந்துகொண்ட குறைஷி கோத்திரத் தலைவர்கள்: அபூஜஹ்ல் பின் ஹிஷாம் (மக்ஸூம்), நபீஹ், முனப்பே பின் ஹஜ்ஜாஜ் (சஹ்ம் வம்சம்), உமய்யா பின் கலஃப் (ஜுமஹ்), அபுல் புக்தாரி பின் ஹிஷாம், ஸம்ஆ பின் அஸ்வத், ஹகீம் பின் ஹிஸாம் (அசத்), நள்ர் பின் ஹாரிஸ் (அப்துத்தார்), உத்பா, ஷைபா பின் ரபீஆ, அபூசுஃப்யான் பின் ஹர்ப் (உமய்யா), துஜமா பின் அதீ,

ஜுபைர் பின் முத்யிம், ஹாரிஸ் பின் ஆமிர் (நவ்ஃபல்).

புகழ்பெற்ற தலைவர்கள் உட்பட மேலும் பல தலைவர்கள் இதில் கலந்துகொண்டனர். நஜ்திலிருந்து வந்திருந்த, அனுபவசாலியான ஒரு முதியவரின் தலைமையில் ஆலோசனைக் கூட்டம் நடைபெற்றது. பிரச்சினைகள் அனைத்துக்கும் முஹம்மத் (ஸல்) அவர்கள்தான் காரணம் என்பதில் அவர்களிடையே முரண்பாடுகளில்லை. அவரை எப்படி எதிர்கொள்வது என்பதில் பல்வேறு முரண்பாடுகள் உருவாயின.

"சிறை வைத்து, உயிர்பிரியும்வரை பட்டினி போடுவோம்" என்றான் ஒருவன். நஜ்தின் தலைவன் இதை ஏற்கவில்லை. "இது ஒரு நல்ல முன்மொழிவு அல்ல! அவரது உறவினர்களும், ஆதரவாளர்களும் இதைப் பார்த்துக்கொண்டிருக்க மாட்டார்கள். மிகப்பெரும் குழப்பங்களும் சண்டைகளும் உருவாகி விடும்." இன்னொருவன், "மக்காவுக்குள் நுழையக்கூடாதென்று நிபந்தனை விதிக்கலாம்" என்றான். இதையும் நஜ்தின் தலைவன் ஏற்கவில்லை. முன்வைக்கப்பட்ட இதுபோன்ற பல தீர்வுகளையும் அவன் ஏற்கவில்லை.

இறுதியாக அபூஜஹ்ல் சொன்னான்: "ஒவ்வொரு இனக்குழுவிலிருந்தும் ஒரு வீரன் தேர்வு செய்யப்பட வேண்டும். இவர்கள் அனைவரும் ஒரே நேரத்தில் முஹம்மதைச் சூழ்ந்து நின்று வாளால் தாக்க வேண்டும். எனில், இதற்கான பொறுப்பும் எல்லா இனக்குழுவையும் சார்ந்ததாக ஆகிவிடும். குறைஷிகள் அனைவரையும் எதிர்த்துப் போரிடுவதற்கான வலு ஹாஷிம் கோத்திரத்தாருக்குக் கிடையாது. அவர்கள் இரத்த இழப்பீட்டுடன் திருப்தியடைய வேண்டியதுதான். இதை அனைத்து இனக்குழுவினரிடமிருந்து மிக எளிதாகத் திரட்டி விடலாம்."

இம்முடிவை நஜ்தின் தலைவன் முழுமையாக வரவேற்றான். இது, ஏகமனதாக நிறைவேறியது. தாருந் நத்வாவில் இக்கலந்துரையாடல் நடந்துகொண்டிருந்த அதேவேளையில், அங்கு நடக்கிற அனைத்தையும் எல்லாம் வல்ல அல்லாஹ், தனது தூதருக்கு அறிவித்துக்கொண்டிருந்தான். மேலும், அவரது புலம்பெயர்வுக்கான ஒப்புதலும் கிடைத்திருந்தது.

பயண ஏற்பாடுகள் : வெயிலின் தாக்கத்தால் மக்கள் அன்று

இஸ்லாமிய வரலாறு முதல் பாகம் 147

வீட்டுக்குள்ளேயே முடங்கிக்கிடந்தனர். நண்பகலில் இறைத்தூதர் அவர்கள், அபூபக்ர் (ரலி) அவர்களின் இல்லத்துக்குச் சென்றார். இந்நேரத்திலுள்ள வருகை வழக்கத்துக்கு மாறானது என்பதால் புலம்பெயர்வு தொடர்பாகவே இருக்க வேண்டுமென்று உணர்ந்துகொண்டார் அபூபக்ர் (ரலி). வந்ததும், வீட்டில் புதியவர்கள் யாராவது இருக்கிறார்களா என்று கேட்டார் இறைத்தூதர் அவர்கள். தன்னையும் மகள்கள் அஸ்மா, ஆயிஷா (ரலி) ஆகியோரையும் தவிர யாருமில்லை என்றார் அபூபக்ர் (ரலி). தமக்கு மதீனாவுக்குச் செல்வதற்கான இறை உத்தரவுக் கிடைத்திருப்பதைச் சொன்னார் இறைத்தூதர் அவர்கள்.

பயணத்தில் தங்களின் வழித்துணை யாரென்று கேட்டார் அபூபக்ர் (ரலி). தாங்கள்தான் என்றார் இறைத்தூதர். இதைக் கேட்டவுடன் அபூபக்ர் (ரலி) அவர்களின் கண்களில் மகிழ்ச்சிப் பெருக்கில் நீர் நிரம்பியது. “அல்லாஹ்வின் தூதரே, இந்தத் தேவைக்காக ஏற்கனவே நான் இரண்டு பெண் ஒட்டகங்களை வாங்கியிருக்கிறேன். அவை கொழுத்து வளர்ந்திருக்கின்றன. அதிலொன்றை உங்களுக்குத் தருகிறேன்” என்றார்.

நான் அதை விலைகொடுத்து வாங்கிக்கொள்கிறேன் என்ற இறைத்தூதர் அதற்கான விலையைக் கொடுத்தார். அபூபக்ர் (ரலி) அதைப் பெற வேண்டியதாயிற்று. பயண ஏற்பாடுகள் தொடங்கின. அஸ்மா பின்த் அபூபக்ர் (ரலி), உலர்ந்த வாற்கோதுமையில் உணவு வகைகள் தயாரித்தார். ஆயிஷா (ரலி) அப்போது சிறு வயதினராக இருந்தார். பயணத் திட்டத்தை அபூபக்ர் (ரலி) அவர்களிடம் விளக்கிக்கூறிய பின் இறைத்தூதர் தம் வீட்டுக்குத் திரும்பினார்.

இறைத்தூதரைக் கொலைசெய்யும் தங்கள் திட்டத்தை மறுநாள் இரவில் நிறைவேற்றுவதற்கான ஏற்பாடுகளைச் செய்தனர் குறைஷிகள். சாயங்காலமே இறைத்தூதரின் வீட்டை அவர்கள் முற்றுகையிட்டனர். அதிகாலைத் தொழுகைக்காக வெளியில் வரும் இறைத்தூதரைத் திடீரெனத் தாக்கி கொலை செய்வதுதான் அவர்களின் திட்டம். இறைத்தூதர் அவர்கள் படுக்கையில், தமது போர்வையைப் போர்த்திக்கொண்டு படுத்திருக்கும்படி அலீ (ரலி) அவர்களிடம் கேட்டுக்கொண்டார்.

தொலைவிலுள்ள விக்கிரக ஆராதனையாளர்கள் சிலர்

தன்னிடம் பாதுகாப்புக்காக ஒப்படைத்திருந்த விலைமதிப்பு மிக்கப் பொருட்களை உரியவர்களிடம் ஒப்படைத்த பிறகு, மதீனாவுக்கு வந்து விடும்படியும் அலீ (ரலி) அவர்களிடம் சொன்னார் இறைத்தூதர் அவர்கள். அனைத்து ஏற்பாடுகளையும் முடித்துவிட்டு, குர்ஆனின் யாசீன் அத்தியாயத்தின் முதல் ஒன்பது வசனங்களை ஓதியபடியே இருள் மறைவில் தமது வீட்டை விட்டு வெளியேறினார் இறைத்தூதர் அவர்கள்.

'(நபியே!) இறைமறுப்பாளர்கள் உம்மைச் சிறைப்படுத்தவோ அல்லது உம்மை கொலை செய்யவோ அல்லது உம்மை (ஊரை விட்டு) வெளியேற்றிவிடவோ சூழ்ச்சி செய்ததை நினைவுகூர்வீராக! அவர்களும் சூழ்ச்சி செய்துகொண்டிருந்தார்கள் (அவர்களுக்கெதிராக) அல்லாஹ்வும் சூழ்ச்சி செய்துகொண்டிருந்தான். இன்னும், சூழ்ச்சி செய்வோரைவிட அல்லாஹ் மிக்க மேலானவன்.' (குர்ஆன் 8: 30)

இறைமறுப்பாளனாக இருந்தாலும் நம்பிக்கைக்குரியவனாக இருந்த அப்துல்லாஹ் பின் உரைக்கித் என்பவனிடம், அபூபக்ர் (ரலி) கணிசமான ஒரு தொகையைக் கொடுத்து, இரண்டு பெண் ஒட்டகங்களை வாங்கி வளர்க்கவும், தான் சொல்கிற நேரத்தில் சொல்கிற இடத்தில் அவற்றைக் கொண்டுவந்து ஒப்படைக்க வேண்டுமென்றும் பொறுப்பளித்திருந்தார்.

இறைத்தூதர், நேராக அபூபக்ர் (ரலி) அவர்களின் இல்லத்துக்குச் சென்றார். அங்கிருந்து இருவருமாக உடனே புறப்பட்டனர். மக்காவின் வெளியே தாழ்ந்த பாதையினூடே நடந்து நான்கு மைல் தொலைவில் தவ்ர் குன்றிலிருந்த ஒரு குகையை அடைந்தனர். எதிரிகள், இறைத்தூதரின் வீட்டைச்சுற்றித் தங்கள் முற்றுகையைத் தொடர்ந்துகொண்டிருந்தனர். அலீ (ரலி), இறைத்தூதரின் படுக்கையில் தூக்கத்திலாழ்ந்திருந்தார்.

அலீ (ரலி) அவர்களை இறைத்தூதர்தான் என்று அவர்கள் நினைத்திருந்தனர். அதிகாலைத் தொழுகைக்காக அலீ (ரலி) எழுந்ததும் திடுக்கிட்ட அவர்கள், முஹம்மத் எங்கே? என்று கேட்டனர். "காவல் நின்ற உங்களுக்குத் தெரிந்த செய்தி, தூங்கிக்கொண்டிருந்த எனக்கு எப்படித் தெரியும்?" என்று கேட்டார் அலீ (ரலி). எதிரிகள் அவரைப் பிடித்துக்கொண்டுபோய் மிக

மோசமாகத் தாக்குதல் தொடுத்து விசாரித்தனர். பலனில்லை என்றானதும் சிறிது நேரத்தில் அவரை விடுவித்தனர். வீட்டுக்கு வந்த அலீ (ரலி), தன்னிடமிருந்தப் பொருள்களை உரியவர்களிடம் ஒப்படைக்கும் பணியில் ஈடுபட்டார்.

இந்த இடத்தில் ஓர் உண்மையை நினைவுகூர வேண்டியதிருக்கிறது. இறைத்தூதரைக் கொல்லும் அளவுக்கு எதிரிகளுக்கு அவர்மீது கோபமிருந்தது. இருப்பினும், தங்களது விலை மதிப்பு மிக்கப் பொருள்களைப் பாதுகாக்கும் பொறுப்பை அவரிடமே ஒப்படைத்திருக்கிறார்கள். இறைத்தூதரின் நேர்மையை அந்த அளவுக்கு அவர்கள் மதித்தார்கள். இந்த நம்பிக்கையைப் பேணிக்காப்பதில் இறைத்தூதரும் எச்சரிக்கையுடன் இருந்தார். ஆகவேதான், தன்னை அவர்கள் கொலை செய்யக் காத்திருந்தபோதும் அவர்களுக்குரிய பொருள்களை ஒப்படைக்கும் பொறுப்பை நம்பிக்கைக்குரிய அலீ (ரலி) அவர்களிடம் விட்டுச் சென்றார்.

இறைமறுப்பாளர்கள் அலீ (ரலி) அவர்களை விட்டுவிட்டு, அபூபக்ர் (ரலி) அவர்களின் இல்லத்துக்குச் சென்று கதவைத் தட்டினார்கள். அபூபக்ர் (ரலி) அவர்களின் மகள் அஸ்மா (ரலி) கதவைத் திறந்தார். "சிறுமியே! உன் தந்தை எங்கே?" என்று கேட்டான் அபூஜஹ்ல். "எனக்குத் தெரியாது" என்று சொன்ன அஸ்மாவின் காதணி அறுபட்டுக் கீழே விழுமளவுக்கு அவரை மூர்க்கமாகத் தாக்கினான் அபூஜஹ்ல். அதே சீற்றத்துடன் இறைத்தூதரைத் தேடி குதிரைகளிலும் ஒட்டகங்களிலும் பாய்ந்தனர். ஆனால், பலன் எதுவும் கிடைக்கவில்லை.

வெறுப்புற்ற நிலையில், முஹம்மத் (ஸல்) அவர்களை உயிருடனோ அல்லாமலோ கொண்டு வருபவர்களுக்கு நூறு ஒட்டகங்கள் பரிசளிக்கப்படுமென்று அறிவித்தனர். இவ்வாக்குறுதி, பாலைவனப்பகுதி முழுவதையும் அரித்துத் தேடுமளவுக்கு பலரையும் தூண்டியது. ஆனால் அவர்களது முயற்சிகள் அனைத்தும் படுதோல்வியடைந்தன.

தவ்ர் குகையில்: முஹம்மத் நபி (ஸல்) அவர்களும் அபூபக்ர் (ரலி) அவர்களும் தவ்ர் மலைக்குகையை அடைந்தனர். குகையினுள் நுழைந்த அபூபக்ர் (ரலி) அதைச் சுத்தம் செய்து தமது உடையிலிருந்து கிழித்தெடுத்தத் துணித்துண்டுகளால் குகையின்

துவாரங்களை அடைத்தார். பிறகு, வெளியே வந்து இறைத்தூதரை அழைத்துக்கொண்டு உள்ளே நுழைந்தார்.

மூன்று இரவும் பகலும் அவர்கள் குகையினுள் ஒளிந்திருந்தனர். அவர்களின் கால் சுவடுகளைப் பின்பற்றி வந்த குறைஷிகள் சிலர் குகையின் நுழைவாயிலை அடைந்தனர். இதற்கப்பால் சுவடுகள் எதையும் காணவில்லை என்பதால், முஹம்மத் (ஸல்) அவர்கள் இங்கு எங்கோதான் ஒளிந்திருக்க வேண்டும், அல்லது குகைக்குள் இருப்பார்கள் என்று முடிவு செய்தனர். இங்கும் இல்லையென்றால் அவர்கள் வானலோகத்துக்குத்தான் போயிருக்க வேண்டும் என்றனர்.

“இந்த இருண்ட குகைக்குள் அண்மைக் காலங்களில் மனிதர்கள் யாரும் நுழைந்திருக்க வாய்ப்பில்லை” என்றான் ஒருவன். “யாராவது உள்ளே நுழைந்திருந்தால் குகை வாயிலிலுள்ள சிலந்தி வலை சிதைந்திருக்கும்” என்றான் மற்றொருவன். அங்கே சுற்றிப் பறந்துகொண்டிருந்த ஒரு புறாவையும் அது அடைகாத்துக்கொண்டிருந்த முட்டைகளையும் சுட்டிக்காட்டினான் இன்னொருவன். ஆகவே, குகைக்குள் யாரும் நுழையவில்லை என்று முடிவு செய்தனர்.

இறைத்தூதர் அவர்களுக்கும் அபூபக்ர் (ரலி) அவர்களுக்கும் அவநம்பிக்கையாளர்களின் கால்கள் தெரிந்தன. கொலைவெறியுடன் வந்திருக்கும் குறைஷிகள் பேசுவதைக் கேட்குமளவுக்கு குகை வாயிலின் அருகில் அவர்கள் அமர்ந்திருந்தனர். “இறைமறுப்பாளர்கள் நம்மை நெருங்கி விட்டார்கள்” என்ற அபூபக்ர் (ரலி) அவர்களிடம், “கவலை வேண்டாம்; நம்முடன் அல்லாஹ்வும் இருக்கிறான்” என்று மிகுந்த நம்பிக்கையுடன் சொன்ன இறைத்தூதர் அவர்கள், “அல்லாஹ்வும் நம்முடன் இருக்கும்போது நம்மிருவரைப் பற்றி மட்டுமே கவலைப்பட வேண்டியதில்லை” என்றார்.

அவநம்பிக்கையாளர்கள் ஏமாற்றத்துடன் திரும்பிச் சென்றனர். மக்காவாசிகளின் ஒவ்வொரு நாளைய நடவடிக்கையையும் தங்களிடம் வந்து அறிவிக்கும்படி தன் மகன், அப்துல்லாஹ் (ரலி) அவர்களிடம் அபூபக்ர் (ரலி) ஏற்கனவே சொல்லியிருந்தார். இது போல், ஆமிர் பின் ஃபுஹைரா எனும் தமது அடிமையிடம், பகல் நேரங்களில் எங்காவது ஆடுகளை மேய்த்து விட்டு, இரவில் தவ்ர் குகைக்கு

ஓட்டி வரும்படி சொல்லியிருந்தார். மிகுந்த எச்சரிக்கையுடன், இறைத்தூதருக்கும் தமக்குமான உணவை எடுத்துக்கொண்டு இரவு நேரத்தில் தவ்ர் குகைக்கு வரும் பணியைத் தம் மகளார் அஸ்மா (ரலி) அவர்களிடம் ஒப்படைத்திருந்தார்.

சகோதர சகோதரிகளான அப்துல்லாஹ்வும் அஸ்மாவும் தங்கள் பணியை முடித்து விட்டுத் திரும்புவார்கள். ஆமிரும் தனது பணியைச் செவ்வனே செய்தார். தவ்ர் குன்றுக்கு வந்து விட்டுத் திரும்பிச்செல்லும் வழியிலுள்ள காலடித்தடங்களை இவர் அழித்து விடுவார். இறைத்தூதரைத் தேடி அலையும் குறைஷிகள் அகன்ற பிறகு, ஒட்டகங்களைக் குன்றின் அடிப்பகுதிக்குக் கொண்டுவரும்படி அப்துல்லாஹ் பின் உரைகித் என்பவரிடம் சொல்லியிருந்தார்.

அப்துல்லாஹ் பின் உரைகித், முஸ்லிமாக இல்லாதிருந்தும் இதை அவன் இரகசியமாக வைத்திருந்தது, அரேபியாவின் பண்பாட்டுப் பெருமைசார்ந்த விஷயம். ரபீயுல் அவ்வல் மாதம் நிலா வெளிச்சமுள்ள ஓர் இரவில் அவன் இரு பெண் ஒட்டகங்களுடன் தனது ஒட்டகத்தையும் தவ்ர் குன்றின் அடிவாரப்பகுதிக்குக் கொண்டு சென்றான். இதேவேளையில், அஸ்மா (ரலி) அவர்களும் உலர்ந்த வாற்கோதுமை உணவுகளுடன் செல்வார்.

தவ்ர் குகையிலிருந்து முஹம்மத் (ஸல்) அவர்களும் அபூபக்ர் (ரலி) அவர்களும் வெளியே வந்தனர். இறைத்தூதர் அல்கஸ்வா எனும் ஒட்டகத்திலும் அபூபக்ர் (ரலி) ஆமிர் பின் ஃபுஹைறாவுடன் இன்னொரு ஒட்டகத்திலும் ஏறினர். அப்துல்லாஹ் பின் உரைகித், தனது ஒட்டகத்தில் வழிகாட்டியாகச் சென்றான். இச்சிறு பயணக்குழு மக்காவின் பிரதான வழித்தடங்களிலிருந்து விலகி வேறு பாதையில் முன்னேறிச் சென்றது.

புறப்படும்போது நடந்த குறிப்பிடத்தக்க ஒரு நிகழ்ச்சி. அஸ்மா (ரலி) கொண்டு வந்திருந்த உணவுப்பொதிக் கட்டப்படாமல் இருந்தது. ஒட்டகத்தின் சேணத்தில் கட்டித் தொங்க விடுவதற்கான கயிறு அதில் இல்லை. அஸ்மா (ரலி) தமது இடையைச் சுற்றிக் கட்டியிருந்த துணியை அவிழ்த்து, அதை இரண்டாகக் கிழித்து, ஒன்றைத் தமது இடையிலும் மற்றொன்றை உணவுப்பொதியிலும் கட்டினார். அஸ்மா (ரலி) அவர்களின் இந்த சமயோஜித அறிவை வியந்து பாராட்டிய இறைத்தூதர் அவர்கள், 'இரட்டையாடைப்

பெருமாட்டி' என்று குறிப்பிட்டார். பிற்காலத்தில் அஸ்மா (ரலி) இப்பெயரில்தான் அறியப்பட்டார்.

அஸ்மா (ரலி) தொடர்பான இன்னொரு நிகழ்ச்சி: அபூபக்ர் (ரலி) தமக்குச் சொந்தமான ஐந்து அல்லது ஆறாயிரம் திர்ஹம்களைத் தம்முடன் எடுத்துச் சென்றார். விக்கிரக ஆராதனையாளரும் கண்பார்வையற்றவருமான அவரது தந்தையார் குஹாஃபா, செல்வங்கள் அனைத்தையும் அபூபக்ர் கொண்டுபோய்விட்டதாகத் தனது பேத்திகளிடம் முறையிட்டார். அப்போது அஸ்மா (ரலி), "பாட்டனாரே, அவர் எங்களுக்குப் போதுமான பணத்தை வைத்து விட்டுத்தான் சென்றிருக்கிறார்" என்று சொல்லி, நாணயங்கள் போன்ற சரளைக் கற்களைக்கட்டி பணமிருந்த இடத்தில் வைத்திருந்த துணிப்பொட்டலத்தைத் தனது பாட்டனாரிடம் தொட்டுப் பார்க்கச் சொன்னார். பணம் இருப்பதாக நினைத்துத் திருப்தியடைந்த குஹாஃபா, தனது பேத்திகளிடம், "நாம் இனி, அபூபக்ர் பிரிந்து விட்டதற்காகக் கவலைப்பட வேண்டியதில்லை" என்றார்.

புலம்பெயர்தல் : தங்களது உயிருக்கும் உடைமைகளுக்கும் மற்றவர்களால் ஆபத்து நேருமென்பதையும், எதிர்த்து நிற்பதற்கான ஆற்றல் தங்களிடம் இல்லையென்பதையும் புரிந்துதான் புலம்பெயர்ந்த மக்கள் அனைவரும் இஸ்லாத்தை ஏற்றுக்கொண்டிருந்தனர். இதன்மூலம் தங்களுக்கு எந்த உலகியல் நன்மைகளும் கிடைக்கப்போவதில்லை என்பதையும் அவர்கள் உணர்ந்திருந்தனர்.

ஒட்டகத்தில் ஏறுவதற்கு முன், இறைத்தூதர் மக்காவின் திசையைப் பார்த்து வருத்தம் தோய்ந்த குரலில் சொன்னார்: "மக்கா நகரே, எல்லா நகரங்களைவிடவும் நீயே எனது விருப்பத்துக்குரியதாக இருக்கிறாய். ஆனால் என் மக்கள் என்னை இங்கே வாழ அனுமதிக்கவில்லை." அபூபக்ர் (ரலி) சொன்னார்: "தங்கள் இறைத்தூதரை வெளியேற்றியதுடன் அவர்களது அழிவு, தவிர்க்க இயலாததாகி விட்டது." அப்போது இறைவசனம் அருளப்பட்டது.

"(இறைமறுப்பாளர்களால்) போர் தொடுக்கப்பட்டோர்க்கு அவர்கள் அநீதி இழைக்கப்பட்டுள்ளார்கள் என்ற காரணத்தால், (போர் தொடுத்தோரை எதிர்த்துப்) போர் செய்ய ஒப்புதல்

அளிக்கப்பட்டு விட்டது. நிச்சயமாக, அல்லாஹ் இவர்களுக்குத் துணை செய்ய பேராற்றலுடையவன்." (குர்ஆன் 22: 39)

இந்த இறைவசனம் அருளப்பட்டு ஒப்புதல் கிடைத்த பிறகுதான் பகைவர்களை எதிர்கொண்டு போராடுகிற காலகட்டம் தொடங்குகிறது.

இரவின் முற்பகுதியில் புறப்பட்ட இப்பயணக்குழு மறுநாள் பிற்பகல் நபித்துவத்தின் பதினான்காம் ஆண்டு, ரபீயுல் அவ்வல் மாதம் முதல் நாள் உம்மு மஅபத் எனும் ஒரு முதிய பெண்மணியின் குடிலை அடைந்தது. இவர், குஸாஆ இனக்குழுவைச் சேர்ந்தவர். பயணிகளுக்கு உணவும் நீரும் வழங்குபவர். இறைத்தூதர் அவர்கள் இங்கே தாக சமனம் செய்து, சற்று ஓய்வெடுத்த பின்னர் மீண்டும் புறப்பட்டார். சிறிது தொலைவு சென்றதும், அவர்களைப் பின்தொடர்ந்து வந்த சுராக்கா பின் மாலிக் எதிரில் வந்தான்.

புகழ்பெற்ற ஒரு வீரனான சுராக்கா, மற்றவர்களுடன் அமர்ந்திருக்கும்போது, தான் வரும் வழியில் குறிப்பிட்ட திசையில் மூன்று ஒட்டகங்கள் செல்வதைப் பார்த்ததாகச் சொன்னான் ஒருவன். அவர்கள் முஹம்மத் (ஸல்) அவர்களும், தோழர்களுமாகவே இருக்கும் என்பதை சுராக்கா புரிந்துகொண்டான். முஹம்மத் (ஸல்) அவர்களைப் பிடித்துக்கொடுப்பவர்களுக்கு, நூறு ஒட்டகங்கள் பரிசளிக்கப்படுமென்று அறிவிக்கப்பட்டிருந்த நிலையில், அப்பரிசை தான் ஒருவனே அடைந்து விட வேண்டும் என்று ஆசைப்பட்டான் சுராக்கா. தகவல் சொன்னவனிடம், அது அவர்களாக இருக்க வாய்ப்பில்லை என்று மறுத்தான்.

பிறகு, வீட்டுக்குச் சென்று தன்னுடைய குதிரையையும் ஆயுதங்களையும் சற்றுத் தொலைவிலுள்ள ஒரு இடத்துக்கு அனுப்பி வைத்தான். பிறகு, யாருமறியாமல் அங்கே சென்று குதிரையிலேறி, இறைத்தூதரின் பயண அடையாளங்களைப் பின்பற்றி மிக வேகமாக விரைந்தான். அவனது கண்களில் இறைத்தூதரின் பயணக்குழு தென்பட்டது. குதிரையின் வேகத்தைக் கட்டுப்படுத்தும்போது குதிரை தடுமாறி விழுந்தது. சுராக்கா தொலைவில் வீசப்பட்டு விழுந்தான். மீண்டும் குதிரையிலேறிய சுராக்கா, அதைச் செலுத்தினான். குதிரை மீண்டும் தடுமாறி விழுந்தது. அவனும் தூக்கி வீசப்பட்டான். சுதாரித்துக்கொண்டு எழுந்து, மீண்டும் குதிரையைச் செலுத்திய சுராக்கா, இம்முறையும் குதிரையுடன் வீழ்ந்தான்.

தொடர்ச்சியாக நிகழ்ந்த இந்தத் தடைகள், சுராக்காவினுள் பயத்தை உருவாக்கின. தனது நோக்கத்தைக் கைவிட்டுவிட நினைத்த அவன், இறைத்தூதர் அவர்களிடம், தான் சொல்வதைச் சற்று செவிமடுக்க வேண்டுமென்று உரத்தக் குரலில் சொன்னான். இறைத்தூதர் அவர்களின் பயணக்குழு நின்றது. அருகில் சென்ற சுராக்கா, “நான் உங்களைச் சிறைப் பிடித்து மக்காவுக்குக் கொண்டு செல்லவே வந்தேன். ஆனால், அதற்காக உங்களிடம் மன்னிப்புக் கேட்கிறேன். என்னை மன்னிப்பதுடன், எனக்குச் சிறு குறிப்பு ஒன்று எழுதித் தாருங்கள். இந்தத் திசையில் என்போல் தீய நோக்கத்துடன் வருபவர்களை நான் திசை திருப்பி விடுகிறேன்” என்றான்.

ஒட்டகத்தின் மீதமர்ந்திருந்த அபூபக்ர் (ரலி) இறைத்தூதரின் உத்தரவின்படி ஒரு குறிப்பு எழுதி சுராக்காவிடம் எறிந்துகொடுத்தார். அவன் திரும்பிச் சென்றான். பயணம் சென்றதற்கான அடையாளங்கள் தெரியாத அளவுக்கு அவர்கள் தொலைதூரத்துக்குச் சென்று விட்டதாகச் சொல்லி, வழியில் தென்பட்ட அனைவரையும் மக்காவுக்குத் திருப்பியனுப்பினான் சுராக்கா. நபி (ஸல்) அவர்கள் மக்காவை வெற்றிகொண்ட பின், இஸ்லாத்தைத் தழுவினான் சுராக்கா. இந்தக் குறிப்புதான் இவனுக்கானப் பரிந்துரையாகவும் அமைந்தது.

நபி (ஸல்) அவர்களை தவ்ர் குகையிலிருந்து மக்காவின் கீழ்ப்பகுதிகளினூடே, கடற்கரைப் பகுதிக்கு அழைத்துச்சென்ற அப்துல்லாஹ், முக்கியமான தடங்களைக் குறுக்காகக் கடந்து உஸ்ஃபானின் மறுபுறம் வந்தார். இங்கிருந்து, அமாஜ் மணல் பரப்பினூடே குதைத் வரையிலும் தொடர்ந்த பயணம், பிறகு, குறுக்கு வழிகளினூடே துல்கத்வின் நிலப்பரப்பையும் தூசலாம் விளைநிலத்தையும் கடந்து, கரார் லக்கஃப், முத்லிஜா, மஜாஜ் ஆகிய விவசாயப் பகுதியை அடைந்தது. இங்கிருந்து, அல்அபாபித், அல்அர்ஜ் எனும் இடங்களைக் கடந்தது. அல்அர்ஜில் வைத்து குழுவிலுள்ள ஓர் ஒட்டகம் களைப்படைந்தது. அஸ்லம் கிளையைச் சேர்ந்த ஒருவன், அவ்ஸ் பின் ஹஜரிடமிருந்து ஓர் ஒட்டகத்தையும் இறைத்தூதரின் வழித்துணைக்காக ஓர் அடிமையையும் கொடுத்தான். இங்கிருந்து புறப்பட்ட இறைத்தூதரும் குழுவினரும் தனியத்துல் ஆயிரையும் ரீம் வெளியையும் கடந்து, நண்பகலில் குபாவை அடைந்தனர்.

சுராக்கா சென்றபின், பயணக்குழுவினர் சிறிது தொலைவுவரை சென்றனர். அப்போது, தனது வணிகக் குழுவினருடன் மக்காவை நோக்கிச் சென்றுகொண்டிருந்த ஸுபைர் பின் அவ்வாம் (ரலி) அவர்களைச் சந்தித்தனர். மக்காவுக்குச் சென்றுவிட்டு, மதீனாவுக்கு வந்து இறைத்தூதருடன் இணைந்துகொள்வதாகக் கூறிய ஸுபைர், ஆழ்ந்த அன்புடன் இறைத்தூதருக்குச் சில பொருள்களை அன்பளிப்பாகக் கொடுத்தார். இப்பயணத்தின்போது பல்வேறு பகுதிகளிலுள்ள மக்கள், அபூபக்ர் (ரலி) அவர்களை இனம் கண்டுகொண்டனர். வணிகக்குழுக்களை வழி நடத்திச் செல்லும் அபூபக்ர் (ரலி) அவர்களை மக்கள் நன்கு அறிந்திருந்தனர். இறைத்தூதரை அவர்களுக்கு அறிமுகமில்லை. "தங்களின் முன்னால் செல்கிற அவர் யார்?" என்று அவர்கள் கேட்டனர். "அவர் என் தலைவரும் வழிகாட்டியுமாவார்" என்றார் அபூபக்ர் (ரலி) அவர்கள்.

பயணத்தின் முடிவு : எட்டுநாள் பயணத்தின் முடிவில், நபித்துவத்தின் பதினான்காம் ஆண்டு, ரபீயுல் அவ்வல் மாதம், எட்டாம் நாள் (கி.பி. 622, செப்டம்பர் 23) நண்பகலில் இறைத்தூதர் அவர்கள் குபாவை அடைந்தார்கள். இது, மதீனாவின் சில மைல்கள் தொலைவிலுள்ள, மதீனாவைச் சேர்ந்த ஒரு பகுதி. முன்னரே இஸ்லாத்தால் ஒளியூட்டப்பட்ட அம்ர் பின் அவ்ஃப் கிளையினர் இங்கே வசித்து வந்தனர்.

மக்காவிலிருந்து இறைத்தூதர் புறப்பட்ட சில நாள்களில் இந்தச் செய்தி, மதீனாவெங்கும் பரவியிருந்தது. மதீனாவிலுள்ள அன்சார்கள், ஒவ்வொரு நாள் அதிகாலையிலும் தங்கள் வசிப்பிடங்களிலிருந்து வெளியே வந்து இறைத்தூதரின் வருகையை எதிர்பார்த்து, நண்பகல் வரை காத்திருப்பார்கள். இறைத்தூதர் அவர்கள் குபாவை அடைந்த அன்றும் இது நிகழ்ந்தது.

அன்சார்கள், மக்காவிலிருந்து முஹம்மத் (ஸல்) அவர்களது வருகையை எதிர்பார்த்துக் காத்திருக்கிறார்கள் என்பதை அறிந்த ஒரு யூதன், ஒரு சிறு பயணக்குழு, குபாவுக்குள் நுழைவதைத் தனது வீட்டின் மாடியிலிருந்து பார்த்தான். இது, அவர்களாகவே இருக்க வேண்டும் என்பதை யூகித்தறிந்த அவன், "மதிய நேர ஓய்விலிருக்கும் அரேபிய மக்களே! அதோ உங்களின் அன்புக்குரியவர் வந்துவிட்டார்" என்று உரத்த குரலில் கூவினான்.

அழைப்பைக் கேட்ட மக்கள் தங்கள் வசிப்பிடங்களிலிருந்து வெளியே வந்தனர். குபாவின் முழுச்சூழலும் மகிழ்ச்சி அலைகளால் நிரம்பின. ஈச்சைமரத் தோட்டம் ஒன்றிலிருந்து நபி (ஸல்) அவர்கள் வந்துகொண்டிருந்தார். இறைத்தூதர் யாரென்பதில் குழப்பம் அடையாமலிருக்க, அபூபக்ர் (ரலி) அவரது பின்னால் நின்று போர்வையால் நிழல் தாங்கல் அளித்து, தலைவரையும் தொண்டரையும் வேறுபடுத்திக் காண்பித்தார்.

இறைத்தூதர் இப்போது குபாவுக்குள் நுழைந்துகொண்டிருந்தார். அன்சார் சிறுமிகள், பெரும் மகிழ்ச்சியுடன் இனிமையான பாடல்களை இசைத்தனர்.

பயணிகளுக்குப் பிரியாவிடை தரும்
குன்றின்மீது
முழுமதி பகலில் தோன்றுகிறது.
எல்லாக் கணங்களிலும்
புகழ்ந்தோதப்படும் அல்லாஹ்வே
எங்கள் நன்றிகளை மீளளிக்கிறோம் நன்றாய்.
நீ எங்களுக்கு அனுப்பியுள்ள கண்ணியமானவரே...
கட்டுறுத்தும் கட்டளைகளை
நீர் கொணர்ந்துள்ளீர்!

திங்கள்கிழமையன்று குபாவுக்கு வந்த நபி (ஸல்) அவர்கள் வெள்ளிக்கிழமைவரை அங்கிருந்தார். குல்ஸூம் பின் ஹத்ம் (ரலி) இல்லத்தில் நபி (ஸல்) அவர்களும் ஹபீப் பின் அஸாஃப் (ரலி) இல்லத்தில் அபூபக்ர் (ரலி) அவர்களும் தங்கினர். ஸஅத் பின் கைத்தமா (ரலி) அவர்களின் இல்லத்தில் இறைத்தூதர் அவர்கள் மக்களை ஒன்றுகூட்டினார். குபாவில் தங்கியிருந்த இக்குறுகிய காலத்தில், ஒரு தொழுகையிடத்துக்கான (மஸ்ஜித்) அடிக்கல் நாட்டினார். இஸ்லாத்தின் வருகைக்குப் பிறகு கட்டப்பட்ட இறையில்லங்களில் இதுவே முதன் முதலானது.

அலீ (ரலி) அவர்களும் குபாவிற்கு வந்து சேர்ந்தார். கடினமான, இந்நீண்டத் தொலைவுவரைக்கும் அலீ (ரலி) நடந்தே வந்தார். இறைத்தூதரின் குபாவை நோக்கிய பயணத்தின்போது மக்காவாசிகளின் பொருள்களைத் திருப்பிக்கொடுக்கும் பணியில்

ஈடுபட்டிருந்தார் அலீ (ரலி). பின்னர் இறைத்தூதருடன் சேர்ந்துகொள்ளும் சிறப்பையும் பெற்றார். இறைத்தூதர், தவ்ர் குகையிலிருந்து புறப்பட்ட அன்றே அலீ (ரலி) அவர்களும் மக்காவிலிருந்து புறப்பட்டு விட்டார். தனியாகப் பயணம் செய்ததால் இரவு வேளைகளில் பயணித்தும், பகல் வேளைகளில் தலைமறைவாகவும் வந்து சேர்ந்தார்.

நேரான பாதைகளைத் தவிர்த்ததால் இறைத்தூதர் அவர்கள் குபாவை அடைய எட்டு நாட்களானது. அலீ (ரலி) அவர்களின் பயணம் நேரான பாதைகளினூடே அமைந்தபோதும், நடந்து வந்ததால் மூன்று நான்கு நாள்கள் தாமதமானது.

மதீனாவுக்குள் நுழைவு : குபா மக்களிடமிருந்தும் அம்ர் பின் அவ்ஃப் கிளையினரிடமிருந்தும் விடைபெற்ற நபி (ஸல்) அவர்கள், ரபீயுல் அவ்வல் மாதம், பன்னிரண்டாம் நாள் வெள்ளிக்கிழமையன்று புறப்பட்டு மதீனாவுக்கு வந்து சேர்ந்தார். கடந்து வந்த பகுதிகளிலுள்ள மக்கள் இறைத்தூதர் தங்களுடனிருக்க வேண்டுமென்ற விருப்பத்தை வெளிப்படுத்தினார்கள். வெள்ளிக்கிழமை தொழுகைக்கான நேரத்தில், சாலிம் பின் அவ்ஃப் கிளையினருக்குச் சொந்தமான இடத்திலிருந்தார் நபியவர்கள். ஏறக்குறைய நூறு பேர் அணிவகுத்து நிற்க, இந்த இடத்தில் இறைத்தூதர் அவர்கள் தொழுகையை மேற்கொண்டார். மதீனாவில் இறைத்தூதரின் முதலாவது வெள்ளிக்கிழமைத் தொழுகையும் பேருரையும் இதுதான். பிறகு இந்த இடத்தில் ஓர் இறையில்லம் கட்டப்பட்டது.

வெள்ளிக்கிழமைத் தொழுகை நிறைவேறியதும் இறைத்தூதர் அவர்கள் தமது ஒட்டகத்திலேறினார். அப்போது, சாலிம் பின் அவ்ஃப் வம்சாவளியினர் வந்து, இறைத்தூதர் தங்களுடன் தங்கியிருக்க வேண்டுமென்ற பேரார்வத்துடன் ஒட்டகத்தின் கயிற்றைப் பற்றிக்கொண்டனர். பிற மக்களும் கூட்டங்கூட்டமாக வந்து இதே வேண்டுகோளை முன்வைத்தனர். இதில் அவர்களுக்குள் போட்டியும் ஏற்பட்டது. இறைத்தூதர் இதற்கான தீர்வைச் சொல்லும்வரைக்கும் இந்நிலை நீடித்தது. இறைத்தூதர் அவர்கள் சொன்னார்: "ஒட்டகத்தைச் செல்ல விடுங்கள். அது அல்லாஹ்வால் வழி நடத்தப்படுகிறது. அது எங்கே அமர்கிறதோ அங்கு நான் தங்குவேன்."

அன்சார்களும் முஹாஜிர்களும் சுற்றிச்சூழ்ந்து ஒட்டகத்தைப்

பின்தொடர்ந்தனர். இறைத்தூதர் அவர்கள், அதன் கயிற்றைத் தொய்வாக விடவே, ஒட்டகம் மெதுவாக முன்னகர்ந்துகொண்டிருந்தது. அது முழங்காலிடுவதை எதிர்பார்த்து, மக்களின் கண்கள் அனைத்தும் அதன்மீது பதிந்திருந்தன.

பியாதா வம்சாவளியினரின் நிலப்பகுதியில் ஒட்டகம் நுழைந்ததும், அதன் தலைவர்களான ஸியாத் பின் லபீதும், உர்வா பின் அம்ரும் கயிற்றைப் பற்றிக்கொள்ள முன்வந்தனர். இறைத்தூதர், "ஏற்கனவே கட்டளையிடப்பட்ட அதை அப்படியே விட்டுவிடுங்கள்" என்றார். இதுபோல், ஸாயிதா வம்சாவளியினரின் பகுதிக்குள் நுழைந்தபோது அதன் தலைவர்களான, ஸஅத் பின் உபாதாவும் முன்திர் பின் அம்ருவும் முயற்சி செய்தனர். இவர்களுக்கும் முன்சொன்னதுதான் இறைத்தூதரின் பதிலாக இருந்தது. அல்ஹாரிஸ் பின் அல்கஸ்ரஜ் வம்சாவளியினரின் பகுதிக்குள் நுழைந்தபோது, ஸஅத் பின் அர்ரபீஉ, காரிஜா பின் ஸைத், அப்துல்லாஹ் பின் ரவாஹா ஆகியோர் முன்வந்து ஒட்டகத்தை நிறுத்தினார்கள். இவர்களுக்குக் கிடைத்ததும் இறைத்தூதர் முன்சொன்ன அதே பதில்தான்.

அதீ பின் அந்நஜ்ஜார் வம்சாவளியினரின் பகுதிக்குள் நுழைந்த ஒட்டகத்தை இதே வம்சத்தைச் சேர்ந்த, அப்துல் முத்தலிப் அவர்களின் தாயாரான சல்மா பின்த் அம்ர் அவர்கள் நிறுத்த முயற்சி செய்தார். இப்படியாக, சலீத் பின் கைஸ், அஸீரா பின் அபூகாரிஜா ஆகிய அதீக் வம்சாவளியின் தலைவர்களும் முயற்சி செய்தனர். அனைவருக்கும் இறைத்தூதர் அவர்களின் முந்தைய பதிலே கிடைத்தது.

இறுதியாக அந்தப் பெண் ஒட்டகம், மாலிக் பின் அந்நஜ்ஜார் வம்சாவளியினரின் இடத்துக்கு வந்து, உழுதுபோட்ட ஒரு நிலத்தில் முழங்காலிட்டது. பிறகு எழுந்து, சிறிது முன்னால் நகர்ந்து திரும்பிப் பார்த்துவிட்டு மீண்டும் அதே இடத்தில் அமர்ந்துகொண்டது. இம்முறை, தலையைக் குலுக்கிவிட்டுக் கழுத்தை நிலத்தில் பதித்து வாலை அசைத்தது.

மக்கள் அதிகம் குடியிருக்காத இப்பகுதியினருகில், அபூஅய்யூப் காலித் பின் ஸைத் அன்சாரி (ரலி) அவர்களின் இல்லம் இருந்தது. மகிழ்ச்சி நிரம்பிய முகத்துடன் விரைந்து வந்த அபூஅய்யூப், இறைத்தூதரின் உடைமைகளை வாங்கி, தமது வீட்டுக்குக்கொண்டு சென்றார். இந்த வீட்டில்தான் இறைத்தூதர்

தங்கினார். பராமரிக்கப்படாமலிருந்த இந்நிலம் சஹ்ல், சுஹைல் எனும் இரண்டு அநாதைச் சிறுவர்களுக்குரியது. இதில், சில ஈச்சை மரங்களும் விக்கிரக ஆராதனையாளர்களின் சில புதைகுழிகளும் கால்நடைகள் இளைப்பாறும் ஒரு சிறு புல்வெளியுமிருந்தன.

இந்நிலத்தின் உரிமையாளர் யாரென்று கேட்டார் இறைத்தூதர் அவர்கள். முஆத் பின் அஃப்ரஉ, "எனது பராமரிப்பிலுள்ள உறவினர்களான இரண்டு அநாதைச் சிறுவர்களுக்குரிய நிலம் இது. அவர்களை நான் ஒப்புக்கொள்ள வைக்கிறேன். தொழுகையில்லத்துக்காக நீங்கள் இதை எடுத்துக்கொள்ளலாம்" என்று பணிவுடன் சொன்னார். ஆனால் இறைத்தூதர், "நான் அதை விலைக்கு வாங்கிக்கொள்கிறேன். விலை கொடுக்காமல் அதைப் பெற மாட்டேன்" என்று சொன்னார். உடனே, அபூபக்ர் (ரலி) அதற்கான விலையைக் கொடுத்தார்.

நபிகளார் கேட்டுக்கொண்டதன்படி அங்கிருந்த ஈச்சை மரங்கள் வெட்டப்பட்டன; புதைகுழிகள் சமன்படுத்தப்பட்டன. மஸ்ஜித் கட்டும் பணி தொடங்கியது. இதில், இறைத்தூதரும் இணைந்துகொண்டார். களிமண்ணாலும் கற்களாலும் சுவர் எழுந்தது. ஈச்சை மரமும் ஈச்சை ஓலைகளாலும் கூரை அமைந்தது. அதன் ஒரு பகுதியில் இறைத்தூதருக்கான தங்குமிடம் அமையும்வரை, அவர், அபூஅய்யூப் அல்அன்சாரி (ரலி) அவர்களின் இல்லத்தில் தங்கியிருந்தார். ஹிஜ்ரீ 48 இல், முஆவியா ஆட்சியின்போது, கான்ஸ்டான்டிநோபிளைக் கைப்பற்றும் முயற்சியில் உயிர்த் தியாகம் செய்து, அதற்குரிய சிறப்புகளுடன் அங்கு அடக்கம் செய்யப்பட்ட அபூஅய்யூப் அல்அன்சாரி (ரலி) இவர்தாம்.

இறைத்தூதர் அவர்கள், ஆறு மாதங்களும் சில நாள்களும் அபூஅய்யூபின் இல்லத்தில் தங்கியிருந்தார். இறைத்தூதர் காலத்தில் கட்டப்பட்ட இத்தொழுகை இல்லம், உமர் (ரலி) அவர்களின் காலம்வரைக்கும் மாற்றமில்லாமல் இருந்தது. அவரது ஆட்சிக்காலத்தில், இது புனரமைக்கப்பட்டது. உஸ்மான் பின் அஃப்ஃபான் (ரலி) அவர்கள் மேலும் இதை வலுப்படுத்தினார். வலீத் பின் அப்துல் மாலிக் (ரலி) காலத்தில், இறைத்தூதர் அவர்களது மனைவியரின் வசிப்பிடங்கள் உட்பட மேலும் வசதிகள் செய்யப்பட்டன. மாமூன் ரஷீத் அப்பாஸ், தொழுமிடத்தை அழகுபடுத்தினார்.

ஃபாத்திமா, உம்மு குல்ஸூம், சவ்தா பின்த் ஸம்ஆ, உஸாமா பின் ஸைத், அவரது தாயார், உம்மு அய்மன் (ரலி) ஆகியோரை அழைத்து வருமாறு ஸைத் பின் ஹாரிஸா, அபூராஃபிஉ (ரலி) ஆகிய இருவரையும் இறைத்தூதர் அவர்கள் மக்காவிற்கு அனுப்பும்போதும் இதே வீட்டில்தான் தங்கியிருந்தார். அப்துல்லாஹ் பின் அபூபக்ர் (ரலி) அவர்களும் தம் உறவினர்களை இவர்களுடன் அழைத்து வந்தார். தல்ஹா பின் உபைதுல்லாஹ் (ரலி) அவர்களும் இப்பயணக் குழுவில் இணைந்தார். இவர்களின் வருகைக்குப் பிறகு, புதிதாகக் கட்டப்பட்ட தமது இல்லத்துக்கு மாறினார் இறைத்தூதர் அவர்கள்.

இஸ்லாமிய ஆண்டு : இதுவரை, நபித்துவம் அருளப்பட்ட காலம்தான் காலக்கணிப்புக்குப் பயன்பட்டு வந்தது. ஆண்டின் பன்னிரண்டு மாதங்களும், நிலவை அடிப்படையாக வைத்து, அதன் பெயர்களும் ஒழுங்கு முறையும் அமைந்திருந்தன. இதுவே, அரேபிய மக்களின் காலக்கணிப்பாகவும் இருந்து வந்தது. இக்கணிப்பின்படி நபித்துவத்தின் முதலாம் ஆண்டு, சில மாதங்களில் முடிவடைந்தது. ஆகவே, நபித்துவத்தின் காலம், ஏறக்குறையப் பன்னிரண்டரை ஆண்டுகளில் முடிவடைந்தபோதும் இறைத்தூதரின் மதீனா வருகை, நபித்துவத்தின் பதினான்காம் ஆண்டு ரபீயுல் அவ்வலில் நிகழ்ந்ததாக அமைகிறது. இதுபோல், இஸ்லாமியக் காலக்கணிப்பு, இறைத்தூதரின் மதீனா வருகையுடன் ஆரம்பமாகிறது. இது, ரபீயுல் அவ்வல் 12 ஆம் நாள் நிகழ்ந்ததால், முதலாவது இஸ்லாமிய ஆண்டு முஹர்ரம் மாதத்தில் தொடங்கியது. இக்கணக்கின்படி, ஹிஜ்ரீ இரண்டாம் ஆண்டு வரை, நபி (ஸல்) அவர்கள், அபூஅய்யூப் அல்அன்சாரி (ரலி) அவர்களின் இல்லத்தில் தங்கியிருந்தார்.

ஹிஜ்ரீ ஒன்று : சகோதரத்துவம் : ஹிஜ்ரீ முதலாமாண்டில், இறையில்லமும் நபி (ஸல்) அவர்களின் தங்குமிடமும் கட்டுவித்தல், மக்காவிலிருந்த இறைநம்பிக்கையாளர்களின் மதீனா வருகைபோன்ற நிகழ்வுகளைப் பார்த்தோம். அபூஉமாமா அஸ்அத் பின் ஸூராரா (ரலி) அவர்களின் இறப்பு இதில் குறிப்பிடத்தக்கது. ஆரோக்கியமாக இருந்த, அபூஉமாமா (ரலி) திடீரென நோய்வாய்ப்பட்டு இறந்துபோனார். கவலைக்கிடமான இந்நிகழ்ச்சியைப் பற்றிக் குறிப்பிட்ட இறைத்தூதர், “இறைத்தூதரின் தோழர் ஒருவரே திடீரென்று இறந்துபோய் விட்டார் என்றால், இறைத்தூதரிடம்

என்ன மகத்துவமிருக்க முடியுமென்று சொல்வதற்கான ஒரு சந்தர்ப்பம் விக்கிரக ஆராதனையாளர்களுக்குக் கிடைத்திருக்கிறது" என்று குறிப்பிட்டார்.

அபூஉமாமாவின் இறப்புக்குப் பின், நஜ்ஜார் வம்சாவளியினர், இறைத்தூதரிடம் வந்து, "எங்களின் தலைவராக இருந்த அபூஉமாமாவின் இடத்தில் எங்களுக்கான ஒரு தலைவரைத் தாங்களே நியமிக்க வேண்டும்" என்று கேட்டுக்கொண்டனர். இறைத்தூதர் அவர்கள், "நஜ்ஜார் வம்சாவளியினராகிய நீங்கள் என் தாய்வழி உறவினர். ஆகவே, நான் உங்களைச் சேர்ந்தவன். அவ்வகையில் நானே உங்கள் தலைவன்" என்றார்.

இதைக் கேட்ட நஜ்ஜார் வம்சாவளியினர் பெருமகிழ்ச்சியடைந்தனர். தலைமை குறித்து அவர்களிடையே உருவாக இருந்த பிரச்சினைகள் அகன்றன. அவர்களது மன உறுதியும் ஆற்றலும் மேலும் அதிகமாயின.

மதீனாவில் இறைத்தூதரின் முதல் பணியாக அமைந்தது, நெறி மற்றும் ஒழுங்குமுறைகளை உருவாக்குவதும், மக்கா - மதீனாவாசிகளிடையே சகோதர உறவைக் கட்டியெழுப்புவதும்தான். மக்காவிலிருந்து வந்திருக்கும் முஹாஜிர்கள், மதீனா மக்களுக்குச் சுமையாகி விடக்கூடாது என்பதில் கவனம் செலுத்திய அதே நேரத்தில், ஏற்றுக்கொண்ட நம்பிக்கைக்காக வீடுகள், உறவினர்கள், உடைமைகள், மக்கள், நிலபுலன்கள் என அனைத்தையும் துறந்து மக்காவிலிருந்து புலம்பெயர்ந்து வந்தவர்கள்மீதான அக்கறையும் அவரது மனதிலிருந்தது. கவலைக்கோ மனச்சோர்வுக்கோ வெறுப்புக்கோ அவர்கள் ஆட்பட்டுவிடக்கூடாது என்பதில் ஆழ்ந்த கவனம் செலுத்தினார்.

ஆகவே, முஹாஜிர்களையும் அன்சார்களையும் ஒன்றுகூட்டி, இஸ்லாம் கூறும் சகோதரத்துவத்தின் சிறப்புகளை விளக்கினார். பரஸ்பர உதவிகளுடன் ஒற்றுமையாய் வாழும் ஒரு சூழலை அவர்களிடையே உருவாக்கினார். அன்சார்களும் முஹாஜிர்களும் சகோதரர்களாக அறிவிக்கப்பட்டு ஏற்றுக்கொண்டனர்.

அன்சார்களான, காரிஜா பின் ஸுபைர் (ரலி), தனது இஸ்லாமிய சகோதரராக அபூபக்ர் (ரலி) அவர்களையும், உத்பான் பின் மாலிக் (ரலி), தனது சகோதரராக உமர் பின் கத்தாப் (ரலி) அவர்களையும்

ஏற்றுக்கொண்டனர். இப்படியாக, அபூஉபைதா பின் அல்ஜர்ரா (ரலி) - ஸஅத் பின் முஆத் (ரலி), அப்துர் ரஹ்மான் பின் அவ்ஃப் (ரலி) - சஅத் பின் அர்ரபீஉ (ரலி), ஸுபைர் பின் அல்அவ்வாம் (ரலி) - சலாமா பின் சலாமா (ரலி), உஸ்மான் பின் அஃப்ஃபான் (ரலி) - ஸாபித் பின் அல் முன்திர் (ரலி), தல்ஹா பின் உபைதுல்லாஹ் (ரலி) - கஅப் பின் மாலிக் (ரலி), முஸ்அப் பின் உமைர் (ரலி) - அபூஅய்யூப் (ரலி), அம்மார் பின் யாசிர் (ரலி) - ஹுதைஃபா பின் அல்யமான் (ரலி) போன்றோர் சகோதரர்களாயினர்.

மனித வரலாற்றில் இதுபோன்ற ஒரு நிகழ்வு இன்றுவரை நடந்ததில்லை. மிகுந்த உண்மையுடனும் நேர்மையுடனும் அன்சார்கள் இதை நடைமுறைப்படுத்தினார்கள். தங்கள் முஹாஜிர் சகோதரர்களை அவர்கள் உடன்பிறந்தவர்களாகவே நடத்தினார்கள். தங்கள் செல்வங்களையும் உடைமைகளையும் முஹாஜிர்களுடன் பகிர்ந்துகொண்டனர். சில அன்சார்கள் தங்களின் மனைவியரில் ஒருவரை மணவிலக்குச் செய்து, அவர்களை மனைவியற்ற தங்கள் முஹாஜிர் சகோதரர்கள் மணம்புரிந்துகொள்ளவும் வழியமைத்துக் கொடுத்தனர். சில முஹாஜிர்கள் தங்களின் அன்சார் சகோதரர்களுக்குச் சுமையாக இருக்க விரும்பாமல், உழைப்பின்மூலம் பொருளீட்டி வாழ்வதாகத் தீர்மானித்தனர்.

முதலாவது அரசியல் சாசனம் : யூதர்களையும் விக்கிரக ஆராதனையாளர்களையும் உள்ளடக்கிய மதீனா மக்களிடையே இறைத்தூதர் ஏற்படுத்திய ஓர் உடன்படிக்கை, புலம்பெயர்வுக்குப் பின் நடந்த மிக முக்கியமான நிகழ்ச்சிகளிலொன்று. இதில் சில விதிகளும் வரைமுறைகளும் இடம்பெற்றிருந்தன. எதிரிகளால் மதீனா தாக்குதலுக்குட்பட்டால், அவர்களுக்கெதிராக மதீனா மக்கள் அனைவரும் ஒன்றுபட வேண்டுமென்பது இதிலுள்ள முக்கியமான விதி. மக்காவிலுள்ள குறைஷிகளுக்கு மதீனாவின் யூதர்கள் யாரும் புகலிடம் தரக்கூடாது என்பது மற்றொரு விதி. மதீனாவிலுள்ள யாரும், மற்றவர்களின் நம்பிக்கைகளுக்கோ வாழ்க்கைக்கோ உடைமைகளுக்கோ எவ்விதத் தடையாகவும் இருக்கக் கூடாது என்பது இன்னொரு விதி.

தீர்வுகாண இயலாத ஏதாவதொரு பிரச்சினையின் பொருட்டு, மோதலில் ஈடுபடும் மதீனாவாசிகள், இறைத்தூதர் அவர்களின் தீர்வுக்குக் கட்டுப்பட வேண்டும். போர்களுக்கான செலவுகளை

மதீனாவாசிகள் அனைவரும் பங்கிட்டுக்கொள்ள வேண்டும். மதீனாவிலுள்ள முஸ்லிம்கள் யூதர்களின் நண்பர்களாகக் கருதப்படுவார்கள். ஆகவே, முஸ்லிம்களுடன் நட்புகொண்டிருக்கும் இனக்குழுவினர் அனைவரையும் யூதர்களும் நண்பர்களாகவே கருதவேண்டும். மதீனா, போர்களும் இரத்தம் சிந்துவதும் தடை செய்யப்பட்டப் பகுதியாக அறிவிக்கப்பட்டுள்ளது. மதீனாவின் அனைத்துப்பிரிவு மக்களும் ஒடுக்கப்படுபவர்களுக்கு உதவியாக இருக்கக் கடமைப்பட்டவர்களாவர். மதீனாவிலுள்ள அனைத்து இனக்குழுவினராலும் இவ்வுடன்படிக்கை ஏற்றுக்கொள்ளப்பட்டு கையெழுத்திடப்பட்டது.

உடன்படிக்கையின் நோக்கத்தை விரிவுபடுத்தவும், மதீனாவைச் சுற்றியிருக்கும் இனக்குழுவினர் அனைவரையும் இந்த உடன்படிக்கையின்கீழ் கொண்டு வரும் முயற்சியிலும் முழுமையாக ஈடுபட்டார் இறைத்தூதர் அவர்கள். இதற்காக, தம்ரா பின் பக்ர் பின் அப்த் மனாஃப் வம்சாவளியினரின் இருப்பிடம் நோக்கி ஒரு பயணம் மேற்கொண்டார்.

அவர்களின் தலைவரான அம்ர் பின் மக்ஸி என்பவரின் நல்லெண்ணத்தைப் பெற்ற இறைத்தூதர், சாசனத்தில் அவரது பெயரையும் சேர்த்துக்கொண்டார். தொடர்ந்து, புவாத் மக்களும் யன்புவிலுள்ள துல்உஷைரா மக்களும் முத்லிஜ் வம்சாவளியினரும் இந்த அமைதி உடன்பாட்டை ஏற்கச்செய்தார். அமைதியும் ஒழுங்குமுறையும் பாதுகாப்பானதுமான இச்சூழலில் வாழ்கிற மக்களால், இஸ்லாத்தின் செய்திகளைக் குறித்துச் சிந்திக்க இயலுமென்பதுதான் இந்த அமைதி முயற்சிகளின் பின்னணியில் செயல்பட்ட இறைத்தூதரின் நோக்கம்.

இம்முயற்சிகள் அனைத்தும் பலன்தரும் நிலையில் மதீனாவுக்குள் நிகழ்ந்த சில இரகசிய நடவடிக்கைகளாலும் மதீனாவுக்கு வெளியே நிகழ்ந்த சில தாக்குதல்களாலும் மதீனா மீண்டும் ஒழுங்கீனங்களை நோக்கிச் சென்றுகொண்டிருந்தது.

வஞ்சகத்தின் தொடக்கம் : அனுபவமும் அறிவுத்திறனுமுள்ள அப்துல்லாஹ் பின் உபை என்பவன், மதீனாவின் அவ்ஸ், கஸ்ரஜ் இனக்குழுவினரிடையே செல்வாக்கு பெற்றவன். சிறிது காலத்துக்கு முன்பு, இந்த இனக்குழுவினரிடையே நிகழ்ந்த ஒரு

போரின்போது இவர்கள் பெரும் இழப்புகளை எதிர்கொண்டிருந்தனர். பிரச்சினைகளை முன்வைத்து தனக்கான இலாபங்களை அடைவதில் அப்துல்லாஹ், மிகுந்த தேர்ச்சி பெற்றவன். இதற்காக அவன் கையாள்கிற நுட்பங்களால் இரண்டு இனக்குழுவினரிடையிலும் புகழ்பெற்றிருந்தான்.

அப்துல்லாஹ்வை மதீனாவின் ஆட்சித் தலைவனாக நியமிக்கும் திட்டம் நிறைவேறும் சூழ்நிலையில்தான் இஸ்லாம் அங்கே வேர்விட ஆரம்பித்தது. அப்துல்லாஹ்வின் பதவியேற்பைப் பெரிய அளவில் கொண்டாடவும் அவர்கள் திட்டமிட்டிருந்தனர். ஒரு கிரீடமும் இதற்கெனத் தயார் செய்யப்பட்டிருந்தது. மதீனாவில் இஸ்லாம் அறிமுகமான பிறகு, இதற்கான அடையாளங்களே இல்லாதவாறு சூழ்நிலைகள் மாறின.

இறைத்தூதரின் வருகைக்குப் பிறகு, மதீனாவில் முஸ்லிம்கள் மிகுந்த ஆற்றல்பெற்ற ஒரு சமூகமாகத் திகழ்ந்தனர். அமைதிக்கான அரசியல் சாசன ஒப்பந்தம், இஸ்லாத்தின் வலுவையும் மேன்மையையும் மென்மேலும் மக்கள் விளங்கிக்கொள்ள வழிவகை செய்திருந்தது. இது, இயல்பாகவே, முஸ்லிம்களின் மேலாண்மையைத் தாங்கள் ஏற்றுக்கொண்டதை ஒப்புக்கொள்ளும் விதமாக அமைந்தது.

அப்துல்லாஹ்வின் தலைமைக் கனவுகள் சிதறுண்டன. அவனது அறிவுக்கூர்மை, இதைப் பொருட்படுத்தாதவன்போல் காட்டிக்கொள்ள உதவியது. ஆனால், இறைத்தூதர்மீது அவன் மனதிற்குள் வன்மம் வளர்த்து வந்தான். அவ்ஸ், கஸ்ரஜ் இனக்குழுவினரிலுள்ள சிலை வழிபாட்டினர்மீது அப்துல்லாஹ்வின் செல்வாக்கு மேலும் தொடர்ந்தது.

நபிகளாரும் தோழர்களும் மதீனாவில் அமைதியாக வாழ்ந்துகொண்டிருக்கிறார்கள்; இஸ்லாம் மிகவேகமாக பரவி வருகிறது என்பதையெல்லாம் அறிந்த மக்காவாசிகளான குறைஷிகள், பெரிதும் மனச்சஞ்சலத்திற்கு உள்ளாயினர். மதீனாவில் இஸ்லாத்தை நோக்கிச் செலுத்தும் தங்கள் முதல் அம்பாக, அப்துல்லாஹ்வும் அங்குள்ள விக்கிரக ஆராதனையாளர்களும் அறிய ஒரு கடிதம் அனுப்பினார்கள். "எங்களிடமிருந்து விலகிச்சென்றவர்களுக்குப் புகலிடம் அளித்திருக்கக் கூடாது என்பதை அறிவிக்கும் முகமாக,

மதீனாவின் எல்லைவரைக்கும் அவர்கள் விரட்டியடிக்கப்பட வேண்டும். இதை நீங்கள் செய்யத் தவறினால், தங்கள் வாரிசுகளைக் கொன்று பெண்களைச் சிறைபிடிப்பதில் சென்றடையும். மதீனாவின்மீது இப்படியான ஒரு போரை எதிர்கொள்வதற்கு நீங்கள் தயாராக வேண்டும்" என்று எழுதினார்கள்.

தகவல் கிடைக்கப்பெற்றதும், விக்கிரக ஆராதனையாளர்களை ஒன்றுதிரட்டிய அப்துல்லாஹ், அவர்களின் போர்க்குணத்தைத் தூண்டி விட்டான். செய்தியை இறைத்தூதரும் அறிந்துகொண்டார். அவர் அந்த இடத்துக்கு விரைந்து சென்று, "குறைஷிகள் உங்கள் ஒற்றுமையைக் குலைக்க முயற்சி செய்திருக்கிறார்கள். அவர்களது, பயமுறுத்தும் வசீகர வார்த்தைகளுக்கு நீங்கள் இரையாவீர்களெனில், பெரும் துன்பத்துடனான பேரிழப்பைச் சந்திக்க நேர்ந்து விடும். அவர்களது மிரட்டலை முற்றாக ஒதுக்கிவிட்டு, நமக்கிடையே ஏற்பட்டிருக்கும் உடன்படிக்கைக்கு நியாயமாக இருங்கள். குறைஷிகள் மதீனாவின்மீது தாக்குதல் நடத்தினால், நாம் அனைவரும் ஒற்றுமையுடனிருந்து மிக எளிதாக அதை முறியடித்து விடலாம். மாறாக, முஸ்லிம்கள்மீது நீங்கள் போர் தொடுப்பீர்களெனில், உங்களுடைய வாளாலேயே உங்கள் வாரிசுகளையும் உற்றார் உறவினர்களையும் கொன்று உங்களது ஒட்டுமொத்த அழிவுக்கும் நீங்களே காரணமாக இருந்து விடுவீர்கள்" என்றார்.

இறைத்தூதரின் வார்த்தைகளிலுள்ள நியாயத்தை மனதிற்கொண்ட மக்கள், அங்கிருந்து கலைந்தனர். அப்துல்லாஹ், வருந்தத்தக்க நிலையில் தனியாளாக நின்றான்.

இந்த ஆண்டின் முக்கிய நிகழ்வுகள்: மக்களுக்குக் கூட்டுத் தொழுகைக்கு அழைப்பு விடுக்கும் அதான் வழக்கம் ஆரம்பமானது; யூதர்களின் மாபெரும் கல்வியாளராக விளங்கிய அப்துல்லாஹ் பின் சலாம் (ரலி) இஸ்லாத்தைத் தழுவினார்; முதலில் கிறிஸ்தவத்தை ஏற்று, இறுதித்தூதரின் வருகையை எதிர்பார்த்திருந்தவரும் யூத, கிறிஸ்தவ வேத நூல்களைப் பயின்றவருமான பாரசீகத்தைச் சேர்ந்த சல்மான் (ரலி) இஸ்லாத்தை ஏற்றுக்கொண்டார்; ஸகாத் கொடுப்பது கடமையாக்கப்பட்டது.

ஹிஜ்ரீ இரண்டு, கிப்லா : இறைத்தூதர் அவர்கள் பாதுகாப்பாக மதீனாவைச் சென்றடைந்ததைக் குறைஷிகள் தங்களுக்கேற்பட்ட

தோல்வியாகவும் அவமானமாகவும் கருதினர். இறைத்தூதரையும் அவரைப் பின்பற்றுபவர்களையும் இல்லாமல் செய்வது ஒன்றே மக்காவிலுள்ள விக்கிரக ஆராதனையாளர்களின் நோக்கமாக இருந்தது. இதற்கான வாய்ப்புகள் அகலும்தோறும் இது மேன்மேலும் அவர்களை மோசமாகப் பாதித்தது. தங்களிடையே உள்ள வேறுபாடுகளையும் முரண்பாடுகளையும் கண்டுகொள்ளாமல் இஸ்லாத்தையும் அதனைப் பின்பற்றுபவர்களையும் வேரறுக்க வேண்டுமென்ற ஒரே நோக்கத்துடன் அவர்கள் ஒன்றுபட்டனர்.

மக்காவுக்கும் மதீனாவுக்குமிடையே முந்நூறு மைல் தொலைவு. மதீனாவுக்குச் செல்லும் வழியில் வாழ்கிற இனக்குழுக்களின் உதவியையும் இஸ்லாத்துக்கு எதிரானவர்களையும் ஒன்று திரட்டி, மதீனாவின்மீது போர் தொடுப்பதற்கான வாய்ப்புகளையும் வசதிகளையும் பெருக்கிக்கொள்ள வேண்டியது மக்காவாசிகளின் தவிர்க்க இயலாத தேவையாக இருந்தது.

இறைத்தூதர் அவர்கள், மறைந்திருக்கும் இந்த ஆபத்துகள் குறித்தெல்லாம் தொலைநோக்குடனும் எச்சரிக்கையுடனும் இருந்தார். நல்லதொரு சமூகத்தை உருவாக்குகிற தலைவராகவும் அனுபவமும் வீரமும் செறிந்த ஒரு போர்ப்படைத் தளபதியாகவும் தமது கடமைகளை அவர் நிறைவேற்ற வேண்டியதிருந்தது. தற்காப்புக்காகப் போரிடும் உரிமை ஏற்கனவே வழங்கப்பட்ட நிலையில், இஸ்லாத்தின் முன்னேற்றத்தின்போதுள்ள தடைகளை அகற்றும் நேரமும் வந்திருந்தது.

மதீனாவில் முஸ்லிம்களின் எண்ணிக்கை அதிகபட்சம் நானூறுதான். ஆயுதங்களும் மிகக் குறைவாகவே இருந்தன. அவநம்பிக்கையாளர்கள் இழைத்த தீமைகள் அவர்களது மனங்களில் ஆழ்ந்த பாதிப்பை ஏற்படுத்தின. இதை எதிர்கொள்வதற்கான மன உறுதியும் அரேபிய உணர்வின் வீரமும் அவர்களைப் பெருமளவில் தூண்டின.

இறைத்தூதரிடம் அவர்கள் இஸ்லாத்தின் எதிரிகள்மீது போர்தொடுக்க தங்களை அனுமதிக்கும்படி தொடர்ந்து வேண்டிக்கொண்டனர். இஸ்லாத்தின்மீதான பற்றுதலும் ஆழ்ந்த இறைநம்பிக்கையும் தங்களின் வெற்றிக்குக் காரணமாக அமையும் என்பதில் அவர்கள் மிகுந்த உறுதியுடனிருந்தனர். அப்போது,

தீமைகள் விளைவிப்பவர்களைத் தடுக்க, எல்லாம் வல்ல அல்லாஹ் ஒப்புதலளித்தான்.

இறைத்தூதர் அவர்கள், போரைவிட அமைதியையும் பழிவாங்குவதைவிட மன்னிப்பதையும் விரும்பினார் என்பதை, பல்வேறு நிகழ்வுகள் எடுத்துக்காட்டுகின்றன. மக்காவிலுள்ள ஒரு தலைவனாகிய குர்ஸ் பின் ஜாபிர், ஒரு குழுவினருடன் மதீனாவின் அருகில் வந்து, முஸ்லிம்களின் ஏராளமான ஒட்டகங்களைக் கவர்ந்து சென்றான். தகவலறிந்து வந்த முஸ்லிம்களின் பிடியில் அகப்படாமல் தப்பித்தோடி விட்டான்.

தங்கள் வசிப்பிடங்களிலிருந்து ஏறத்தாழ முந்நூறு மைல் தொலைவில் வாழ்கிற எதிரிகளால், தங்களுடைய உடைமைகளைக் கொள்ளையிட முடியும் என்று, மதீனாவில் வாழ்கிற முஸ்லிம்கள் புரிந்துகொண்டனர். மதீனாவில் வாழ்கிற அப்துல்லாஹ், யூதர்களுடனும் சிலை வழிபாட்டாளர்களுடனும் சேர்ந்து முஸ்லிம்களுக்கு எதிராகத் தொடர்ந்து சூழ்ச்சிகள் செய்துகொண்டிருந்தான்.

இதே ஆண்டு, ஷஅபான் மாதம், தொழுகிற திசை மக்காவை நோக்கித் திருப்பப்பட்டது. இத்துடன் ஷஅபான் மாதம் முடிவதற்குள், ரமளான் மாத நோன்பும் கடமையாக்கப்பட்டது. ரமளான் மாதத் தொடக்கத்தில், மக்காவைச் சேர்ந்த வணிகக்குழு ஒன்று சிரியாவிலிருந்து வருவதாகவும் அது மதீனா வழியாகக் கடந்து செல்லுமென்றும் ஒரு தகவல் வந்தது.

அந்த வணிகக் குழுவினரைத் தடுத்து நிறுத்துங்கள் என்று முஹாஜிர்களும் அன்சார்களும் அடங்கிய ஒரு குழுவினரிடம் இறைத்தூதர் அவர்கள் சொன்னார்கள். மதீனா மக்களுடனான உறவுகளைக் குலைப்பதன்மூலம், தங்களுடைய சிரியா வணிகம் பாதிக்கும் என்பதை மக்காவாசிகள் புரிந்துகொள்ள வேண்டும்; முஸ்லிம்களைப் பயமுறுத்த நினைக்கும் அவநம்பிக்கையாளர்கள் இதன்மூலம் தங்களைத் திருத்திக்கொள்ள வேண்டும்; கால்நடைகளைக் கவர்ந்துசென்ற குர்ஸ் பின் ஜாபிரின் செயலுக்குப் பதில் நடவடிக்கையாகவும் இது அமைய வேண்டும். தங்கள் வாழ்க்கைக்கு அச்சுறுத்தலாக இருக்கும் எதிரிகளுக்கு இதன் மூலம் ஒரு பாடம் கற்பிக்க வேண்டும்.

முஸ்லிம்களின் இந்த எதிர்நடவடிக்கை குறித்து, வணிகக் குழுவின் தலைவராக இருந்த அபூசுஃப்யான் அறிந்துகொண்டார். அவர், மாற்றுவழிகளினூடே தனது குழுவை வழி நடத்திச் சென்றார். கூடவே, தங்கள் வணிகக்குழு, முஸ்லிம்களால் ஆபத்துக்குள்ளாக இருப்பதாகவும் ஆகவே, மக்காவாசிகள், விரைந்து வந்து தங்கள் பொருள்களைக் காப்பாற்றிக்கொள்ள வேண்டுமென்ற தகவலுடன், தம்தம் பின் அம்ர் கிஃபாரீ என்பவனை மக்காவுக்கு மிக வேகமாக அனுப்பி வைத்தார்.

தகவலறிந்த அபூஜஹ்ல், மிகுந்த ஆர்வத்துடன் எழுநூறு ஒட்டகங்களும் முந்நூறு குதிரைகளும்கொண்ட ஆயுதம் தாங்கிய ஒரு பெரும் படைக்குத் தலைமையேற்று மக்காவிலிருந்து புறப்பட்டான். வெற்றிக் கீதங்களிசைப்பவர்களும் கூடவே அணி வகுத்துச் சென்றனர். படைக்கு உணவு பங்கிடுவதற்காக, அப்பாஸ் பின் அப்துல் முத்தலிப், உத்பா பின் ரபீஆ, உமய்யா பின் கலஃப், நதர் பின் ஹாரிஸ், அபூஜஹ்ல் பின் ஹிஷாம் உட்பட பதின்மூன்று பேர் நியமிக்கப்பட்டனர். வணிகக்குழுவினரை அச்சுறுத்தச்சென்ற முஸ்லிம் வீரர்கள் மதீனாவுக்குத் திரும்பியிருந்தனர்.

பத்ர் போர் : தாங்கள் மக்காவை அடைந்துவிட்டதாகவும், ஆகவே, படைகள் திரும்பிவிடலாமென்றும் அபூசுஃப்யான் அபூஜஹ்லுக்குத் தகவல் அனுப்பினார். ஆனால், அபூஜஹ்ல் இதைக் கண்டுகொள்ளவில்லை. உண்மையில் அபூஜஹ்லின் போர் ஆயத்தம், வணிகக் குழுவுக்குப் பாதுகாப்பு வழங்குவது மட்டுமல்ல, சில நிகழ்வுகளின் உண்மையான பின்னணிகள் குறித்து ஆய்வு செய்வதற்காக இறைத்தூதர் நக்லாவுக்கு அனுப்பி வைத்த முஸ்லிம்களால், அம்ர் பின் ஹள்ரமி என்பவர் கொலையுண்டதற்குப் பழிவாங்குவதும் அவனது நோக்கமாக இருந்தது.

குறைஷிகள் பழி வாங்கும் திட்டத்துடன் மக்காவிலிருந்து புறப்பட்டிருந்தனர். தம்தம் பின் அம்ர், உதவி கேட்டு மக்காவுக்கு வரும்போது அவர்கள் மதீனாவைத் தாக்குவதற்குத் தயாராகவே இருந்தனர். அபூஜஹ்ல் மதீனாவை நோக்கி வந்துகொண்டிருந்தான். குறைஷிப் படையின் நடவடிக்கைகள் குறித்து இறைத்தூதருக்குத் தெரிய வந்தது. அபூஜஹ்ல், உத்பா, ஷைபா, வலீத், ஹன்ழலா, உபைதா, ஆஸி, ஹார்த், துஅய்மா, ஸம்ஆ, அகீல், அபுல்புக்தாரி, மஸ்ஊத், முனப்பிஹ், நாபிஹ், நவ்ஃபல், ஸாயிப், ரிஃபஆ

போன்ற குறிப்பிடத்தக்க எல்லா இனத்தலைவர்களும் படையில் இடம் பெற்றிருக்கிறார்கள் என்பதையும் இறைத்தூதர் அவர்கள் அறிந்திருந்தார்.

இறைத்தூதர் தம் தோழர்களிடம் கலந்தாலோசனை செய்தார். தற்போதைய நிலைமை குறித்து அவர்களின் கருத்துகளைக் கேட்டார்: "மக்கா தனது அன்புக்குரியவர்களை நமக்கெதிராக அனுப்பியிருக்கிறது. அவர்களை எதிர்கொள்வது பற்றி என்ன நினைக்கிறீர்கள்?"

முதலில், அபூபக்ரும் பிறகு, உமர் பின் கத்தாபும் இறுதியாக, மிக்தாதும் போரை எதிர்கொண்டாக வேண்டுமென்று உறுதிபடச் சொன்னார்கள். மூன்றாமவர், "அல்லாஹ்வின் தூதரே, 'நீங்களும் உங்கள் இறைவனும் போய்ப் போரிடுங்கள்; நாங்கள் இங்கேயே இருக்கிறோம்' என்று மூஸாவிடம் சொன்ன இஸ்ராயீலின் சந்ததிகள்போல் நாங்கள் சொல்லமாட்டோம்" என்றார்.

அங்கிருந்தவர்களிடம் இறைத்தூதர் மீண்டும் கருத்துகளைச் சொல்லும்படி கேட்டுக்கொண்டார். இதற்கான நோக்கம், போருக்கு ஒப்புதலும் உதவியும் அளித்த மூவரும் முஹாஜிர்கள். இதில், அன்சார்களின் கருத்தையும் அறிந்துகொள்ள வேண்டிய தேவை இருந்தது. மீண்டும் அதே கேள்வியை இறைத்தூதர் கேட்டதும், இதற்குப் பதில் சொல்ல வேண்டியது தாங்கள்தான் என்பதை அன்சார்கள் புரிந்துகொண்டனர்.

இறைத்தூதரைப் பாதுகாக்க வேண்டிய தங்களின் பொறுப்பு, மதீனாவின் எல்லைக்குள் என்றுதான் உடன்படிக்கையில் காட்டப்பட்டுள்ளதே தவிர, எல்லைக்கு வெளியே நிகழும் போர் நடவடிக்கைகளில் கலந்துகொள்ள வேண்டுமென்று அதில் சொல்லப்படவில்லை. எனவே, ஸஅத் பின் முஆத் (ரலி) எழுந்து, "அல்லாஹ்வின் தூதரே, நீங்கள் எங்களிடம்தான் இந்தக் கேள்வியைக் கேட்கிறீர்கள் என்றும் பதிலை எதிர்பார்க்கிறீர்கள் என்றும் நினைக்கிறோம்" என்றார். "ஆம்" என்றார் இறைத்தூதர் அவர்கள்.

ஸஅத் (ரலி) சொன்னார்: "இறைத்தூதரே, தங்களை முற்றிலும் நாங்கள் நம்புகிறோம். தாங்கள் அல்லாஹ்வின் தூதர் என்பதை முழுமனதுடன் ஏற்கிறோம். தங்களையே பின்பற்றுகிறோம்.

இந்நிலையில், தாங்கள் இறைமறுப்பாளர்களை எதிர்த்துப் போரிடும்போது நாங்கள் எப்படி எங்கள் வீடுகளில் அமர்ந்திருக்க முடியும்? இறைமறுப்பாளர்களும் எங்களைப்போன்ற மனிதர்களாக இருக்கும்போது அவர்களுக்கு நாங்கள் அஞ்ச மாட்டோம். தாங்கள் எங்களைக் கடலுக்குள் மூழ்கக் கட்டளையிட்டாலும் அதைச் செய்வோம்."

படை பலம் : தோழர்களின் உறுதிமிக்கத் துணையும் முடிவும் தந்த மனத் திருப்தியுடன் இறைத்தூதர் அவர்கள் போருக்குச் செல்வதாகத் தீர்மானித்தார். மொத்தப் படைவீரர்களின் எண்ணிக்கை முந்நூற்றுப் பதின்மூன்று. நகரின் வெளியே வந்து படையைக் கணக்கிட்டபோது, போர்க்களத்திற்குப் பொருந்தாத சில சிறுவர்களும் அதில் அணி வகுத்திருப்பது தெரிந்தது. அவர்களைத் திரும்பிப் போகச் சொன்னார் இறைத்தூதர் அவர்கள். தங்களையும் அணியில் சேர்த்துக்கொள்ள வேண்டும் என்பதில் அவர்கள் பிடிவாதமாக இருந்தனர். இதில், மிகச்சிலர் மட்டும் சேர்த்துக்கொள்ளப்பட்டனர்.

இது, முழு அளவில் போர்க் கருவிகளைக்கொண்ட ஒரு படையாக இல்லை. இதில், ஸுபைர் பின் அவ்வாம், மிக்தாத் (ரலி) ஆகிய இருவரிடம் மட்டுமே குதிரை இருந்தது. எழுபது ஒட்டகங்களிருந்தன. ஒரு ஒட்டகத்தின்மீது மூன்றோ நான்கோ பேர்கள் மட்டுமே பயணிக்க முடியும். மற்றவர்கள் நடந்தே செல்ல வேண்டும்.

படைகள், பத்ர் களத்தை அடைந்தன. எதிரிகள் தங்கள் கூடாரங்களை உயரமான நிலப்பகுதியில் அமைத்திருந்தனர். தாழ்வான பகுதியில் மணல்பரப்பில் முஸ்லிம்கள் தங்க வேண்டியதாயிற்று. ஆயினும், பத்ரின் நீர்நிலைகள் முஸ்லிம் படையினரின் கட்டுப்பாட்டிலிருந்தன. நீருக்காக வரும் யாரையும் தடுக்க வேண்டாமென்று இறைத்தூதர் அவர்கள் உத்தரவிட்டார்.

போர்க்களத்தின் எதிரில், உயரமான இடத்தில் ஈச்சை மரக்கிளைகளால் ஒரு குடில் அமைக்கப்பட்டது. இறைத்தூதர் அவர்கள், அல்லாஹ்வைத் தொழுது, அவனது அருளை வேண்டி மன்றாடினார்.

நபித்தோழர்களின் எண்ணிக்கை, குறைஷிகளின் எண்ணிக்கையில் மூன்றில் ஒரு பகுதிதான் இருந்தது. போர்க்கருவிகளைப்

பொறுத்தவரைக்கும் நூறில் ஒரு பகுதிகூட இல்லை. எதிரிகளின் படையில் இளைஞர்களும் வலிமை வாய்ந்தவர்களும் நிறைந்திருந்தனர். அவர்கள் அனைவரிடமும் போர்க்கருவிகளுமிருந்தன. முஸ்லிம்களில் பசித்தவர்களும் வலுவிழந்தவர்களும் வயது முதிர்ந்தவர்களுமிருந்தனர். இதில், அதிகமானவர்கள் கையில் எந்த ஆயுதங்களுமில்லை. சிலரிடம் மட்டும் வாட்களிருந்தன. அம்புகளுமில்லை. சிலரிடம் ஈட்டி மட்டும் இருந்தது.

முஸ்லிம்கள் முகாமிட்ட பிறகு, அவர்களின் எண்ணிக்கையை அறிந்து வரச்சொல்லி உமைர் பின் வஹப் ஜுமாஹியை எதிரிகள் ஒற்றனாக அனுப்பி வைத்தனர். முந்நூற்றுப் பத்துபேர்தான் இருக்கிறார்கள் என்றும் இரண்டு குதிரைகள் மட்டுமே உள்ளன என்றும் ஒற்றன் வந்து சொன்னான். "போர் எதுவும் நிகழாமலேயே நாம் திரும்பிப் போய் விடுவோமோ?" என்று உத்பா பின் ரபீஆ, இறுமாப்புடன் ஏளனம் செய்தார். இவ்வளவு பெரிய போர் ஆயத்தங்களுடன் வந்திருக்கும் எங்களுடன் போரிடுவதற்கான தகுதி முஸ்லிம் படைகளுக்குக் கிடையாது எனும் பொருள்பட அவர் இதைச் சொன்னார். "முஸ்லிம்களின் எண்ணிக்கை எவ்வளவுதான் குறைவாக இருந்தாலும் இருப்பவர்களை அழித்துவிட வேண்டியதுதான்" என்ற தனது முடிவை வலியுறுத்தினான் அபூஜஹ்ல்.

போரின் தொடக்கம் : இறுதியில், ஹிஜ்ரீ இரண்டாமாண்டு, ரமளான் மாதம் பதினேழாம் நாள், இரு படைகளும் எதிரெதிராக நின்றபோது, இறைத்தூதர் அவர்கள் தமது குடிலுக்கு வந்து இறைவனின் துணையை வேண்டி மன்றாடினார்: "யா அல்லாஹ்! முஸ்லிம்களின் இச்சிறு குழுவை நீ அழித்துவிட்டால், பிறகு உன்னை வணங்குவதற்கு இம்மண்ணில் யாருமில்லாது போய் விடும்." தொடர்ந்து, இரண்டு ரக்அத் தொழுது விட்டு ஒரு சிறுதுயில் கொண்டார். பிறகு புன்னகையுடன் குடிசையிலிருந்து வெளிவந்து உறுதியான குரலில் சொன்னார்: "எதிரிகள் படை தோற்கடிக்கப்பட்டு விட்டது. அவர்கள் புறங்காட்டி ஓடிவிட்டனர்."

போரை முதலில் தொடங்க வேண்டாம் என்று இறைத்தூதர் அவர்கள் கட்டளையிட்டிருந்தார். முஹாஜிர்களில் ஏறத்தாழ எண்பது முஸ்லிம்கள். ஏனைய அன்சார்களில் அறுபத்தொரு வீரர்கள் அவ்ஸ் இனக்குழுவையும் நூற்றெழுபது வீரர்கள் கஸ்ரஜ் இனக்குழுவையும் சேர்ந்தவர்கள். கையில் அம்புடனிருந்த இறைத்தூதர் அவர்கள் அணிகளை ஒழுங்குபடுத்தினார்.

போர் தொடங்கியது. அரேபிய வழக்கப்படி குறைஷிகள் தரப்பிலிருந்து வலீத் பின் உத்பாவும் ரபீஆவின் மகன்களான உத்பாவும் ஷைபாவும் களத்தில் முன்வந்தனர். இவர்களின் அழைப்பை ஏற்று, முஸ்லிம்கள் தரப்பிலிருந்து அஃப்ராவின் மகன்களான அவ்ஃபும் முஆவிதும், அப்துல்லாஹ் பின் ரவாஹா (ரலி) ஆகிய மூன்று அன்சார்களும் களமிறங்கினர்.

நீங்கள் யாரென்று கேட்ட உத்பாவுக்கு "அன்சார்கள்" என்று பதில் கிடைத்தது. இறுமாப்புக் கலந்த குரலில், உங்களுடன் நாங்கள் போரிட விரும்பவில்லை" என்று சொன்ன உத்பா, "முஹம்மதே, எங்களுக்கு ஒப்பான எங்கள் இனக்குழுவினரை அனுப்பும்" என்று அறைகூவல் விடுத்தான்.

இறைத்தூதர் அவர்கள், "ஹம்ஸா பின் அப்துல் முத்தலிப், உத்பாவுடன் போரிட நீங்கள் முன்செல்லுங்கள். உத்பாவின் சகோதரரான ஷைபாவுடன் மோத, உபைதா பின் அல்ஹாரிஸ் முன்செல்வீராக. வலீது பின் உத்பாவுடன் மோத, அலீ பின் அபூதாலிப் செல்லட்டும்" என்றார். உத்தரவுகளை ஏற்ற மூன்று தோழர்களும் தங்கள் இடங்களிலிருந்து வந்து எதிரிகளின் முன் நின்றனர்.

இவர்களை நன்கு அறிந்தபோதும், "உங்கள் பெயர்களைச் சொல்லுங்கள்" என்றான் உத்பா. அவர்கள் சொன்னதும், "நல்லது. நாங்கள் உங்களுடன் போரிடத் தயார்" என்றான். போர் ஆரம்பமானது. ஹம்ஸாவும் அலீயும் தந்தையும் மகனுமான உத்பாவையும் வலீதையும் வாளுக்கு இரையாக்கினர். உபைதா (ரலி) அவர்களும் ஷைபாவும் சண்டையில் காயமடைந்தனர். அலீ (ரலி), ஹம்ஸா (ரலி) ஆகிய இருவரும் முஸ்லிம்களின் எதிரிகளை அழித்துவிட்டு, உபைதா (ரலி) அவர்களைத் தூக்கிக்கொண்டு இறைத்தூதரிடம் வந்தனர்.

போர் தீவிரமானக் கட்டத்தை அடைந்தது. இறைமறுப்பாளர்கள் தங்கள் முழுத்திறனையும் செலுத்திப் போரிட்டனர். முஸ்லிம் படைகள் அவர்களை எதிர்கொண்டு முன்னேறின. இரு அணியினரும் தங்கள் முழு வீரத்தையும் வெளிப்படுத்தினர். பத்ர் போர், தனது முடிவை நெருங்கியது. எழுபது பேர்களின் மரணத்துடனும் எழுபது பேர்களைக் கைதிகளாகப் பறிகொடுத்த நிலையிலும்

இறைமறுப்பாளர்கள் போர்க்களத்தை விட்டு ஓட்டம் பிடித்தனர்.

போர் தொடங்கியதும், சூழ்நிலைகளைக் கண்காணிப்பதற்காக வெளியில் வந்த இறைத்தூதர் அவர்கள், ஹாஷிம் வம்சாவளியினர், போரில் சுயவிருப்பத்துடன் ஈடுபடவில்லை என்பதையும் வற்புறுத்தலின்பேரில் வந்திருக்கிறார்கள் என்பதையும் முஸ்லிம்களுக்குச் சுட்டிக்காட்டி, "அப்பாஸ் பின் அப்துல் முத்தலிபும் அபுல் பக்தாரியும் மன்னிக்கப்பட வேண்டியவர்கள்" என்றார். அப்போது, அபூஹுதைஃபா (ரலி), "என்னுடைய சகோதரரை நான் கொல்கிறேன். ஆனால், அப்பாசைக் கொல்லாமல் விடலாமென்றால் எப்படி அது? அப்பாஸ் என்னுடன் மோதினால், நான் அவரைக் கொல்லவே செய்வேன்" என்றார். பின்னர், தான் இப்படிச் சொன்னதற்காக மிகவும் வருந்தினார்.

போரின்போது, முஜத்திர் பின் ஸியாத் (ரலி) அபுல் பக்தாரியை எதிர்கொள்ள வேண்டியதாயிற்று. அப்போது அவர், "நான் உங்களுடன் போரிடவேண்டாமென்று அறிவுறுத்தப் பட்டிருக்கிறேன். எனவே, நீங்கள் விலகிக்கொள்ளுங்கள்" என்றார். ஆனால், அபுல் பக்தாரி தன்னுடைய ஒரு நண்பரைக் காப்பாற்றும் முயற்சியின்போது கொல்லப்பட்டார். உமய்யா பின் கலஃபும் அவனுடைய மகன் அலீ பின் உமய்யாவும் தங்கள் உயிர்களைக் காப்பாற்றிக்கொள்ள மிகவும் போராடினார்கள். அறியாமைக் காலத்தின்போது அப்துர் ரஹ்மான் பின் அவ்ஃப் (ரலி) அவர்களும் உமய்யாவும் நெருக்கமான நண்பர்களாக இருந்தனர். ஆகவே, அவர் தன் நண்பருக்குப் பாதுகாப்பளித்தார். இதைப் பார்த்த பிலால் (ரலி), சில அன்சார் தோழர்களுடன் சேர்ந்து, அப்துர் ரஹ்மான் (ரலி) அவர்களின் பாதுகாவலையும் மீறி உமய்யாவையும் அவனது மகனையும் கொன்றனர்.

உமைர் பின் அல்ஹமாம் (ரலி) பேரீச்சம்பழங்களைப் புசித்தவாறே இறைத்தூதரிடம் வந்து, "இறைமறுப்பாளர்களுடனான போரில் உயிர்துறந்தால் உடனே சொர்க்கம் கிடைக்குமா?" என்று கேட்டார். இறைத்தூதர் அவர்கள், ஆம் என்று பதில் சொன்னதும் தன் கையிலிருந்த பேரீச்சம் பழங்களை எறிந்து விட்டுப் போர்க்களத்தில் புகுந்தார். உயிர் துறக்கும்வரையிலும் இவர் களத்தில் நின்று மிகக்கடுமையாகப் போரிட்டார்.

போர் மிகத் தீவிரமாக நடந்துகொண்டிருந்தது. இறைத்தூதர் அவர்கள் சிறிது மண்ணை எடுத்து அதில் ஓதி, இறைமறுப்பாளர்களை நோக்கி வீசினார். இது, உயிர்ப் பயத்துடன் ஓடித் தப்பிக்க வேண்டிய நிலைக்கு எதிரிகளை இட்டுச் சென்றது. முழுக்கவசம் தரித்திருந்த அபூஜஹ்லை, அன்சார் இளைஞரான முஆத் பின் அம்ர் (ரலி) எதிர்கொள்ள வேண்டியதாயிற்று. அபூஜஹ்லின் கெண்டைக்காலின் குறுக்கே ஆழமான காயமேற்படுமளவில் தனது வாளை வீசினார் முஆத். தந்தை படுகாயமடைந்ததைக் கண்ட இக்ரிமா பின் அபூஜஹ்ல், முஆத் (ரலி) மீது பாய்ந்து, அவரது தோள் பகுதியில் கை துண்டாகி விழுமளவில் ஓங்கி வெட்டினான். தனது துண்டுபட்ட கையுடன் அன்று முழுவதும் போரிட்டார் முஆத் (ரலி). வெட்டுப்பட்ட கை, தடையாக இருந்தபோது அதை துண்டித்துக்கொண்டார். அதே நேரம் மற்றொரு அன்சாரியான முஅவ்வித் பின் அஃப்ரஉ (ரலி) வாளால் அபூஜஹ்லை வெட்டினார்.

இறைமறுப்பாளர்கள் போர்க்களத்திலிருந்து உயிர் பிழைத்தோடிய நிலையில் முஸ்லிம்களின் வெற்றி உறுதியடைந்தது. அப்போது, அபூஜஹ்லைத் தேடச் சொன்னார் இறைத்தூதர் அவர்கள். உயிரற்ற உடல்களிடையே அபூஜஹ்ல் குற்றுயிராகக் கிடப்பதைக் கண்ட அப்துல்லாஹ் பின் மஸ்ஊத் (ரலி) அவனது நெஞ்சிலேறி அமர்ந்தபடி, “அல்லாஹ்வின் எதிரியே, அல்லாஹ் உன்னை எவ்வளவு இழிவுக்குள்ளாக்கி இருக்கிறான் என்பதை நன்கு கவனி” என்றார். “போரின் முடிவு என்ன?” என்று கேட்டான் அபூஜஹ்ல். “இறைநம்பிக்கையாளர்களுக்கு வெற்றியாகவும் மறுப்பாளர்களுக்குத் தோல்வியாகவும் முடிந்தது” என்று சொன்ன அப்துல்லாஹ் (ரலி), அபூஜஹ்லின் தலையைத் துண்டிக்க முனைந்தார். அப்போது, தனது தலையைத் தோள்வரைக்கும் தாழ்த்தித் துண்டிக்கவும், தலைவனின் தலை பிற தலைகளைவிட பெரிதாகத் தோன்றவேண்டுமென்றும் கேட்டுக்கொண்டான் அபூஜஹ்ல். அப்துல்லாஹ் (ரலி) அபூஜஹ்லின் தலையைத் துண்டித்து எடுத்து இறைத்தூதரின் காலடியில் வைத்தார்.

போரில், முஸ்லிம்கள் தரப்பில் முஹாஜிர்கள் ஆறுபேர்களும் அன்சார்கள் எட்டுபேரும் உயிர்த் தியாகம் செய்திருந்தனர். போர் முடிந்த பிறகு, இறைநம்பிக்கையாளர்களின் உடல்களை அடக்கம் செய்யவும், இறைமறுப்பாளர்களின் உடல்களைக் குழியிலோ

நீர் நிலையிலோ வைத்து மூடவும் உத்தரவிட்டார் இறைத்தூதர் அவர்கள். போரில் படுகாயமடைந்த தங்கள் படைத்தலைவனைக் கூட கண்டுகொள்ளாமல் போர்க்களத்தை விட்டு ஓடுமளவுக்கு எதிரிகள் பயந்துபோயிருந்தனர்.

ஹாரிஸ் பின் ஸம்ஆ, அபூகைஸ் பின் அல் ஃபாக்கிஹா, அலீ பின் உமய்யா, ஆஸ் பின் உத்பா ஆகிய இளைஞர்கள், இறைத்தூதர் மக்காவில் இருக்கும்போது அவர்மீது மிகுந்த பற்றுதல் வைத்திருந்தனர். மறைமுகமாக இஸ்லாத்தை ஏற்றிருந்தனர் என்றுகூட சொல்லலாம். இறைத்தூதரும் தோழர்களும் மதீனாவுக்குப் புலம்பெயர்ந்த பின், தங்கள் இனத்தார்களாலும் உற்றார் உறவினராலும் அவர்கள் தூற்றப்பட்டனர். முள் வாரால் தாக்கப்பட்டனர். எனவே, இறைத்தூதருக்கும் முஸ்லிம்களுக்கும் எதிரான போரில் வெளிப்படையாகக் கலந்துகொள்ள வேண்டிய நிர்ப்பந்தம் அவர்களுக்கு உருவானது. குறைஷி தலைவர்களுடன் சேர்ந்து இவர்களும் கொலையுண்டனர்.

பத்ர் களத்தில் அடைந்த மிகப்பெரும் தோல்வியால் மக்காவாசிகள் மிகுந்த கவலைக்குள்ளாயினர்.

போர் இலாபங்களை நஜ்ஜார் வம்சாவளியிலுள்ள அப்துல்லாஹ் பின் கஅப் (ரலி) அவர்களிடம் ஒப்படைத்த இறைத்தூதர், அப்துல்லாஹ் பின் ரவாஹாவையும், ஸைத் பின் ஹாரிஸாவையும் வெற்றிச்செய்தியுடன் மதீனாவுக்கு அனுப்பி வைத்தார்.

மதீனாவில் இறைத்தூதரின் பிரதிநிதியாக நியமிக்கப்பட்ட உஸாமா பின் ஸைத் (ரலி) குறிப்பிடுகிறார்: "இறைத்தூதரின் மகளும் உஸ்மான் பின் அஃப்ஃபான் (ரலி) அவர்களின் மனைவியுமான ருகைய்யா (ரலி) அவர்களை அடக்கம் செய்துகொண்டிருந்தவேளையில் பத்ர் வெற்றிச் செய்தியை அறிந்தோம். இந்தச் செய்தி, ரமளான் மாதம் 18 ஆம் நாள் மதீனாவுக்கு வந்து சேர்ந்தது."

பத்ர் போருக்குப் பிந்தைய நடவடிக்கைகளை முடித்த இறைத்தூதர் அவர்கள் மதீனாவுக்குப் புறப்பட்டார். ஸஃப்ரஉ எனுமிடத்தை அடைந்ததும் அல்லாஹ்வின் கட்டளையின்பேரில், முஸ்லிம்களிடையே போர் இலாபங்களைப் பங்கிட்டார். போர்க்கைதிகளில் மிகவும் கொடியவர்களான அப்துத்தார் குலத்தைச் சேர்ந்த நள்ர் பின் ஹாரிஸ் என்பவனுக்கு மரண தண்டனை

விதித்தார். இர்க் உஸ்ஸப்யா எனும் இடத்தை அடைந்தபோது உக்பா பின் அபூமுஅய்த் என்பவனுக்கும் மரண தண்டனை விதித்தார். இவ்விருவரும் இறைத்தூதர்மீதும் இஸ்லாத்தின்மீதும்கொண்ட வன்மத்தில் அபூஜஹ்லுக்கு நிகரானவர்கள். பிறகு, தம் தோழர்களுடன் மதீனாவை நோக்கி விரைந்த இறைத்தூதர், சிறைக்கைதிகளையும் காவலர்களையும் பின்னால் வரும்படி சொல்லியிருந்தார். அவர்கள் மறுநாள் வந்து சேர்ந்தனர்.

பொது மன்னிப்பு : அனைவரும் மதீனாவுக்கு வந்து சேர்ந்ததும், இறைத்தூதர் அவர்கள் தம் தோழர்களிடம் கைதிகளைப் பிரித்து ஒப்படைத்து விட்டு, "இவர்களை உள்ளன்புடன் நடத்துங்கள்" என்றார். இவர்களில், விக்கிரக ஆராதனையாளர்களில் முக்கியமானவரும், முஸ்அப் பின் உமைர் (ரலி) அவர்களின் சகோதரருமான அபூ அஸீஸ் பின் உமைரும் ஒருவர். இவர், "மதீனாவுக்கு வரும் வழியில் நான் அன்சார் குழுவொன்றின் பாதுகாப்பில் இருந்தேன். அவர்கள் உணவருந்துகிற நேரங்களில், ரொட்டியை எனக்குத் தந்துவிட்டு அவர்கள் ஈச்சம்பழங்களை உண்டார்கள். இதில் வெட்கமடைந்த நான் அதைத் திருப்பிக்கொடுக்க முனைந்தேன். அவர்கள் அதைப் பெற்றுக்கொள்ளவே இல்லை" என்றார்.

இவர், அபூயுஸ்ர் அல்அன்சாரி (ரலி) அவர்களின் பொறுப்பில் விடப்பட்டார். அப்போது, முஸ்அப் பின் உமைர் (ரலி), அபூயுஸ்ர் (ரலி) அவர்களிடம், "இவரைக் கடுமையாக நடத்துங்கள். ஏனெனில், இவரது தாயார் ஒரு செல்வந்தர்" என்றார். உடனே அபூஅஸீஸ், "சகோதரரே, நீங்களா இதைச் சொல்வது?" என்று கேட்டார். முஸ்அப் (ரலி) சொன்னார்: "என்னுடைய சகோதரர் நீர் அல்ல! நீர் யாருடைய பிணைக்கைதியாக இருக்கிறீரோ, அவர்தான் என்னுடைய சகோதரர்."

அபூஅஸீஸின் தாயார் தன் மகனை விடுவிப்பதற்காக நான்காயிரம் திர்ஹம்கள் பிணைத் தொகை அனுப்பியிருந்தார். விக்கிரக ஆராதனையாளர்களின் படுதோல்வி மக்காவை மிகவும் பாதித்தது. இதனால் பாதிக்கப்படாத ஒரு மனிதனும் மக்காவில் இல்லை. அவர்கள் மிகுந்த கலக்கத்துடன் இருந்தனர். ஆனால், மக்காவில் வாழ்ந்த முஸ்லிம்கள் ஆறுதலடைந்தனர். பத்ர் போரில் கலந்துகொள்ள முடியாத அபூலஹப், முஸ்லிம்களின் வெற்றியில்

மிகுந்த உள்கலக்கம் அடைந்தான். ஒரு வாரத்திற்குப் பிறகு இறந்தும் போனான்.

கைதிகளின் நிலைப்பாடு : இறைத்தூதர் அவர்கள், கைதிகளின் விஷயத்தில் தோழர்களின் கருத்தை எதிர்பார்த்தார். உமர் பின் கத்தாப் (ரலி) சொன்னார்: "எனது கருத்துப்படி, உறவினர்கள்மீதான பரிவைவிடவும் இறைநம்பிக்கைமீதான பற்றுதான் இஸ்லாத்தில் முக்கியம் என்பதை உறுதிப்படுத்த, எங்கள் உறவினர்களை நாங்கள் தண்டித்தாக வேண்டும்."

அபூபக்ர் (ரலி) சொன்னார்: "பெருமளவிலான பிணைத்தொகை அளித்து, கைதிகள் விடுதலை பெற அனுமதிக்கலாம். அந்தப் பிணைத்தொகை மூலம் தேவையான போர்க்கருவிகளை நாம் பெற்றுக்கொள்ளலாம். விடுதலையாகும் கைதிகள் வருங்காலங்களில் இஸ்லாத்தைத் தழுவவும் வாய்ப்பிருக்கிறது." அபூபக்ர் (ரலி) அவர்களின் கருத்தை, இறைத்தூதர் ஏற்றுக்கொண்டார். தொடர்ந்து, கைதிகளில் சிலர் பிணைத்தொகை அளிக்காமலும் விடுதலை பெற்றனர். மக்காவாசிகள், தங்கள் உறவினர்களின் விடுதலைக்காக நான்காயிரம் திர்ஹம்கள்வரை அனுப்பியிருந்தனர். பிணைத்தொகைச் செலுத்த இயலாதவர்களில் எழுதப்படிக்கத் தெரிந்த கைதிகள், பத்து சிறுவர்களுக்குக் கற்றுக்கொடுத்த பின், விடுதலை பெற ஒப்புக்கொண்டனர்.

கைதிகளில் ஒருவரான அபுல்ஆஸின் விடுதலைக்காக, அவரது மனைவியும் இறைத்தூதரின் மகளுமான ஸைனப் (ரலி), தனது கழுத்து மாலையை அனுப்பியிருந்தார். இறைத்தூதர் அவர்கள் தனது தோழர்களிடம், "நீங்கள் விரும்பினால், அதை ஸைனபிற்கு திருப்பி அனுப்பி விடலாம்; அது, அவரது தாயார் கதீஜா அவருக்கு அன்பளிப்பாக வழங்கிய ஆபரணம்" என்றார். இதனை ஏற்றுக்கொண்ட நபித்தோழர்கள் அபுல்ஆஸை விடுதலை செய்தனர். மக்காவுக்குச் சென்ற அபுல்ஆஸ், முதல்வேலையாக, தன் மனைவி ஸைனப் (ரலி) அவர்களை மதீனாவுக்கு அனுப்பி வைத்தார். இதன் பிறகு, சுமார் ஆறு ஆண்டுகளுக்குள் அபுல்ஆஸ் இஸ்லாத்தைத் தழுவினார்.

அவநம்பிக்கையாளர்களின் பழிவாங்கும் எண்ணம் : பத்ர் போரில் அடைந்த படுதோல்வி, முஸ்லிம்களின் வெற்றியைக் குறிக்கும்

என்பதால் அதைப் பெரிதுபடுத்த, குறைஷிகள் விரும்பவில்லை. பத்ர் களத்தில், தனது தந்தை உமய்யாவையும் மகன் அலீயையும் பறிகொடுத்த, ஸஃப்வான் பின் உமய்யா, மதீனாவுக்குச் சென்று, நபி (ஸல்) அவர்களைக் கொலை செய்துவிட்டு வருமாறு உமைர் பின் வஹறைபத் தூண்டினான்.

விஷம் கலந்த வாளுடன் மதீனாவுக்கு வந்த உமைர்மீது சந்தேகப்பட்ட உமர் (ரலி), அவரை இறைத்தூதரிடம் அழைத்துச்சென்றார். இறைத்தூதர் அவரிடம், "எதற்காக இங்கே வந்தாய்?" என்று கேட்டார். "பத்ர் களத்தில் பிடிபட்டுக் கைதியாக இருக்கும் என் மகனை விடுவிக்க வந்திருக்கிறேன். என்மீது இரக்கம்கொண்டு அவனை விடுதலை செய்ய வேண்டும்" என்றார் உமைர். "என்னைக் கொலை செய்வதற்காக ஸஃப்வான் உன்னை அனுப்பியிருக்கிறான் என்ற உண்மையை எதற்காக நீ மறைக்க வேண்டும்?" என்று கேட்டார் இறைத்தூதர்.

தனக்கும் ஸஃப்வானுக்குமிடையிலுள்ள உண்மைகள் அனைத்தையும் ஒப்புக்கொண்ட உமைர், "ஸஃப்வானுக்கும் எனக்குமிடையிலான உரையாடலை அறிந்திருப்பது தாங்கள் அல்லாஹ்வின் தூதர் என்பதற்கான சான்று. ஆகவே, நான் இஸ்லாத்தை ஏற்றுக்கொள்கிறேன்" என்றான்.

பத்ர் போரில், எல்லாம் வல்ல அல்லாஹ், வானவர்கள் மூலம் முஸ்லிம்களுக்குத் துணை நின்றான். தோல்வியுடன் திரும்பிச் சென்ற குறைஷிகளும் தொலைவில் நின்று போரைக் கண்ணுற்றவர்களும் போர்க்களத்தில் வானவர்களின் பங்களிப்பு குறித்து விளக்கினர். அதிலொருவர், "அன்று, போர்க்களத்தை நோக்கித் திடீரென ஒரு மேகக்கூட்டம் கடந்து செல்வதைக் கண்டோம். அதன் ஓசை, குதிரைகள் கனைப்பதுபோலிருந்தது. யாரோ, விரைந்து செல்லுங்கள்... விரைந்து செல்லுங்கள்... என்று சொல்வதும் எங்கள் காதுகளில் விழுந்தது. இதைக் கேட்டு பயத்துடன் கீழே விழுந்த ஒருவர் இறந்துபோனார். அந்த அளவுக்கு இது எங்களுக்குள் பயத்தை ஏற்படுத்தியது" என்றார்.

பத்ர் போர் முடிந்து, ரமளான் மாதம் இருபத்திரண்டாம் நாள் இறைத்தூதர் அவர்கள் மதீனாவுக்குத் திரும்பி வந்தார். அதே மாதம், கடைசி நாள்களில், ஸதக்கத்துல் ஃபித்ரும் பெருநாள்

தொழுகையும் கடமையாக்கப்பட்டன. இத்துடன், உணவுக்காக குர்பான் கொடுப்பதும் வலியுறுத்தப்பட்டது.

இதே ஆண்டு, இறைத்தூதர் அவர்கள், துன்நூரைன் (இரண்டு ஒளி மனிதர்) என்று அழைக்கப்பட்ட உஸ்மான் பின் அஃப்ஃபான் (ரலி) அவர்களுக்கு, தனது மகளான உம்மு குல்ஸூம் (ரலி) அவர்களை மணம் செய்து வைத்தார். அலீ (ரலி) அவர்களுக்கு தனது இளைய மகளான ஃபாத்திமா (ரலி) அவர்களை மணம் செய்து வைத்தார்.

பத்ர் போரின் தோல்வி, அவநம்பிக்கையாளர் நெஞ்சங்களில் பழிவாங்கும் நெருப்பினைக் கொழுந்துவிட்டெரியச் செய்தது. போர் முடிந்த இரண்டாம் மாதம், மக்காவிலிருந்து, அபூசுஃப்யானின் தலைமையில் இருநூறு குதிரை வீரர்கள் முஸ்லிம்களைத் தாக்குவதற்காகப் புறப்பட்டனர். அவர்கள் மதீனாவின் அருகில் வந்த நிலையில் இறைத்தூதருக்குத் தகவல் சென்றது. படைகளைத் திரட்டிக்கொண்டு, இறைத்தூதரும் புறப்பட்டார். ஆனால், விவசாய நிலத்தில் வேலை செய்துகொண்டிருந்த ஸயீத் பின் அம்ர் (ரலி) எனும் அன்சாரியையும் அவரது நண்பரையும் கொன்று, அவர்களது முந்திரித் தோட்டங்களை எரியூட்டிய அபூசுஃப்யான் மக்காவுக்குத் திரும்பி விட்டிருந்தார்.

முஸ்லிம் படைகள் வருவதை அறிந்த அபூசுஃப்யானும் படைகளும் தப்பியோடினர். தங்களுடன் கொண்டு வந்திருந்த, பெருமளவிலான உணவுப் பொருள்கள், ஓட்டத்திற்குத் தடையாக இருந்தபோது அவற்றை வீசியெறிந்து விட்டுத் தப்பித்தனர். கத்ர் எனும் இடம்வரைக்கும் முஸ்லிம் படையினர் அவர்களைப் பின்தொடர்ந்து சென்றும் கண்டுபிடிக்க இயலவில்லை. இறைத்தூதர் அவர்கள் மதீனாவுக்குத் திரும்பினார். இந்தப் படையெடுப்பு, எதிரிகள் விட்டுச் சென்ற உணவுப் பொருளான மாவைக் குறிப்பிடும் வகையில் சவீக் போர் என்று அறியப்பட்டது.

ஹிஜ்ரீ மூன்று : யூதர்களின் எதிர் நிலை : அப்துல்லாஹ் பின் உபை, மதீனாவின் அரசனாக அரியணை ஏறவிருந்த சூழலில் இறைத்தூதர் அவர்களின் மதீனா வருகை நிகழ்கிறது. இத்துடன் அப்துல்லாஹ்வின் திட்டம் தடைபட்டது. இறைத்தூதர்மீதும் முஸ்லிம்கள்மீதும் அவன் பகைமைகொண்டான். அவனது

அறிவுக்கூர்மை, இதை வெளிப்படுத்தாமலிருக்க உதவிற்று. அதேநேரம் குறைஷிகளுடன் சேர்ந்து, முஸ்லிம்களுக்கு எதிரான சூழ்ச்சிகளில் அவன் ஈடுபட்டு வந்தான்.

ஏகத்துவ நம்பிக்கையாளர்கள்மீது பலதெய்வ நம்பிக்கையாளர்களைத் தூண்டுவதில் தன்னால் இயன்ற எல்லா முயற்சிகளையும் செய்தான். இருந்தும் அவனால் வெற்றிபெற இயலவில்லை. பத்ர் வெற்றியைத் தொடர்ந்து, கலக்கமடைந்த நிலையில் இஸ்லாத்தைத் தழுவிக்கொள்வதாக அறிவித்தான். இருந்தும், முஸ்லிம்கள்மீதான பகையுணர்வைத் தொடர்ந்ததுடன் சில சதித்திட்டங்களை நிறைவேற்றும் பொருட்டு, முஸ்லிம் அல்லாதவர்களுக்குத் தலைமையேற்றான். இக்குழுவினர் நயவஞ் சகர்கள் என்று அறியப்பட்டனர். தங்களுக்கான இலாபங்களைப் பெறும் நோக்கத்துடன் யூதர்கள் சிலரும் இக்குழுவில் இணைந்துகொண்டனர்.

முஸ்லிம்களின் சமூக மேன்மையும் இஸ்லாம் வேகமாகப் பரவுவதும் யூதர்களை வெறுப்பூட்டின. அப்துல்லாஹ்வை விடவும் யூதர்கள் அதிகமான வன்மத்துடன் இருந்தனர். அவர்களது பாதுகாப்பின்கீழ் மதீனா நகரின் வெளிப்பகுதியில் கைனுகா, நள்ர், குறைளா எனும் மூன்று இனக் குழுக்கள் இருந்தன. இறைத்தூதரின் மதீனா வருகைக்குப் பிறகு, முதலில் செய்த உடன்படிக்கை, யூத இனக்குழுக்கள் அனைத்தையும் கட்டுப்பாட்டுக்குள் கொண்டுவந்தது. அப்துல்லாஹ்வுடன் சேர்ந்து குறைஷிகள் ஒரு புறமும் யூதர்கள் மற்றொரு புறமும் சதித் திட்டங்கள் தீட்டி வந்தனர்.

இஸ்லாமியச் சிந்தனைகள்மீதும் அதன் முன்னேற்றத்திலும் யூதர்களுக்கு ஏற்பட்ட வெறுப்பு, இஸ்லாத்தை முழுமூச்சுடன் எதிர்க்கும் குறைஷிகள்மீது இயல்பாகவே பரிவை உருவாக்கியிருந்தது. பத்ர் வெற்றியை, ஸைத் பின் ஹாரிஸா (ரலி) மூலம் அறிந்துகொண்ட யூதர்கள் கோபமும் அதிருப்தியும் கொண்டனர். வெற்றிச் செய்தியை அறிந்த கஅப் பின் அஷ்ரஃப், மிகுந்த வன்மத்துடன் சொன்னான்: “மக்காவாசிகள் அரசர்கள். அரேபியாவின் மேன்மைமிகுந்த மக்கள். அவர்களை முஹம்மத் வெற்றிகொண்டாரெனில், பூமியில் யாருமே வாழ்க்கையை அனுபவிக்க முடியாமல் போய் விடும்.”

போரில் குறைஷிகள் தோல்வியுற்ற தகவல் உறுதியானதும்,

கஅப் பின் அஷ்ரஃப், மதீனாவிலிருந்து மக்காவிற்குச் சென்றான். இழப்புகளுக்கான இரங்கல் கவிதையெழுதி அதை மக்கா நகர் முழுவதும் பாடித் திரிந்தான். மக்காவிலுள்ள அவநம்பிக்கையாளர்களிடையே பழிவாங்கும் உணர்வைப் பற்ற வைத்தான். திரும்பி மதீனாவுக்கு வந்த கஅப் முஸ்லிம்களைக் கண்டிப்பதையும் ஏளனம் செய்வதையும் தொடர்ந்து செய்து வந்தான்.

வட்டித்தொழிலில் ஈடுபட்டு வந்த யூத இனக்குழுவினர் செல்வந்தர்களாக இருந்தனர். இழிவான அனைத்து முறைகளிலும் பணம் ஈட்டினர். இதன் காரணமாக, மதீனாவிலுள்ள அவ்ஸ், கஸ்ரஜ் இனக்குழுவினர், கடனாளிகளாக்கப்பட்ட நிலையில் யூதர்களின் கட்டுப்பாட்டின்கீழ் வாழ்ந்தனர். குயுக்தியும் செல்வமும் யூதர்களைப் பெருமைக்குரியவர்களாக்கியது. மற்றவர்களை அவர்கள் மூடர்களாகவும் அறிவற்றவர்களாகவும் கருதினர். பத்ரில் முஸ்லிம்களுக்குக் கிடைத்த மகத்தான வெற்றியில் அவர்கள் பெரிதும் தடுமாற்றமடைந்தனர். இந்நிலையில், முஸ்லிம்களுக்கு எதிரான, அப்துல்லாஹ் மற்றும் அவனது நயவஞ்சகக் குழுவினருடனும் மக்காவிலுள்ள குறைஷிகளுடனும் புதிய நட்புகளை உருவாக்கினர்.

தங்களது மனத்துன்பங்களை முஸ்லிம்களை இகழ்வதன்மூலம் தணித்து வந்த யூதர்கள் மற்றொரு சூழ்ச்சித் திட்டத்தையும் வகுத்தனர். இஸ்லாத்தின்மீது எவ்விதப் பற்றுதலும் இல்லாமல், அதை ஏற்றுக்கொள்வதாக வெளிப்படையாக அறிவிப்பது; பிறகு, தாங்கள் ஏற்றுக்கொண்ட இஸ்லாம் சரியான ஒரு இறைமார்க்கம் இல்லை; ஆகவே, நாங்கள் அதை விட்டு வெளியேறுகிறோம் என்று அறிவிப்பது; இதன்மூலம் முஸ்லிம்களிடையே சிதைவையும் நம்பிக்கைக் குலைவையும் ஒழுங்கீனத்தையும் உருவாக்குவது. இதுதான் அவர்களின் திட்டம்.

இறைத்தூதரும் தோழர்களும் இந்த அருவருப்பான சூழ்ச்சியை எதிர்கொள்ள வேண்டியதாயிற்று. அவர், யூத மக்களைச் சந்தித்தார். அவர்களின் கூட்டங்களுக்குச் சென்றார். உண்மையை நோக்கி வரும்படி அவர்களுக்கு அழைப்பு விடுத்தார். "அல்லாஹ்வின் உண்மையான தூதர் நான்தான் என்ற உண்மையை நீங்கள் நன்கறிவீர்கள். எல்லாம் வல்ல அல்லாஹ்வின் தூதரின்

வருகையை நீங்களும் எதிர்பார்த்திருந்தீர்கள். எனது தூதுத்துவத்தை ஆய்வுசெய்ய வேண்டியது உங்கள் கடமை. இதை அறிந்துகொள்ள, உங்களுக்கு அளிக்கப்பட்டுள்ள மறைநூல்களின் துணையை நீங்கள் நாடியிருக்க வேண்டும். ஆனால் நீங்கள் எதிர்மறையாக உங்கள் பயணத்தை மேற்கொண்டிருக்கிறீர்கள். அல்லாஹ்வின் கோபத்தில் பயம்கொள்ளுங்கள். இல்லையேல், அபூஜஹ்ல், உத்பா போன்றவர்களுக்கு நேர்ந்த இகழ்வுக்குரிய முடிவையே நீங்களும் அனுபவிக்க வேண்டியது வரும்.''

அறிவார்ந்த, மேன்மைமிக்க இச்சொற்களை யூதர்கள் எதிர்கொண்டவிதம் வேறுவகையில் அமைந்தது. ''மக்காவிலுள்ள குறைஷிகளை எங்களுடன் ஒப்பிட வேண்டாம். போர்க்கலை குறித்து ஏதுமறியாதவர்கள் அவர்கள். எங்களை எதிர்கொள்ளும்போது நீர் அதைப் புரிந்துகொள்வீர்.''

யூத இனக்குழு கைனுகா வம்சாவளியினர் : யூதர்கள் தமக்கு இழைத்த துன்பங்களை இறைத்தூதர் அவர்கள், முன்மாதிரியான பொறுமையுடனும் ஆற்றலுடனும் எதிர்கொண்டார். ஒப்புக்கொண்ட உடன்படிக்கையை நெறியற்ற முறையிலும் தற்செருக்குடனும் மீறிய யூதர்களை அவர் தண்டிக்க விரும்பவில்லை. அவர்களது அகந்தைக்கும் பயமுறுத்தும் நடவடிக்கைகளுக்கும் பொறுமையையும் அறிவுரைகளையும் பதிலாக்க விரும்பினார். முடிவில், அவர்களின் முறைபிறழ்வுகளும் தீய நடவடிக்கைகளும் அழிவை நோக்கி அவர்களை இட்டுச்சென்றன.

ஒருமுறை, கைனுகா வம்சாவளியினரின் வசிப்பிடத்தில் ஒரு வணிகக்கூடல் நடைபெற்றது. அங்கே பால் விற்பனைக்காகச் சென்ற அன்சாரி பெண் ஒருவர், அதை முடித்துவிட்டு, ஒரு யூத நகை வியாபாரியிடம் சென்றாள். அவன் அவளிடம் தவறாக நடந்துகொள்ளவே, அப்பெண்மணிக்கு ஆதரவாக அன்சாரி ஒருவர் குரலெழுப்பினார். உடனே, அந்த இடத்தில் ஒன்று திரண்ட யூதர்கள் அன்சாரி முஸ்லிமைத் தாக்கினார்கள். இம்மோதலில் ஒரு யூதன் உயிரிழந்தான்.

சம்பவ இடத்துக்கு விரைந்த முஸ்லிம்கள் பலர், ஆயுதங்களுடனிருந்த யூதர்களால் தாக்கப்பட்டனர். செய்தியை அறிந்த இறைத்தூதர் அவர்கள் தோழர்களுடன் விரைந்தார்.

ஆயுதங்களுடன் போருக்குத் தயாராக நின்றிருந்தனர் யூதர்கள். போர் நிகழ்ந்தது. ஆயுதம் தாங்கிய முந்நூறு யூதர்கள் உட்பட, கைனுகா யூதர்கள் எழுநூறு பேர், தங்கள் கோட்டைக்குள் சென்று ஒளிந்துகொண்டனர். முஸ்லிம்கள் கோட்டையை முற்றுகையிட்டனர். இம்முற்றுகை, பதினைந்து நாள் நீடித்தது. இறுதியில், கோட்டை முஸ்லிம்களின்கீழ் வந்தது.

அரேபிய வழக்கப்படி, போர்க்கைதிகள் கொல்லப்பட வேண்டும். பத்ர் போரின் கைதிகளில் மிகவும் தீயவர்களான இரண்டு பேர்களுக்கு மட்டும் மரண தண்டனை விதிக்கப்பட்டு ஏனையோர் விடுவிக்கப்பட்ட சம்பவம் மக்காவாசிகளிடையே வியப்பை ஏற்படுத்தியது. இப்போது பிடிபட்ட எழுநூறு யூதர்களும் மரண தண்டனையை எதிர்பார்த்த நிலையில், நயவஞ் சகர்களின் தலைவனும் முஸ்லிம் வேடதாரியுமான அப்துல்லாஹ், யூதர்களின் உயிருக்கும் தீர்ப்புக்குமிடையே இடைநிலை வகித்தான். அவனது தொடர்முயற்சிகளின் விளைவாக, கைதிகள் அனைவரும் பாதுகாக்கப்பட்டனர். இதன்மூலம், அப்துல்லாஹ், யூதர்களுடனான தனது நட்பை மேலும் வலுப்படுத்திக்கொண்டான்.

பத்ர் போரில் உயிரிழந்தவர்கள்மீதான இரங்கல் கவிதையெழுதிய கஅப் பின் அஷ்ரஃப், தன் காதல் கவிதைகளில், முஸ்லிம் பெண்களின் பெயர்களைச் சேர்த்துக்கொள்வதை எவ்விதத் தயக்கமுமின்றி வழக்கமாக்கியிருந்தான். இதனால், முஸ்லிம்கள் பெரிதும் கவலைப்பட்ட போதும் பொறுமை காத்தனர். இது, இறைத்தூதரை சூழ்ச்சியின்மூலம் கொலை செய்வதற்குத் திட்டம் தீட்டுமளவுக்கு யூதர்களைக் கொண்டுசென்றது. ஆகவே, இறைத்தூதர் அவர்கள் இரவு நேரங்களில் மிகுந்த எச்சரிக்கையுடன் செயலாற்றினார்.

கஅப் பின் அஷ்ரஃபின் தீவினைகள் எல்லைமீறிய நிலையில், முஹம்மத் பின் மஸ்லமா (ரலி) எனும் தோழர் ஒருவர், நபி (ஸல்) அவர்களிடமிருந்து கஅபுவைக் கொல்வதற்கான அனுமதி பெற்றார். பின்பு, நண்பர் சிலருடன் கஅபுவின் வீட்டுக்குச்சென்ற முஹம்மத் பின் மஸ்லமா, அவனைக் கொன்றார். இன்னொரு யூதனான சலாம் பின் அப்துல் ஹுகைக் என்பவன், இந்தக் கொலையைச் சவாலாகக்கொண்டு தனது தீவினைகளில் எல்லைமீறி ஈடுபட்டான். அவ்ஸ் வம்சாவளியைச் சேர்ந்தவரால் கஅப் கொல்லப்பட்டான்

என்பதால், கொடியவன் சலாமைக் கொல்லும் பொறுப்பை கஸ்ரஜ் வம்சாவளியினர் ஏற்றுக்கொண்டனர். இவர்கள் எட்டுபேர்களாகச் சேர்ந்து, கைபர் வழியாகச் சென்று, சலாம் பின் அப்துல் ஹுகைக்கைக் கொன்றுவிட்டுத் தப்பித்து வந்தனர்.

உஹுத் போர் : பத்ர் போரின் தோல்வி மக்காவாசிகளைக் கோபத்தின் எல்லைக்கே கொண்டுசென்றிருந்தது. இன்னொரு புறம் மதீனாவின் யூதர்களும் வஞ்சகர்களும் முஸ்லிம்களைப் பழிவாங்குவதற்கான அனைத்து முயற்சிகளிலும் முழுமூச்சுடன் ஈடுபட்டிருந்தனர். தன் தந்தையையும் சகோதரனையும் பத்ர் களத்தில் பறிகொடுத்தவளும் அபூசுஃப்யானின் மனைவியுமான ஹிந்த், போரில் தோல்வியுற்றதையும் உயிரிழப்புகளையும் கூடவே, தங்கள் பெருமைகளையும் சிறப்புகளையும் சொல்லி மக்காவாசிகளைத் தூண்டி வந்தாள். போரில் குறைஷித் தலைவர்கள் பெருமளவில் மரணமடைந்த நிலையில் தலைவரான அபூசுஃப்யான், தோல்விக்குப் பழி வாங்குவதற்கான ஏற்பாடுகளைப் பெரிய அளவில் செய்ய ஆரம்பித்தார்.

பத்ர் போருக்கு முன், ஐம்பதாயிரம் மிஸ்கால் (ஒரு மிஸ்கால் = ஏறத்தாழ 4.3 கிலோ கிராம்) பொன்னும் ஆயிரம் ஒட்டகங்களும்கொண்ட பெரும் செல்வத்துடன் சிரியாவிலிருந்து ஒரு வணிகக்குழு வந்து சேர்ந்தது. பங்குதாரர்களிடம் ஒப்படைக்க வேண்டிய இச்செல்வங்கள் அனைத்தையும் போர்க்கருவிகளும் பிற பொருள்களும் வாங்கப் பயன்படுத்துவதாக முடிவு செய்தனர் குறைஷிகள். இஸ்லாத்திற்கெதிராகவும் தங்களுக்கு ஆதரவாகவும் அணிதிரளச்சொல்லி மக்களைத் தூண்டுவதற்காக, அரேபியாவின் அனைத்து இனக்குழுவினரிடையிலும் கவிஞர்களை அனுப்பி வைத்தனர். இது, குறைஷிகளுக்குப் பெரும் சாதகமாக அமைந்தது. கினானா வம்சாவளியினரும் திஹாமாவாசிகளும் துணைக்கு வந்தனர். இவர்களுடன் மக்காவின் அருகில் வாழ்ந்து வந்த அபிசீனியர்களான அஹ்பாஷிகளும் சேர்ந்து கொண்டனர். போர்ப் பாடல் இசைப்பவர்களும் படைக்கு வலுச் சேர்த்தனர். ஒரு பெரும் போருக்கான இம்முன்னேற்பாடுகள் ஆண்டு முழுவதும் நடந்தன. யூதர்களும் மதீனாவிலுள்ள நயவஞ்சகர்களும் எல்லா நிலைகளிலும் குறைஷிகளுக்கு உதவியாக இருந்தனர்.

ஷவ்வால் மாதம் தொடக்கத்தில், பெரிய அளவில்

போர்க்கருவிகளுடன் மூவாயிரம் வீரர்களைக்கொண்ட ஒரு படை மதீனாவை நோக்கி அணி வகுத்தது. பத்ர் போரில் கொலையுண்ட தலைவர்களின் மனைவியரும் மகள்களும், எதிரிகள் கொல்லப்படுவதைக் காண்பதற்காகப் படைகளுடன் சென்றனர். வீரர்களின் மனஉறுதியைத் தூண்டியபடியும் முஸ்லிம்களின் வசிப்பிடங்களுக்குள் நுழைந்து அவர்களை அழிப்பதற்கான கோபவெறியை ஊட்டியபடியும் கவிஞர்களும் கூடவே சென்றனர். உத்பாவின் மகள் ஹிந்த், பெண்கள் அணிக்குத் தலைவியாகவும், அவளது கணவர் அபூசுஃப்யான் குறைஷியர் படைக்குத் தலைவராகவும் இருந்தனர்.

ஜுபைர் பின் முத்யிமிடம் வஹ்ஷி எனும் ஒரு அபிசீனிய அடிமை இருந்தான். குறி தவறாமல் ஈட்டி எய்வதில் இவன் மிகவும் திறமைபெற்றவன். ஹம்ஸா (ரலி) அவர்களைக் கொன்றால் உனக்கு விடுதலை என்பதாக ஜுபைரும் இதைச்செய்து முடித்தால் தன்னுடைய தங்க ஆபரணங்கள் அனைத்தையும் தருவதாக ஹிந்துவும் வாக்குறுதி அளித்தனர்.

படைகள் மதீனாவை நெருங்கின. ஏற்கனவே இதை அறிந்திருந்த இறைத்தூதர் அவர்கள், வரவிருக்கும் பேராபத்து குறித்து, தோழர்களுடன் ஆலோசனை செய்தார். தன்னை முஸ்லிமாகக் காட்டிக்கொண்ட நயவஞ்சகர்களின் தலைவன் அப்துல்லாஹ்வும் அதிலொருவன். போர் மதீனாவின் எல்லைக்குள் வைத்து நிகழ்வதையே இறைத்தூதர் விரும்பினார். ஏனெனில், தமது வாளின் நுனிப்பகுதி உடைந்து விழுந்ததாக அண்மையில் அவர் கனவுகண்டிருந்தார். எதிரிகளுடன் மதீனாவுக்கு வெளியே மோதுவது இழப்பை ஏற்படுத்தக்கூடுமென்று உணர்ந்தார். மேலும் தமது மார்புக் கவசத்தின்மீது தாம் கை வைத்திருப்பதாகவும் கனவு கண்டார். மார்புக் கவசம் என்பதை மதீனா என்று அவர் பொருள் கொண்டார்.

அப்துல்லாஹ்வும், பகைவர்களை மதீனாவுக்குள் வைத்து எதிர்கொள்வதையே ஆதரித்தான். இதன்மூலம், தனக்கும் ஏதாவது நன்மைகள் விளையும் என்பது அவனது எண்ணம். ஆனால், மதீனாவுக்கு வெளியில் அவர்களை எதிர்கொள்ள வேண்டுமென்பதுதான் பெரும்பாலான நபித்தோழர்களின் விருப்பம். மதீனாவினுள் என்பதை வயது முதிர்ந்தவர்கள் விரும்பினாலும் இளைஞர்கள் ஏற்கவில்லை.

ஷஅபான் மாதம் 14 ஆம் நாள் வெள்ளிக்கிழமை. ஆலோசனைக் கூட்டம் முடிவடைந்ததும், இறைத்தூதர் அவர்கள் ஜுமுஆ தொழுகையை முன்நின்று நடத்தினார். பிறகு தமது இல்லத்திலிருந்து மார்புக்கவசமணிந்து போர்க்கருவிகளுடன் வெளியே வந்தார். இறைத்தூதரின் கருத்திலிருந்து மாறுபட்ட நிலையில் ஏதாவது ஆபத்துக்கள் நேரிடுமோ என்ற பயத்துடனிருந்த தோழர்கள், "தங்கள் விருப்பப்படி நடப்பதாக நாங்கள் முடிவு செய்திருக்கிறோம் இறைத்தூதரே!" என்று பணிவுடன் சொன்னார்கள்.

வழி நடத்துவதற்கான இறைவசனங்கள் இல்லாத நிலையில், பெரும்பான்மைக் கருத்தைத் தாமும் ஏற்றுக்கொள்வதாக இறைத்தூதர் அறிவித்தார். மேலும், பத்ர் போரின்போது, தங்களின் வீரத்தை நிரூபிக்க வாய்ப்புக் கிடைக்காதவர்களின் ஆர்வத்தை இது தணிக்குமென்றும் கருதினார். உம்முமக்தூம் (ரலி) அவர்களை மதீனா பொறுப்பாளராக நியமித்துவிட்டு இறைத்தூதர் அவர்கள் ஆயிரம் வீரர்களைக்கொண்ட ஒரு படைக்குத் தலைமையேற்று முன்னேறினார்.

வஞ்சகர்களின் தொல்லை : காலையில், உஹுத் மலையை நெருங்கியதும், வஞ்சகர்களின் தலைவனான அப்துல்லாஹ், மதீனாவுக்குள் வைத்துப் போரிட வேண்டுமென்ற தன்னுடைய கருத்து ஏற்கப்படாததால், போரில், தான் கலந்துகொள்வதற்கில்லை என்று சொல்லி தன்னுடைய முந்நூறு வீரர்களுடன் திரும்பிச் சென்றான். இப்போது, முஸ்லிம் படையில் எழுநூறு பேர் மட்டுமே இருந்தனர். இளம் வயது வீரர்களை ஏற்கனவே இறைத்தூதர் அவர்கள் திருப்பி அனுப்பியிருந்தார். படைகள் உஹுத் மலையை அடைந்தன. குறைஷியர் படை ஏற்கனவே அங்கு கூடாரம் அமைத்திருந்தது. இறைத்தூதர் அவர்கள் உஹுத் மலையைப் பின்புறமாகக் கொண்டு தங்கள் கூடாரங்களை அமைத்தார். மறுநாள், ஹிஜ்ரீ 3, ஷஅபான் மாதம் 15 ஆம் நாள் போர் நடைபெற்றது.

போருக்கு முன்னதாக, பள்ளத்தாக்கின் அருகிலுள்ள ஒரு மலைமீது அப்துல்லாஹ் பின் ஜுபைர் (ரலி) தலைமையில் ஐம்பது வில்போராளிகளை நிறுத்திய இறைத்தூதர் அவர்கள், மறு அறிவிப்பு வரும்வரைக்கும், எந்த நிலைமையிலும் அங்கிருந்து நகர வேண்டாமென்று சொல்லியிருந்தார். எதிரிகள் பின்புறமிருந்து முன்னேறுவதைத் தடுப்பதுதான் இதன் நோக்கம்.

இறைத்தூதர் அவர்கள் படைகளை ஒழுங்குபடுத்தினார். வலப் புற அணிக்கு ஸுபைர் பின் அல்அவ்வாம் (ரலி) அவர்களும் இடப் புற அணிக்கு முன்திர் பின் அம்ர் (ரலி) யும் தலைவராக நியமிக்கப்பட்டனர். முன்னணிப் படைக்கு ஹம்ஸா (ரலி) அவர்களும் பதாகை ஏந்துபவராக முஸ்அப் (ரலி) அவர்களும் நியமிக்கப்பட்டனர். அபூதுஜானா (ரலி), இறைத்தூதரின் வாளை ஏந்தும் வாய்ப்பைப் பெற்றிருந்தார். மகிழ்ச்சியுடனும் பெருமிதத்துடனும் அவர் நடைபோட்டார். இதைக்கண்ட இறைத்தூதர் அவர்கள், "போர்க்களத்தைத் தவிர, இத்தகைய நடை அல்லாஹ்வால் வெறுக்கப்படுகிறது" என்றார்.

குறைஷிகளும் தங்கள் படையை ஒழுங்குபடுத்தினர். நூறு குதிரை வீரர்களைக்கொண்ட வலப் புற அணிக்கு, காலித் பின் வலீதும் இடப் புற அணிக்கு, இக்ரிமா பின் அபூஜஹ்லும் தலைமை ஏற்றனர். முந்தைய கால வழக்கப்படி, அப்துத்தார் வம்சாவளியினர் பதாகை ஏந்துபவர்களாக இருந்தனர்.

பத்ர் களத்தில் ஒழுங்குகளைக் கடைப்பிடிக்காமல்தான் தோல்வியைத் தழுவ நேர்ந்தது என்று கடுஞ்சொல் கூறி, படைவீரர்களை உற்சாகப்படுத்தினார் அபூசுஃப்யான். விழிப்புடன் நின்று போர்க் கடமைகளை நிறைவேற்றத் தவறுபவர்கள் நீக்கப்பட்டு அந்த இடத்தில் வேறு வீரர்கள் நியமிக்கப்படுவார்கள் என்றும் எச்சரித்தார். அப்துத்தார் வம்சாவளியினர், பதாகையைத் நாங்களே ஏந்துவோம் என்று விடாப்பிடியாக நின்று வீரத்துடன் போரிடுவதாகவும் உறுதியளித்தனர். குறைஷிகளின் வில்படைத் தலைவராக அப்துல்லாஹ் பின் ரபீஆ இருந்தார். எதிரிகளின் படையில் மூவாயிரம் வீரர்களும் முஸ்லிம்களின் படையில் எழுநூறு வீரர்களும் இருந்தனர்.

போரின் தொடக்கம் : போரின் தொடக்கத்தில், மதீனாவின் அவ்ஸ் இனக்குழுவைச் சேர்ந்த துறவியான அபூஆமிர் முன் வந்தான். தன் மக்களிடையே இவன் உயர்நிலையில் மதிக்கப்படுபவன். முஸ்லிம்கள் மதீனாவுக்கு வந்த பிறகு இவன் மக்காவுக்குப் போய் விட்டான். இப்போது குறைஷிகளுடன் சேர்ந்து போருக்கு வந்திருந்தான். இவன், தன் மக்களான அவ்ஸ் இனக்குழுவைப் போர்க்களத்தில் வைத்துத் தங்கள் பக்கம் அழைத்துக் கொள்வதாகக் கூறியிருந்தான். அவ்வாறே அவர்களுக்கு அழைப்பு விடுக்கவும் செய்தான். ஆனால்,

அவ்ஸ் இனக்குழுவின் இறைநம்பிக்கையாளர்கள், அவனை இழித்துரைத்ததுடன் அவனது அழைப்பை மறுதலித்துவிட்டனர். போர் தொடங்கியது.

ஹம்ஸா பின் அப்துல் முத்தலிப், அபூதுஜானா (ரலி) இருவரும் பெரும் வீரத்துடன் போரிட்டனர். அபூதுஜானா (ரலி), எதிர்ப்பட்ட அனைவரையும் இறைத்தூதரின் வாளால் வீழ்த்தியபடியே எதிரிகள் படைக்குள் ஊடுருவினார். அவர், அபூசுஃப்யானின் மனைவியான ஹிந்த் பின்த் உத்பாவின் முன் வந்ததும் அவள் அலறினாள். ஒரு பெண்ணின் குருதி, இறைத்தூதரின் வாளில் படுவதை அபூதுஜானா விரும்பவில்லை. ஹிந்த் உயிர் பிழைத்தாள்.

ஹம்ஸா (ரலி) அவர்களின் உயிர்த்தியாகம் : பெரும் ஆற்றலுடன் போரிட்ட ஹம்ஸா (ரலி) எதிரிகளின் பதாகையை ஏந்தி நின்ற இறைமறுப்பாளன் தல்ஹாவை வெட்டிக் கொன்றதுடன் எதிரணிக்குள் ஊடுருவி சிதைவையும் ஒழுங்கின்மையையும் உருவாக்கினார். அபிசீனிய அடிமையான வஹ்ஷீ, இதைத் தொலைவிலிருந்து கவனித்துக்கொண்டிருந்தான். அப்படியே ஒரு பாறைக்குப் பின் அவன் மறைவாக நின்றுகொண்டான். போரிட்டபடியே தனது இலக்கை அடைந்த ஹம்ஸா (ரலி) மீது அவன் தனது ஈட்டியை எறிந்தான். அது ஹம்ஸாவின் உடலைத் துளைத்துக்கொண்டு மறுபுறம் வெளிவந்தது.

அபூசுஃப்யானைச் சூழ்ந்து நின்ற பாதுகாப்பு வளையத்தைச் சிதறடித்து, அவரை நெருங்கிய ஹன்ழலா (ரலி), அவரைத் தாக்குவதற்குள் ஷத்தாத் பின் அஸ்வத் லைத்தி அவரைக் கொன்றான். நள்ர் பின் அனஸ், சஅத் பின் அர்ரபீஉ (ரலி) ஆகியோரும் தங்கள் வீரத்தை வெளிப்படுத்தியதுடன் உயிர்த் தியாகம் செய்தனர்.

குறைஷிகளின் பதாகையை ஏந்திய பன்னிரண்டு பேர் தொடர்ந்து முஸ்லிம் படைகளால் கொல்லப்பட்டனர். கடைசியாக பதாகையை ஏந்தி நின்ற ஸவாப் கொலையுண்ட பின், பதாகை தரையில் கிடந்தது. அதை எடுக்கும் துணிவு யாருக்குமில்லை. தோல்வியுற்ற நிலையில் மெல்ல பின்வாங்கிய குறைஷியர் படை, வீரத்துடன் போரிட உற்சாகமூட்டிக்கொண்டிருந்த தங்கள் பெண்களை அழைத்துக்கொண்டு போர்க்களத்தை விட்டு ஓட ஆரம்பித்தனர்.

எதிர்பாராத திருப்பம் : விக்கிரக ஆராதனையாளர்களின் தோல்வியும்

முஸ்லிம்களின் வெற்றியும் உறுதிபடும் நிலை. எதிரிகளின் ஓட்டமும் தரையில் கிடந்த பதாகையைக் கையிலேந்த யாருமே முன் வராத நிலையும், மலைமீது நின்றிருந்த வில் படையினரிடம் எதிரிகளை மேலும் விரட்டியடிக்கும் பேராவலைத் தூண்டியது. மறு அறிவிப்பு வரும்வரை தாக்குதலில் ஈடுபட வேண்டாமெனும் இறைத்தூதரின் உத்தரவைப் படைப்பிரிவின் தலைவரான அப்துல்லாஹ் (ரலி) சுட்டிக்காட்டினார். ஆயினும் அவர்கள் அதை மீறினர்.

அந்த மலைப்பகுதியின் அமைப்பு குறித்து, காலித் பின் வலீத் நன்கு அறிவார். முஸ்லிம் வில் வீரர்களால் வெற்றிடமாக்கப்பட்ட அந்த இடைவெளிக்குள் அவர் புகுந்துகொண்டார். இவர்களது குதிரைப் படையைத் தடுத்த நிறுத்த யாருமில்லை. அங்கேயே நின்றிருந்த அப்துல்லாஹ் (ரலி) உயிர் துறந்தார். மக்காவாசிகளின் எதிர்பாராத இந்தத் தாக்குதல், முஸ்லிம் படைக்குள் சிதைவை உருவாக்கியது. போரின் போக்கு திசை மாறியது. குறைஷிப் படையின் ஓட்டம் நின்றது.

முஸ்லிம் படையினருள் ஏற்பட்ட குழப்பமான சூழல், இக்ரிமா பின் அபூஜஹ்லுக்கும் அபூசுஃப்யானுக்கும் தூண்டுதலாக அமைந்தது. திரும்பியோட ஆரம்பித்த குறைஷிப் படையைத் தடுத்து நிறுத்தி ஒன்று திரட்டிக்கொண்டு மீண்டும் தாக்கத்தொடங்கினர். முஸ்லிம் அணிகளுக்குள் இது, மேலும் குழப்பத்தையும் இழப்பையும் உருவாக்கியது.

குறைஷிகளின் பெரும் எண்ணிக்கையிலான படைகள் பல்வேறு திசைகளிலும் முஸ்லிம் வீரர்களைச் சூழ்ந்துகொண்டனர். இஸ்லாமிய பதாகையுடன் இறைத்தூதரின் அருகில் நின்றிருந்த முஸ்அப் (ரலி), குறைஷிப் படையில் குறிப்பிடத்தக்க வீரனாகக் கருதப்பட்ட இப்ன் காமிஆ லைஸியால் உயிரிழந்தார்.

முஸ்அப் (ரலி) தோற்றத்தில் இறைத்தூதரைப் போலிருந்ததால் உயிரிழந்தவர் இறைத்தூதர்தான் என்று நினைத்த இப்னு காமிஆ, உயரமான ஓரிடத்தில் ஏறி நின்று, தான் முஹம்மதைக் கொன்றுவிட்டதாக உரத்துக் கூவினான். இச்செய்தி, எதிரிகளிடையே மிக வேகமாகப் பரவியது. மகிழ்ச்சிக் கொந்தளிப்பில் அவர்கள் ஆடவும் பாடவும் தொடங்கினர். தங்களின் நோக்கம் மிக எளிதில் நிறைவேறி விட்டதாகக் கருதினர்.

இன்னொரு புறம், முஸ்லிம்கள் நிலைதடுமாறி நின்றனர். இறைத்தூதரைப் பார்த்த கஅப் பின் மாலிக் (ரலி), "முஸ்லிம்களே! பதற்றமடைய வேண்டாம். இதோ இறைத்தூதர் அவர்கள் பாதுகாப்பாகவும் நலமாகவும் இருக்கிறார்" என்று உரத்த குரலில் சொன்னார். தொடர்ந்து, இறைத்தூதர் அவர்களும், "அல்லாஹ்வின் நல்லடியார்களே! என்னிடம் வாருங்கள். அல்லாஹ்வின் தூதர் அழைக்கிறேன்" என்று உரத்த குரலில் சொன்னார். எதிர்ப்பட்ட பகைவர்களை வெட்டி வீழ்த்தியவாறே நாலாபகுதிகளிலிருந்தும் முஸ்லிம்கள் இறைத்தூதரின் அருகில் வந்து சேர்ந்தனர்.

தோழர்களால் சூழப்பட்ட இறைத்தூதர் அவர்களை நோக்கி எதிரிகளின் பார்வை திரும்பியது. அவர்களின் ஒரே நோக்கம் இப்போது இறைத்தூதர்தான். அப்துல்லாஹ் பின் ஷிஹாப் ஸுஹ்ரீயின் தாக்குதலில் இறைத்தூதரின் முகத்தில் காயமேற்பட்டது. அதே நேரத்தில் இப்னு காமிஆவின் தாக்குதலில் அவரது தலையில் காயமேற்பட்டது. இறைத்தூதர் அவர்கள் அணிந்திருந்த தலைவளையத்தின் இரும்புக் கண்ணிகளில் இரண்டு அவரது கன்னத்தில் பதிந்தன. அபூஉபைதா பின் அல்ஜர்ராஹ் (ரலி) அதை நீக்கினார். இதில் இறைத்தூதர் அவர்களின் இரண்டு பற்கள் பிடுங்கப்பட்டன.

நபித்துவ ஒளியில் விட்டில் பூச்சிகள் : நபி (ஸல்) அவர்கள்மீது அளவற்ற அன்புகொண்ட தோழர்களில் சிலர், அவரைச் சூழ்ந்து நின்று கொண்டனர். அபூதுஜானா (ரலி), தன் முதுகில் அம்புகள் பாய்ந்த நிலையிலும் இறைத்தூதர்மீது சாய்ந்து நின்று அவரைப் பாதுகாத்தார். எதிரிகளின் தாக்குதலிலிருந்து பாதுகாப்பதற்காக ஸஅத் பின் அபீவக்காஸ், அபூதல்ஹா, ஸுபைர், அப்துர் ரஹ்மான் பின் அவ்ஃப் (ரலி) ஆகியோர் கற்பாறைகளைப்போல் இறைத்தூதரைச் சுற்றி நின்றுகொண்டிருந்தனர். தல்ஹா (ரலி), அசைவற்றுப் போகும்வரை தனது கையைக் கேடயமாகப் பயன்படுத்தினார். அன்சாரியான ஸியாத் பின் ஸகன் (ரலி) அவர்களும் அவரது ஐந்து தோழர்களும் அமாரா பின் ஸியாத் (ரலி) அவர்களும் தூதரைப் பாதுகாப்பதில் உயிரிழந்தனர்.

நுஸைபா பின்த் கஅப் எனும் உம்மு அமாரா (ரலி) போர்க்களக் காட்சியைக் காண்பதற்காக, முஸ்லிம் படையினரைத் தொடர்ந்து சென்றார். ஆனால், சூழ்நிலை முஸ்லிம்களுக்கு எதிராகத் திரும்பிய

நெருக்கடியான சூழலில் இறைத்தூதரின் அருகில் இருக்க வேண்டும் என்பதற்காக விரைந்து வந்தார். இப்னு காமிஆ இறைத்தூதரைத் தாக்கியபோது, மின்னல்போல் இடையில் பாய்ந்த உம்மு அமாரா (ரலி), எதிரியைத் தாக்கினார். இரட்டை மார்புக்கவசம் அணிந்திருந்த அவன் தப்பித்துக்கொண்டான். அவனுடைய எதிர்த்தாக்குதல் உம்மு அமாராவின் தோள்ப்பகுதியில் ஆழமானக் காயத்தை ஏற்படுத்தியது.

இறைத்தூதரின் நிலை : இந்நிலையில், தொலைவில் நின்று ஒருவன் இறைத்தூதரை நோக்கிக் கல்லெறிந்தான். அது அவரது கீழ்த்தாடையைத் தாக்கியது. நிலைதடுமாறிய இறைத்தூதர் அவர்கள் சரிந்து ஒரு பள்ளத்தில் விழுந்தார். அலீ (ரலி), அவரது கையைப் பற்றிக் கொண்டதுடன் அபூபக்ர் மற்றும் தல்ஹா (ரலி) உதவியுடன் இறைத்தூதர் அவர்கள் வெளியே வந்தார்.

தோழர்களில் மேலும் சிலர் இறைத்தூதரின் அருகில் வந்து சேரவும் எதிரிகளின் தாக்குதல் சற்றுக் குறைந்தது. அவர், உயிருடனிருப்பதைக் கண்டதும் தோழர்களுக்குத் தைரியம் வந்தது. எதிரணிகளின் வியூகத்தை உடைத்து அவர்களைப் பின்னால் தள்ளினார்கள். முஸ்லிம் படைகளை மீண்டும் போருக்குத் தயார் செய்ய அழைப்பு விடுப்பதற்காகத் தோழர்களுடன் அருகிலிருந்த மலைக்குச் சென்றார் இறைத்தூதர். அபூசுஃப்யானும் மலையில் ஏற முயற்சி செய்தார். அவரது முயற்சி பலனளிக்கவில்லை. முஸ்லிம்கள் நின்றிருந்த இடத்தைவிடவும் உயரமான பகுதிக்குச் செல்ல அவர் முயற்சி செய்தார். அபூசுஃப்யானையும் அவரது படையையும் பின்னடையச் செய்யும் உத்தரவை, உமர் பின் கத்தாப் (ரலி) தனது வீரர்கள் துணையுடன் நிறைவேற்றினார்.

முஸ்லிம் படையினர் மீண்டும் ஒன்றுதிரண்டனர். சிதறுபட்டிருந்த முஸ்லிம்கள், இறைத்தூதரின் உத்தரவின்படி உயரமான ஓரிடத்தைக் கைப்பற்றிக்கொண்டனர். ஒரு புதிய தாக்குதலை எதிர்கொள்வதற்கான வலிமையை எதிரிகள் இழந்துவிட்டனர். ஆயினும், இறைத்தூதரைக் கொலை செய்யும் முயற்சியில் தொடர்ந்து ஈடுபட்டு வந்த உபை பின் கலஃப், துணிச்சலுடன் ஒரு தாக்குதலை மேற்கொண்டான். அவன் குதிரைமீது தன்னை நோக்கி வருவதைக் கண்ட நபிகளார், “அவனை வரவிடுங்கள்” என்றார். அவன் நெருங்கியதும், ஹாரிஸ் பின் ஸம்மா (ரலி) அவர்களிடமிருந்த ஈட்டியை எடுத்த

நபிகளார் உபை பின் கலஃபின் கழுத்தில் பாய்ச்சினார். அவன் நிலைகுலைந்து போனான். மக்காவுக்குச் செல்லும் வழியில் அவன் மரணமடைந்தான்.

“உங்களிடையே முஹம்மத் இருக்கிறாரா?” என்று உரத்த குரலில் கேட்டார் அபூசுஃப்யான். “பதிலெதுவும் சொல்ல வேண்டாம்” என்றார் இறைத்தூதர் அவர்கள். “அபூபக்ர் இருக்கிறாரா?” என்று மீண்டும் கேட்டார். இதற்கும் பதிலில்லை. “உமர் பின் கத்தாப் இருக்கிறாரா?” என்று கேட்டபோதும் பதில் கிடைக்கவில்லை. மீண்டும் மீண்டும் கேட்டும் பதிலில்லை என்றானதும், “எல்லாருமே கொல்லப்பட்டு விட்டார்கள்போல் தெரிகிறது” என்றார்.

மிதமிஞ்சிய சீற்றத்தால் அமைதியை உடைத்துக்கொண்ட உமர் பின் கத்தாப் (ரலி), “அல்லாஹ்வின் எதிரியே! நாங்கள் அனைவரும் உயிருடனிருக்கிறோம்! நீர் அழிவையே சந்திப்பீர்” என்றார். இதைக் கேட்ட அபூசுஃப்யான் ஆச்சரியத்துடன், “புகழனைத்தும் ஹுபலுக்கே” என்று இறுமாப்புடன் சொன்னார். இதற்கு, “அனைத்திலும் பெரியவன் அல்லாஹ் ஒருவனே” என்று பதில் சொல்லும்படி, உமர் பின் கத்தாப் (ரலி) அவர்களிடம் சொன்னார் இறைத்தூதர் அவர்கள். உமர் (ரலி) அவர்களின் பதிலைக் கேட்டதும் அபூசுஃப்யான், “எங்களிடம் உஸ்ஸாவின் சிலை இருக்கிறது; உங்களிடம் எதுவுமில்லை” என்றார். நபிகளார் சொல்லக்கேட்டு மீண்டும் உமர் (ரலி) பதில் சொன்னார்: “எங்களுக்கு அல்லாஹ்வின் உதவி இருக்கிறது; உங்களுக்கு யார் உதவியுமில்லை.”

அபூசுஃப்யான் சொன்னார்: “இதன்மூலம் பத்ர் போருக்குப் பதில் சொல்லியாகி விட்டது.” நபிகளார் சொல்ல, உமர் (ரலி) பதில் சொன்னார்: “ஒருபோதுமில்லை. முஸ்லிம்களில் கொலையுண்டவர்கள் சொர்க்கத்தையும் முஸ்லிம்களால் கொலையுண்டவர்கள் நரகத்தையும் அடைந்துள்ளனர்.”

“மீண்டும், அடுத்த ஆண்டு நாம் பத்ரில் சந்திப்போம்” என்றார் அபூசுஃப்யான். “அவ்வாறே ஆகட்டும்” என்று சொல்லும்படி இறைத்தூதர் அவர்கள் உமர் (ரலி) யிடம் கூறினார். அபூசுஃப்யான் புறப்பட்டார். அவர்களது பயண முறையைக் கண்காணிக்கும்படி அலீ (ரலி) அவர்களிடம் சொன்னார் இறைத்தூதர் அவர்கள்.

தங்களது குதிரைகளையும் ஒட்டகங்களையும் செலுத்தும்

முறைகளிலிருந்து மக்காவுக்குத் திரும்புகிறார்களா இல்லை மீண்டும் மதீனாவைத் தாக்கும் திட்டத்துடன் இருக்கிறார்களா என்பது தெரிந்து விடும். அவர்கள் தாக்குதலில் ஈடுபட்டால், எதிர்த்தாக்குதலுக்கு முஸ்லிம்களும் தயாராக வேண்டும்.

அலீ (ரலி), அவர்களின் பின்னால் சென்றார். மக்காவாசிகள் தங்கள் குதிரைகளுக்குச் சேணம் அணிவிக்காமல் வெறுமனே விட்டிருக்கிறார்கள் எனும் தகவலுடன் சிறிது நேரத்தில் அவர் திரும்பி வந்தார்.

போர்க்களத்தின்மீது ஒரு பார்வை : இறைத்தூதர் அவர்கள் மலையிலிருந்து இறங்கி வந்தார். உயிர்த் தியாகம் செய்தவர்கள் உடல்களை அடக்கம் செய்யும் பணி தொடங்கியது. 65 அன்சார்களும் 4 முஹாஜிர்களும் உயிர்த் தியாகச் சிறப்படைந்திருந்தனர். பல உயிர்த் தியாகிகளின் உடல்கள் சிதைக்கப்பட்டிருந்தன. அபூசுஃப்யானின் மனைவி ஹிந்த், ஹம்ஸா (ரலி) அவர்களின் உயிரற்ற உடலின் மூக்கையும் காதுகளையும் அறுத்து, அவரது மார்பைக் கிழித்து ஈரலை வெளியே எடுத்து வாயிலிட்டு மென்று உமிழ்ந்திருந்தாள்.

ஸுபைர் (ரலி) அவர்களின் தாயாரான ஸஃபியா (ரலி), ஹம்ஸா (ரலி) அவர்களின் தாய்வழி சகோதரியாவார். போரில் மரணமடைந்த தன் சகோதரரை அவர் பார்க்க வந்தார். சிதைக்கப்பட்டிருந்த சகோதரரின் உடலை அவர் பார்க்க வேண்டாம்; ஆகவே, திருப்பி அனுப்பி விடுங்கள் என்று அவரது மகனிடம் சொன்னார் இறைத்தூதர் அவர்கள். தான் தடுக்கப்பட்டதும், "என் சகோதரரின் உடல் சிதைக்கப்பட்டிருப்பதை நான் அறிவேன். அழுது புலம்புவதற்காக நான் இங்கு வரவில்லை. அமைதியாகவே இருப்பேன். அவருக்காக நான் இறைவனிடம் வேண்டுவேன்" என்றார். இதைக்கேட்ட இறைத்தூதர், அனுமதித்தார். தரையில் கிடந்த தனது சகோதரரின் சிதைக்கப்பட்ட உடலையும் குதறப்பட்ட ஈரல் பகுதிகளையும் கண்ணுற்ற அவர் முழுக்கட்டுப்பாட்டையும் தனக்குள் கொண்டுவந்து குர்ஆன் வசனங்களை ஓதினார்: '...நிச்சயமாக, நாம் அல்லாஹ்வுக்கே உரியவர்கள். நிச்சயமாக, நாம் அவனிடமே திரும்பிச் செல்பவர்களாக இருக்கிறோம்...' (குர்ஆன் 2: 156).

தன் சகோதரருக்காக அல்லாஹ்விடம் மன்னிப்பைக் கோரிய

அவர் அமைதியாகத் திரும்பினார். இஸ்லாமிய பதாகையை ஏந்திய முஸ்அப் (ரலி) அவர்களின் உடலை நல்லடக்கம் செய்வதன் பொருட்டு, உடலை மூடுவதற்கு சிறு துண்டு முரட்டுத் துணிதான் கிடைத்தது. கால்வரை மூடுவதற்கு அந்தத் துணி போதுமானதாக இல்லை. இறுதியில், தலை மட்டும் மூடப்பட்டது. கால்கள், சில வகைச் செடிகளால் மறைக்கப்பட்டன.

பிற உயிர்த் தியாகிகளின் உடல்கள் குளிப்பாட்டப்படாமல் இருவரிருவராகக் குழிகளுக்குள் வைக்கப்பட்டனர். மதீனாவுக்குத் திரும்பி வரும் வழியில், முஸ்அப் (ரலி) அவர்களின் மனைவி, ஹம்னா பிந்த் ஜஹ்ஷ் (ரலி) அவர்களைக் காணநேர்ந்தது. அப்போது, அவருடைய தாய் மாமனான ஹம்ஸா (ரலி) அவர்களின் உயிர்த்தியாகம் குறித்து அவரிடம் சொல்லப்பட்டது. மிகுந்த வருத்தத்துடன் அவர், 'இன்னா லில்லாஹி வ இன்னா இலைஹி ராஜிஊன்' எனும் குர்ஆன் வசனத்தை ஓதினார். அவரது சகோதரரான அப்துல்லாஹ் (ரலி) அவர்களின் உயிர்த்தியாகம் குறித்துச் சொன்னபோதும், "இன்னா லில்லாஹி வ இன்னா இலைஹி ராஜிஊன்" என்றார். இறுதியாக, அவரது கணவர் முஸ்அப் (ரலி) அவர்களின் உயிர்த் தியாகத்தை அறிந்ததும் அழுதார். இதைக்கேட்ட இறைத்தூதர் அவர்கள், "பிற அனைவரை விடவும் ஒரு மனைவி தன் கணவன்மீது மிகுதியாக அன்பு செலுத்துகிறாள்" என்றார்.

தனது தந்தையும் சகோதரரும் கணவரும் போரில் உயிர் துறந்ததை அறிந்த ஒரு அன்சார் பெண்மணி, இறைத்தூதரும் உயிர் துறந்தார் என்ற பொய்யான தகவலை அறிந்து வாழ்க்கையில் வெறுப்புற்றவராக வீட்டிலிருந்து வெளியே வந்தார். அப்போது மதீனாவிலிருந்து உஹுதுக்குச் செல்லும் வழியில் ஒருவர், "போர்க்களத்தில் உன் தந்தை உயிர் துறந்தார்" என்றார். அப்போது, அந்தப் பெண்மணி, "இறைத்தூதர் அவர்கள் நலமாக இருக்கிறாரா?" என்று கேட்டார். மேலும் அவர் சென்றுகொண்டிருக்கும்போது "உன் சகோதரர் போரில் உயிர்த் துறந்தார்" என்று யாரோ சொன்னார்கள். ஆனால் அவரோ, "இறைத்தூதர் நலமுடனிருக்கிறாரா சொல்லுங்கள்" என்றார். பிறகு, "உன் கணவர் போரில் உயிர்த் துறந்திருக்கிறார்" என்று ஒருவர் சொன்னதும் இதற்கும் அவர், "இறைத்தூதர் அவர்கள் எப்படியிருக்கிறார்?" என்றுதான் கேட்டார். இறைத்தூதர் அவர்கள் சிறிது தொலைவில் வந்துகொண்டிருப்பதை யாரோ

அவருக்குச் சுட்டிக் காட்டினார்கள். இறைத்தூதரின் கருணை நிரம்பிய முகத்தைக் கண்டதும் அந்தப்பெண் சொன்னார்: "தாங்கள் நலமுடன் பாதுகாப்பாக இருக்கிறீர்களெனில் பிற துன்பங்கள் எதுவும் எனக்குப் பெரிதில்லை."

அப்துல்லாஹ் பின் உபை விலகிக்கொண்டதுடன் முஸ்லிம் படை, எண்ணிக்கையில் குறைவுபட்டது. அப்போது, யூதர்களிடம் உதவி கேட்கலாமா என்று தோழர்கள் சிலர் இறைத்தூதரிடம் கேட்டனர். இறைத்தூதர் அவர்கள் இதை ஏற்கவில்லை. தங்கள் வசிப்பிடங்களில் பாதுகாப்பாக இருந்தபடியே போரின் முடிவை யூதர்கள் எதிர்பார்த்திருந்தனர். அவர்களில் ஒருவரான முஹைரிக் என்பவர், "நம் மக்கள் இறைத்தூதருக்கு ஆதரவாகப் போரிட வேண்டும்" என்றார். "இன்று சனிக்கிழமை, ஆகவே, நாம் போரில் ஈடுபட இயலாது" என்று அவர்கள் பதில் சொன்னார்கள்.

"இது, நம்பிக்கைக்கும் அவநம்பிக்கைக்குமிடையிலான போர். ஆகவே, கிழமைகள் இதற்குத் தடையாக இருக்காது" என்ற முஹைரிக் போருக்குத் தயாரானார். இதில், தான் கொல்லப்பட்டால், தனது அனைத்து உடைமைகளையும் முஹம்மத் (ஸல்) அவர்களிடம் ஒப்படைக்க வேண்டும் என்றும் அவருக்கெதிராக யாரும் செயல்படக்கூடாது என்றும் சொன்ன அவர், போரில் கலந்துகொண்டு கொலையுண்டார்.

இதனை அறிந்துகொண்ட இறைத்தூதர் அவர்கள், "முஹைரிக் யூதர்களிடையே மிகவும் சிறந்தவர்" என்று குறிப்பிட்டார். ஹாரிஸ் பின் ஸுவைத் எனும் ஒரு நயவஞ்சகன் முஸ்லிம் படைகளுடன் சேர்ந்து போர்க்களத்துக்குப் புறப்பட்டான். போரின்போது, முஜஸ்ஸிஸ் பின் ஸியாத், கைஸ் பின் ஸைத் (ரலி) எனும் இரண்டு முஸ்லிம்களைக் கொன்றுவிட்டு அப்படியே மக்காவுக்குத் தப்பியோடிய அவன் சில நாள்களுக்குப் பிறகு மதீனாவுக்குத் திரும்பினான். உஸ்மான் (ரலி) அவனுக்கு மரண தண்டனை அளித்தார்.

இப்போரில், முஸ்லிம்கள் நயவஞ்சகர்களின் உண்மையான குணத்தைக் கண்டறிந்தனர். மறுநாள், ஹிஜ்ரீ 3, ஷவ்வால் மாதம் 16 ஆம் நாள், ஞாயிற்றுக்கிழமை அன்று, "உஹுத் போரில் கலந்து கொண்டவர்கள் மட்டும், அவநம்பிக்கையாளர்களைப்

பின் தொடரும் படையில் பங்குவகிக்க வேண்டும்'' எனும் உத்தரவை இறைத்தூதர் அவர்கள் பிறப்பித்தார். முதல் நாள் உஹுத் போரில் கலந்துகொண்ட முஸ்லிம்கள் அனைவரும் தங்களுடைய களைப்பையும் காயங்களையும் பொருட்படுத்தாமல் மதீனாவை விட்டு வெளியேறி இறைத்தூதரைப் பின்தொடர்ந்தனர். மதீனாவிலிருந்து எட்டு மைல் தொலைவிலிருந்த ஹம்ரஉ அல்அசத் எனும் ஊரில் முகாம் அமைத்து இறைத்தூதர் அவர்களும் தோழர்களும் மூன்று நாள்கள் தங்கியிருந்தனர்.

உஹுத் களத்திலிருந்து திரும்பிய இறைமறுப்பாளர்கள் ரவ்ஹாவில் தங்கியிருந்தனர். தங்களது தோல்வியில் மனங்கலங்கிய அவர்கள், சிறைக்கைதிகளோ போர் இலாபங்களோ இல்லாமல் மக்களை எப்படி எதிர்கொள்வோமென்று மனம் வருந்தினர். குறிப்பிட்டுச் சொல்லும்படியான வீரர்களும் குறைஷியர் குலத்தின் முதன்மையாளர்களுமான வலீத் பின் ஆஸி, அபூஉமய்யா பின் ஹுதைஃபா, ஹிஷாம் பின் அபூஉதைஃபா, உபை பின் கலஃப், அப்துல்லாஹ் பின் ஹுமைத் அசதீ, தல்ஹா பின் அபூதல்ஹா, அபூஸயீத் பின் அபூதல்ஹா போன்றோரும் வேறு சிலரும் கொல்லப்பட்ட இந்நிலையில் நாம் மக்காவுக்குத் திரும்பிச் செல்கிறோம் என்ற எண்ணமும் அவர்களை வாட்டியது.

வீரர்களின் மனக்கலக்கத்தின்கீழ் அகப்பட்டிருந்த அபூசுஃப்யான், மீண்டுமொருமுறை மதீனாவைத் தாக்கும் தனது விருப்பத்தைச் சொன்னார்.

அப்போது, அந்த வழியாக வந்த மஅபத் பின் அபூமஅபத், "முஹம்மத் தனது படைகளுடன் ஏற்கனவே மதீனாவைவிட்டு புறப்பட்டு விட்டார். இப்போது அவர்கள் ஹம்ரஉ அசதில் தங்கியிருக்கிறார்கள். மிக விரைவில் அவர்கள் உங்களைச் சந்திப்பார்கள்'' என்று சொன்னார். இந்தச் செய்தி, அவர்களிடையே பெரும் பயத்தையும் குழப்பத்தையும் உருவாக்கியது. உயிருக்குப் பயந்தவர்களாக அவர்கள் மக்காவை நோக்கி விரைந்தனர். இந்தத் தகவலைக் கேள்விப்பட்ட இறைத்தூதரும் தோழர்களும் மதீனாவுக்குத் திரும்பினர்.

ஹம்ரஉ அல்அசத் படையெடுப்பு என்று குறிப்பிடப்படும் இந்நிகழ்ச்சி அவநம்பிக்கையாளர்கள் மனங்களில் பெரும்

பயத்தைத் தோற்றுவித்தது. இதன் காரணமாக, மதீனாவாசிகளின் பாதுகாப்பு உறுதி செய்யப்பட்டது. உஹுத் களத்தில் தோற்றவர்கள் குறைஷிகள்தான். போரின் முதல் கட்டத்தில், நிலைகுலைந்து ஓடிய பகைவர்கள், வில்படை வீரர்கள் செய்த தவறால் மீண்டும் ஒருங்கிணைந்தனர். இதன் காரணமாக முஸ்லிம்கள் சில இழப்புகளைச் சந்தித்தனர். முஸ்லிம் படைகள் போர்க்களத்தை மீண்டும் கைவசப்படுத்திக்கொண்ட நிலையில் இறைமறுப்பாளர்கள் புறமுதுகுக் காட்டி ஓடினார்கள்.

ஹிஜ்ரீ நான்கு : ரஜீயில் நடந்த சூழ்ச்சி : ஹிஜ்ரீ நான்காம் ஆண்டு, முஹர்ரம் மாதம், முதல் நாள். முஸ்லிம்களைத் தாக்கும் நோக்கத்துடன், தல்ஹா பின் குவைலித், சலமா பின் குவைலித் ஆகியோரின் தலைமையில், அசத் வம்சாவளியினரின் பெருங்கூட்டம் ஒன்று கத்தன் எனுமிடத்தில் ஒன்று திரண்டிருப்பதாக இறைத்தூதருக்கு அறிவிக்கப்பட்டது. அவர்களை விரட்டியடிப்பதற்காக அபூசலமா மக்ஸூமீ (ரலி) அவர்களின் தலைமையில் 150 வீரர்கள்கொண்ட ஒரு படையை அனுப்பி வைத்தார் இறைத்தூதர் அவர்கள். அபூசலமா (ரலி) அவர்கள் கத்தனை அடைவதற்குள் எதிரிகள் ஓடிவிட்டனர். அவர்கள் விட்டுச் சென்றிருந்த சில கால்நடைகளுடன் முஸ்லிம்கள் திரும்பி வந்தனர்.

அரஃபாத்தின் அருகிலுள்ள உரைனா எனுமிடத்தில் இறைமறுப்பாளர்களில் மிகவும் கொடியவனான சுஃப்யான் பின் காலித் ஹுதலி என்பவன், மதீனாவைத் தாக்கும் எண்ணத்துடன் படைதிரட்டுவதாக ஒரு செய்தி வந்தது. அப்துல்லாஹ் பின் உனைஸ் (ரலி) தலைமையில் ஒரு சிறு படையை இறைத்தூதர் அவர்கள் அங்கு அனுப்பி வைத்தார். பகைவர் முகாமுக்குள் இரகசியமாக நுழைந்த அப்துல்லாஹ், சுஃப்யானை வெட்டிக்கொன்றார். 18 நாட்கள் கடினப் பயணத்தின் முடிவில், ஹிஜ்ரீ 4, முஹர்ரம் மாதம் 23 ஆம் நாள் அவர் மதீனாவுக்கு வந்து சேர்ந்தார்.

மக்காவிலுள்ள அதல், காரா எனும் இரண்டு கோத்திரங்களைச் சார்ந்த ஏழுபேர், தங்களது மக்கள் இஸ்லாத்தைத் தழுவ முடிவு செய்திருப்பதாகவும் ஆகவே இஸ்லாத்தைக் கற்பிக்கச் சிலரை அனுப்பி வைக்கவேண்டுமென்றும் கேட்டு, ஹிஜ்ரீ 4, ஸஃபர் மாதம், இறைத்தூதரை அணுகினார்கள். இதன்படி, இறைத்தூதர் அவர்கள், மர்த்தாத் பின் அபூமர்த்தாத் கனவி (ரலி) அல்லது

ஆஸிம் பின் ஸாபித் பின் அபூஅஃப்லா (ரலி) தலைமையில் பத்து பேரை அனுப்பிவைத்தார். (இப்னு கல்தூனின் அறிவிப்பின்படி ஆறுபேர்.)

இக்குழுவினருடன் சென்ற முஸ்லிம்கள், நீர் வளம் நிறைந்த ரஜீயி எனும் இடத்தை அடைந்தபோது மேலும் இருநூறு பேர் சூழ்ந்துகொண்டனர். தாங்கள் சூழ்ச்சியில் அகப்பட்டு விட்டோம் என்பதை உணர்ந்த முஸ்லிம்கள், ஒரு குன்றின் முகட்டுக்கு ஓடி அங்கிருந்து தற்காப்புக்காகப் போரிடத் தொடங்கினர். இதில், முஸ்லிம்களில் இரண்டு பேரைத் தவிர ஏனையோர் மரணமடைந்தனர்.

சிறைபிடிக்கப்பட்ட குபைப் பின் அதீ, ஸைத் பின் தத்தீனா (ரலி) ஆகிய இருவரையும் மக்காவுக்கு அழைத்துச்சென்று, ஹாரிஸ் பின் ஆமிரின் இல்லத்தில் சில நாட்கள் பசியும் தாகமுமாக தங்க வைத்தனர். ஒரு நாள், ஹாரிஸின் சிறு குழந்தை, விளையாடியபடியே ஒரு கத்தியுடன் குபைப் (ரலி) அவர்களின் அருகில் வந்தது. குழந்தையை மடியில் அமர்த்திக்கொண்ட அவர், கத்தியை வாங்கிப் பக்கத்தில் வைத்தார். இக்காட்சியைக் கண்டதும் குழந்தையின் தாய் மனம் பதைத்தாள். குழந்தையை நான் எதுவும் செய்ய மாட்டேன் என்று குபைப் (ரலி) அவருக்கு ஆறுதலூட்டினார்.

சில நாட்களுக்குப் பிறகு, தனது தந்தையைக் கொன்ற பழியைத் தீர்ப்பதற்காக, கைதியாக இருந்த ஸைத் (ரலி) அவர்களை விலைக்கு வாங்கினான் ஸஃப்வான் பின் உமய்யா. இந்தக் கொலைக்காட்சியைக் காண்பதற்காக மக்கள் ஒன்றுதிரண்டனர். கூட்டத்திலிருந்து வெளிவந்த அபூசுஃப்யான் கேட்டார்: "பசியிலும் தாகத்திலும் வாடுகிற நிலையில் நீர் கொல்லப்படப் போகிறீர். உமக்குப் பதிலாக, முஹம்மத் கொல்லப்பட்டு நீர் உமது குடும்பத்தாருடன் சேர விரும்புகிறீரா?" ஸைத் (ரலி) சொன்னார்: அல்லாஹ்வின் மீதாணையாக, இறைத்தூதரை ஒரு முள்ளால் குத்தும் நிபந்தனையின் பேரிலும்கூட நான் எனது குடும்பத்தாருடன் இருக்க விரும்பவில்லை."

"முஹம்மதைப்போல் யாருக்குமே உயிருக்குயிரான தோழர்கள் கிடையாது" என்றார் அபூசுஃப்யான். ஸைத் (ரலி) கொல்லப்பட்டார். குபைப் (ரலி), ஹுஜைர் பின் அபூயிஹாப் என்பவனால் அழைத்துச் செல்லப்பட்டார்.

பின்னர், குபைப் (ரலி) தண்டனைக்காக அழைத்து வரப்பட்டார். இரண்டு ரக்அத் தொழுவதற்கான அனுமதி கேட்ட குபைப் (ரலி) தொழுது முடித்துவிட்டுச் சொன்னார். "மரண பயத்தில் நான் தொழுகையை நீட்டிப்பதாக நீங்கள் கருதி விடக் கூடாது என்பதற்காகவே இரண்டு ரக்அத்துக்களுடன் முடித்துக்கொண்டேன்." பிறகு, கொலையாளிகள் அவருடைய உலக வாழ்வை முடித்து வைத்தனர்.

நடுங்கச் செய்யும் நிகழ்வு : ஹிஜ்ரீ நான்காம் ஆண்டு, ஸஃபர் மாதம். அபூபராஉ ஆமிர் பின் மாலிக் என்பவர், இறைத்தூதரைச் சந்தித்தார். அவரிடம் இஸ்லாத்தை ஏற்றுக்கொள்ளும்படி இறைத்தூதர் அழைப்பு விடுத்தார். அவர் இஸ்லாத்தை ஏற்கவில்லை; ஆனால், வெறுக்கவுமில்லை. "நான் என் மக்களைப் பற்றி சிந்திக்கிறேன். இஸ்லாத்தின் அடிப்படைகளை அவர்களுக்குச் சொல்லித்தர உங்களில் சிலர் என்னுடன் நஜ்துக்கு வரவேண்டும்" என்றார் அபூபராஉ. "நஜ்தினர்மீது எனக்குச் சிறு சந்தேகமிருக்கிறது" என்றார் இறைத்தூதர் அவர்கள். "என்னுடன் வரும் முஸ்லிம்களைப் பற்றிய கவலை வேண்டாம். நான் எனது பாதுகாப்பின்கீழ் அவர்களை வைத்துக்கொள்வேன்" என்றார் அவர்.

இதன்படி, முன்திர் பின் அம்ர் ஸாயிதீ (ரலி) தலைமையில் எழுபது நபித்தோழர்களை இறைத்தூதர் அவர்கள் அனுப்பி வைத்தார். ஆமிர் மற்றும் சுலைம் வம்சாவளியினரின் வசிப்பிடங்களிடையே அமைந்துள்ள ஒரு கிணற்றின் அருகே அவர்கள் வந்தனர். அப்போது, ஹரம் பின் மில்ஹான் (ரலி), இறைத்தூதரின் ஒரு கடிதத்துடன் அபூபராஉவின் மருமகனான ஆமிர் பின் அத்துஃபைலிடம் வந்தார். அதைப் படித்துப்பார்க்காமல் அதைக் கொண்டுவந்த ஹரம் (ரலி) அவர்களைக் கொன்று விட்டான். பிறகு, முஸ்லிம்கள் அனைவரையும் கொன்றுவிடும்படி மக்களைத் தூண்டினான். ஆமிர் வம்சத்தினர் இதற்கு உடன்பட மறுத்தனர். ஆனால், சுலைம் வம்சத்தினரில் ரீயில், தக்வான், உசய்யா ஆகியோர் ஆமிரின் விருப்பத்தை நிறைவேற்றினர்.

தன்னுடைய கட்டுக்காவலையும் மீறி நிகழ்ந்துபோன இக்கொலைகளால் மிகவும் மனம் தளர்ந்த அபூபராஉ இரண்டே வாரங்களில் இறந்துபோனார். ஆமிர், அம்ர் பின் உமய்யா தம்ரீ (ரலி) அவர்களைச் சிறைப்படுத்தினான். ஒரு அடிமையை

விடுவிப்பதாக அவனுடைய தாய் நேர்ந்துகொண்டதற்கிணங்க, தாடி மழிக்கப்பட்டு அவர் விடுதலை செய்யப்பட்டார்.

மதீனாவுக்குத் திரும்பிய அம்ர் (ரலி), நடந்த கொடுமைகளை இறைத்தூதரிடம் விவரித்தார். அவர் மதீனாவுக்குத் திரும்பும்போது, எதிரிகள் என்று தவறுதலாகக் கருதி, இருவரைக் கொன்றார். பெரும் கவலையில் ஆழ்ந்த இறைத்தூதர் அவர்கள், கொடுமையாளர்கள்மீது அல்லாஹ்வின் சாபம் இறங்க வேண்டும் என்று வேண்டினார். இதன்படி, ஆமிர் கொள்ளை நோயால் மடிந்தான்.

வாக்குறுதி மீறல் : மதீனாவுக்குத் திரும்பும் வழியில் அம்ர் (ரலி) அவர்களால் கொலையுண்ட இருவரும், முஸ்லிம்களின் பாதுகாப்பின்கீழ் வாழ்பவர்கள். எனவே, அதற்கான இழப்பீட்டுப்பணம் கொடுக்கப்பட வேண்டும். இழப்பீடு தொடர்பாக ஏற்கனவே ஓர் உடன்பாடு இருந்தது. எனவே, யூத நள்ர் வம்சாவளியினருடன் பேசுவதற்காக இறைத்தூதர் அவர்கள், அபூபக்ர், உமர், அலீ (ரலி) ஆகியோருடன் யூதர்களின் வசிப்பிடத்துக்குச் சென்றார்.

இழப்பீட்டில் தங்களுக்கான பங்கைச் செலுத்துவதில் நள்ர் கிளையினர் தங்கள் விருப்பத்தை வெளிப்படையாகக் காட்டினார்கள். தங்களது கோட்டை மதிலின் நிழலில் இறைத்தூதரை அமர வைத்த அவர்கள், பேச்சுவார்த்தையில் கலந்துகொள்ள ஆட்களைத் திரட்டுவதாகப் பாவித்து அங்கிருந்து அகன்றனர். பிறகு, கோட்டை முகட்டிலிருந்து ஒரு பெரிய கல்லை உருட்டிவிட்டு நபிகளாரைக் கொல்வதாகத் திட்டமிட்டனர்.

யூதர்களின் தீவினை : இத்திட்டத்தை முன்வைத்து, அம்ர் பின் ஜஹ்ஷ், கோட்டையின் முகட்டுக்குச் சென்றான். ஆனால், இச்சூழ்ச்சி குறித்து எல்லாம் வல்ல அல்லாஹ் தன்னுடைய தூதருக்கு அறிவித்தான். அவர், உடனடியாக தோழர்களையும் அழைத்துக்கொண்டு மதீனாவுக்குத் திரும்பினார். கலந்துரையாடலுக்காக யூதர்கள் எவ்வளவோ இரந்து கேட்ட பின்பும் இறைத்தூதர் அவர்கள் ஏற்கவில்லை. “என்னைக் கொலை செய்ய நீங்கள் இன்னின்ன வகைகளில் சூழ்ச்சி செய்தீர்கள். இனிமேலும் உங்களை நம்புவதற்கில்லை” என்று மறுத்தார். தங்கள் கொலை முயற்சிகளை யூதர்கள் மறுக்கவுமில்லை. இதற்காக அவர்கள் வெட்கப்படவுமில்லை.

மதீனாவுக்குத் திரும்பிய இறைத்தூதர் அவர்கள், மற்றொரு உடன்படிக்கைக்கு முன்வரச் சொல்லி யூதர்களுக்குக் கடிதம் எழுதினார். அவர்கள் ஏற்க மறுத்தனர். ஒன்றில் உடன்படிக்கையை ஏற்க வேண்டும். அல்லது எல்லையைவிட்டு விலக வேண்டும் என்று மீண்டும் கடிதம் எழுதினார். எதற்குமே அவர்கள் தயாராக இல்லை. மாறாக, போருக்கான முன்னேற்பாடுகளில் ஈடுபட்டனர். யூதர்களின் கோட்டையை நோக்கி முஸ்லிம் படைகளும் புறப்பட்டன. அவர்கள் தங்கள் கோட்டைக்குள் புகுந்துகொண்டனர். முஸ்லிம் படைகள் கோட்டையை முற்றுகையிட்டன. இம்முற்றுகை பதினைந்து நாள்கள் நீடித்தது. யூதர்களின் நடவடிக்கைகளுக்குத் தங்களாலான எல்லாவித உதவிகளும் செய்யத் தயாராக இருப்பதாக, அப்துல்லாஹ் பின் உபையும் மதீனாவின் நயவஞ்சகர்களும் உறுதியளித்தனர்.

நள்ர் வம்சாவளியினர் வெளியேற்றம் : இறுதியில், தங்கள் உயிருக்குப் பாதுகாப்பளிப்பதாக உறுதி தரப்படுமெனில் தாங்கள் புலம் பெயர்வதாக நள்ர் வமிசாவளியினர், அப்துல்லாஹ் பின் உபை மூலம் இறைத்தூதருக்குச் செய்தி அனுப்பினார்கள். இதன்படி, போர்க்கருவிகளைத் தவிர, ஒட்டகங்களின்மீது எவ்வளவு சுமையை ஏற்ற முடியுமோ அவ்வளவு பொருள்களையும் உடைமைகளையும் கொண்டு கோட்டையை விட்டு வெளியேறும்படி இறைத்தூதர் அவர்கள் அனுமதித்தார். அவர்களில் ஒரு பகுதியினர் கைபருக்கும் மற்றவர்கள் சிரியாவுக்கும் சென்றனர். வெளியேறுவதற்குமுன் தங்கள் இல்லங்களையும் மண் கலன்களையும் அவர்கள் தகர்த்தெறிந்தனர்.

அவர்கள் விட்டுச்சென்ற பொருள்களையும் உடைமைகளையும் முஹாஜிர்கள் பங்கிட்டுக் கொண்டனர். இதில் விதிவிலக்காக, வறிய நிலையிலிருந்த அன்சார்களான அபூதுஜானா, சஹ்ல் பின் ஹனீஃப் (ரலி) ஆகிய இருவருக்கும் பங்கு கிடைத்தது. யாமின் பின் உமைர், ஸயீத் பின் வஹப் ஆகிய யூதர்கள் இருவரும் இஸ்லாத்தை ஏற்றுக்கொண்டதால் அவர்களது உடைமைகளை அவர்களே வைத்துக்கொண்டனர். இப்படையெடுப்பு ‘நள்ர் வம்சாவளியினர்மீதான படையெடுப்பு’ என்று அறியப்படுகிறது. இது, ஹிஜ்ரீ 4, ரபீயுல் அவ்வல் மாதம், 4 ஆம் நாள் நடந்தது. உஹுத் போர் நடந்து, சரியாக ஆறாவது மாதம். குர்ஆனின் 59

ஆவது அத்தியாயமான 'அல்ஹஷ்ர்' இந்தப் படையெடுப்பின்போது அருளப்பட்டது.

தாத்துர் ரிகா படையெடுப்பு : இக்காலகட்டத்தில் முஸ்லிம்கள்மீது போர் தொடுக்க, கத்ஃபான் இனக்குழுவின் முஹாரிப் வம்சாவளியினரும் ஸஅலபா வம்சாவளியினரும் பெரிய அளவிலான ஏற்பாடுகளில் ஈடுபட்டிருப்பதாக செய்திகள் தொடர்ந்து வந்துகொண்டிருந்தன. உஸ்மான் பின் அஃப்ஃபான் (ரலி) அவர்களை மதீனாவின் தலைவராக நியமித்த இறைத்தூதர் அவர்கள், நானூறு தோழர்களைக்கொண்ட ஒரு படைக்குத் தலைமையேற்று பகைவர்களை எதிர்கொள்ளப் புறப்பட்டார். எதிரிகள் பாலை நிலத்தின் ஒரு பசுந்தரையில் முகாமிட்டிருந்தனர். முஸ்லிம் படைகளின் வருகையை அறிந்ததும் அங்கிருந்து ஓடினர். போர் நடக்கவில்லை.

இப்படைப் புறப்பாடு நிகழ்ந்தது ஹிஜ்ரீ நான்காமாண்டு, ஜுமாதல் ஊலா மாதத்தில். பாறைகள் நிறைந்த பகுதியினூடே நீண்ட கடினமான பயணத்தை மேற்கொண்டதால் ஏற்பட்ட வலியைப் போக்கவும் புண்பட்ட பாதங்களை மறைக்கவும் முஸ்லிம்கள் துண்டுத் துணிகளால் தங்கள் பாதங்களைச் சுற்றிக்கட்டியிருந்தனர். எனவே, இப்படையெடுப்பு துண்டுத்துணி எனும் பொருளிலான தாத்துர் ரிகா என்று அறியப்பட்டது.

சவீக் படையெடுப்பு : உஹுத் போரின்போது, அபூசுஃப்யான் மீண்டும் அடுத்த வருடம் பத்ரில் சந்திப்போம் என்று அறைகூவல் விடுத்திருந்தார். இறைத்தூதர் அவர்களும் இதனை ஏற்றிருந்தார். மதீனாவின் நயவஞ்சகர் கூட்டம், முஸ்லிம்கள்மீதான இந்த அறைகூவலை குறைஷிகளுக்கு நினைவூட்டுவதற்காக நுஅய்ம் பின் மஸ்ஊதை மக்காவுக்கு அனுப்பி வைத்தனர். மக்கா அப்போது வறட்சியின் பிடியில் சிக்கியிருந்தது. "நாங்கள் போருக்கான ஆயத்தங்களைச் செய்துகொண்டிருக்கிறோம்; ஆகவே, நீர் மதீனாவுக்குச் சென்று முஸ்லிம்கள் மனதில் பெரும் பயத்தைத் தோற்றுவிக்கும் விதமாக இதை அறிவிக்க வேண்டும்" என்று நுஅய்மிடம் சொன்னார் அபூசுஃப்யான்.

இதைச் செய்தால், மதீனாவிலிருந்து முஸ்லிம்கள் வெளியே வருவதைத் தடுக்க முடியுமென்றும் இதன்மூலம் போரை

மேலும் ஓர் ஆண்டு தள்ளிப்போட இயலுமென்றும் கருதினார் அபூசுஃப்யான். இந்தப் பணியைச் செய்து முடிக்கும் நுஅய்முக்கு இருபது ஒட்டகங்கள் அன்பளிப்பாக வழங்கப்படும் என்றும் அவர் உறுதியளித்தார்.

தன்னுடைய வஞ்சகப் பணியை நிறைவேற்றுவதற்காக மதீனாவுக்குத் திரும்பிய நுஅய்ம், குறைஷிகளின் மாபெரும் போர் முஸ்தீபுகளைக் குறித்துப் பேச ஆரம்பித்தான். இதையறிந்த முஸ்லிம்கள் இறைத்தூதரிடம் வந்தனர். உமர் (ரலி) இறைத்தூதரிடம் பணிவுடன் கேட்டார்: "தாங்கள் அல்லாஹ்வின் உண்மைத் தூதராக இருக்கிறீர்கள். இந்நிலையில் மக்காவிலிருந்து வந்திருக்கும் செய்தியால் முஸ்லிம்கள் ஏன் இவ்வளவு கலவரப்படுகிறார்கள்?" இறைத்தூதர் சொன்னார்: "என்னுடன் போர்க்களத்துக்கு யாரும் வரவில்லை என்றால்கூட, கொடுத்த வாக்கை நான் தனியொருவனாகச் சென்று காப்பாற்றுவேன்." தொடர்ந்து, போருக்கான ஏற்பாடுகளைச் செய்த இறைத்தூதர் அவர்கள், தமது தலைமையில் ஆயிரத்து ஐந்நூறு வீரர்களைக்கொண்ட ஒரு படையுடன் பத்ர் களத்தை நோக்கிப் புறப்பட்டார்.

மதீனாவின் தலைவராக அப்துல்லாஹ் பின் ரவாஹா (ரலி) நியமிக்கப்பட்டார். இஸ்லாமிய பதாகையை ஏந்துபவராக அலீ (ரலி) நியமிக்கப்பட்டார். போரைத் தவிர்க்க நினைத்த அபூசுஃப்யானுக்கு போருக்கான நிர்ப்பந்தம் உருவாகி விட்டது. ஆகவே, இரண்டாயிரம் வீரர்கள் கொண்ட ஒரு படையுடன் அவரும் களம் புகுந்தார். உணவுப்பொருளாக உலர்ந்த வாற் கோதுமையைத் தவிர வேறு எதையும் அவர்கள் கொண்டு வரவில்லை. மக்காவாசிகள் இப்படையெடுப்பை அஸ்ஸவீக் படையெடுப்பு என்று குறிப்பிட்டனர்.

தனது படையுடன் ஐம்பது வீரர்களைக்கொண்ட ஒரு குதிரைப்படையையும் அபூசுஃப்யான் ஏற்பாடு செய்திருந்தார். உஸ்ஃபான் எனுமிடத்தை அடைந்த குறைஷிகள் படை, ஒரே தலைமையில் 1500 வீரர்களுடன் வந்திருந்த இஸ்லாமியப்படையைக் கண்டது. பத்ர், உஹுத் போர்களின்போது மிகக்குறைந்த எண்ணிக்கையிலான முஸ்லிம் வீரர்களிடம் தோற்ற நினைவு, அவர்களது மனஉறுதியை மேலும் பலவீனமடையச் செய்தது.

வறட்சிக்காலத்தில் போரில் ஈடுபடுவது அறிவார்ந்த செயல்பாடல்ல என்பதைக் காரணமாகச் சொல்லி அவர்கள் பின்வாங்கினர். உஸ்ஃபானிலிருந்து திரும்பிச் சென்ற குறைஷி வீரர்களைப் பார்த்து, மக்காவிலுள்ள பெண்கள், "நீங்கள் சவீக் சாப்பிடவா உஸ்ஃபானுக்குச் சென்றீர்கள்? போரிடும் எண்ணத்துடன் சென்றிருந்தால் பிறகு ஏன் திரும்பி வரவேண்டும்?" என்று கேலி செய்தனர்.

இறைத்தூதரும் படைகளும் எட்டு நாள்கள் பத்ரில் காத்திருந்தனர். எட்டாவது நாள், மஅபத் பின் மஅபத் குஸாயி என்பவர், அபூசுஃப்யானும் படைகளும் மக்காவுக்குத் திரும்பிச் சென்று விட்ட தகவலுடன் வந்தார். முஸ்லிம் படைகள் மதீனாவுக்குத் திரும்பின. ஹிஜ்ரீ நான்காம் ஆண்டு, ரஜப் மாதம் இறுதியில் நடைபெற்ற நிகழ்வு இது. போர் இலாபங்கள் எதுவும் முஸ்லிம்களுக்குக் கிடைக்கவில்லை. ஆனால், அந்நாள்களில் பத்ரில் அவர்கள் ஏற்பாடு செய்திருந்த வணிகக்கூடலில் பெருமளவு இலாபம் ஈட்டினர். ஷஅபான் மாதத்தில் இறைத்தூதர் அவர்கள் மதீனாவுக்குத் திரும்பினார். இதே ஆண்டுதான் ஹுசைன் பின் அலீ (ரலி) பிறந்தார். இந்த ஆண்டுதான் மது வகைகள் தடை செய்யப்பட்டன.

இந்த ஆண்டின் பிற நிகழ்வுகள்: இறைத்தூதரின் மகள்வழிப் பேரனான அப்துல்லாஹ் பின் உஸ்மான் (ரலி) காலமானார். ஸைனப் பின்த் குஸைமாவும் அலீ பின் அபூதாலிப் (ரலி) அவர்களின் தாயாரான ஃபாத்திமா பின்த் உசைதும் காலமானார்கள். உம்மு சலமா (ரலி) அவர்களின் கணவரான அபூசலமா மக்ஸூமியின் இறப்பையடுத்து, இறைத்தூதர், அவரை மணம் செய்துகொண்டார்.

ஹிஜ்ரீ ஐந்து : அல்முஸ்தலிக்மீது படையெடுப்பு : இரண்டாம் பத்ர் படையெடுப்பிலிருந்து திரும்பிய இறைத்தூதர் அவர்கள், ஆறு அல்லது ஏழு மாதங்கள் மதீனாவில் இருந்தார். இக்காலகட்டத்தில் குறிப்பிடத்தக்க எதுவும் நிகழவில்லை. ஹிஜ்ரீ ஐந்தாம் ஆண்டு ரபீயுல் அவ்வல் மாதம் தொடக்கத்தில், தூமத்துல் ஜன்தலின் ஆட்சியாளனான உகைதிர் எனும் கிறிஸ்தவ ஆளுநர், மதீனாவைத் தாக்குவதற்காக மாபெரும் படை ஒன்றைத் திரட்டுகிறான் என்றும் அப்படையினர் சிரியாவுக்குச் செல்லும் வணிகக் குழுக்களிடம் கொள்ளையடிப்பதை வழக்கமாகக் கொண்டிருக்கிறார்கள் என்றும் இறைத்தூதருக்குத் தகவல் வந்தது.

வலிமைபெற்ற புது எதிரிகளான இவர்களைப் பயன்படுத்தி நயவஞ் சகர்களும் யூதர்களும் மதீனாவைச் சூழ்ந்திருக்கும் பகுதிகளிலுள்ள பகைவர்களும் முஸ்லிம்களுக்கெதிராக குழப்பங்களை விளைவிக்க இயலும் என்பதால், இந்தச் சிக்கலை உடனடியாகக் களைந்தாக வேண்டுமென்று இறைத்தூதர் அவர்கள் முடிவு செய்தார்.

ஸிபாஅ பின் அர்ஃஃபதா கிஃஃபாரீ (ரலி) அவர்களை மதீனாவின் தலைவராக நியமித்துவிட்டு, ஆயிரம் வீரர்களுடன் இறைத்தூதர் அவர்கள் புறப்பட்டார். டமாஸ்கசிலிருந்து ஐந்து நிறுத்தம் தொலைவிலும் மதீனாவிலிருந்து பத்து நிறுத்தம் தொலைவிலும் அமைந்துள்ளது தூமத்துல் ஜன்தல். அத்ராஹ் வம்சத்தைச் சேர்ந்த ஒருவர் வழித்துணையாக இருந்தார். இரவு நேரங்களில் பயணம் செய்தும் பகல் நேரங்களில் ஓய்வெடுத்தும் பயணம் தொடர்ந்தது. ஓர் இரவுப் பயணத் தொலைவில் தூமத்துல் ஜன்தல் இருந்தபோது, வழித்துணையாக வந்தவர், எதிரிகளின் மேய்ச்சல் நிலம் அருகில் இருக்கிறது. அவர்களுடைய கால்நடைகளைக் கவர்ந்துகொள்ளலாம் என்றார். இது ஏற்றுக்கொள்ளப்பட்டது. முஸ்லிம் படைகளின் வருகையை அறிந்த ஆளுநர் உகைதிர், பயந்துபோய் தப்பித்து ஓடினான். இறைத்தூதர் அவர்கள் சில நாள்கள் இங்கே முகாம் அமைத்து, சுற்றுப்புறங்களுக்குப் படைகளை அனுப்பினார். முஸ்லிம்களை எதிர்கொள்ள யாரும் முன்வரவில்லை.

தூமத்துல் ஜன்தலிலிருந்து திரும்பிய இறைத்தூதர் அவர்கள், மன அமைதியுடன் தோழர்களுக்குக் கற்பித்தலும் பயிற்சியுமென தமது பணியை மேற்கொண்டார். ஆனால், ஹிஜ்ரீ ஐந்தாம் ஆண்டு, ஷஅபான் மாதம், அல்முஸ்தலிக் வம்சாவளியின் தலைவனான ஹாரிஸ் பின் அபூதிரார், மதீனாவின்மீது போர் தொடுக்க ஏற்பாடுகள் செய்வதாகவும் தனது திட்டத்துக்கு உதவியாக வேறு சில வம்சாவளியினருடன் தொடர்புகொள்கிறான் என்றும் தகவல்கள் கிடைத்தன.

அவனது சரியான நோக்கத்தை அறிந்து வரச்சொல்லி, புரைதா பின் ஹுஸைப் அஸ்லமி (ரலி) என்பவரை இறைத்தூதர் அவர்கள் அனுப்பிவைத்தார். ஹாரிஸ் பின் அபூதிரார், இஸ்லாத்தையும் முஸ்லிம்களையும் அழிப்பதில் தன்னை முழுமையாக ஈடுபடுத்தியிருக்கிறான்; இதற்காக அவன் பல இனக்குழுவினரைத் தன்னுடன் சேர்த்திருக்கிறான் என்ற தகவல்களுடன் அவர் திரும்பி வந்தார்.

இதனை உடனடியாக முறியடித்தாக வேண்டுமென்று இறைத்தூதர் அவர்கள் தமது தோழர்களிடம் சொன்னார். மதீனாவின் தலைவராக, ஸைத் பின் ஹாரிஸா (ரலி) அவர்களை நியமித்துவிட்டு, முஹாஜிர்களின் பத்து குதிரைகளும் அன்சார்களின் இருபது குதிரைகளும் கொண்ட ஒரு படைக்குத் தலைமையேற்று இறைத்தூதர் அவர்கள் முன்னகர்ந்தார். முஹாஜிர்களும் அன்சார்களும் தனித்தனியாகப் போர்க்கொடிகளைத் தாங்கியிருந்தனர். அன்சார்களின் கொடியை, சஅத் பின் உபாதா (ரலி) அவர்களும் முஹாஜிர்களின் கொடியை அபூபக்ர் (ரலி) அவர்களும் ஏந்தினர். முன்னணிப் படையின் தலைவராக உமர் பின் கத்தாப் (ரலி) நியமிக்கப்பட்டார்.

முஸ்லிம்களின் அதுவரையிலான வெற்றியைக் கண்டிருந்த அப்துல்லாஹ் பின் உபை, போர் இலாபங்கள்மீதான ஆர்வத்தில் தனது வஞ்சகர் குழுவுடன், முஸ்லிம் படையில் இணைந்து கொண்டான்.

தங்களையும் இவர்கள் முஸ்லிம்கள் என்று சொல்லிக்கொண்டதால், முஸ்லிம்களுக்கான அனைத்து உரிமைகளையும் இவர்கள் அனுபவித்தனர். போர் இலாபங்களிலும் இவர்களுக்கான பங்கீடு மறுக்க இயலாததாக இருந்தது. முஸ்லிம் படையுடன் சேர்ந்து போரிட இப்போதுதான் அவர்கள் முன்வந்தனர். ஹாரிஸ் பின் அபூதிராரால் அனுப்பப்பட்ட ஓர் ஒற்றனை முஸ்லிம் படையினர் பிடித்து இறைத்தூதரிடம் ஒப்படைத்தனர். அவன் ஒற்றன்தான் என்பது சந்தேகமின்றி நிரூபணமாகி, அவன் இஸ்லாத்திலும் இணைய மறுத்ததால், அரேபிய வழக்கப்படி அவனுக்கு மரணதண்டனை வழங்கப்பட்டது. ஒற்றனின் மரணச் செய்தியால் ஹாரிஸ் மனக்குழப்பம் அடைந்தான்.

பகைவர்களிடம் சென்று இஸ்லாத்தை ஏற்க அழைப்பு விடுக்கும்படி உமர் பின் கத்தாப் (ரலி) அனுப்பி வைக்கப்பட்டார். ஆணவமும் அகந்தையுமாகவே இதற்குப் பதில் கிடைத்தது. தொடர்ந்து இரு அணிகளும் போரில் ஈடுபட்டன. அவநம்பிக்கையாளர்களின் கொடியைத் தாங்கியவன், அபூ கத்தாதா (ரலி) அவர்களால் கொலையுண்டான். இத்துடன் பகைவர்கள் புறமுதுகுக் காட்டி ஓடினர். கைதியாகப் பிடிபட்டவர்களில் படைத்தலைவனின் மகள் ஜுவைரியாவும் ஒருவர். இத்துடன் பெருமளவிலான போர்ப் பொருள்களும் கிடைத்தன. போர் நிகழ்ந்த முரைஸீ எனுமிடம்

மதீனாவிலிருந்து ஒன்பது நிறுத்தத் தொலைவில் இருந்தது.

நயவஞ்சகர்களின் தொல்லை : திரும்பி வரும்போது, முஹாஜிர்களுக்கும் அன்சார்களுக்குமிடையிலான ஒற்றுமையைக் குலைக்க சில நயவஞ்சகர்கள் முயற்சி செய்தனர். முஹாஜிர் – அன்சார்களிடையே ஏற்பட்ட ஒரு சச்சரவை அப்துல்லாஹ் பின் உபை பெரிதுபடுத்தினான். மதீனாவை அடைந்ததும் மேன்மையானவர்களும் பெருமைக்குரியவர்களுமான நாங்கள் இவை வாய்க்கப்பெறாதவர்களை மதீனாவிலிருந்து துரத்துவோம் என்று சொல்லுமளவுக்கு அவன் சென்றான்.

இப்பயணத்தின்போது குறிப்பிடத்தக்க மற்றொரு நிகழ்ச்சி: படைகள், ஓய்வுக்காக ஓரிடத்தில் முகாமிட்டிருந்தன. பயணத்தின்போது ஆயிஷா பின்த் அபூபக்ர் (ரலி) அவர்களும் உடனிருந்தார். இயற்கை உபாதையின் பொருட்டு, ஒட்டகத்தின் மீதிருந்த பல்லக்கிலிருந்து ஆயிஷா (ரலி) கீழே இறங்கிச் சென்றார். அப்போது அவர் அணிந்திருந்த கழுத்து ஆபரணம் காணாமல் போனது. அதை தேடுவதில் கவனம் செலுத்திய ஆயிஷா (ரலி) திரும்பி வரும்போது படைகள் சென்று விட்டிருந்தன. ஆயிஷா (ரலி) அவர்களின் ஒட்டகத்தை வழிநடத்திச் செல்பவர், அவர் பல்லக்கில் அமர்ந்திருப்பதாக நினைத்து அதைச் செலுத்தி விட்டார்.

அப்போது, படைகளின் பின்னணிக் காவலுக்காக நியமிக்கப்பட்ட ஸஃப்வான் பின் முஅத்தல் (ரலி) அங்கே வந்தார். நம்பிக்கையாளர்களின் தாயார் அங்கே நிற்பதைக் கண்டதும் வியப்பு மேலிட அவர், தமது ஒட்டகத்திலிருந்து இறங்கி, ஆயிஷா (ரலி) அவர்களை அதில் அமரச் செய்து நடத்திச்சென்றார். வழியில் முஸ்லிம் படைகளுடன் ஆயிஷா (ரலி) இணைந்துகொண்டார். இதைக் காரணம் காட்டி, முஸ்லிம்களுக்குள் பிரச்சினையை உருவாக்கும் ஒரு வாய்ப்பும் நயவஞ்சகர்களுக்குக் கிடைத்தது.

இது, ஆயிஷா (ரலி) அவர்களைப் பெரிதும் கவலைக்குள் ஆழ்த்தியது. இறை நம்பிக்கையாளர்கள் அவர்மீதான நம்பிக்கையில் உறுதியாக இருந்தனர். ஆயினும், சூழ்நிலையின் தாக்கத்தால் செய்வதறியாமல் திகைத்த அவர், தன் தந்தையிடம் சென்றார். இது நடந்து ஏறத்தாழ ஒரு மாதத்துக்குப் பிறகு, ஆயிஷா (ரலி) மீதான அபவாதத்தைத் தீர்த்து வைக்கும் விதமாக

இறைவசனங்கள் அருளப்பட்டன. ஆயிஷா (ரலி) அவர்களின் நேர்மை, சந்தேகத்திற்கிடமின்றி நிரூபிக்கப்பட்டது.

இறுதியாக நடந்த இந்நிகழ்வுடன், தொடர்ந்து அதிகரித்து வந்த அப்துல்லாஹ் பின் உபையின் தொல்லைகளை இனியும் பொறுக்க இயலாது என்ற நிலைக்கு இறைநம்பிக்கையாளர்கள் வந்து சேர்ந்தனர். இதை ஒரேயடியாக இல்லாமல் செய்ய வேண்டும் என்று தோழர் ஒருவர் இறைத்தூதரிடம் வேண்டினார். இறைத்தூதர் அவர்கள், "அப்துல்லாஹ் பின் உபை தன்னை ஒரு முஸ்லிம் என்று சொல்லிக்கொள்வதால் அவனைத் தண்டிக்க இயலாது. முஹம்மத் தன் தோழர்களையும் கொல்லத் தொடங்கி விட்டார் என்று சொல்வதற்கான வாய்ப்பை நாம் உருவாக்கி விடக்கூடாது" என்று மறுத்து விட்டார்.

அப்துல்லாஹ் பின் உபையின் மகனான அப்துல்லாஹ் (ரலி), தன் தந்தை மரண தண்டனைக்கு உரித்தானவன் என்று உறுதிப்பட்டிருப்பதைக் கண்டு, இறைத்தூதரிடம் வந்தார். "என் தந்தை அப்துல்லாஹ் பின் உபையைக் கொல்லும் பொறுப்பை என்னிடம் ஒப்படையுங்கள். இதன்மூலம், ஒரு தந்தையை விடவும் இஸ்லாம் மதிப்புமிக்கது என்பதை நான் உறுதிப்படுத்துகிறேன்" என்றார். இறைத்தூதர் சொன்னார்: "அப்துல்லாஹ் பின் உபைக்கு நான் மரண தண்டனையளிக்க விரும்பவில்லை."

ஒருநாள், மதீனாவின் நுழைவாயிலில் தன் தந்தை அப்துல்லாஹ் பின் உபையைத் தடுத்து நிறுத்திய அப்துல்லாஹ் (ரலி), "நீர் ஒரு நயவஞ்சகர். உம்மை நான் மதீனாவுக்குள் நுழைய அனுமதிக்க மாட்டேன்" என்றார். இதைக் கேள்விப்பட்ட இறைத்தூதர் அவர்கள், அப்துல்லாஹ் பின் உபையை உள்ளே நுழைய அனுமதித்தார்.

கைதிகள் விடுதலை : அல்முஸ்தலிக் வம்சாவளித் தலைவர் ஹாரிசின் மகள் ஜுவைரியா, ஸாபித் பின் கைஸ் (ரலி) அவர்களிடம் ஒப்படைக்கப்பட்டார். தன் மகளை விடுவிப்பதற்காக மதீனாவுக்கு வந்த ஹாரிஸ், பிணைப் பொருள் கொடுத்து மகளை மீட்டார். ஆனால், தன் தந்தையுடன் செல்ல மறுத்த ஜுவைரியா, இறைத்தூதருக்குப் பணிவிடை செய்யும் தமது ஆர்வத்தை வெளிப்படுத்தினார். இவ்வாறாக, ஜுவைரியாவின் தந்தை ஹாரிசின் ஒப்புதலுடன் இறைத்தூதர் அவர்கள், ஜுவைரியாவை மணம்

முடித்தார். இந்தத் திருமணத்தின் மூலம், கைதிகளாக இருந்த அல்முஸ்தலிக் வம்சாவளியினர் இறைத்தூதரின் உறவினர்களாயினர். இதன் அடிப்படையில் நபித்தோழர்கள், கைதிகள் அனைவரையும் விடுதலை செய்தனர். போரில் கைப்பற்றப்பட்ட அவர்களது உடைமைகளும் திருப்பிக் கொடுக்கப்பட்டன. இத்திருமணம், ஒரு இனக்குழுவினருடனான பகைமையை உறவாக மாற்றியது.

யூதர்களைக் கடிந்துரைத்தல் : மதீனாவிலிருந்து நாடு கடத்தப்பட்ட நள்ர் வம்சாவளி யூதர்களின் தொல்லைகள் மேன்மேலும் அதிகரித்தன என்பது வரலாற்று உண்மை. அவர்களது கொடிய திட்டங்கள், அரேபியாவின் அவநம்பிக்கையாளர்களையும் பிற யூதர்களையும் நம்பிக்கையாளர்களுக்கு எதிராகத் தூண்டின. இதன்மூலம், அரேபிய இனக்குழுக்களும் சிரிய எல்லையில் வாழ்ந்து வந்த கிறிஸ்தவர்களும் தங்கள் அமைதிக்கும் ஒற்றுமைக்கும் பங்கம் விளைவிப்பவர்களாக முஸ்லிம்களைக் கருத ஆரம்பித்தனர். இதன் விளைவாக, அவர்களின் நடவடிக்கைகள் குறித்து எச்சரிக்கையுடனிருக்க வேண்டிய கட்டாயம் ஏற்பட்டது. சிக்கல்கள் தோன்றிய இடங்கள் அனைத்துக்கும் படையை அனுப்பி வைக்க வேண்டிய தேவையும் உருவானது.

அகழிப் போர் : மதீனாவிலிருந்து நாடு கடத்தப்பட்ட யூதர்கள் பெரும் பகுதியினருடன் கைபரில் வாழ்ந்து வந்த நள்ர் வம்சாவளியினரில் பெரும் தொல்லை தருபவனாக இருந்தவன் ஹுவை பின் அக்தாப் என்பவன். நள்ர் வம்சாவளியினரின் முதன்மைத் தலைவர்களாக இருந்தவர்கள் ஹுவை பின் அக்தாப், சலாம் பின் அபுல் ஹுகைக், சலாம் பின் மிஷ்க்கம், கினானா பின் அர்ருபையீ ஆகியோர். இவர்கள், ஹுத் பின் கைஸ், அபூஉமாரா எனும் வாஇல் வம்சாவளித் தலைவர்கள் இருவருடன் மக்காவுக்குச் சென்று மற்றொரு போருக்கானப் பொருள் திரட்ட ஆரம்பித்தனர். குறைஷியரும் இதற்கானப் பொருள்களை அள்ளி வழங்கினர்.

பெரும் தொகை ஈட்டிக்கொண்டு, மக்காவாசிகளைப் பகைமையின் உச்சிக்கு அழைத்துச் சென்ற இவர்கள், கத்ஃபான் வம்சாவளியினரிடமும் சென்றனர். கூடவே கினானா கோத்திரமும் இவர்களுடன் சேர்ந்துகொண்டது. இறுதியாக, இவர்கள் மதீனாவில் வாழும் யூதர்களின் குறைளா கோத்திரத்தாரைத் தொடர்புகொண்டனர். இவர்கள், ஏற்கனவே செய்துகொண்ட உடன்படிக்கையின்படி, முஸ்லிம்களுக்கு உதவக் கடமைப்பட்டவர்கள்.

எண்ணிக்கையில் ஐம்பதுக்குக் குறையாத சுலைம், ஃபஸாரா, அஷ்ஜஉ, சஅத், முர்ரா, குறைஷி தலைவர்கள், நள்ர், கத்ஃபான் ஆகிய வம்சாவளியினர் அனைவரும் கஅபாவுக்குச் சென்று தாங்கள் உயிரோடிருக்கும் காலம்வரைக்கும் முஸ்லிம்களை எதிர்த்துப் போரிடுவோம் என்று உறுதிபூண்டனர்.

கடந்த கால அனுபவங்களை மனதில்கொண்டு, முஸ்லிம்கள் எந்த முன்னேற்பாடுகளையும் செய்துகொள்ளாத இறுதிக் கட்டம்வரைக்கும், அவர்களுக்கெதிரான இந்த மாபெரும் திட்டம் குறித்து எந்தச் செய்தியும் வெளிவராதபடி அவர்கள் எச்சரிக்கையுடனிருந்தனர்.

இதன்படி, பல்வேறு இனக்குழுக்களைச் சேர்ந்த நான்காயிரம் படைவீரர்கள் அபூசுஃப்யானின் தலைமையில் மக்காவிலிருந்து புறப்பட்டனர். மர்ருஸ் ஸஹ்ரான் எனுமிடத்தில் சுலைம் வம்சத்தாரின் படைகளும் இதனுடன் இணைந்துகொண்டன. வழியெங்கும் பிற கோத்திரக் குழுக்களும் இணைந்துகொண்டிருந்தன. நள்ர் கோத்திரத்திற்கு, ஹுயை பின் அக்தாபும், கத்ஃபான் கோத்திரத்திற்கு, உயைனா பின் ஹிஸ்னும் தலைமை வகிக்க, அனைத்துப் படைக்கும் அபூசுஃப்யான் தலைமையேற்றார்.

படைகள் மதீனாவின் அண்மையை அடைந்தபோது, மொத்த வீரர்களின் எண்ணிக்கை பத்தாயிரமாக உயர்ந்தது. சில அறிவிப்புகளின்படி, இருபத்து நான்காயிரம். இதில், நான்காயிரத்து ஐந்நூறு ஒட்டகங்களும் முந்நூறு குதிரைகளும் இருந்தன. மதீனாவின்மீது படையெடுக்கும் குறைஷிகளின் திட்டத்தை அறிந்துகொண்ட இறைத்தூதர் அவர்கள், போர்க் கருவிகளும் பெரும் எண்ணிக்கையிலான வீரர்களையும்கொண்ட பகைவர்களை எதிர்கொள்வது குறித்து ஓர் ஆலோசனைக் கூட்டத்தை ஏற்பாடு செய்தார். தற்காப்புப் போருக்கான தேவைகள் குறித்து அனைவருக்கும் கருத்தொற்றுமை இருந்தது.

குதிரைப் படையின் தாக்குதலை எதிர்கொள்ளவும் அவர்களைப் பொறியில் சிக்க வைக்கவும் நாங்கள் அகழிகள் தோண்டுவது வழக்கம் என்று பாரசீகரான சல்மான் ஃபார்சீ (ரலி) அறிவுறுத்தியதாக தகவல்கள் உள்ளன. இந்த ஆலோசனையை இறைத்தூதரும் ஏற்றுக்கொண்டார். மதீனாவின் வடக்கிலுள்ள ஒரு திறந்த வெளியில் அகழி தோண்டுவதாக முடிவு செய்யப்பட்டது.

நகரம் வடக்குப் பகுதியில்தான் திறந்து கிடந்தது. மேற்கு, தெற்கு, கிழக்குப் பகுதிகள் அனைத்தும் ஈச்சைத் தோட்டங்களாலும் எரிமலைகளாலும் கற்பாறைகளாலும் பாதுகாக்கப்பட்டிருந்தன. வாகனங்களில் பயணித்து வரும் எதிரியின் வருகைக்கு இவை போதுமான தடைகளாக இருந்தன. முஸ்லிம் படைகளின் கோட்டையும் இதுதான். இதன் நடுவே, இறைத்தூதர் அவர்கள் தமது படை முகாமை அமைத்துக்கொண்டார்.

பதினைந்தடி அகலமும் ஆழமுமுள்ள அகழி தோண்டப்பட்டது. முழுப்பகுதியையும் கணக்கில் கொண்டு அதன் ஒவ்வொரு பகுதியையும் தோண்டுவதற்குப் பத்துப் பேர்கள் அடங்கிய குழுக்கள் நியமிக்கப்பட்டன. தம் அன்புத் தோழர்களுடன் இறைத்தூதர் அவர்களும் சேர்ந்து இப்பணியில் ஈடுபட்டார்.

ஒரு கற்பாறை அகழி தோண்டுவதற்கு இடையூறாக இருந்தது. வெறும் ஆயுதங்களால் மட்டும் அதனைத் தகர்க்க இயலவில்லை. இதை அறிந்த இறைத்தூதர் அவர்கள், அகழிக்குள் இறங்கி, கோடரியை எடுத்து “அல்லாஹு அக்பர்” என்று சொல்லி ஓங்கி அடித்ததும் பாறை சிறு ஒளியுடன் சற்று விரிசலுற்றது. “அல்லாஹ் பெரியவன். சிரியாவின் சாவிகள் என்னிடம் கொடுக்கப்பட்டுவிட்டன” என்றார் இறைத்தூதர் அவர்கள். கோடரியின் இரண்டாவது அடியில் பாறையின் மற்றொரு துண்டு உடைந்தது. “அல்லாஹ் பெரியவன். பாரசீகத்தின் சாவிகள் என்னிடம் கொடுக்கப்பட்டு விட்டன” என்றார் இறைத்தூதர். மூன்றாவது அடியில் பாறையின் எஞ்சிய துண்டும் உடைந்தது. அப்போது இறைத்தூதர் சொன்னார்: “அல்லாஹ் பெரியவன். யேமனின் சாவிகள் என்னிடம் கொடுக்கப்பட்டுவிட்டன.” தொடர்ந்து இறைத்தூதர் அவர்கள், “இந்நாடுகள் அனைத்தும் என்னுடைய சமூகத்தின்கீழ் வரும் என்ற நற்செய்தியை நம்பிக்கையுடன் ஜிப்ரீல் எனக்கு அறிவித்து விட்டார்” என்றார்.

இருபத்து நான்காயிரம் வீரர்களைக்கொண்ட ஒரு பெரும் படையுடன், தங்களைத் தற்காத்துக் கொள்ளப் போராடுகிற அவ்வேளையில் ரோமானிய, பாரசீக நாடுகளும் யேமனும் உங்கள்கீழ் வருமென்ற நற்செய்தி முஸ்லிம்களுக்குக் கிடைத்தது. அல்லாஹ்வைத் தவிர வேறு எந்த உதவிகளாலும் இத்தகைய ஒரு செயலை நிகழ்த்த இயலாது.

படையெடுத்து வருபவர்களுடன் குறைளா வம்சத்தைச் சேர்ந்த யூதர்களின் தலைவனான கஅப் பின் உசைத் இணைந்துகொண்டதாகவும், குறைளாவினரின் கோட்டைக்குள் ஹுயை பின் அக்தாப் நட்பு முறையில் நுழைந்து அவர்களை முஸ்லிம்களுக்கெதிராகத் தூண்டிவிடுவதாகவும் இறைத்தூதருக்குத் தகவல் கிடைத்தது. தங்களின் உண்மை நிலையைத் தெளிவுபடுத்தும் பொருட்டு, இறைத்தூதர் அவர்கள், ஸஅத் பின் முஆத், ஸஅத் பின் உபாதா (ரலி) ஆகியோரை குறைளா வம்சத்தாரிடம் அனுப்பி வைத்தார். இம்முயற்சி பலனளிக்கவில்லை. பணிவான, உண்மையான இந்த அணுகுமுறைக்குப் பதிலாக அவர்கள், “எங்களுக்கு எந்த முஹம்மதையும் தெரியாது” என்றும் “அப்படியான யாருடனும் தங்களுக்கு எந்தத் தொடர்பும் கிடையாது” என்றும் பதிலளித்தனர்.

மதீனாவை நெருங்கிய எதிரிகள் படை அகழியைக் கண்டு மிரண்டு நின்றது. அரேபியர்களுக்கு இது ஒரு புதிய அனுபவம். அவர்கள் வியப்புமேலிட மலைத்துப்போய் நின்றனர். இதைத் தொடர்ந்து அவர்கள் முற்றுகையில் ஈடுபட்டனர். அவநம்பிக்கையாளர்களின் பார்வையில், இது ஆற்றல் மிகுந்த ஒரு போர்ப்படையாகத் தென்பட்டது. முஸ்லிம்கள் தங்கள் பெண்களையும் குழந்தைகளையும் அருகிலுள்ள ஒரு கோட்டைக்கு அனுப்பியிருந்தனர்.

மதீனாவின் எல்லைக்குள்ளிருந்த யூதர்களின் எதிர்பாராத தாக்குதல், முஸ்லிம்கள்மீது கார்முகிலாகக் கவிந்துகொண்டது. யூதர்களுடன் ஒன்று கலந்திருந்த நயவஞ்சகர்கள் இதை விடவும் பேரிடரை விளைவிக்க முடியும்.

அவநம்பிக்கையாளர்கள் அகழியைக் கடக்க பலமுறை முயன்றும் தோல்வியுற்றனர். அகழியைச் சுற்றிப் பார்த்த அவர்கள் குறுகலான ஓரிடத்தைக் கண்டனர். குதிரைகள் மீதமர்ந்து அப்பகுதியைத் தாண்டிய வீரர்கள், மதீனாவுக்குள் நுழையத் தொடங்கினர். இவர்களில், இரண்டாயிரம் குதிரை வீரர்களுக்கு ஒப்பானவன் என்று புகழ்பெற்றிருந்த அம்ர் பின் அபூவத்தும் ஒருவன். தனது கூர்மிகுந்த வளைந்த வாளால் இவனது தலையைச் சீவினார் அலீ பின் அபூதாலிப் (ரலி).

அம்ருவுடன் சேர்ந்து அகழியைக் கடந்திருந்த மற்றவர்கள், தங்கள்

குதிரைகளைத் திருப்பிப் பின்வாங்கி ஓடினர். இந்தப் பாய்ச்சலின் பிறகு, போர் இயல்பு நிலைக்குத் திரும்பியது. இரு அணிகளும் காலையிலிருந்து மாலைவரைக்கும் அம்புகளை எய்தபடி போரைத் தொடர்ந்து கொண்டிருந்தன. இடர்பாடுகள் நிறைந்த இம் முற்றுகை ஒரு மாத காலம் நீடித்தது. எதிரிகளின் படை முகாமில் மேலும் புதிய படைகள் வந்து குவிந்துகொண்டே இருந்தன. முஸ்லிம்களுக்கு இப்படியான உதவிகள் கிடைக்கவில்லை.

ஒருநாள் நபித்தோழர் ஒருவர், பசியால் தாம் மிகவும் சோர்வுற்றிருப்பதாக இறைத்தூதரிடம் வந்து முறையிட்டார். தம்மை நிமிர்ந்தும் சுறுசுறுப்பாகவும் வைத்துக்கொள்வதற்காக, கல்லைக் கட்டி வைத்திருந்த தமது வயிற்றைக் காட்டினார்.

எதிரிகள் தங்களை ஒளிந்திருந்து தாக்கக்கூடும் என்று பயந்துபோயிருந்த முஸ்லிம்கள், பகல் நேரங்களைப் போரிடுவதிலும் இரவு நேரங்களை விழித்திருந்து காவல்காப்பதுமாகக் கழித்தனர். நயவஞ்சகர்களில் ஒருவனான முஅஸ்அப் பின் குஷைர், எள்ளலுடன் சொன்னான்: “சிரியாவையும் இரானையும் யேமனையும் இறைத்தூதர் தம் தோழர்களுக்கு வாக்குறுதியளித்திருக்கிறார். ஆனால், அவர்களால் மதீனாவில்கூட வாழமுடியவில்லை என்பதுதான் உண்மை. இயற்கை உபாதைகளைத் தணிப்பதற்கும்கூட அவர்களால் வெளியில் செல்ல இயலவில்லை. இவர்கள், பேரரசர்களான சீசரையும் கிஸ்ராவையும் வெற்றிகொள்ளப் போகிறார்களாம்.”

ஒரு நீண்ட முற்றுகைக்குள் அகப்பட்டிருந்தனர் முஸ்லிம்கள். தகிக்கும் சூரியனுக்கும் கொடும் பசிக்கும் எதிரிகளின் தொடர்தாக்குதலுக்கும் குறைளா கோத்திரம் மற்றும் நயவஞ்சகர்களது கோர முகங்களுக்குமிடையே அவர்கள் வதங்கிக்கொண்டிருந்தனர்.

ஒருபுறம், அதிகரித்துவரும் எதிரிகளின் பலமும் ஆற்றலும்; இன்னொரு புறம், உணவுப் பற்றாக் குறை. இந்நிலையிலும் முஸ்லிம்கள் தங்கள் மன உறுதியைக் கை விடவில்லை. கவலையும் நம்பிக்கையின்மையும் சூழ்ந்த இந்நிலையில்கூட பெருமைக்குரிய சிலர் இஸ்லாமிய அரவணைப்புக்குள் வந்துகொண்டிருந்தனர்.

திடீரென ஒரு நாள், எதிரிகள் முகாமிலிருந்த, கத்ஃபான் கோத்திரத்தைச் சேர்ந்த நுஅய்ம் பின் மஸ்ஊத், இறைத்தூதரைச் சந்தித்து,

214 இஸ்லாமிய வரலாறு முதல் பாகம்

இஸ்லாத்தைத் தழுவிக்கொண்டார். குறைளா கோத்திரத்தாருக்கும் குறைஷிகளுக்குமிடையே முரண்பாடுகளை ஏற்படுத்துகிற ஒரு திட்டம் தன்னிடம் இருப்பதாகவும் இறைத்தூதரிடம் அவர் சொன்னார். இதன்படி, முதலில் அவர் குறைளாவினரையும் பிறகு, அபூசுஃப்யானையும் சந்தித்தார். இரு பிரிவினருக்கிடையிலான உறவில் சந்தேக வித்துக்களை விதைக்கும் வகையில் பேசினார். குறைஷிகளுடனான தங்களது உறுதியான ஆதரவு நிலையிலிருந்து குறைளா கோத்திரம் பின்வாங்கியது.

நுஅய்மின் கருத்துக்களுக்கு இரு பிரிவினரும் செவி சாய்த்தனர். ஏனெனில், அவர் இஸ்லாத்தைத் தழுவிய தகவல் இரகசியமாக வைக்கப்பட்டிருந்தது. இருபத்தேழு நாள்களையும் கடந்து முற்றுகை நீடித்த வேளையில் எதிரிகள் முகாமைத் திடீரென்று ஒரு சூறாவளி வந்து தாக்கியது. அவர்களது கூடாரங்கள் பிய்த்தெறியப்பட்டன. மண் பாத்திரங்கள் நொறுங்கின.

"... உங்கள்மீது (எதிரிகளின்) படைகள் வந்த நேரத்தில் (புயல்) காற்றையும், நீங்கள் பார்க்க இயலாத, (வானவர்) படைகளையும் அவர்களின் மீது நாம் ஏவினோம்..." (குர்ஆன் 33: 9).

எதிரிகள் முகாமில் எரிந்துகொண்டிருந்த நெருப்புகள் அணைந்தன. அவநம்பிக்கையாளர்கள் இதனை, கெட்ட சகுனமாகக் கருதினர். பயமும் சோர்வும் இரவின் கூரிருளுக்குள் அவர்களை திசைகெட்டு ஓட வைத்தன.

அவநம்பிக்கையாளர்கள் பயந்து மிரண்டு ஓடிவிட்டார்கள் எனும் செய்தியை எல்லாம் வல்ல அல்லாஹ் தனது தூதருக்கு அறிவித்தான். இறைத்தூதர் அவர்கள், ஹுதைஃபா பின் அல்யமான் (ரலி) அவர்களைத் தகவல் அறிந்து வரச்சொன்னார். அவர், எதிரிகள் தங்களது எந்த அடையாளங்களும் தெரியாத தொலைவுக்கு ஓடிவிட்ட செய்தியுடன் வந்தார். "இந்த ஆண்டு நிகழ்வுக்குப் பிறகு குறைஷிகள் உங்களிடம் வரமாட்டார்கள்" என்று இறைத்தூதர் சொன்னார். மகிழ்ச்சியால் உந்தப்பட்ட நிலையில் மதீனாவுக்குத் திரும்பினார்கள் முஸ்லிம்கள். ஹிஜ்ரீ ஐந்தாம் ஆண்டு, துல்கஅதா மாதம் நடந்த நிகழ்வு இது. இக்காலகட்டத்தில் மதீனாவின் ஆட்சிப் பொறுப்புக்கு இப்னு உம்மு மக்தூம் (ரலி) அவர்கள் தலைவராக நியமிக்கப்பட்டிருந்தார்.

மதீனாவுக்குத் திரும்பிவந்த இறைத்தூதர் அவர்கள், மதிய நேரத்தொழுகையை மேற்கொண்டதுடன், அஸ்ர் நேரத் தொழுகை குறைளா கோத்திரத்தாரின் குடியிருப்பில் நடைபெறும் என்று அறிவித்தார். முஸ்லிம்கள் தங்கள் போர்க்கருவிகளைக் கீழே வைப்பதற்கு முன், குறைளா கோத்திரத்தாரின் வசிப்பிடத்துக்குச் சென்றனர்.

குறைளாவினருடனான உடன்படிக்கை ரத்து: அகழிப்போரின்போது, குறைளாவினரிடம் உண்மை நிலையைத் தெளிவுபடுத்துவதற்காக அனுப்பி வைக்கப்பட்டிருந்த ஸஅத் பின் முஆத் (ரலி), யூதர்களால் பெரிதும் அவமதிக்கப்பட்டார். போரிலும் அவருக்குக் காயம்பட்டிருந்தது. ஆகவே, இப்படையில் அவர் பங்கு பெறவில்லை. இறைத்தூதர் அவர்கள், போர்ப் பதாகையை அலீ (ரலி) அவர்களிடம் கொடுத்துப் படைத்தலைவராக அனுப்பி வைத்தார். குறைளாக்களின் கோட்டையிலிருந்த ஹுவை பின் அக்தாப், முஸ்லிம்களுக்கெதிராக அவர்களைத் தூண்டினான். முஸ்லிம்கள் கோட்டையை முற்றுகையிட்டனர். இம்முற்றுகை 25 நாள்கள் நீடித்தது.

முஸ்லிம் படைகளை எதிர்த்து வெற்றிபெற தன் மக்களால் இயலாதென்பதை உணர்ந்த குறைளா வம்சாவளித் தலைவனான கஅப் பின் அசத், அவர்களை ஒன்றுதிரட்டி அறிவித்தான்: "முஹம்மத் அல்லாஹ்வின் தூதர்தான் என்பதில் எந்த சந்தேகமும் இருக்க முடியாது. ஏனெனில், அவரது தூதுத்துவ வருகையைக் குறித்து நமது தெய்வீக நூல்கள் தெளிவாகவே சொல்கின்றன. அவரது வருகைக்காகவே நாம் காத்திருந்தோம். ஆகவே, நாம் அவர்மீது நம்பிக்கைகொண்டு நம் உயிர்களையும் உடைமைகளையும் பாதுகாத்துக்கொள்வதுதான் சரியாக இருக்கும்."

கஅபின் இந்த முன்மொழிவைக் குறைளாக்கள் முற்றிலுமாக எதிர்த்தனர். ஆகவே, கஅப், மற்றொரு முடிவை முன்வைத்தான்: "முதலில் உங்கள் பெண்களையும் பிள்ளைகளையும் கொன்றுவிட்டுக் கோட்டைக்கு வெளியில் சென்று போரிடுங்கள். வெற்றியடைவீர்கள் எனில், பெண்களையும் பிள்ளைகளையும் மீண்டும் பெற்றுக்கொள்ளலாம். கொல்லப்படுவீர்கள் எனில் அது ஒரு சிறந்த மரணம்."

குறைளா மக்கள் இந்த முன்மொழிவையும் புறக்கணித்தனர். கஅப், மீண்டும் ஒரு திட்டத்தை முன்வைத்தான்: “சனிக்கிழமைகளில் நாம் போர் செய்வதிலிருந்தும் கொலைகள் செய்வதிலிருந்தும் தடுக்கப்பட்டிருக்கிறோம் என்பதை முஸ்லிம்கள் அறிவார்கள். ஆகவே, அவர்கள் அப்போது எச்சரிக்கையாக இருக்க மாட்டார்கள். அன்றிரவு நாம் தாக்குதலில் ஈடுபடலாம். இதில் அவர்கள் பெரும் இழப்பைச் சந்திப்பது உறுதி.” விரதம் மீறுவதையும் அவர்கள் விரும்பவில்லை, ஆகவே, கஅபின் இந்தத் திட்டமும் ஏற்கப்படவில்லை.

இதேவேளையில், குறைளா கோத்திரத்தைச் சேர்ந்த, ஸஅலபா பின் ஸயீத், அசத் பின் உபைத், உசைத் பின் ஸயீத் எனும் மூன்றுபேர் இஸ்லாத்தைத் தழுவினர். அம்ர் பின் ஸஅத் என்பவன், “என் மக்கள் நம்பிக்கைத் துரோகம் செய்திருக்கிறார்கள். இதில், நானும் ஒருவனாக இருக்க விரும்பவில்லை” என்று சொல்லி கோட்டையிலிருந்து வெளியேறினான்.

இறுதியில் ஒரு நாள், தங்களுக்குரிய தண்டனையை ஸஅத் பின் முஆத் (ரலி) தான் முடிவு செய்ய வேண்டும் எனும் நிபந்தனையுடன் தாங்கள் கீழடங்குவதாக ஒரு செய்தியை இறைத்தூதருக்கு அவர்கள் அனுப்பி வைத்தனர். இறைத்தூதரும் இதனை ஏற்றுக்கொண்டார். குறைளாவினர் கீழ்ப்படிந்த பிறகு, அவ்ஸ் கிளையைச் சேர்ந்த அன்சார் ஒருவர் இறைத்தூதரிடம் வந்து பணிவுடன், “அவ்ஸ், கஸ்ரஜ் இனக்குழுக்களிடையிலான போரின் போதெல்லாம் குறைளா மக்கள் அவ்ஸ் இனக்குழுவின் பக்கமே இருந்துள்ளார்கள். தாங்கள் முன்பு, கஸ்ரஜ் மக்களின் வேண்டுகோளுக்கேற்ப கைனுகாவினரை விடுதலை செய்தீர்கள். இப்போது எங்களின் முறை வந்திருக்கிறது. குறைளா மக்களுக்கான தீர்ப்பை வழங்கும் நடுவராக எங்களில் ஒருவரை நியமியுங்கள்” என்றார். “குறைளா மக்களுக்கான தீர்ப்பை வழங்க, அவ்ஸ் இனக்குழுவின் தலைவரான சஅத் பின் முஆதை ஏற்கனவே நியமித்துள்ளேன். இவரது பெயரை குறைளாவினரே முன்மொழிந்தனர்” என்றார் இறைத்தூதர் அவர்கள். இதைக் கேட்ட அவ்ஸ் இனக்குழுவினர் தங்களது மகிழ்ச்சியைப் பகிர்ந்துகொண்டனர்.

தனது காயத்துக்கு மருத்துவம் செய்து விட்டு, இறைத்தூதர் அவர்களின் தொழுமிடத்தில் அமர்ந்திருந்தார் ஸஅத் (ரலி).

அப்போது, சிலர் வந்து, முஸ்லிம் படைகள் இருந்த இடத்துக்கு அவரை அழைத்துச் சென்றனர். வழியில், குறைளா தரப்புக்கு ஆதரவாகச் செயல்படச் சொல்லி ஸஅத் (ரலி) அவர்களை வற்புறுத்தினர். "நான் நடுநிலையாக மட்டுமே செயல்படுவேன்" என்று அவர் முடிவாகச் சொன்னார்.

ஸஅத் (ரலி) வந்ததும், அன்சார்கள் எழுந்து நின்று தங்கள் தலைவர்மீதான நம்பிக்கையை வெளிப்படுத்தும்படி கேட்டுக்கொண்டார் இறைத்தூதர். அவர்களது பழைய நண்பர்களான குறைளா கோத்திரத்தார்மீதான வழக்கின் தீர்ப்பை இறைத்தூதர் தன்னிடம் ஒப்படைத்திருப்பதைக் கூறக்கேட்ட ஸஅத் (ரலி), தன் மக்களிடம், "எனது தீர்ப்பை முழுமனதுடன் அனைவரும் ஏற்றுக்கொள்வீர்கள் என்று அல்லாஹ்வின் மீது ஆணையிட்டு உறுதி கூறுங்கள்" என்றார். அனைவரும் இதை ஏற்றுக்கொண்டனர். இறைத்தூதரிடமும் முஹாஜிர்களிடமும் இதே ஒப்புதலை வேண்டினார் சஅத் (ரலி). அனைவருமே அவரது தீர்ப்புக்கு உடன்படுவதாக ஒப்புக்கொண்டனர்.

தொடர்ந்து ஸஅத் (ரலி) தீர்ப்பை வழங்கினார்: "குறைளா வம்சாவளியிலுள்ள ஆண்களுக்கு மரண தண்டனை விதிப்பதுடன் அவர்களது பெண்களும் பிள்ளைகளும் போர்க்கைதிகளாக நடத்தப்பட வேண்டும். அவர்களது உடைமைகள் அனைத்தும் முஸ்லிம்களுக்குப் பகிர்ந்தளிக்கப்பட வேண்டும்." இதைத் தொடர்ந்து கோட்டைக்குள்ளிருந்த குறைளா வம்சாவளியினர் அனைவரும் வெளியேறும்படி உத்தரவிடப்பட்டு, கைதிகளாக அவர்கள் மதீனாவுக்கு அழைத்துவரப்பட்டனர். தீர்ப்பின்படி, தண்டனை விதிக்கப்பட்டது. அவர்களுடைய வசிப்பிடங்கள் முஸ்லிம்களுக்குப் பகிர்ந்தளிக்கப்பட்டன.

பிற நிகழ்வுகள் : ஜுஹைனா இனக்குழுவினர் குறித்து தொடர்ந்து கிடைத்து வந்த தகவல்கள் பிரச்சினைகளைத் தோற்றுவிப்பதாக இருந்தன. இந்நிலையில் அவர்களது நடவடிக்கைகளைக் கண்காணிப்பதற்காக ஹிஜ்ரீ ஐந்தாம் ஆண்டு, துல்ஹிஜ்ஜா மாதம், இறைத்தூதரின் உத்தரவின்படி ஒரு முஸ்லிம் படை, கரைப்பகுதியைக் கண்காணிப்பதற்காகப் புறப்பட்டது. இதில், அபூஉபைதா பின் அல்ஜர்ராஹ் (ரலி) அவர்களின் தலைமையிலான முந்நூறு தோழர்கள் பங்கு வகித்தனர். இப்பயணத்தின்போது,

அபூஉபைதா (ரலி) அவர்களும் தோழர்களும் உணவும் நீரும் பற்றாக்குறையால் சொல்ல இயலாத துன்பங்களை அனுபவிக்க வேண்டியதாயிற்று. இரண்டு, மூன்று பேரீச்சம் பழங்களை மட்டுமே உண்டு நாள்களைக் கழித்தனர். கடற்கரையோரத்தில் ஒதுங்கிய பெரிய மீன் ஒன்றை சில நாள்கள் உணவாகக்கொண்டனர்.

கிலாப் வம்சத்தினர் மதீனாவைத் தாக்கிக் கொள்ளையிட முடிவு செய்திருப்பதாகத் தகவல் வந்தது. ஹிஜ்ரீ ஐந்தாம் ஆண்டு, துல்ஹிஜ்ஜா மாதம், முப்பது முஸ்லிம் வீரர்களுடன் முஹம்மத் பின் மஸ்லமா (ரலி) புறப்பட்டார். போர் நடந்தது. இதில் தோல்வியுற்ற எதிரிகள், போரில் இறந்த பத்துபேரின் உடல்களையும் ஐம்பது ஒட்டகங்களையும் மூவாயிரம் வெள்ளாடுகளையும் விட்டுவிட்டு ஓடினார்கள்.

மக்காவின் அரசியல் நிலையைக் கண்டறிவதற்காக உகாஷா பின் மிஹ்ஸன் (ரலி) அனுப்பி வைக்கப்பட்டார். நஜ்துக்கும் ஒரு சிறு படை அனுப்பப்பட்டது. இப்படை, துமாமா பின் உதாலைக் கைதியாகப் பிடித்துக்கொண்டு வந்தது. பின்னர் இவர் முழு மனதுடன் இஸ்லாத்தைத் தழுவிக்கொண்டார். இவர் தனது எல்லையான யமாமாவுக்குச் சென்று மக்காவுக்கு உணவு தானியங்களை ஏற்றிச் சென்ற வணிகக் குழுக்களைத் தடுத்தார். துமாமா (ரலி) ஏற்படுத்திய தடைகளால் பெரும் கவலைக்குள்ளான மக்காவாசிகள் தடையை விலக்கக் கோரி இறைத்தூதருக்குக் கடிதம் அனுப்பினார்கள். மக்காவுக்கு உணவு தானியங்கள் செல்வதைத் தடுக்க வேண்டாமென்று இறைத்தூதர் அவர்கள் துமாமாவைக் கேட்டுக்கொண்டார்.

ஹிஜ்ரீ ஆறு : இஸ்லாத்தைக் கற்பித்தல் : முன்னர் குறிப்பிட்டுள்ள ஹிஜ்ரீ ஐந்தாம் ஆண்டில், இறைத்தூதர் அவர்கள் தூமத்துல் ஜன்தலிலிருந்து திரும்பி வந்தபோது, உயைனா பின் ஹிஸ்ன், மதீனாவின் புல்வெளிகளில் தங்கள் கால்நடைகளை மேயவிட ஒப்புதல் அளிக்கும்படி இறைத்தூதரிடம் வேண்டியிருந்தான். ஓராண்டுக்கு அவ்வாய்ப்பு அவர்களுக்கு வழங்கப்பட்டிருந்தது. ஆனால், நன்றிகெட்ட அவர்கள், கிஃபார் வம்சத்தைச் சேர்ந்த ஒருவரைக் கொன்றதுடன் அவரது மனைவியையும் இறைத்தூதரின் ஒட்டகங்களையும் கவர்ந்து சென்றனர்.

இதைக்கண்ட சலமா பின் அம்ர் (ரலி), உரக்கக் குரலெழுப்பியதுடன் ஒரு சிறு குழுவினரைத் திரட்டிக்கொண்டு அவனைத் துரத்தினார். சலமா (ரலி) அவர்களின் குரல் கேட்டு இறைத்தூதரும் சென்றார். தொடர்ந்து, சற்று பின்னால், மிக்தாத் பின் அல்அஸ்வத், அப்பாத் பின் பிஷ்ர், ஸஅத் பின் ஸைத், உகாஷா பின் மிஹ்ஸன், முஹ்ரிஸ் பின் ஃபதாலா அசதீ, அபூகத்தாதா (ரலி) ஆகியோரும் புறப்பட்டுச் சென்று இறைத்தூதருடன் இணைந்துகொண்டனர். குழுவின் தலைவராக ஸஅத் பின் ஸைத் (ரலி) அவர்களை நியமித்து அனுப்பி வைத்துவிட்டு இறைத்தூதர் அவர்கள் தூகிராத் எனுமிடத்தில் தங்கினார்.

சலமா பின் அம்ர் (ரலி), அவர்களைப் பிடித்தார். துரத்திச் சென்றவர்களுடன் மேலும் பலர் சேர்ந்து கொண்டனர். இரு பிரிவினருக்குமிடையே சண்டை நடந்தது. முஸ்லிம்கள், தங்கள் ஒட்டகங்களுடன் அவர்களுடைய ஒட்டகங்களையும் கவர்ந்து விட்டு தூகிராதுக்குத் திரும்பினர். கைப்பற்றப்பட்ட ஒட்டகங்களில் ஒன்றை இறைத்தூதர் அறுத்தார். ஓர் இரவு அங்கே தங்கியிருந்து விட்டு பிறகு மதீனாவுக்குத் திரும்பினார்கள்.

அதே ஆண்டில், மதீனாவைத் தாக்குவதற்காக பக்ர் வம்சத்தினர், கைபரில் வாழ்ந்த யூதர்களுடன் சேர்ந்து சூழ்ச்சியில் ஈடுபடுவதாக இறைத்தூதருக்குத் தகவல் வந்தது. பக்ர் வம்சத்தினரை அடக்கி வைப்பதற்காக, அலீ (ரலி) அவர்களின் தலைமையில் இருநூறு வீரர்களை இறைத்தூதர் அவர்கள் அனுப்பி வைத்தார்.

வழியில் முஸ்லிம் படைகளிடம் சிக்கிக்கொண்ட ஓர் ஒற்றன், தனது பாதுகாப்பை உறுதி செய்துவிட்டு, எதிரிப்படைகள் தங்கியிருந்த முக்கியமான இடங்களைச் சொல்லி விடுதலை பெற்றான். எதிரிகள் எதிர்பாராத முறையில், அலீ (ரலி) தாக்குதல் தொடுத்தார். கடுமையாக எதிர்த்து நின்ற அவர்கள் முடிவில் ஓட்டம் பிடித்தனர். போர் இலாபமாக, ஐந்நூறு ஒட்டகங்களும் இரண்டாயிரம் ஆடுகளும் கிடைத்தன.

ஹிஜ்ரீ ஆறாம் ஆண்டு, ஷஅபான் மாதம், தூமத்துல் ஜன்தலைச் சூழ்ந்திருந்த பகுதிகளில் இன்னும் இறைமறுப்பாளர்களாக வாழ்பவர்களுக்கு இஸ்லாத்தைக் கற்பிக்குமாறு அப்துர் ரஹ்மான் பின் அவ்ஃப் (ரலி) அவர்களை இறைத்தூதர் அவர்கள் அனுப்பி

வைத்தார். அவர்களது தலைவர்களில் ஒருவர் கிறிஸ்தவரான அஸ்பக் பின் உமர் கல்பி. அப்துர் ரஹ்மான் (ரலி) அவர்களின் பெருமுயற்சியால் அஸ்பக் இஸ்லாத்தை ஏற்றார். அவரது இனக்குழுவிலுள்ள பெரும்பாலானோர் அவரைப் பின்பற்றினர். ஏனைய தலைவர்களில் சிலர், இஸ்லாத்தை ஏற்க மறுத்தாலும், ஜிஸ்யா வழங்க முன்வந்தனர்.

அஸ்பக் (ரலி) அவர்களின் மகள் தமாதர், அப்துர் ரஹ்மான் (ரலி) அவர்களைத் திருமணம் செய்துகொண்டார். தமாதரின் மகனான அபூசலமா (ரலி), பிற்காலத்தில் இஸ்லாமியக் கோட்பாட்டை நெறிப்படுத்திய மாபெரும் வல்லுநர்களுள் ஒருவர்.

நெறியற்ற நிகழ்வு : உக்ல், உரைனா எனும் இனக்குழுவினரில் சிலர், தாங்கள் இஸ்லாத்தைத் தழுவியதாகவும் மதீனாவில் வாழ விரும்புவதாகவும் வந்தனர். இதன்படி, மதீனாவில் தங்கியிருந்த இவர்கள் சில நாள்களுக்குப் பிறகு, இங்குள்ள தட்ப வெப்ப நிலையால் தங்களது உடல்நிலை சீரற்றிருப்பதாக முறையிட்டனர். இறைத்தூதர் அவர்கள், தமது ஒட்டகங்கள் மேயும் உஹுதின் வடக்குப் பகுதிக்கு அவர்களை அனுப்பிவைத்தார். அவர்கள் அங்கே சென்று திடமும் உடல் வலிமையும் பெற்ற பிறகு, ஒட்டகங்களைக் கவனித்து வந்த யசார் என்பவரை இரக்கமின்றிக் கொன்றுவிட்டு, ஒட்டகங்களைக் களவாடிச் சென்றனர். இத்துன்பம் தரும் செய்தி மதீனாவை அடைந்ததும் இறைத்தூதர் அவர்கள், குர்ஸ் பின் ஜாபிர் அல்ஃபிஹ்ரீ (ரலி) தலைமையில் இருபது குதிரை வீரர்களை அனுப்பினார். குற்றவாளிகள் பிடிபட்டனர். மதீனாவுக்கு அழைத்து வரப்பட்ட அவர்களுக்கு மரணதண்டனை விதிக்கப்பட்டது.

ஹுதைபியா போர்நிறுத்த உடன்படிக்கை : அரேபிய நிலப்பகுதிகள் முழுவதிலும் இப்ராஹீம் (அலை) அவர்களின் ஏகத்துவ இறைப்பண்பாடுகளின் கூறுகள் இருந்தாலும், அம்மக்கள் சிலை வழிபாட்டிலும் பல கடவுள் வணக்கத்திலும் ஆழ்ந்து கிடந்தனர். கஅபாவைப் பெருமைக்குரியதாகக் கருதி ஹஜ் கடமையையும் தவறாமல் நிறைவேற்றி வந்தனர். ஹஜ் காலங்களில் போரைத் தவிர்த்தனர். ஹிஜ்ரீ ஆறாம் ஆண்டு, ஷவ்வால் மாதம், இறைத்தூதர் அவர்கள், தாமும் தமது தோழர்களும் கஅபாவுக்குள் நுழைவதுபோல் கனவு கண்டார். முஸ்லிம்களைப் பொறுத்தவரைக்கும், இறைத்தூதரின் இந்தக் கனவு, அவர்கள்

மனதிற்குள் பாதுகாத்து வந்த பெரும் விருப்பமாக இருந்தது.

இறைத்தூதர் அவர்கள் உம்ராவை நிறைவேற்றுவதாக முடிவு செய்து, ஹிஜ்ரீ ஆறாம் ஆண்டு, துல்கஅதா மாதம், ஆயிரத்து நானூறு தோழர்களுடன் எழுபது குர்பானி ஒட்டகங்களையும் கொண்டு மதீனாவிலிருந்து மக்காவை நோக்கிப் புறப்பட்டார். அவர்கள் அனைவரும் இஹ்ராம் எனும் ஆடையை அணிந்திருந்தனர். இது, அவர்கள் ஹஜ் பயணிகளாக மட்டுமே மக்காவுக்கு வருவதைக் காட்டும். கஅபாவுக்கு வருகை தரும் முஸ்லிம்களைத் தடுப்பதற்கான உரிமை மக்காவாசிகளுக்குக் கிடையாது.

துல்ஹுலைஃபாவில் தங்கியிருந்த இறைத்தூதர் அவர்கள், முன்னெச்சரிக்கையாக, குஸாஆ இனக்குழுவைச் சேர்ந்த ஒருவரை நிலைமையைக் கண்காணித்து வரும்படி அனுப்பி வைத்தார். அவர் திரும்பி வந்து, முஸ்லிம்கள் கஅபாவுக்கு வருவதைத் தடுப்பதற்காக குறைஷிகள் கூட்டம் ஒன்றுதிரண்டிருப்பதாகச் சொன்னார். இறைத்தூதர் அவர்கள் இது குறித்து தோழர்களுடன் ஆலோசனை நடத்தினார்.

“நாம் இங்கே உம்ராவை நிறைவேற்றவே வந்திருக்கிறோம். போருக்காக அல்ல. அல்லாஹ்வுக்கும் நமக்குமிடையே யாரேனும் குறுக்கிடுவார்களெனில் நாம் அவர்களுடன் போரிட வேண்டியதுதான்” என்றார் அபூபக்ர் (ரலி). இதைக்கேட்ட இறைத்தூதர் அவர்கள், முஸ்லிம்களைத் தொடர்ந்துச் செல்லுமாறு பணித்தார்.

குறைஷிகள், முஸ்லிம்களின் வருகையைத் தடுத்து நிறுத்துவதற்காக, காலித் பின் வலீதின் தலைமையிலான ஒரு குதிரைப் படையை ஏற்கனவே குரஉ அல்கமீம் என்ற இடத்துக்கு அனுப்பி வைத்திருந்தனர். இறைத்தூதர், வழக்கமான பாதையைத் தவிர்த்து வலப்புறமுள்ள பாதையைத் தேர்வு செய்தார். இதனால், பயந்துபோன காலித் பின் வலீத், தப்பித்துச் செல்லவும் மேலும் தங்களை வலுப்படுத்திக்கொள்ளவும் மக்காவை நோக்கி விரைந்தார். இறைத்தூதர் அவர்கள், குன்றின் அடிவாரத்தை அடைந்ததும் அவரது ஒட்டகம் அங்கே உட்கார்ந்துகொண்டது. சுற்றிலுமிருந்தவர்கள், “ஒட்டகம் களைப்புற்றிருக்கிறது” என்றனர். இதனை மறுத்த இறைத்தூதர் அவர்கள், “ஒட்டகம் களைப்படையவில்லை. முன்பு, யானைப்படைகளை மக்காவுக்குள் நுழைய விடாமல் தடுத்த ஏக

இறைவனால் அது தடுத்து நிறுத்தப்பட்டுள்ளது" என்றார்.

ஹுதைபியாவின் நிலையம் : போர் தடை செய்யப்பட்ட பகுதிகளான மக்காவின்மீதும் இறையில்லமான கஅபாவின் மீதும் போர் தொடுக்கும் எண்ணம் இறைத்தூதரிடமில்லை. அவர் தமது ஒட்டகத்தைச் சிறிது முடுக்கி விட்டார். அது எழுந்து நடந்தது. ஹுதைபியா கிணற்றருகில் இறைத்தூதர் நின்றார். நீர் மிகவும் குறைவாக இருந்த அக்கிணறு சிறிது நேரத்தில் முழுவதுமாக வற்றி விட்டது. முஸ்லிம்கள் நீருக்காக அலைய வேண்டிய நிலை ஏற்பட்டது. இறைத்தூதர் அவர்கள், தூணியிலிருந்து ஓர் அம்பை உருவி, பராஉ பின் ஆஸிப் (ரலி) அவர்களிடம் கொடுத்து கிணற்றுக்குள் செலுத்தச் சொன்னார். அம்பு விழுந்ததும் பெரும் ஓசையுடன் நீர்ப் பிரவாகித்தது.

ஹுதைபியாவில் தங்கியிருந்த இறைத்தூதர் அவர்களிடம், புதைல் பின் வரக்கா குஸையீயும் மற்றும் சிலரும் வந்து, "தங்கள் வருகையின் நோக்கம் என்ன?" என்று கேட்டனர். "பயணக்குழு வின் முன்வரிசையில் நிற்கும் குர்பானி ஒட்டகங்களையும் நாங்கள் அணிந்திருக்கும் இஹ்ராமையும் நீர் பார்க்கவில்லையா?" என்று கேட்டார் இறைத்தூதர். குறைஷிகளிடம் திரும்பிச் சென்ற புதைல், "முஹம்மதைப் பார்த்து, நீங்கள் தேவையில்லாமல் பயப்படுகிறீர்கள். உம்ராவை நிறைவேற்றும் நோக்கத்துடன் மட்டும்தான் அவர் வந்திருக்கிறாரே தவிர உங்கள்மீது போர் தொடுப்பதற்காக அல்ல" என்றார்.

குறைஷிகளில் சிலர், "உம்ரா செய்யவும்கூட அவர்கள் இங்கே வருவதை நாங்கள் அனுமதிக்க முடியாது" என்றனர். இவர்களது கூற்றை ஏற்காத சிலர் இது குறித்து ஆலோசனை மேற்கொண்டனர். பின்னர், மக்காவின் புறப்பகுதிகளில் வாழும் அஹாபிஷ் இனக்குழுவின் தலைவரான ஹுலைஸ் பின் அல்கமா கினானியைத் தங்களின் தூதராக, இறைத்தூதரிடம் அனுப்பி வைத்தனர். அவர் சென்று குர்பானி ஒட்டகங்களை மட்டும் பார்த்து விட்டு குறைஷி களிடம் வந்து, "போரிடுவதற்காக அவர்கள் வரவில்லை. உம்ரா செய்யவே வந்திருக்கிறார்கள். இதைத் தடுக்கும் உரிமை யாருக்கும் கிடையாது" என்றார். இதைக்கேட்ட குறைஷிகள், "உமக்கு எதுவும் தெரியாது. மக்காவுக்குள் அவர்களை ஒருபோதும் அனுமதிக்க மாட்டோம். அது எங்களுக்கு இழிவையே ஏற்படுத்தும்" என்றனர்.

கோபமடைந்த ஹுலைஸ், "இதை நீங்கள் அனுமதிக்க மறுத்தால், உங்களுக்கெதிராக நாங்களும் திரும்பிவிட நேரும்" என்றார்.

இறைத்தூதர் அவர்கள்; "நாங்கள் போருக்காக வரவில்லை, உம்ராவை நிறைவேற்றி, குர்பானி கொடுக்கவே வந்திருக்கிறோம்" என்ற தகவலுடன், கிராஷ் பின் உமய்யா குஸாயீயை அனுப்பி வைத்தார். குறைஷிகள், தூதராக வந்த கிராஷின் ஒட்டகத்தைக் கொன்றதுடன் அவரையும் கொலை செய்ய முயன்றனர். ஹுலைசும் அஹாபிஷ் மக்களும் அவரைப் பாதுகாத்துத் திருப்பியனுப்பினார்கள். இதைத் தொடர்ந்து, கோபம் கொண்ட குறைஷி இளைஞர்களின் குழு ஒன்று, முஸ்லிம்கள்மீது திடீர்த் தாக்குதல் நடத்தும் எண்ணத்துடன் மக்காவிலிருந்து புறப்பட்டது. அவர்கள் அனைவரும் முஸ்லிம்களால் கைது செய்யப்பட்டு, இறைத்தூதரின் ஆணைப்படி பிறகு, விடுதலை செய்யப்பட்டனர்.

பின்னர் இறைத்தூதர் அவர்கள், உமர் (ரலி) அவர்களைத் தூது அனுப்ப விரும்பினார். உமர் (ரலி) சொன்னார்: "இதற்காக அங்கு தூது செல்வது குறித்து எனக்குக் கருத்து மாறுபாடில்லை. ஆனால், என்னைப் பாதுகாக்க எனது வம்சாவளியிலுள்ள அதீ பின் கஅபைச் சேர்ந்த யாரும் அங்கில்லை. இது, என்னைச் சிக்கலில் கொண்டு சேர்க்கக்கூடும். இதற்கு உஸ்மான் பின் அஃப்ஃபான் பொருத்தமானவர். ஏனெனில், அவரது உமய்யா வம்சத்தினர், மக்காவில் ஆற்றலும் செல்வாக்கும் மிக்க நிலையில் இருக்கிறார்கள்."

உமர் (ரலி) அவர்களின் கருத்து ஏற்றுக்கொள்ளப்பட்டது. உஸ்மான் பின் அஃப்ஃபான் (ரலி) குறைஷிகளிடம் தூது சென்றார். வழியில் அபான் பின் ஸயீதை அவர் சந்திக்க நேர்ந்தது. தனது பாதுகாப்பின்கீழ், உஸ்மானை மக்காவுக்குள் அழைத்துச்சென்ற அபான், காலத்தை வீணாக்காமல் அபூசுஃப்யானையும் பிற குறைஷித் தலைவர்களையும் சந்திக்க வைத்தார். உஸ்மான் (ரலி) அவர்களிடம் குறைஷிகள், "நீங்கள் மட்டும் கஅபாவை வலம் வர அனுமதிக்கிறோம்" என்றனர். "இறைத்தூதரை அனுமதிக்காமல் நான் மட்டும் உம்ரா செய்வதாக இல்லை" என்றார் உஸ்மான் (ரலி). இதைக் கேட்டுக் கோபம்கொண்ட குறைஷிகள் அவரை மக்காவிலேயே தடுத்து வைத்தனர்.

ரிள்வான் உடன்படிக்கை : உஸ்மான் (ரலி) திரும்பி வருவதில் ஏற்பட்ட காலதாமதம், முஸ்லிம்களிடையே உஸ்மான் கொலை செய்யப்பட்டார் என்ற வதந்தியைப் பரப்பியது. இதைக் கேள்விப்பட்ட இறைத்தூதர், "உஸ்மானின் கொலைக்குப் பழிவாங்காமல் நாங்கள் இங்கிருந்து அகல மாட்டோம்" என்று முடிவாகச் சொல்லிவிட்டு ஒரு மரத்தின்கீழ் அமர்ந்தார். இதற்காகத் தங்கள் உயிர்களைத் தியாகம் செய்யத் தயங்கமாட்டோம் என்று தோழர்களிடமும் உறுதிமொழி பெற்றார். இந்நிகழ்ச்சியைக் குறித்துத் திருக்குர்ஆன் கூறுகிறது:

"(நபியே!) இறைநம்பிக்கையாளர்கள் மரத்தடியில் உம்மிடம் வாக்குறுதியளித்தபோது அல்லாஹ் அவர்களைப் பொருந்தி (ஏற்று) கொண்டான்..." (குர்ஆன் 48: 18).

மேலும் சிறிது காலதாமதத்தின் பிறகு, உஸ்மான் (ரலி) மக்காவிலிருந்து திரும்பி வந்தார். குறைஷிகளில் அமைதியும் அறிவுக்கூர்மையுள்ள ஒரு பகுதியினர் போரை வெறுத்தாலும், பெரும்பான்மையினர் போரிடுவதிலும் கொலை செய்வதிலும்தான் ஆர்வமாக இருந்தனர். முஸ்லிம்களும் இதற்குத் தயாராகவே இருக்கிறார்கள் என்பதை அவர்கள் அறிந்திருந்ததால் சற்று அமைதியானார்கள். இந்நிலையில், குறைஷிகள், ஸகீஃப் வம்சத் தலைவரான உர்வா பின் மஸ்ஊதை இறைத்தூதரிடம் அனுப்பினார்கள். அவர் வந்து, "முஹம்மதே! குறைஷிகளின் எல்லாக் கோத்திரத்தாரும் உங்களுடன் போரிடவே முடிவு செய்திருக்கிறார்கள். ஆயினும், இப்போது அவர்கள் உங்களுடனான இணக்கத்தை விரும்புகிறார்கள். உங்களைவிட்டு ஒதுங்கியிருக்கிறார்கள். ஏனெனில், குறைஷிகள் கொலையாவதை அவர்கள் விரும்பவில்லை" என்றார்.

இதற்கு, அபூபக்ர் (ரலி) மிகவும் கடுமையாகப் பதில் சொன்னார். இறைத்தூதர் அவர்கள் உர்வாவிடம், "நாங்கள் போரிடும் நோக்கத்துடன் இங்கே வரவில்லை. உம்ராவை நிறைவேற்றவே வந்திருக்கிறோம். ஆனால், மக்காவாசிகள் போர் செய்வதில் ஆர்வம் காட்டினால், தூதுத்துவத்தை நிறைவுசெய்யும் விதமாக, உடலிலிருந்து எனது தலை வேறுபடும்வரை அல்லது எல்லாம் வல்ல அல்லாஹ் முடிவுசெய்யும்வரை நான் அவர்களுடன் போரிடுவேன். மக்காவாசிகள் உடன்படுவார்கள் எனில், எங்கள் கற்பித்தலை நடத்துமுகமாக அவர்களுடன் போர் நிறுத்த உடன்படிக்கை

ஒன்றை ஏற்படுத்தவும் தயாராக இருக்கிறேன். அல்லது, இனிமேல் போரே தேவையில்லை எனும் அளவுக்கு அவர்கள் இஸ்லாத்தை ஏற்றுக்கொள்ளட்டும்" என்றார்.

இறைத்தூதர்மீது தோழர்களின் பேரன்பு : இறைத்தூதருக்கும் உர்வாவுக்குமிடையில் நடந்த இந்த உரையாடலின்போது, உர்வாவின் கை இடையிடையே இறைத்தூதரின் தாடியை நோக்கி நீண்டது. இந்நடத்தை, முகீரா பின் ஷுஅபா (ரலி) அவர்களிடம் வெறுப்பை ஏற்படுத்தியது. தனது வாளின் பிடியால் அவரது கையைத் தடுத்த முகீரா (ரலி), பண்புடன் நடந்துகொள்ளுமாறு அறிவுறுத்தினார்.

குறைஷிகளிடம் திரும்பிச் சென்ற உர்வா சொன்னார்: "குறைஷிகளே, மாட்சிமை தங்கிய ரோமானிய, பாரசீக அரசவைகளுக்கும் நான் சென்றிருக்கிறேன். ஆனால், முஹம்மத்மீது அவரது தோழர்கள் வைத்திருக்கும் பேரன்பை எந்த அரசன்மீதும் மக்கள் வைத்திருப்பதை நான் பார்த்ததில்லை. தொழுகைக்காக முஹம்மத் உடலைச் சுத்தம் செய்த நீரைப் பெற்றுக் கொள்ளவும் அதன் ஒரு துளிகூட நிலத்தில் விழாதிருப்பதிலும்கூட அவர்கள் மிகுந்த கவனம் செலுத்துகிறார்கள். அவர்மீது ஆழமான அன்பும் மதிப்பும் வைத்திருக்கிறார்கள். அவர் பேசுவதை, மிகுந்த கவனத்துடன் செவிமடுக்கிறார்கள். அவருடைய கண்களை நேரடியாகப் பார்க்கவும் கூட அவர்கள் துணிவதில்லை. முஹம்மதை அவர்கள் எந்த நிலையிலும் பிரியமாட்டார்கள். ஆகவே, அவர் சொல்வதை ஏற்றுக்கொள்ளுங்கள். அவருடன் ஓர் அமைதி உடன்படிக்கை செய்து கொள்ளுங்கள்."

முஹம்மத் (ஸல்) அவர்கள் தம் தோழர்களுடன் இப்போதைக்குத் திரும்பிச் செல்ல வேண்டும். அடுத்த ஆண்டு வந்து உம்ராவை நிறைவேற்றலாம் என்ற நிபந்தனையுடன், குறைஷிகள் ஓர் உடன்படிக்கையைத் தயார் செய்து, சுஹைல் பின் அம்ரைத் தூதுவராக அனுப்பி வைத்தனர். சுஹைல் வருவதைக்கண்ட இறைத்தூதர் அவர்கள், "இந்த மனிதரை தூது அனுப்பியிருப்பதிலிருந்து அவர்கள் அமைதியை விரும்புகிறார்கள் என்றும் நிலைமை சீரடையுமென்றும் தெரிகிறது" என்றார். சுஹைல் உடன்படிக்கையின் அம்சங்களை விளக்கினார். அவை அனைத்தையும் ஏற்றுக்கொண்ட இறைத்தூதர் அவர்கள், அலீ (ரலி) அவர்களை அழைத்து உடன்படிக்கையை எழுதும்படி சொன்னார்.

அலீ (ரலி), 'பிஸ்மில்லாஹிர் ரஹ்மானிர் ரஹீம்' என்று எழுத ஆரம்பித்தார். இதை அனுமதிக்காத சுஹைல், "ரஹ்மான் என்பதை எப்படிப் புரிந்துகொள்வது? வழக்கம்போல், பிஸ்மிக்க அல்லாஹும்ம என்று எழுதுங்கள்" என்றார். "அப்படியே ஆகட்டும்" என்றார் இறைத்தூதரும். அல்லாஹ்வின் தூதரான முஹம்மத் என்று அலீ (ரலி) எழுதியபோது, மீண்டும் எதிர்த்த சுஹைல், "நீங்கள் அல்லாஹ்வின் தூதர் என்பதை நாங்கள் ஏற்போமாயின் இறையில்லத்திலிருந்து உங்களை வெளியேற்றவோ உங்களுடன் போரிட்டிருக்கவோ மாட்டோம் அல்லவா? அப்துல்லாஹ்வின் மகன் முஹம்மத் என்றே எழுதுங்கள்" என்றார். "நீர் ஏற்காவிட்டாலும் நான் அல்லாஹ்வின் தூதர்தான்" என்று பதிலளித்த இறைத்தூதர், எழுதியதை அழிக்கச் சொன்னார். "அல்லாஹ்வின் மீதாணையாக, என்னால் இதனைச் செய்ய இயலாது" என்றார் அலீ (ரலி). அழிக்கப்பட வேண்டிய இடத்தைக் காட்டச் சொன்ன இறைத்தூதர் அவர்கள் அதை அழித்தார்.

விதிகள் : உடன்படிக்கையின் விதிகள் பின்வருமாறு அமைந்தன:

1. முஸ்லிம்கள் இந்த ஆண்டு தவிர்த்து அடுத்த ஆண்டு உம்ராவை நிறைவேற்றலாம். முஸ்லிம்கள் மக்காவுக்குள் நுழையும்போது உறையிலிட்ட குறுவாளைத் தவிர வேறு ஆயுதங்கள் எதையும் வைத்திருக்கக் கூடாது. மூன்று நாள்களுக்கு மேலாக முஸ்லிம்கள் மக்காவில் தங்கியிருக்கக்கூடாது.

2. இந்த உடன்படிக்கையானது பத்தாண்டு காலம் நடைமுறையிலிருக்கும். இக்காலகட்டங்களில் இருசாராரும் ஒருவர்மீது ஒருவர் கையுயர்த்தக் கூடாது.

3. அரேபியாவின் எந்த இனக்குழுவைச் சேர்ந்த வம்சாவளியினரும் தங்கள் விருப்பப்படி யாருடனும் நட்புறவுகொள்ள உரிமையுடையவர்களாவர். ஆனால், இந்த உடன்படிக்கை விதிகளை மீறாத வகையில் அவர்களது நட்புறவு அமைந்திருக்க வேண்டும்.

4. குறைஷிகளிலிருந்து யாரேனும் அவரது பாதுகாவலரின் ஒப்புதல் இல்லாமல் முஸ்லிம்களிடம் வருவார்களெனில் அவரை அவரது பாதுகாவலரிடம் திருப்பியனுப்ப வேண்டும். ஆனால், முஸ்லிம்களிலிருந்து யாரேனும் குறைஷிகளிடம் வருவார்களெனில் அவரைக் குறைஷிகள் திருப்பி அனுப்ப வேண்டியதில்லை.

அமைதி உடன்படிக்கைக்கு எதிர்நடவடிக்கை : உடன்படிக்கையின் நான்காவது விதி, தோழர்களுக்கு ஏற்புடையதாக இல்லை. அப்போது, சுஹைலின் மகன் அபூஜன்தல் (ரலி) அவர்களை இஸ்லாத்தைத் தழுவியதற்காகப் பிணைத்துத் துன்புறுத்திய நிலையில் அவர் தப்பித்து இறைத்தூதரிடம் ஓடி வந்து நின்றார். இத்தனைக்கும் உடன்படிக்கை அப்போது கையெழுத்தாகும் நிலையில்தான் இருந்தது. அவரது உடலிலுள்ள காயங்கள் வெளிப்படையாகத் தெரிந்தன. தன்னை மதீனாவுக்கு அழைத்துச்செல்ல வேண்டும் என்று அவர் வற்புறுத்தினார். உடன்படிக்கையின்படி தன் மகனான அபூஜன்தல் தன்னிடம் ஒப்படைக்கப்பட வேண்டும் என்று பெருங்குரலில் சொன்னார் சுஹைல். உடன்படிக்கையைச் சுட்டிக்காட்டிய பிறகும், அபூஜன்தல் ஏற்கவில்லை. இறுதியாக, சுஹைல், அபூஜன்தல் (ரலி) அவர்களை மக்காவுக்கு அடித்து இழுத்துச் சென்றார்.

வருத்தம் தரும் இந்தக் காட்சியைக் கண்ட உமர் (ரலி) தமது கட்டுப்பாட்டை இழந்தவராக இறைத்தூதரின் முன் வந்து, "அல்லாஹ்வின் தூதரே! தாங்கள் இறைத்தூதர் அல்லவா?" என்று பணிவுடன் கேட்டார். அவர், "நிச்சயமாக" என்றதும், "நாங்கள் உண்மையான இறைநம்பிக்கையாளர்கள்தானே?" என்று கேட்டார். "நிச்சயமாக, நீங்கள் இறைநம்பிக்கையாளர்கள்தான்" என்றார் இறைத்தூதர் அவர்கள். உமர் (ரலி) மீண்டும், "அவர்கள் இறைமறுப்பாளர்கள் அல்லவா?" என்று கேட்டார். "நிச்சயமாக, அவர்கள் இறை மறுப்பாளர்கள்தான்" என்றார் இறைத்தூதர். உடனே, உமர் (ரலி), "அப்படியானால் இதுபோன்ற துன்பம் தரும் நிபந்தனைகளை நாம் ஏன் ஏற்க வேண்டும்?" என்று கேட்டார். இறைத்தூதர் சொன்னார்: "நான் அல்லாஹ்வின் தூதர். எனவே, அவனது தீர்ப்புகளை என்னால் நிராகரிக்க இயலாது; நம்பிக்கைக்குக் குந்தகம் விளைவிக்கவும் என்னால் இயலாது; அல்லாஹ் ஒருபோதும் என்னை இகழ்ச்சிக்குள்ளாக்கமாட்டான்." இதைக் கேட்ட உமர் (ரலி) சினம் தணிந்தவராக இறைத்தூதருடன், தாம் முரண்பட்டது குறித்து அல்லாஹ்விடமும் அவனது தூதரிடமும் மன்னிப்புக் கோரினார்.

தனித்துவ வெற்றி : உடன்படிக்கையை முடித்துக்கொண்டு, இறைத்தூதரும் தோழர்களும் ஹுதைபியாவில் குர்பானி கடமையை

நிறைவேற்றினர். தங்கள் இஹ்ராம்களைக் களைந்து தலைமுடியை மழித்தனர். உடன்படிக்கையைத் தொடர்ந்து குஸாஆ கிளையினர் இறைத்தூதருடன் ஒரு நட்பு உடன்படிக்கை மேற்கொண்டனர். பக்ர் வம்சத்தார் குறைஷிகளுடன் நட்புகொண்டனர். குஸாஆ வம்சமும் பக்ர் வம்சமும் நீண்டகாலமாக பரஸ்பரம் முரண்பட்டுக் கொள்பவர்கள். முஸ்லிம்களும் குறைஷிகளும் மேற்கொண்ட உடன்படிக்கையின்கீழ் இவர்களுடன் நட்புகொண்டவர்களும் அமைதியாக இருக்கக் கடமைப்பட்டவர்களாவர்.

இறைத்தூதர் அவர்கள் ஹுதைபியாவிலிருந்து மதீனாவுக்குத் திரும்பிய வழியில் வெற்றி எனும் குர்ஆன் அத்தியாயம் அருளப்பட்டது. முஸ்லிம்களுக்குப் பாதகமாக இருப்பதாகத் தோழர்கள் நினைத்த ஒப்பந்த விதி, மிகப் பெரிய சாதகமாக இருந்தது. தாங்கள் பலவீனமானதாகப் புரிந்துகொண்ட உடன்படிக்கையின் கூறுகள், உண்மையில் மிக வலுவானவை என்பதையும் பயன்மிக்கவை என்பதையும் தோழர்கள் உணர்ந்துகொண்டனர். இந்த உடன்படிக்கையினூடே முஸ்லிம்களுக்கு வாய்த்த அமைதியே அவர்களது மாபெரும் வெற்றியாகவும், இஸ்லாம் மிக வேகமாகப் பரவுவதற்கான பாதையாகவும் அமைந்தது. போர்கள் மூலம் அடைந்திருக்க இயலாத மாபெரும் வெற்றி அது. இந்த அமைதிக்காகவே அடிக்கடி போரிடவும் நேர்ந்தது. முஸ்லிம்களின் அமைதியான வாழ்க்கைக்கு வழியமைத்த ஹுதைபியா உடன்படிக்கையின் பிறகு, இரண்டே ஆண்டுகளில் இறைநம்பிக்கையாளர்கள் எண்ணிக்கை இருமடங்காகப் பெருகியது.

ஹுதைபியா உடன்படிக்கையின் பயன்கள் : ஹுதைபியா உடன்படிக்கையின் நான்காவது விதி, மிகப்பெரிய போதாமையாகப் புரிந்து கொள்ளப்பட்டது. முஸ்லிம்களிடையே இது, கடும் கோபத்தையும் உருவாக்கியது. ஆனால், குறைஷிகள், தங்களுக்குச் சாதகமாக முன்வைத்த அந்த நான்காவது விதியை நீக்கிவிடக் கோரி, தூது அனுப்பினார்கள். ஆச்சரியமான இம்மாற்றத்திற்கு எது காரணமாக அமைந்தது என்பதைக் கீழ்க்காணும் நிகழ்ச்சிகள் விளக்குகின்றன:

முஸ்லிம்கள் மதீனாவுக்குத் திரும்பிய சில நாள்களுக்குப் பிறகு, ஏற்கனவே இஸ்லாத்தைத் தழுவியிருந்த அபூபஸீர் (ரலி) மக்காவிலிருந்து தப்பித்து மதீனாவுக்கு வந்தார். உடன்படிக்கையின்படி

இவரை மக்காவுக்கு அழைத்துச் செல்வதற்காக குறைஷிகள், இரண்டு பேரை அனுப்பி வைத்தனர். அபூபஸீர் (ரலி) திருப்பி அனுப்பப்பட்டார். அவர்கள் துல்ஹுலைஃபா எனுமிடத்திற்கு வந்ததும், அழைத்துச் சென்றவர்களில் ஒருவனிடம் அபூபஸீர் (ரலி), “உம்மிடமிருக்கும் வாள் மிகவும் உயர்ந்த வகையாகத் தெரிகிறதே?” என்றார். இதைக்கேட்ட மற்றொருவன், அந்த வாளை அவனிடமிருந்து உருவியெடுத்து ஆச்சரியத்துடன் பார்த்தான். “கொடுங்கள். நானும் பார்க்கிறேன்” என்றார் அபூபஸீர் (ரலி). வாள் அபூபஸீரிடம் வந்தது.

அவர், வாளால் அவனது தலையைத் துண்டித்தார். உடனிருந்தவன் பயந்துபோய் மதீனாவை நோக்கி ஓடி இறைத்தூதர் தொழுமிடத்திற்குச் சென்று நடந்ததைச் சொன்னான். அப்போது கையில் வாளுடன் அபூபஸீர் (ரலி) அவர்களும் அங்கு வந்தார். மதீனாவில் இனி தனக்குப் பாதுகாப்புக் கிடைக்காது என்பதை உணர்ந்திருந்த அபூபஸீர், இறைத்தூதரிடம், என்னை அவர்களிடம் ஒப்படைத்து, தங்களது கடமையை முடித்து விட்டீர்கள். ஆனால், எல்லாம் வல்ல அல்லாஹ், என்னைக் காப்பாற்றிக்கொள்ளும் திறனை எனக்குத் தந்தருளினான். உடன்படிக்கையின்படி தாங்கள் என்னை அவர்களிடம் ஒப்படைக்க வேண்டும். ஆகவே, நான் இங்கே இருக்க விரும்பவில்லை” என்று சொல்லி விட்டு அங்கிருந்து அகன்றார். அபூபஸீர் (ரலி) அவர்களைக் கொண்டுபோக வந்தவன் மக்காவுக்குத் திரும்பிச் சென்று நடந்ததை விளக்கினான்.

அபூபஸீர் (ரலி) கடலோரப் பகுதியான ஈஸ் எனுமிடத்தில் வாழ்ந்தார். இதையறிந்த அபூஜன்தல் (ரலி) அவர்களும் மக்காவிலிருந்து தப்பிச்சென்று அபூபஸீர் (ரலி) அவர்களுடன் இணைந்து கொண்டார். இத்துடன், மக்காவிலுள்ள முஸ்லிம்கள் ஒவ்வொருவராகச் சென்று அபூபஸீர் குழுவினருடன் இணைந்துகொண்டிருந்தனர். மக்காவிலிருந்து வரும் வணிகக் குழுக்களைத் தடை செய்யுமளவுக்கு அவர்களது எண்ணிக்கையும் வலிமையும் அதிகரித்தன.

குறைஷிகள் இது குறித்து இறைத்தூதருக்குக் கடிதம் அனுப்புகிற அளவுக்கு நிலைமை மோசமடைந்தது. உடன்படிக்கையின் நான்காம் விதியைத் தளர்த்தவும் தங்களிடமிருந்து தப்பித்து மதீனாவுக்கு வருபவர்களைத் திருப்பி அனுப்பும்படி தாங்கள் இனி வற்புறுத்த மாட்டோம் என்றும் குறைஷிகள் எழுதினார்கள். இக்கோரிக்கையை

இறைத்தூதர் அவர்கள் ஏற்றுக் கொண்டதுடன் தமது குழுவினருடன் அபூபஸீர் (ரலி) அவர்களை மதீனாவுக்கு வரும்படி செய்தி அனுப்பினார். கடுமையாக நோய்வாய்ப்பட்டு அவர் படுக்கையிலான நிலையில் இறைத்தூதரின் அழைப்பு அவருக்குக் கிடைத்தது. அவர், அபூஜன்தல் (ரலி) அவர்களிடம் இறைத்தூதரின் ஆணையைக் காலம் தாழ்த்தாது நிறைவேற்றும்படி சொன்னார். பின்னர் அபூபஸீர் (ரலி) மரணமடைந்தார். அபூஜன்தல் (ரலி) தமது தோழர்களுடன் மதீனாவுக்குப் புறப்பட்டார். ஹுதைபியா உடன்படிக்கையில் நான்காவது பிரிவு நீக்கப்பட்டது.

அபிசீனியாவிலிருந்து முஸ்லிம்களின் வருகை: ஹுதைபியாவிலிருந்து திரும்பியதும் இறைத்தூதர் அவர்கள், அபிசீனிய மன்னரான நஜ்ஜாஷியை இஸ்லாத்திற்கு அழைக்கும் ஒரு கடிதத்துடன், ஜஅஃபர் பின் அபூதாலிப் (ரலி) அவர்களை அபிசீனியாவுக்கு அனுப்பி வைத்தார். முஸ்லிம்களை மதீனாவுக்கு அழைக்கும் ஒரு கடிதத்தை அம்ர் பின் உமய்யா தம்ரி (ரலி) அவர்களிடம் கொடுத்தனுப்பினார். இறைத்தூதரின் அழைப்பை ஏற்ற நஜ்ஜாஷி மன்னர், விலைமதிப்புமிக்க பல பரிசுகளுடன் முஸ்லிம்களை வழியனுப்பி வைத்தார்.

ஹுதைபியாவிலிருந்து புறப்பட்ட இறைத்தூதர் அவர்கள் துல்ஹிஜ்ஜா மாதம் மதீனாவை அடைந்து, ஹிஜ்ரீ ஏழாம் ஆண்டு, முஹர்ரம் மாதம்வரை மதீனாவில் தங்கியிருந்தார். ஹிஜ்ரீ ஆறாம் ஆண்டின் இறுதியில் ஒட்டகையோட்டங்களையும் குதிரையோட்டங்களையும் தோழர்களிடையே அறிமுகம் செய்தார். ஆயிஷா (ரலி) அவர்களின் தாயார் மரணமடைந்ததையும் அபூஹுரைரா (ரலி) இஸ்லாத்தைத் தழுவியதையும் இந்த ஆண்டின் நிகழ்வுகளாகக் குறிப்பிடலாம்.

ஹிஜ்ரீ ஏழு கைபர் வெற்றி : ஹுதைபியா உடன்படிக்கைக்குப் பிறகு, முஸ்லிம்களுக்கு அமைதி வாய்த்திருந்தது. ஆயினும், மதீனாவின்மீது தாக்குதல் தொடுக்கும் ஒரு திட்டம், மக்காவிலுள்ள அவநம்பிக்கையாளர்களிடம் இருப்பதாக இறைத்தூதருக்குத் தகவல் கிடைத்தது. மதீனாவிலிருந்து வேருடன் அகற்றப்பட்டு, கைபரில் வாழ்ந்துகொண்டிருந்த நள்ர் மற்றும் கைனுகா வம்சாவளியினர் மனங்களில் முஸ்லிம்கள்மீதான பகைமைத்தீ கொழுந்துவிட்டு எரிந்துகொண்டிருந்தது. ஒரு போருக்குத் தயாராகும்படி அவர்கள்

தூண்டப்பட்டனர். இதற்காக அவர்கள் ஒரு படையை ஏற்பாடு செய்யத்தொடங்கினர். மதீனாவின் விளைபொருள்களில் பகுதியைத் தருவதாகச் சொல்லி கத்ஃபான் வம்சாவளியினரையும் தங்களுடன் சேர்த்துக்கொண்டனர்.

யூதர்கள், மிகத் தொலைவில் வாழ்ந்தாலும், மதீனாவிலுள்ள நயவஞ்சகர்களின் உதவி அவர்களுக்குக் கிடைத்து வந்தது. இதன்மூலம், முஸ்லிம்களின் ஒவ்வொரு அசைவையும் அவர்கள் அறிந்து வைத்திருந்தனர். போர் குறித்தத் தகவல் கிடைக்கப்பெற்றதும் இறைத்தூதர் அவர்கள், மதீனாவின் தலைமைப் பொறுப்பை, ஸபா பின் அர்ஃபதா (ரலி) அவர்களிடம் ஒப்படைத்துவிட்டு, ஆயிரத்து ஐந்நூறு வீரர்கள்கொண்ட ஒரு படைக்குத் தலைமையேற்றுப் புறப்பட்டார்.

படைகள் தங்குமிடமாக அவர், ரஜீஉ எனும் இடத்தைத் தேர்வுசெய்தார். இப்பகுதி, கத்ஃபான் வம்சத்தாரின் வசிப்பிடத்துக்கும் கைபருக்குமிடையில் உள்ளது. முஸ்லிம்கள் எந்த நேரத்திலும் தாக்குதலில் ஈடுபடக்கூடும் என்ற பயத்தில் கத்ஃபான் வம்சாவளியினர், கைபர் யூதர்களுக்கு உதவிசெய்ய முன்வரமாட்டார்கள் என்பதால்தான் இறைத்தூதர் அவர்கள் இந்த இடத்தைத் தேர்வு செய்தார்.

கைபரில், யூதர்களின் மூன்று வசிப்பிடங்கள் இருந்தன. இதில், ஆறு மிகப்பெரிய கோட்டைகளுமிருந்தன. புகழ்பெற்ற மற்போர் வீரர்களான மர்ஹப், யாசிர் போன்றவர்கள் முன்வந்து போருக்கு அறைகூவல் விடுத்தனர். முஹம்மத் பின் மஸ்லமா, ஸுபைர் பின் அவ்வாம் (ரலி) ஆகிய இருவரும் அறைகூவலை ஏற்றனர். கடுமையான மோதலின் முடிவில், மஸ்லமா (ரலி), மர்ஹபையும், ஸுபைர் பின் அவ்வாம் (ரலி), யாசிரையும் கொன்றனர். சில அறிவிப்புகளின்படி, மர்ஹபைக் கொன்றவர் அலீ (ரலி).

திறந்த வெளியில் முஸ்லிம்களை எதிர்கொள்வது சரியாக இருக்காது என்பதை உணர்ந்த யூதர்கள், தங்கள் கோட்டைகளுக்குள் அடைந்துகொண்டனர். மர்ஹபுக்கு உரிமையான நாயிம் கோட்டையைத் தாக்கிய முஸ்லிம் படையினர் அதைக் கைப்பற்றிக்கொண்டனர். அடுத்து, ஸஅப் பின் முஆத் கோட்டைகள் கைப்பற்றப்பட வேண்டும். கைபரின் இந்த இரண்டாவது வசிப்பிடத்தின்மீது முஸ்லிம்படைகள்

தாக்குதல் மேற்கொண்டனர். அவை, கைப்பற்றப்பட்டன. மூன்றாவது வசிப்பிடமான அபூஹுகைக்கின் கமூஸ் கோட்டையும் முஸ்லிம்களிடம் வீழ்ந்தது.

மதீனாவுக்குக் கைதியாகக் கொண்டுவரப்பட்ட ஸஃபியா பின்த் ஹுவையை விடுதலை செய்த இறைத்தூதர் அவர்கள், அவரைத் திருமணம் செய்துகொண்டார். விடுபட்டிருந்த வத்தீஹ், சலாலிம் எனும் இரு கோட்டைகளும் பின்னர் முஸ்லிம் படையினரின் முற்றுகைக்குள்ளாயின. இம்முற்றுகை பத்து நாள்கள் நீடித்தது. தங்களது விளைபொருள்களில் ஒரு பகுதியைத் தருவதான உடன்படிக்கையின்கீழ் தங்களை அவர்கள் தற்காத்துக்கொண்டனர்.

கைபர் போரில் பதினைந்து முஸ்லிம்கள் உயிர் துறந்தனர். முஹாஜிர்களில் நான்கு பேரும், அன்சார்களில் பதினொரு பேரும். யூதர்களில் முப்பத்தொன்பதுபேரும் கொலையுண்டனர். யூதத் தலைவனான சலாம் பின் மிஷ்காம் என்பவனின் மனைவியான ஸைனப் பின்த் அல்ஹர்த் என்பவள், ஆட்டிறைச்சியில் விஷம் கலந்து சமைத்து இறைத்தூதருக்கு வழங்கினாள். அதன் ஒரு துண்டை வாயிலிட்ட இறைத்தூதர், எலும்புகளிலுள்ள விஷச்சுவையை உணர்ந்து அதை உமிழ்ந்து விட்டார். அதிலொரு துண்டைச் சாப்பிட்ட, பிஷ்ர் பின் அல்பராஉ (ரலி) மரணமடைந்தார். செய்த குற்றத்தை ஒப்புக்கொண்ட ஸைனப், பிஷ்ர் (ரலி) அவர்களின் உறவினர்களிடம் ஒப்படைக்கப்பட்டாள். ஆயினும், அவள் இஸ்லாத்தைத் தழுவியதால் விடுவிக்கப்பட்டாள். இன்னொரு, அறிவிப்பின்படி, ஸைனப் இஸ்லாத்தைத் தழுவவில்லை என்றும் கொல்லப்பட்டாள் என்றும் சொல்லப்படுகிறது.

மதீனாவை நோக்கிப் புறப்பட இருக்கும்போது, அபிசீனிய மன்னரின் பதில் கடிதமும் அவர் அனுப்பிய விலையுயர்ந்த அன்பளிப்புகளுமாக அபிசீனியாவில் வாழ்ந்து வந்த முஸ்லிம்களில் சிலர் வந்தனர். இதில், ஜஅஃபர் பின் அபூதாலிபும் அவரது மனைவி அஸ்மா பின்த் உமைஸும் மகன்கள் அப்துல்லாஹ், அவ்ன், முஹம்மத் மற்றும், காலித் பின் சயீதும் அவரது மனைவி, ஆமினா பின்த் கலஃபும் மகன் ஸயீத் (ரலி) ஆகியோரும் உட்படுவார்கள்.

மேலும், இவர்களை அழைத்து வரச் சென்றவர்களில் சிலர் மதீனாவுக்குச் சென்றிருந்தனர். உம்மு காலித், அம்ர் பின் ஸயீத், அபூமூஸா அஷ்அரீ, ஜஹ்ம் பின் கைஸ், ஹர்த் பின் காலித், முஹீனா பின் கிதார், மஅமர் பின் அப்துல்லாஹ், அபூஹாத்திப் பின் அம்ர், மாலிக் பின் ரபீஆ பின் கைஸ், அம்ர் பின் உமய்யா தம்ரீ (ரலி) ஆகியோர் கைபருக்கு வந்திருந்தனர்.

கைபரின் கிழக்குப் பகுதியினூடே முஸ்லிம்படைகள் வரும்போது, செழிப்புமிகுந்த ஃபிதக் நகரம் குறுக்கிட்டது. ஃபிதக் நகர யூதர்கள், உயிர்களுக்குப் பதிலாகத் தங்களுடைய உடைமைகளைத் தருவதாக அறிவித்தனர். அவர்களது கோரிக்கை ஏற்கப்பட்டது. மோதல்களில்லாமல் கீழ்ப்படிந்த ஃபிதக் நகர், இஸ்லாமிய அரசுடைமையாக்கப்பட்டது. தொடர்ந்து, வாதில் குரா எனும் பகுதியைக் கடக்கும்போது, அங்குள்ள யூதர்கள் முஸ்லிம்கள்மீது அம்பெய்தனர். ஆகவே, அப்பகுதி முற்றுகையிடப்பட்டது. முடிவில், தங்களது விளைபொருள்களில் ஒரு பகுதியைத் தருவதான உடன்படிக்கையின்கீழ் போர் தவிர்க்கப்பட்டது. வாதில் குரா மக்களைப்போல், தைமா மக்களும் உடன்படிக்கை மேற்கொண்டு போரைத் தவிர்த்துக் கொண்டனர்.

வெற்றிக்குப் பிறகு: கைபரிலிருந்து திரும்பி வரும்போது ஒருநாள், சூரியன் உதித்த பிறகும் இறைத்தூதரும் படையினரும் விழிக்கவில்லை. தூக்கம் கலைந்து முதலில் எழுந்த இறைத்தூதர் அவர்கள்தாம் மற்றவர்களையும் எழுப்பினார். அங்கிருந்து சிறிது தொலைவுக்குச் சென்ற அவர்கள் அதிகாலைத் தொழுகையை நிறைவேற்றினர். காலதாமதம் ஏற்பட்டாலும் தொழுகையை நிறைவேற்றியாக வேண்டுமென்ற முன்னுதாரணத்தை இதன்மூலம், இறைத்தூதர் அவர்கள் தம் தோழர்களுக்கு அறிவுறுத்தினார்.

கைபர் யூதர்கள் செல்வந்தர்களாக இருந்தனர். அப்பகுதிகளிலுள்ள நிலங்களும் அதிக விளைச்சல் தருவதாக இருந்தன. கைபர் வெற்றியின் போர் இலாபங்களும் விளைநிலங்களும் முஸ்லிம்களுக்குப் பகிர்ந்தளிக்கப்பட்டன. அவர்களது ஏழ்மையும் துன்பங்களும் அகன்றன. முஹாஜிர்களுக்குச் சொந்தமாக விளைநிலங்கள் கிடைத்தன. ஆகவே, அவர்கள் அன்சார்களின் உதவியிலிருந்து விடுபட்டனர். இதில் இறைத்தூதருக்கும் பங்குகள் கிடைத்தன. இது, அவரைக் காண வரும் தூதுக்குழுவினருக்கும் விருந்தினருக்கும்

தங்குமிடமாக அமைந்தது. நள்ர் வம்சத்தாரின் நிலங்கள் அவரது உறவினர்களுக்கும் அநாதைகளுக்கும் வறியவர்களுக்கும் பகிர்ந்தளிக்கப்பட்டன.

கைபர்மீதான போர் முஸ்தீபின்போது, மக்காவில் பெரும் செல்வந்தராக இருந்த ஹஜ்ஜாஜ் பின் இலாத் சுலமி என்பவர், தான் ஒரு பயணம் செல்வதாகச் சொல்லிவிட்டு வந்து இஸ்லாத்தை ஏற்று இறைத்தூதருடன் இணைந்துகொண்டார். "நான் இஸ்லாத்தைத் தழுவியது மக்காவிலுள்ளவர்களுக்குத் தெரியாது. தாங்கள் அனுமதித்தால் நான் மக்காவுக்குச் சென்று என் மனைவியின் மேற்பார்வையில் இருக்கும் செல்வங்களையும் மக்காவாசிகளுக்கு நான் கடனாகக் கொடுத்திருக்கும் பணத்தையும் திரட்டிக்கொண்டு வருவேன்" என்றார். இறைத்தூதர் இதற்கு ஒப்புதல் வழங்கினார்.

ஹஜ்ஜாஜ் மக்காவுக்குச் சென்றதும், கைபர் நிகழ்வுகள் குறித்து அறிந்துகொள்வதில் மக்கள் மிகவும் ஆர்வம் காட்டினர். இதைப் பயன்படுத்திய ஹஜ்ஜாஜ் போர் முடிவுகளைப் பற்றி எதுவும் சொல்லாமல், தனது கடனைத் திரும்பப் பெறுவதற்கு அவர்களது உதவியை நாடினார். இதை, முஸ்லிம்களின் எதிரிகளில் ஒருவருக்குச் செய்யும் உதவியாகக் கருதினர் மக்காவாசிகள்.

தனது செல்வங்கள் அனைத்தையும் திரட்டிக்கொண்டு மக்காவிலிருந்து புறப்பட்டார். ஹஜ்ஜாஜ், அப்பாஸ் பின் அப்துல் முத்தலிபிடம் மட்டும், தான் இஸ்லாத்தைத் தழுவியதையும் முஸ்லிம்களின் கைபர் வெற்றியையும் தெரிவித்தார். பின்னர், இதைக் கேள்விப்பட்ட மக்காவாசிகளுக்குப் பெரும் கோபம் வந்தது. முஸ்லிம்களின் கைபர் வெற்றியும் ஏராளமான செல்வத்துடன் ஹஜ்ஜாஜ் தங்களை ஏமாற்றிவிட்டு மக்காவிலிருந்து தப்பித்துச் சென்றதும் அவர்களைப் பெரிதும் மனஅதிர்ச்சிக்குள்ளாக்கின.

கைபரிலிருந்து திரும்பிய இறைத்தூதர் அவர்கள், முஸ்லிம்களுக்கு இன்னல்கள் விளைவிப்பதை இன்னமும் தொடர்ந்துகொண்டிருந்த அனைத்து இனக்குழுவினர்மீதும் போர் நடவடிக்கைகளை மேற்கொண்டார். எதிரிகளின் சூழ்ச்சிகளை முன்சென்று முறியடிப்பதன் மூலம் அவர்களது மனங்களில் பயத்தை உருவாக்குவதுதான் இந்நடவடிக்கைகளுக்கான அடிப்படைக் காரணம்.

அபூபக்ர் (ரலி) தலைமையில், சலமா பின் அக்வஉ (ரலி)

உட்பட சிலர், ஃபஸாரா இனக்குழுவினரை நோக்கியும், உமர் (ரலி) தலைமையில் முப்பது குதிரை வீரர்கள், ஹவாஸின் இனக்குழுவினரை நோக்கியும் அனுப்பி வைக்கப்பட்டனர். அப்துல்லாஹ் பின் ரவாஹா (ரலி), கைபர் யூதர்களை முஸ்லிம்களுக்கு எதிராகத் தூண்டிய, பிஷ்ர் பின் ஸராம் எனும் யூதனைக் கைது செய்ய அனுப்பி வைக்கப்பட்டார்.

பஷீர் பின் சஅத் அன்சாரி (ரலி) தலைமையில் முப்பது வீரர்கள், முர்ரா வம்சத்தாரை நோக்கியும், உஸாமா பின் ஸைத் (ரலி), ஜுஹைனா இனக்குழுவின் ஹுரக்கா (ஹுமைஸ்) வம்சத்தாரை நோக்கியும், காலிப் பின் அப்துல்லாஹ் லைஸி (ரலி), அல்முலவ்விஹ் வம்சத்தாரை நோக்கியும், அபூஹத்ரத் அஸ்லமி (ரலி), ஜுஷம் பின் முஆவியா வம்சத் தலைவனான ரிஃபாஆ பின் கைஸை நோக்கியும், அபூகத்தாதா, முஹல்லிம் பின் ஜத்தாமா (ரலி) ஆகிய இருவரும் இதமுக்கும் அனுப்பி வைக்கப்பட்டனர்.

படைகள் அனைத்தும் வெற்றியுடன் திரும்பி வந்தன. உஸாமா பின் ஸைத் (ரலி) தமது வாளை ஒருவர்மீது ஓங்கவும் அவர், திடீரென்று “லாஇலாஹ இல்லல்லாஹ்” என்று உச்சரித்தார். இருப்பினும், உஸாமா (ரலி) அவரைக் கொன்றுவிட்டார். இது இறைத்தூதருக்குத் தெரிய வந்ததும் அவர், உஸாமா (ரலி) அவர்களிடம் நடந்ததை விளக்கும்படிக் கேட்டார். “அவர், தனது உயிரைக் காப்பாற்றிக்கொள்ளவே ஷஹாதத் கலிமாவைச் சொல்கிறார் என்ற நினைப்பில் அவரைக் கொன்றேன்” என்றார் உஸாமா (ரலி). “நயவஞ்சகமாக அவர் ஷஹாதத் கலிமாவை மொழிந்தாரா என்று பார்ப்பதற்காகவா அவரது நெஞ்சைப் பிளந்தீர்?” என்று கோபத்துடன் கேட்டார் இறைத்தூதர் அவர்கள். தனது உள்ளார்ந்தக் கவலையை வெளிப்படுத்திய உஸாமா (ரலி), “இதுபோன்ற செயலை இனி ஒருபோதும் செய்வதில்லை” என்று வாக்குறுதியளித்தார்.

இதுபோன்ற மற்றொரு நிகழ்ச்சி: அபூகத்தாதாவும் முஹல்லிம் பின் ஜத்தாமாவும் சென்றுகொண்டிருந்தனர். அப்போது, தமது பொருட்களுடன் எதிரில் வந்த, அஸ்ஜஉ வம்சாவளியைச் சேர்ந்த ஆமிர் பின் அத்பத், இஸ்லாமிய முறைப்படி, “அஸ்ஸலாமு அலைக்கும்” என்று முகமன் சொன்னார். ஆனால், இவ்விருவரும் அவர் சொன்னதை நம்பவில்லை. இதில், முஹல்லிம் (ரலி)

ஆமிரைக் கொன்றுவிட்டார். இதையறிந்த இறைத்தூதர் அவர்கள் மிகவும் கவலையுற்றார். முஹல்லிம் (ரலி) அவர்களிடம், “அல்லாஹ்வின்மீது நம்பிக்கைகொண்ட ஒருவரை எதற்காகக் கொலை செய்தீர்?” என்று வருத்தத்துடன் கேட்டார். பிறகு, ஆமிரின் உறவினர்கள் கொலைக்கான இழப்பீடாக, ஐம்பது ஒட்டகங்களைப் பெற்றுக்கொண்டு முஹல்லிம் (ரலி) அவர்களை விடுதலை செய்தனர்.

இஸ்லாத்தை நோக்கிய அழைப்புகள்: இதே ஆண்டு, இறைத்தூதர் அவர்கள் அரேபிய, அரேபியரல்லாத மன்னர்களுக்கு இஸ்லாத்தை நோக்கி வரும்படி அழைப்புகள் அனுப்பினார். அபிசீனிய மன்னர் நஜ்ஜாஷிக்கு கடிதம் அனுப்பியது குறித்து ஏற்கனவே பார்த்தோம். நஜ்ஜாஷி இஸ்லாத்தை ஏற்றுக்கொண்டார். இம்முறை, இறைத்தூதரின் அழைப்புடன், திஹ்யா பின் கலீஃபா அல்கல்பீ (ரலி), ரோமானிய பேரரசரான ஹிராக்ளியசிடம் சென்றார். ஹாத்திப் பின் அபூபல்தா (ரலி), எகிப்து மன்னர் முகவ்கிசிடமும், அலா பின் அல்ஹள்ரமி (ரலி), பஹ்ரைன் மன்னர் முன்திர் பின் ஸாவவிடமும் சென்றனர்.

அம்ர் பின் அல்ஆஸ் (ரலி), ஓமன் மன்னரையும், ஸயீத் பின் ஆமிரீ (ரலி), யமாமா மன்னர் ஹவ்தா பின் அலீயையும், ஷுஜஅ பின் வஹப் (ரலி), டமாஸ்கஸ் மன்னர் ஹாரிஸ் பின் ஷிம்ர் கஸ்ஸானியையும், ஜபலா பின் அய்ஹமையும், முஹாஜிர் பின் அபூஉமய்யா (ரலி), யேமன் மன்னர் ஹாரிஸ் பின் அப்த் குலால் ஹிம்யரையும், அப்துல்லாஹ் பின் ஹுதைஃபா ஸஹ்மீ (ரலி), பாரசீக மன்னர் கிஸ்ராவையும் இஸ்லாத்திற்கு அழைக்கும் கடிதங்களுடன் சென்றனர்.

ரோமானிய மன்னரான ஹிராக்ளியஸ், கிறிஸ்தவர்களின் எதிர்ப்பினால் தனது அரசாட்சியை இழந்து விடுவோம் என்று பயந்து இஸ்லாத்தை ஏற்கவில்லை. இருப்பினும், இறைத்தூதரின் அழைப்பை மதித்ததுடன் அவரது தூதரையும் கௌரவமாக நடத்தினான். எகிப்து மன்னரும் மிகுந்த மரியாதையுடன் நடந்துகொண்டான். ஒரு பதில் கடிதத்துடன், இறைத்தூதருக்கு விலையுயர்ந்த ஆடைகளும் ஒரு கழுதையையும் இரண்டு பணிப்பெண்களையும் அன்பளிப்பாக வழங்கினான். முன்திர் பின் ஸாவவும் இதற்குத் தகுந்த மதிப்பளித்தான். ஓமான்

மன்னர், இஸ்லாத்தைத் தழுவினார். பாரசீகப் பேரரசரான கிஸ்ரா, இறைத்தூதரின் அழைப்பைக் கிழித்தெறிந்ததுடன் தூது வந்த, அப்துல்லாஹ் பின் ஹுதைஃபா (ரலி) அவர்களிடம் மரியாதையின்றி நடந்துகொண்டான். இதையறிந்த இறைத்தூதர் அவர்கள், "இதுபோல், அவனது பேரரசையும் அல்லாஹ் துகள்களாகச் சிதறடிப்பான்" என்று குறிப்பிட்டார். அதன்படியே பிற்காலத்தில் நடக்கவும் செய்தது.

மக்காவுக்கு வருகை : ஹிஜ்ரீ ஏழாம் ஆண்டு, துல்கஅதா மாதம் தொடக்கத்தில், இறைத்தூதர் அவர்கள், ஹுதைபியா உடன்படிக்கையில் கலந்துகொண்டவர்கள் அனைவரும் மக்காவுக்குச் செல்வதற்கான பயண ஏற்பாடுகளைச் செய்யும்படி அறிவித்தார். இதன்படி, இரண்டாயிரம் நபித்தோழர்கள் மக்காவுக்குப் புறப்பட்டனர். அபூதர் கிஃபாரீ (ரலி) மதீனாவின் தலைமைப் பொறுப்பில் நியமிக்கப்பட்டார். உடன்படிக்கையின்படி, போர்க்கருவிகளைத் தவிர்த்து, பயணக் குறுவாள்களுடன் அனைவரும் மக்காவுக்குள் நுழைந்தனர்.

கஅபாவை அடைந்ததும், இறைத்தூதர் அவர்கள், "வலது தோள்களை மறைக்காமல், இஹ்ராமின் ஒரு பகுதி அதன் கீழ்ப்புறம் வரும்படி சுற்றிகொண்டு, சிறிது வேகமாக கஅபாவை வலம் வாருங்கள்" என்று தோழர்களிடம் சொன்னார். தங்களைக் கவனித்துக்கொண்டிருக்கும் இறைமறுப்பாளர்களுக்கு தங்களின் ஆற்றலையும், கட்டுப்பாட்டையும், தளராத உழைப்பையும் தெரிவிக்கும்முகமாகவே இதைச் செய்யச் சொன்னார். தங்களுடைய மனங்கள் ஏற்கமறுக்கும், இக்காட்சியைக் கண்டு வேதனைப்படுவதைத் தவிர்ப்பதற்காக, மக்காவாசிகளில் பெருமளவிலானோர், பள்ளத்தாக்குகளிலும் திறந்த வெளிகளிலும் சென்று தங்கியிருந்தனர்.

உம்ரா கடமைகளை நிறைவேற்றிய இறைத்தூதர் அவர்கள், அப்பாஸ் பின் அப்துல் முத்தலிபின் மனைவி, உம்மு ஃபள்ல் அவர்களின் சகோதரியான மைமூனா (ரலி) அவர்களைத் திருமணம் செய்துகொண்டார். நான்காவது நாள், சுஹைல் பின் அம்ருவும், ஹுவைத்திப் பின் அப்துல் உஸ்ஸாவும் இறைத்தூதரிடம் வந்து, உடன்படிக்கையின்படி மக்காவைவிட்டு வெளியேறும்படி சொன்னார்கள்.

"நான் மக்காவிலிருந்து செல்லத் தயாராகவே இருக்கிறேன். ஆனால், நான் இப்போது இங்கே ஒரு திருமணம் செய்துள்ளேன் என்பதையும் அவர் இன்னும் என்னிடம் வரவில்லை என்பதையும் நீங்கள் அறிவீர்கள். நீங்கள் அனுமதித்தால் நான் மக்காவைவிட்டுச் செல்வதற்குள் ஒரு திருமண விருந்து ஏற்பாடு செய்து அதில் மக்காவாசிகளைக் கலந்துகொள்ள அழைப்பேன். இதனால் உங்களுக்கு எந்த இழப்பும் ஏற்பட்டுவிடப் போவதில்லை" என்றார் இறைத்தூதர் அவர்கள். "உங்களுடைய எந்த விருந்தும் எங்களுக்குத் தேவையில்லை. உடன்படிக்கையின்படி நீங்கள் இங்கிருந்து வெளியேற வேண்டும்" என்றார் சுஹைல்.

இறைத்தூதர் தங்களது பயணத்தை அறிவித்தார். அவர்கள், ஹரம் எல்லையைத் தாண்டி, ஸரீஃப் வெளியை அடைந்தனர். மைமூனா பின்த் ஹாரிஸ் (ரலி) அங்கே வந்து இறைத்தூதருடன் இணைந்துகொண்டார். மக்காவிலிருந்து அவர்கள் புறப்படுவதற்கு முன், ஹம்ஸா (ரலி) அவர்களின் சிறுவயது மகள் உமாரா ஓடி வந்து தன்னையும் மதீனாவுக்கு அழைத்துச் செல்ல வேண்டுமென்று அழுதாள். அலீ (ரலி) அவளைத் தூக்கித் தனது சேணத்தின்மீது அமர வைத்தார்.

அப்போது, ஜஅஃபர் பின் அபூதாலிபும், ஸைத் பின் ஹாரிஸாவும் வந்தனர். "உமாரா என்னுடைய மருமகள் என்பதாலும் என் மனைவி அவளது தாயின் சகோதரி என்பதாலும் குழந்தை என்னுடைய பாதுகாப்பில்தான் இருக்க வேண்டும்" என்றார். அமைதியாக இதற்குச் செவி மடுத்த இறைத்தூதர் அவர்கள், "தாயின் சகோதரி, தாய்க்கு ஒப்பானவர். ஆகவே, குழந்தை, ஜஅஃபர் வீட்டாரின் அரவணைப்பின்கீழ்தான் வளர்க்கப்பட வேண்டும்" என்று சொல்லி, குழந்தையை ஜஅஃபரிடம் ஒப்படைத்தார். அலீ, ஸைத் (ரலி) ஆகிய இருவரும் இறைத்தூதரின் இம்முடிவை ஏற்றுக்கொண்டனர்.

அம்ர் பின் அல்ஆஸ் இஸ்லாத்தில் : இறைத்தூதர் அவர்கள், மதீனாவுக்குத் திரும்பிய சில நாட்களுக்குப் பிறகு, அம்ர் பின் அல்ஆஸ், மக்காவிலிருந்து புலம்பெயரவும் இஸ்லாத்தைத் தழுவவும் முடிவு செய்தார். அபிசீனியாவுக்குச் சென்றிருந்த முஸ்லிம்களை மக்காவுக்குத் திருப்பியனுப்பக்கோரி அபிசீனிய மன்னர் நஜ்ஜாஷியைச் சந்திக்க அம்ர் அனுப்பப்பட்டதையும் வெட்கித் தலைகுனியுமளவுக்கு அவரது முயற்சிகள் தோல்வியடைந்ததையும்

ஏற்கனவே பார்த்தோம். இவை அனைத்தும் இஸ்லாத்தின் மீதான உன்னதம் அவரது மனதில் ஆழமாகப் பதியக் காரணங்களாக அமைந்தன. அவரது பழைய நம்பிக்கைகள் சிறிது சிறிதாக வேரற்றுப்போயின. தன்னைக் கட்டுப்படுத்திக்கொள்ள இயலாத நிலையில் அவர் இம்முடிவுக்கு வந்தார்.

காலித் பின் வலீத், அம்ரின் நெருங்கிய நண்பர். ஹுதைபியா நிகழ்வின்போது, உஸ்ஃபான் எனுமிடத்தில் வைத்து, இறைத்தூதர் அவர்கள், இரவுத்தொழுகையின்போது ஓதிய குர்ஆன் வசனங்களைக் கேட்கும் ஒரு வாய்ப்பு காலிதுக்குக் கிடைத்தது. அப்போது இஸ்லாம்மீதான வாஞ்சை தன் மனதினுள் பெருகுவதை அவர் உணர்ந்தார். தன் மனமாற்றத்திற்கான காரணத்தை அம்ர் காலிதிடம் சொன்னதும் அவர் எந்தத் தயக்கமுமின்றி அம்ருவுடன் இணைந்துகொண்டார். தங்கள் கருத்துடன் ஒத்திசைந்த உஸ்மான் பின் தல்ஹாவையும் இதில் சேர்த்துக்கொண்டனர். மக்காவின் இம்மூன்று தலைவர்களும் மதீனாவை நோக்கிப் புறப்பட்டு, இறைத்தூதரின் முன்னிலையில் இஸ்லாத்தைத் தழுவிக்கொண்டனர்.

இஸ்லாத்தை நோக்கிய அவர்களது மனமாற்றம், முஸ்லிம்கள்மீதான சிந்தனையில் பெரும் மாற்றத்தை ஏற்படுத்தியது. இஸ்லாத்தைத் தழுவுதல் என்பது முன்பு செய்த தீவினைகளுக்கு மாற்றாக அமையும் என்பதை காலித் பின் வலீத் மற்றும் அம்ர் பின் அல்ஆஸ் (ரலி) ஆகியோர் அறிய நேர்ந்ததில் அளவற்ற மகிழ்ச்சியடைந்தனர்.

ஹிஜ்ரீ எட்டு : முஅதா படையெடுப்பு : ஆபத்துகள் குறித்த எந்தப் பயமுமின்றி அரேபியா இப்போது பாதுகாப்பாக இருக்கிறது என்பதும், இஸ்லாத்தை ஏற்றுக்கொள்வதால் உயிருக்கோ உடைமைக்கோ எந்த இன்னல்களும் யாராலும் ஏற்படாது என்பதும் வெளிப்படையாகத் தெரிந்துவிட்டது. உள்நாட்டு எதிர்ப்புகள் முற்றிலுமாக இல்லாமல்போயின. இஸ்லாத்திற்கெதிரான ஆற்றல்கள் வலிமையற்றுப் போயின. இஸ்லாம் என்பது அரேபிய எல்லைக்குள் நிகரற்ற ஒன்றாகத் திகழ்ந்தது. ஆயினும், தங்களது பழைய பெருமைகளையும் ஆற்றலையும் மனதில்கொண்ட குறைஷிகள், இன்னமும் இஸ்லாமிய எதிர்ப்பிலும் பல இறை வணக்கத்திலும் ஏகத்துவ மறுப்பிலும் ஈடுபாடு காட்டி வந்தனர்.

இஸ்லாத்திற்கெதிராக அரேபியாவை முன்நிறுத்திய மூன்று

சக்திகள், மதீனாவின் நயவஞ்சகர் கூட்டமும், கைபரின் யூதர்களும், மக்காவின் அவநம்பிக்கையாளர்களும். ஆனால், அவர்களது அனைத்து முயற்சிகளும் தோல்வியில் முடிந்தன. எனவே, அவர்கள் ரோமானிய பேரரசையும் பாரசீகப் பேரரசையும் தூண்டிவிட ஆரம்பித்தனர். அவர்களின் சூழ்ச்சிகளை இறைத்தூதரும் அறிந்திருந்தார். பல்வேறு தேசங்களிலுள்ள ஆட்சியாளர்களுடன் இறைத்தூதர்கொண்ட கடிதத் தொடர்புகள் அவர்மீதான மதிப்பையே உருவாக்கியிருந்தன. விஷக்கருத்துக்கள் ஊடுருவியிருந்த சில மனங்கள் மட்டுமே இறைத்தூதரின் அழைப்புக்கு எதிர்ப்புத் தெரிவித்து இஸ்லாத்துக்கெதிராகத் தங்களை ஈடுபடுத்திக்கொண்டன.

முஸ்லிம்களைப் பொறுத்தவரைக்கும் இது, மிக நுட்பமாகக் கையாளப்பட வேண்டிய பிரச்சினை. ஏனெனில், அயல்நாட்டுப் படையெடுப்பு ஒன்று நிகழுமெனில், இஸ்லாத்துக்கு எதிரான அரேபிய சக்திகள் அனைத்தும் ஒன்றுபடும்.

இறைத்தூதர், பல்வேறு ஆட்சியாளர்களுக்கு அனுப்பிய கடிதங்களில் ஒன்று புஸ்ரா ஆளுநருக்கு எழுதப்பட்ட கடிதம். இதனை, ஹாரிஸ் பின் உமைர் அஸ்தி (ரலி) கொண்டுசென்றார். புஸ்ராவுக்குச் செல்லும் வழியில், சிரிய எல்லையின் அருகிலுள்ள முஅதாவை அவர் அடைந்தபோது பைசாந்தியாவின் துணை ஆளுநரான ஷுரஹ்பீல் பின் அம்ர் கஸ்ஸானி என்பவன் தடுத்தான். இவர் இறைத்தூதரால் அனுப்பப்பட்டவர் என்பதையும் அவரது ஒரு கடிதத்துடன் செல்கிறார் என்பதையும் அறிந்த அவன், மிகுந்த கோபத்துடன் அவரைக் கொன்றுவிட்டான். இந்தத் துயரமான தகவலை அறிந்த முஸ்லிம்கள் பெருஞ்சீற்றமடைந்தனர்.

இறைத்தூதர் அவர்கள், ஸைத் பின் ஹாரிஸா (ரலி) தலைமையில் மூவாயிரம் வீரர்கள்கொண்ட ஒரு படையைத் திரட்டினார். ஸைத் (ரலி) கொல்லப்பட்டால், ஜஅஃபர் (ரலி) அவர்களும் பிறகு, அப்துல்லாஹ் பின் ரவாஹா (ரலி) அவர்களும் தலைமையேற்க வேண்டும் என்றும், இவருக்குப் பிறகு, தங்களுக்கான தலைமையை முஸ்லிம்களே தேர்வுசெய்து கொள்ளலாம் என்றும் அவர் அறிவுறுத்தினார். படைகளை சிறிது தொலைவுவரைக்கும் சென்று வழியனுப்பிய இறைத்தூதர் அவர்கள் மதீனாவுக்குத் திரும்பினார்.

படைகளை, மஆன் எனுமிடம்வரைக்கும் அணிவகுத்துச்

சென்ற ஸைத் (ரலி), முஅதாவின் ஆளுநரான ஷுரஹ்பீல், நூறாயிரம் வீரர்கள்கொண்ட ரோமானியப் படையுடன் பல்காஉ எனுமிடத்தில் முகாமிட்டிருப்பதாக அறிந்தார். இத்தகவல், முஸ்லிம் படைவீரர்களிடையே பயத்தைத் தோற்றுவித்தது. முஸ்லிம் படைகள் மஆனில் முகாமிட்டன. தற்போதைய நிலைமையை எதிர்கொள்வது குறித்து நீண்ட நேரம் அவர்கள் கலந்துரையாடினர். தமது உரத்தக் குரலில் கலந்துரையாடலை முடித்து வைத்த அப்துல்லாஹ் பின் ரவாஹா (ரலி) சொன்னார்:

"தோழர்களே! உயிர்த் தியாகம் செய்யும் ஆர்வத்துடன் நாம் வந்திருக்கிறோம். மனித ஆற்றலையோ எண்ணிக்கைப் பலத்தையோ முன்வைத்து நாம் போரில் ஈடுபடுவதில்லை. அல்லாஹ் நமக்கு அருட்கொடையாகத் தந்துள்ள இறைமறையின் துணையுடன் களத்தில் இறங்குகிறோம். ஆகவே, ஹிராக்ளியசின் படைமுகாமான முஅதாவை நோக்கி முன்னேறிச் செல்லுங்கள். உங்களுடைய இடது, வலது புற அணிகளை ஒழுங்குபடுத்திக்கொள்ளுங்கள். ஒன்றுபடுவோம்! வாழ்ந்தாலும் வீழ்ந்தாலும் வெற்றி நமக்கே!"

அப்துல்லாஹ் பின் ரவாஹா (ரலி) அவர்களின் எழுச்சியுரைக்குப் பதில் சொல்வதுபோல் ஒரு கையில் ஈட்டியும் மறுகையில் போர்க்கொடியுமாக ஸைத் பின் ஹாரிஸா (ரலி) எழுந்தார். இத்துடன் புதியதோர் உயிர்ப்புப்பெற்ற முஸ்லிம் படைகளும் எழுந்து மஆனிலிருந்து புறப்பட்டன. முஅதாவிலுள்ள ஒரு பெரிய திறந்தவெளிதான் போர்க் களம். இரு படைகளும் எதிரெதிராக நின்றன. அனைத்துவிதமான போர்க்கருவிகளுடன் நின்றிருந்த நூறாயிரம் எதிரிக்ளின் முன், மூவாயிரம் முஸ்லிம்கள்.

முதன்முறையாக, முஸ்லிம் படைகளுடன் காலித் பின் வலீத் (ரலி) வந்திருந்தார். அவர் தமது வாளை இஸ்லாத்துக்காகப் பயன்படுத்தும் முதல் வாய்ப்பு. மட்டுமல்ல, இது கிறிஸ்தவர்களுக்கும் முஸ்லிம்களுக்குமிடையிலான முதல் போர். போர் பதாகையைத் தீரமுடன் கையிலேந்தியபடி முன்னால் சென்றுகொண்டிருந்தார் ஸைத் பின் ஹாரிஸா (ரலி). வலப்புற அணி, குத்பா பின் கத்தாதா உத்ரீ (ரலி) தலைமையிலும், இடப் புற அணி அபாயா பின் மாலிக் அன்சாரி (ரலி) தலைமையிலும் அணிவகுத்தன.

வீரத்துடன் போரிட்டு உடலில் எண்ணற்ற விழுப்புண்களுடன்

ஸைத் பின் ஹாரிஸா (ரலி) உயிர் துறந்ததும், பதாகையை ஜஅஃபர் (ரலி) ஏந்திக்கொண்டார். போரின் ஒரு கட்டத்தில் தமது குதிரையிலிருந்து கீழே தள்ளப்பட்ட ஜஅஃபர், அதன் கால்களினிடையே அகப்பட்டுக்கொண்டார். பெரும் ஆற்றலுடன் போரிட்ட அவர், இதில் தமது வலக் கையை இழந்தார். உடனே, இஸ்லாமியப் பதாகையைத் தமது இடக் கையில் ஏந்திக்கொண்டு போரிட்டார். இடக் கையும் வெட்டுண்டது. உடனே, தமது கழுத்தினிடையே வைத்து உயர்த்திப் பிடித்தார். இறுதியில் உயிரிழந்து தரையில் வீழ்ந்தார். பதாகை இப்போது, அப்துல்லாஹ் பின் ரவாஹா (ரலி) அவர்களால் உயர்த்தப்பட்டது. குதிரையிலிருந்து கீழே இறங்க வேண்டிய நிலையில் தீவிரமாகப் போரில் ஈடுபட்டதுடன் எதிரிகளில் பலரை வீழ்த்திய அவரும் முடிவில் உயிர் துறந்தார்.

இத்துடன், முஸ்லிம்களைப் பதற்றம் தொற்றிக்கொண்டது. ஸாபித் பின் அக்ரம் (ரலி) முன்னால் பாய்ந்துசென்று கொடியை உயர்த்தியபடியே உரத்தக் குரலில், "முஸ்லிம்களே! தலைமையேற்க ஒருவரைத் தேர்ந்தெடுப்பதில் ஒன்றுபடுங்கள்" என்று அழைப்பு விடுத்தார். இதற்கு அவர்கள், "உங்களையே நாங்கள் படைத்தலைவராக ஏற்கிறோம்" என்று பதிலளித்தனர். "நான் அதற்குத் தகுதியானவன் அல்ல; காலித் பின் வலீதைத் தேர்ந்தெடுங்கள்" என்றார் ஸாபித் (ரலி). உடனே, "நாங்கள் காலித் பின் வலீதைப் படைத்தலைவராக ஏற்றுக்கொள்கிறோம்" என்று முஸ்லிம்கள் ஒரே குரலில் அறிவித்தனர்.

இதைக் கேட்டதும் காலித் (ரலி) முன்வந்து, ஸாபித் (ரலி) அவர்களிடமிருந்து பதாகையைப் பெற்றார். முஸ்லிம் படைகள் புதிய எழுச்சியுடன் அவரைச் சூழ்ந்துகொண்டன. வெற்றி அல்லது வீரமரணம் எனும் புத்துயிர்ப்பை முஸ்லிம்களுக்கு ஊட்டினார் காலித் (ரலி). இத்துடன், எதிரிகள் நடுநடுங்கிப் போகுமளவுக்குத் திசைகளெங்கும் சுற்றிச் சுழன்று தாக்கியதுடன் படைகளின் வலிமை திறம்பட வெளிப்படுமளவில் அதற்குத் தலைமையேற்று வழிநடத்தினார்.

ஒரு படைத்தலைவருக்கு இருந்தாக வேண்டிய அத்தனை சிறப்புகளும் ஒருங்கே அமைந்தவராகத் திகழ்ந்தார் காலித் (ரலி). படைகள் முழுவதையும் மிகத்திறமையுடன் தனது கட்டுப்பாட்டுக்குள்

வைத்திருந்தார். தேவைக்கேற்ப முன்பின் அணிகளினூடேயும் வலப் புற இடப்புற அணிகளினூடேயும் சுழன்று வந்தார். படைவீரர்களும் போர்க்கருவிகளும் எண்ணிக்கையில் மிகக்குறைவாக இருந்த முஸ்லிம் படைகளை எதிரிகளால் கணித்துவிட இயலாமல் போனது.

காலித் (ரலி) மின்னல்போல் போர்க்களம் முழுவதிலும் தென்பட்டார். தமது மூவாயிரம் வீரர்களை, நூறாயிரம் வீரர்களிடையே திறம்பட வழிநடத்தினார். பொழுது சாயும் நேரம் வந்ததும், இறந்த உடல்களையும் தங்கள் உடைமைகளையும் விட்டு விட்டு ரோமானியர்கள் ஓட்டம் பிடித்தனர்.

அல்லாஹ்வின் வாள் காலித் (ரலி) : தலைமைப் பண்புக்கும் பேராற்றலுக்கும் பாத்திரமான காலித் (ரலி) அனைவராலும் பாராட்டப்பட்டார். அல்லாஹ்விடமிருந்தும் இறைத்தூதரிடமிருந்தும் 'அல்லாஹ்வின் வாள்' (சைஃபுல்லாஹ்) எனும் சிறப்புப் பெயரையும் பெற்றார். பலநூறு மைல்களுக்கு அப்பால், இஸ்லாத்துக்கான போரில் முஸ்லிம்கள் ஈடுபட்ட அதே நாளில், மதீனாவில் இறைத்தூதர் அவர்கள் தம் மக்களிடையே உரையாற்றினார். "முஅதா போர்க்களத்தில் முஸ்லிம் படை வீரர்கள், எதிரிகளை வீழ்த்தி விட்டனர். இதில், ஸைத் தமது இன்னுயிரை இஸ்லாத்துக்காக தியாகம் செய்தார். இதன் பின்னர் இஸ்லாமியக் கொடியைத் தனது கையிலேந்தி வீரத்துடன் போரிட்ட ஜஅஃபரும் எதிரிகளால் சூழப்பட்டு உயிர்த்துறந்தார். தொடர்ந்து, இஸ்லாமியக் கொடியை ஏந்திப்போரிட்ட அப்துல்லாஹ்வும் அதே நிலையில் உயிர் துறந்தார். அல்லாஹ் இவர்களது பாவங்களை மன்னிப்பானாக! இவர்கள் அனைவரும் சொர்க்கத்தை நோக்கி உயர்த்தப்பட்டிருக்கிறார்கள். பிறகு, இஸ்லாத்தின் கொடியை கையிலேந்திய, அல்லாஹ்வின் வாளான காலித், போர்க்களத்தின் நிலைமைகளை மீண்டும் ஒழுங்கமைத்தார்."

அன்றிலிருந்து காலித் (ரலி), சைஃபுல்லாஹ் (அல்லாஹ்வின் வாள்) என அழைக்கப்படலானார். போர்க்கள நிழ்ச்சியை அறிந்து சோகத்தில் ஆழ்ந்திருந்த ஜஅஃபர் (ரலி) அவர்களின் குடும்பத்தாருக்கு இறைத்தூதர் உணவு அனுப்பி வைத்தார். தனது படைகளுடன் மதீனாவுக்குத் திரும்பிய காலித் (ரலி) அவர்களுக்கு வாழ்த்துத் தெரிவிக்க இறைத்தூதர் அவர்கள் மதீனாவுக்கு வெளியே

வந்தார். அல்லாஹ்வின் வாள் எனும் சிறப்புப் பெயரையும் அவருக்கு வழங்கினார்.

ஜஅஃபர் (ரலி) இரண்டு இறக்கைகளுடன் சொர்க்கத்தில் பறப்பதாக நபித்தோழர்களில் ஒருவர் கனவு கண்டார். அன்றிலிருந்து அவர், ஜஅஃபர் தையார் (பறக்கும் ஜஅஃபர்) என்று அழைக்கப்படலானார். ஓர் அறிவிப்பின்படி, இறைத்தூதர் அவர்கள் ஒருமுறை, “ஜஅஃபருக்கு அல்லாஹ் இரு சிறகுகளை வழங்கியிருக்கிறான். சொர்க்கத்தில் அவர் பறந்து திரிகிறார்” என்று கூறியதாகச் சொல்லப்படுகிறது. முஅதா போர், ஹிஜ்ரீ எட்டாம் ஆண்டு, ஜுமாதல் ஊலா மாதம் நடந்தது.

குதாஆ படையெடுப்பு (தாத்துஸ் ஸலாசில்) : முஅதா போர் நடந்த ஒரு மாதத்திற்குப் பிறகு, சிரிய எல்லையின் அருகிலுள்ள குதாஆ மக்கள் மதீனாவின்மீது போர் தொடுக்க இருப்பதாக ஒரு தகவல் வந்தது. இறைத்தூதர், உடனடியாக அம்ர் (ரலி) தலைமையில் முஹாஜிர்களும் அன்சார்களும்கொண்ட முந்நூறு வீரர்களுடன் ஒரு படையை அனுப்பி வைத்தார். எதிரிப் படைகளை நெருங்கியதும், எதிர்பார்த்த அளவைவிடவும் அவர்கள் அதிகமாக இருப்பது தெரிய வந்தது. உடனடியாக மதீனாவுக்கு ஆள் அனுப்பப்பட்டது. அபூஉபைதா (ரலி) தலைமையில் ஒரு துணைப்படையை அனுப்பி வைத்தார் இறைத்தூதர் அவர்கள்.

முஸ்லிம் படைகளின் எதிர்த்தாக்குதலுக்கு ஈடுகொடுக்க முடியாத எதிரிப்படைகள் பயந்து சிதறுண்டன. முஸ்லிம் படைகள், வெற்றியுடன் பாதுகாப்பாகத் திரும்பி வந்தன. இதற்குச் சிறிது நாள்களுக்குப் பிறகு, மதீனாவிலிருந்து ஐந்து நிலைத் தொலைவுக்கப்பால், கரையோரப் பகுதியிலுள்ள ஜுஹைனா இனக்குழுவினர் மதீனாவைத் தாக்குவதற்கானப் படையேற்பாடுகள் செய்வதாக ஒரு தகவல் வந்தது. உடனடியாக, முஹாஜிர்களும் அன்சார்களும்கொண்ட முந்நூறு படைவீரர்களை அபூஉபைதா பின் அல்ஜர்ராஹ் (ரலி) தலைமையில் இறைத்தூதர் அவர்கள் அனுப்பி வைத்தார். முஸ்லிம்களைக் கண்டதும் எதிரிகள் பயந்தோடினர். படைகள் திரும்பி வந்தன.

மக்கா வெற்றி : ஹிஜ்ரீ எட்டாம் ஆண்டு, ஷஅபான் மாதம், திடுக்கிடச் செய்யும் ஒரு நிகழ்ச்சி நடந்தது. ஹுதைபியா

உடன்படிக்கையின்படி, இறைத்தூதருடன் குஸாஆ வம்சாவளியினரும் குறைஷிகளுடன் பக்ர் வம்சாவளியினரும் அமைதி ஒப்பந்தம் செய்து, தங்களுக்கிடையில் நிலவி வந்த, நெடுங்கால வன்மத்தைக் கைவிட்டு அமைதியாக வாழ்ந்துகொண்டிருந்தனர்.

உடன்படிக்கையின்படி பத்து ஆண்டுகள் அவர்கள் பரஸ்பரம் சண்டையில் ஈடுபட இயலாது. ஆனால், பக்ர் வம்சத்தினர், திட்டமிட்ட ஒரு பழியை எதிரிகளான குஸாஆ வம்சத்தார்மீது சுமத்தி மோதலுக்கு வழிவகுத்தனர். உடன்படிக்கையின்படி, பக்ர் வம்சத்தாரைக் குறைஷிகள் தடுத்திருக்க வேண்டும். மாறாக, அவர்கள், பக்ர் வம்சத்தாருக்கு அனைத்துவிதமான உதவிகளையும் செய்தனர். ஸஃப்வான் பின் உமய்யா, இக்ரிமா பின் அபூஜஹ்ல், சுஹைல் பின் அம்ர் ஆகியோர் பக்ர் வம்சத்தாருடன் சேர்ந்து சண்டையில் ஈடுபடும் அளவுக்கு குறைஷிகளின் உதவி வெளிப்படையாக இருந்தது.

பக்ர் மற்றும் குறைஷிகள் கோத்திரம் ஒன்றிணைந்து நடத்திய தாக்குதலில் குஸாஅ வம்சத்தாரில் இருபதுக்கும் மேற்பட்டவர்கள் கொலையுண்டனர். இந்த எதிர்பாராதத் தாக்குதலை அவர்கள் இரவு நேரத்தில் மேற்கொண்டனர். வேறு புகலிடம் இல்லாமல் இறையில்லமான கஅபாவினுள் அடைக்கலம் புகுந்த நிலையில் அங்கும் சிலர் கொல்லப்பட்டனர். கஅபா என்பது அனைவருக்குமான புகலிடம் என்றிருந்த நிலையையும் இதன் மூலம் அவர்கள் சீர் குலைத்தனர்.

உடன்படிக்கையைக் காற்றில் பறக்கவிட்டு, குஸாஆ வம்சத்தினரைப் படுகொலை செய்த அந்த இரவில், குஸாஆ வம்சத்தார் உதவிகேட்டுக் கதறினார்கள். அப்போது மதீனாவில் மைமூனா (ரலி) அவர்களின் இல்லத்தில் அங்கத் தூய்மை செய்துகொண்டிருந்த இறைத்தூதர் அவர்கள் “லப்பைக்! லப்பைக்!” (உனக்குத் தொண்டு செய்ய வந்தேன்) என்றார்.

மைமூனா (ரலி), “தாங்கள் லப்பைக் என்று யாரிடம் கூறுகிறீர்கள்?” என்று கேட்டார். “குஸாஆ வம்சத்தாரின் முறையீட்டுக்குப் பதில் சொன்னேன்” என்றார் இறைத்தூதர் அவர்கள். ஆச்சரியப்படும்விதமாக இந்நேரத்தில் இறைத்தூதர் சொன்ன ஆறுதல் குரல் மக்காவிலுள்ள குஸாஅவினருக்கும் கேட்டது. மறுநாள் காலையில் இறைத்தூதர் அவர்கள், ஆயிஷா

(ரலி) அவர்களிடம் நேற்றிரவு பக்ர் வம்சத்தாரும் குறைஷிகளும் சேர்ந்து, குஸாஆவினரில் சிலரைக் கொலை செய்திருக்கிறார்கள்" என்றார்.

"குறைஷிகள் உடன்படிக்கையை மீறிவிட்டதாகக் கருதுகிறீர்களா?" என்று ஆயிஷா (ரலி) கேட்டார். "நிச்சயமாக அவர்கள் உடன்படிக்கையை மீறியிருக்கிறார்கள். மிக விரைவில் அது தொடர்பாக எல்லாம் வல்ல அல்லாஹ் ஆணை பிறப்பிப்பான்" என்றார் இறைத்தூதர் அவர்கள்.

இந்நிகழ்ச்சி நடந்து சில நாள்களுக்குப் பின், புதைல் பின் வரக்காவும் அம்ர் பின் சாலிமும் மதீனாவுக்கு வந்து, இறைத்தூதரிடம் நடந்ததை விளக்கினார்கள். மிருகத்தனமான அந்தக் கொலை நிகழ்வை, கவலையும் வருத்தமும் நிறைந்த கவிதை நடையில் சொன்னார் அம்ர். அவரது கவிதைகள் இப்படியான பொருள் தருவதாக அமைந்தது. "தங்களுக்கெதிராகக் குறைஷிகள் நம்பிக்கைத் துரோகம் விளைவித்தனர். தங்களுடன் செய்துகொண்ட உடன்படிக்கை மீறப்பட்டது. எங்கள்மீது அத்துமீறினார்கள். நாங்கள் வைக்கோலாக மாற்றப்பட்டோம். அந்த இழிகுணத்தவர்கள் எங்களைத் துணையற்றவர்களாகக் கருதுகிறார்கள். வத்தீரில் தூங்கிக்கொண்டிருந்த வேளையில் நாங்கள் தாக்கப்பட்டோம்."

அவர்களுக்கு ஆறுதல்கூறிய இறைத்தூதர் அவர்கள், "நிச்சயம் உங்களுக்கு உதவி கிடைக்கும்" என்றார். மதீனாவிலிருந்து அவர்கள் புறப்படும்போது, "அமைதி உடன்படிக்கைக் காலத்தை மேலும் நீட்டிப்பதற்காகவும் அதை வலுப்படுத்துவதற்காகவும் மக்காவிலிருந்து அபூசுஃப்யான் புறப்பட்டுவிட்டார். ஆனால், அவரது நோக்கம் தோல்வியில் முடியும்" என்றார் இறைத்தூதர் அவர்கள்.

தங்களது முறைதவறிய நடவடிக்கையின் பின்விளைவுகள் குறித்து, காலம்தாழ்த்திச் சிந்தித்த மக்காவாசிகளை பயம் தொற்றிக்கொண்டது. ஆகவே, அமைதி உடன்படிக்கையைப் புதுப்பித்துக்கொள்ள அபூசுஃப்யானை அனுப்பினார்கள். மக்காவுக்குத் திரும்பும் வழியில், புதைல் பின் வரக்காவும் குழுவினரும் மதீனாவை நோக்கிச்சென்றுகொண்டிருந்த அபூசுஃப்யானைச் சந்திக்க நேர்ந்தது.

"எங்கே போய்விட்டு வருகிறீர்கள்?" என்று கேட்டார் அபூசுஃப்யான். இறைத்தூதரைச் சந்தித்துவிட்டுத் திரும்பும் செய்தியை புதைல் மறைத்துவிட்டார். முஸ்லிம்களிடம் இறைத்தூதர் அவர்கள், போருக்கான இரகசிய ஏற்பாடுகளை மிக விரைவாக மேற்கொள்ளும்படி உத்தரவிட்டிருந்தார். குஸாஆ கிளையினர்மீது நடந்து முடிந்திருந்த தாக்குதல் இறைத்தூதருக்குத் தெரிந்திருக்க வாய்ப்பில்லை; ஆகவே, முடிந்தவரைக்கும் சீக்கிரமாக உடன்படிக்கையைப் புதுப்பித்துக்கொள்ள வேண்டும் என்று விரும்பினார் அபூசுஃப்யான்.

மதீனாவில் அபூசுஃப்யான் : மதீனாவுக்கு வந்த அபூசுஃப்யான், இறைத்தூதரையும் அபூபக்ர், உமர், அலீ (ரலி) ஆகியோரையும் தொடர்புகொள்ள பலமுறை முயன்றும் இயலவில்லை. முடிவில், அவரைத் திரும்ப அனுப்பும் எண்ணத்துடன் அலீ (ரலி) அவர்களிடமிருந்து ஒரு தகவல் அவருக்கு வந்தது. "தாங்கள், கினானா வம்சாவளியின் தலைவர். ஆகவே, இறைத்தூதர் தொழுமிடத்திற்குச் சென்று தாங்களாகவே உடன்படிக்கையின் காலாவதியை நீட்டியிருப்பதாக அறிவித்து விடுங்கள்."

அப்படியே செய்துவிட்டு அங்கிருந்து புறப்பட்ட அபூசுஃப்யான், மக்காவுக்குத் திரும்பிச் சென்று நடந்ததை விளக்கினார். குறைஷிகள் சிரித்தனர். "அலீ உங்களை மூடனாக்கியிருக்கிறார்" என்றனர். தனது அறிவீனம் அப்போதுதான் அவருக்கும் உறைத்தது. அபூசுஃப்யான் திரும்பிச் சென்றதும், காலம்தாழ்த்தாமல் மக்காவை நோக்கி அணிவகுக்கும்படி இறைத்தூதர் அவர்கள் தோழர்களுக்கு உத்தரவிட்டார். பெருமளவிலான இந்தப் போர் ஏற்பாடுகளின் இலக்குகள் குறித்து முஸ்லிம்கள் எதுவும் அறிந்திருக்கவில்லை. எதிர்பாராத நிலையில் மக்காவாசிகளைப் பிடிக்க வேண்டும் என்பதுதான் இறைத்தூதரின் நோக்கம்.

ஆனால், ஹாத்திப் பின் அபூபல்தஆ (ரலி), முஸ்லிம்களின் இந்தத் தாக்குதல் குறித்த தகவலைக் கடிதமெழுதி ஒரு பெண்மூலம் குறைஷிகளுக்கு அறிவித்தார். அல்லாஹ்வின் அகத்தூண்டுதல் மூலம் இறைத்தூதரும் இதனை அறிந்துகொண்டார். அப்பெண்ணின் தோற்ற அமைப்பைக் கூறிய இறைத்தூதர், அவளுக்குப் பின்னால் அலீ, ஸுபைர் பின் அவ்வாம் (ரலி) ஆகிய இருவரையும் அனுப்பினார். அந்தப் பெண்ணைத் துரத்திப் பிடித்த அலீ (ரலி),

அவளது உடைமைகளைச் சோதனையிட்டார். ஆனால், அவளிடம் கடிதம் எதுவுமில்லை. இறைத்தூதர் அவர்கள் சொல்வது தவறாக இருக்காதென்பதை அறிந்த அலீ (ரலி), பொய் சொன்னால் மோசமான விளைவுகளைச் சந்திக்க நேருமென்று அவளைப் பயமுறுத்தினார். அவள் தனது முடிக்கற்றைக்குள் மறைத்து வைத்திருந்தக் கடிதத்தை எடுத்துக் கொடுத்தாள். இதை, ஹாத்திப் (ரலி), குறைஷிகளுக்கு எழுதியிருந்தார்.

கடிதத்துடன் அப்பெண் இறைத்தூதர் முன் அழைத்துவரப்பட்டாள். ஹாத்திபும் அழைத்து வரப்பட்டார். அவரிடம் விளக்கம் கோரப்பட்டது. அவர், "என் உறவினர்கள் மக்காவில் இருப்பதாலும் அவர்கள் தங்களைப் பாதுகாத்துக்கொள்ளவும் இதன்மூலம் அவர்கள் என்னிடம் நம்பிக்கையாக நடந்துகொள்வார்கள் என்றும் இதைச் செய்தேன்" என்றார். இதைக்கேட்ட உமர் (ரலி), மிகுந்த கோபத்துடன் "இறைத்தூதரே, அவருக்கு மரணதண்டனை நிறைவேற்ற எனக்கு ஒப்புதலளியுங்கள்" என்றார். "உமரே, ஹாத்திப் செய்திருப்பது மன்னிக்க முடியாதக் குற்றமல்ல" என்றார் இறைத்தூதர். ஹாத்திப் மன்னிக்கப்பட்டார்.

மக்காவை நோக்கி அணிவகுப்பு : ஹிஜ்ரீ எட்டாம் ஆண்டு, ரமளான் மாதம், 11 ஆம் நாள், பத்தாயிரம் முஸ்லிம்கள்கொண்ட படைக்குத் தலைமையேற்ற இறைத்தூதர் அவர்கள், மதீனாவிலிருந்து புறப்பட்டார். அபூசுஃப்யானின் தோல்வியால் குறைஷிகள் கதிகலங்கி இருந்தனர். இறைத்தூதரின் போர் நடவடிக்கை குறித்தும் அவர்கள் அறியவில்லை. படையணிவகுப்பு மக்காவை நோக்கி விரைந்தது. வழியில், இறைத்தூதரின் தந்தையின் சகோதரரான அப்பாஸ் பின் அப்துல் முத்தலிப் (ரலி) அவர்களைக் கண்டனர். அவர் தனது மனைவி மக்களுடன் வந்திருந்தார். இஸ்லாத்தைத் தழுவிய அவர்கள் மதீனாவை நோக்கிச் சென்றுகொண்டிருந்தனர். அவர்களை மதீனாவுக்கு அனுப்பி வைத்த இறைத்தூதர் அவர்கள், அப்பாஸ் (ரலி) அவர்களை மட்டும் தம்முடன் மக்காவுக்கு அழைத்துவந்தார்.

படைகள், மக்காவிலிருந்து எட்டு மைல்தொலைவிலுள்ள மர்ருஸ் ஸஹ்ரான் என்ற இடத்தை அடைந்து முகாமிட்டன. இவ்வளவு அண்மையில் வந்திருந்தும் மக்காவாசிகள் இதை அறியவில்லை. இரவில் தங்கள் வசிப்பிடங்களுக்குத் திரும்பிய

இடையர்கள் மூலம்தான் இதை அறிந்துகொண்டனர். தகவலறிந்த அபூசுஃப்யான் நிலைமைகளைப் பார்ப்பதற்காக வெளியில் வந்தார். ஏற்கனவே, இறைத்தூதர் அவர்கள், உமர் (ரலி) தலைமையில் இரவுத் தாக்குதலை எதிர்கொள்வதற்கான ஒரு காவல் படையை உருவாக்கியிருந்தார்.

அப்பாஸ் பின் அப்துல் முத்தலிப் (ரலி), தனது மக்களைக் குறித்து மிகுந்த கவலையுடன் இருந்தார். அவர்கள் இஸ்லாத்தை ஏற்பதுடன் பாதுகாப்பாக இருக்க வேண்டும் என்று அவர் விரும்பினார். ஆகவே, அவர் இரவில் வெளியே வந்து, இறைத்தூதரின் கோவேறுக் கழுதையான துல்துல்லில் மக்காவை நோக்கிச் சென்றார். இறைத்தூதரின் ஆணைப்படி, ஆயிரம் வீரர்களாகப் பிரிந்த முஸ்லிம் படைகள், தனித்தனியாக முகாம் அமைத்து, நெருப்பு மூட்டினர்.

பரந்த வெளியில் கொழுந்துவிட்டெரிந்த பெருநெருப்பைக் கண்ட அபூசுஃப்யான், இவ்வளவு பெரிய படைகளை எப்படி ஒருங்கிணைக்க முடிந்தது என்று திகைத்து நின்றார்.

அந்தக் கூரிருளிலும் அபூசுஃப்யானின் குரலைப் புரிந்துகொண்ட அப்பாஸ் (ரலி), "இறைத்தூதரின் தலைமையிலான இப்படைகள் நாளைக் காலை மக்காவின்மீது போர்த்தொடுக்க ஆயத்தமாக இருக்கின்றன" என்று குரல் கொடுத்தார். நம்ப இயலாத இச்செய்தியைக் கேட்டதும் அபூசுஃப்யான் மேலும் நிலைகுலைந்தார். குழப்பம் மிகுந்தவராக அவர் அப்பாஸ் (ரலி) அவர்களிடம் வந்தார். "இக்கோவேறுக்கழுதையின்மீது ஏறிக்கொள்ளும். உம்மை நான் இறைத்தூதரிடம் அழைத்துச் செல்கிறேன். அவரால் மட்டுமே உமக்குப் பாதுகாப்பளிக்க இயலும்" என்றார் அப்பாஸ் (ரலி).

அபூசுஃப்யான் உடனடியாக, கோவேறுக்கழுதையில் ஏறிக்கொண்டார். அபூசுஃப்யானை அடையாளம் கண்டுகொண்ட உமர் (ரலி), அவரைக் கொன்றுவிட நினைத்தார். அப்பாஸ் (ரலி) கழுதையை வேகமாகச் செலுத்தி, இறைத்தூதரின் முகாமுக்குள் கொண்டுசென்றார். துரத்திக்கொண்டு பின்னால் வந்த உமர் (ரலி), "இறைத்தூதரே, நமது கட்டுக்காவலை மீறி உள்ளே நுழைந்திருக்கும் அவநம்பிக்கையாளன் அபூசுஃப்யானுக்கு மரண தண்டனையளிக்க ஒப்புதல் தாருங்கள்" என்று உரத்தக் குரலில் கேட்டார். "அவர் என்னுடைய பாதுகாப்பில் இருக்கிறார்" என்றார் அப்பாஸ் (ரலி). உமர் (ரலி), மீண்டும் ஒப்புதல் கேட்டார்.

"உமர்..." என்று சற்றுக் கண்டிப்புடனான குரலில் அழைத்த அப்பாஸ் (ரலி), "இவர் உமது குடும்பத்தைச் சேர்ந்தவராக இருந்தால் இதில் நீர் இவ்வளவு தீவிரம் காட்டமாட்டீர்" என்றார். இதைக் கேட்ட உமர் (ரலி), "அப்பாஸ், என் தந்தையார் இஸ்லாத்தை ஏற்பதைவிட நீர் இஸ்லாத்தை ஏற்றதில்தான் நான் மிகுந்த மகிழ்ச்சியை உணர்ந்தேன். ஏனெனில், இறைத்தூதர் அவர்கள் நீர் முஸ்லிமாவதையே அதிகமாக விரும்பினார்" என்றார்.

அவர்களிடையே நடந்த உரையாடலைக் கேட்டதும் இறைத்தூதர் அவர்கள், "இன்றிரவு அபூசுஃப்யானுக்கு அபயமளிக்கப்பட்டிருக்கிறது" என்றார். தொடர்ந்து அப்பாஸ் (ரலி) அபூசுஃப்யானுக்குத் தமது முகாமில் பாதுகாப்பளிக்கும்படி சொன்னார். அபூசுஃப்யான் இறைத்தூதர் முன்னிலையில் மறுநாள் இஸ்லாத்தை ஏற்றுக்கொண்டார்.

அபூசுஃப்யான் கௌரவிக்கப்படுதல்: இறைத்தூதரிடம் வந்த அப்பாஸ் (ரலி), "அபூசுஃப்யான் கௌரவத்தை மிகவும் விரும்புபவர். ஆகவே, தாங்கள் அவருக்கு ஒரு சிறப்பளிக்க வேண்டுமென விரும்புகிறேன்" என்று பணிவுடன் சொன்னார். இறைத்தூதர் அவர்கள், "இறையில்லமான கஅபாவில் நுழைபவர் பாதுகாக்கப்படுவார்கள். இது போன்ற, ஒரு பெருமையாக அபூசுஃப்யானின் இல்லத்தில் நுழைபவர்களும் பாதுகாக்கப்படுவார்கள். தங்கள் வீட்டுக்குள்ளேயே இருப்பவர்களும் போர்க்கருவிகளின்றி நடமாடுபவர்களும் பாதுகாக்கப்படுவார்கள்" என்றார். இதைக்கேட்ட அபூசுஃப்யான் (ரலி) மகிழ்ச்சியடைந்தார்.

படைகளின் அணிவகுப்பு, கடலின் பிரவாகம்போலிருந்தது. பல்வேறு இனக்குழுவினர், தங்கள் தனி அடையாளங்களுடன் நகர்ந்துகொண்டிருந்தனர். ஓர் உயர்ந்த பகுதியில் ஏறி நின்று அணி வகுப்பைப் பார்வையிட்ட அபூசுஃப்யான், இதைக் குறைஷியருக்கு அறிவிப்பதற்காக மக்காவுக்கு விரைந்தார். "இறையில்லமான கஅபாவிலும் எனது இல்லத்திலும் நுழைபவர்கள் பாதுகாக்கப் படுவார்கள்" என்று அறிவித்தார். இறைத்தூதர் அவர்கள், எப்படியாவது, போரைத் தவிர்த்துக் கொள்ள விரும்பினார். கையறு நிலையில், தான் மக்காவைவிட்டு வெளியேறியதையும் இப்போது மேன்மையுடனும் வெற்றியுடனும் திரும்பச் செல்வதையும் அவர்தம் மனத்துக்குள்கொண்டிருக்க வேண்டும். எல்லாம் வல்ல

அல்லாஹ்வுக்கு நன்றி செலுத்தியவாறே சிரம் பணிந்த நிலையில் மக்காவுக்குள் நுழைந்த இறைத்தூதர் அவர்கள் தமது வாகனத்தின் மீதமர்ந்தபடி ஏழு முறை கஅபாவை வலம் வந்தார். பிறகு, அதன் திறவுகோலை உஸ்மான் பின் தல்ஹாவிடமிருந்து பெற்று, உள்ளே நுழைந்து, அங்கிருந்த உருவச்சிலைகளை அகற்றினார். அதனைத் தூய்மைப் படுத்திய பிறகு, எல்லாம் வல்ல அல்லாஹ்வைத் தொழுதார்.

தொடர்ந்து, இறைத்தூதர் அவர்கள், கஅபாவின் வாசலுக்கு வந்து அதன் நிலையைப் பிடித்துக்கொண்டு நின்றார். வெளியே, வெட்கமும் பயமும் நிரம்பிய முகங்களுடன் குறைஷிகள் வரிசையாக நின்றிருந்தனர்.

வரலாற்றுச் சிறப்புமிக்க உரை: அவர்களை நோக்கி இறைத்தூதர் சொன்னார்: "அல்லாஹ்வைத் தவிர வேறு இறைவன் இல்லை. அவன் தனித்தவன். நிகரற்றவன். அவன் தனது அடியானுக்கு நல்வாக்குறுதியையும் துணையையும் நல்கியிருக்கிறான். இத்துடன், பழிவாங்கும் எல்லா நிகழ்வுகளும் உரிமைகளும் கோரிக்கைகளும் குருதியிழப்பும் என் கால்களின் கீழிடப்பட்டுள்ளன. கஅபாவின் பாதுகாப்பையும் பயணிகளுக்கு நீர் வழங்குவதையும் தவிர. இப்புகலிடத்தினுள் பசுமையான ஒரு மரத்தை வெட்டுவதுகூட தடுக்கப்பட்டுள்ளது. குறைஷியர்களே, பல இறைவணக்கத்தின் இறுமாப்பையும் குலப்பெருமைகளையும் அல்லாஹ் விலக்கியுள்ளான். மனிதன் ஆதம் நபியிலிருந்து வந்தவன். ஆதம் மண்ணினால் படைக்கப்பட்டவர். எல்லாம் வல்ல அல்லாஹ் சொல்கிறான்: 'மனிதர்களே! நிச்சயமாக, நாம் உங்களை ஓர் ஆண், ஒரு பெண்ணிலிருந்து படைத்தோம். இன்னும், ஒருவரையொருவர் நீங்கள் அறிந்துகொள்ளும்பொருட்டு, உங்களைக் கிளைகளாகவும் கோத்திரங்களாகவும் ஆக்கினோம். நிச்சயமாக, உங்களில் யார் மிகவும் இறையச்சமும் இறையன்பும் உடையவரோ அவர்தாம் நிச்சயமாக அல்லாஹ்விடத்தில் மிக்க மேன்மையானவர்...' (குர்ஆன் 49: 13). குறைஷிகளே, நான் உங்களை என்ன செய்வேன் என்று எதிர்பார்க்கிறீர்கள்?"

"மிகச் சிறந்ததை எதிர்பார்க்கிறோம். தாங்கள் எங்களது மேன்மைமிக்க சகோதரரும் மேன்மைமிக்க சகோதரரின் மகனுமாவீர்" என்றனர் குறைஷிகள். இறைத்தூதர் இதற்குப்

பதிலாக, "யூசுஃப் நபி தம் சகோதரர்களுக்குச் சொன்னதையே நானும் உங்களுக்குச் சொல்கிறேன்: "பயப்படத் தேவையில்லை. நீங்கள் விடுதலையடைந்திருக்கிறீர்கள். உங்கள் வழியே நீங்கள் செல்லலாம்."

உரை முடிந்ததும், இறைவன்மீதும் அவனது தூதர்மீதும் மக்களிடம் வாக்குறுதி மேற்கொள்வதற்காக, ஸஃபா குன்றுக்குச் சென்ற இறைத்தூதர் அவர்கள் அங்கே அமர்ந்தார். ஆண்களின் கடமை முடிந்ததும், பெண்களிடம் வாக்குறுதி பெற, உமர் (ரலி) அவர்களை நியமித்தார். தொடர்ந்து, அவர்களுக்காக அல்லாஹ்விடம் பாவமன்னிப்புக் கேட்டார். முஸ்லிம்கள் மக்காவுக்குள் நுழைவதை எதிர்த்த ஸஃப்வான் பின் உமய்யா, உயிருக்குப் பயந்தவராக யேமனுக்குத் தப்பிச் சென்றிருந்தார். அவரது இனக்குழுவைச் சேர்ந்த உமைர் பின் வஹப் கேட்டுக்கொண்டதன் பேரில் ஸஃப்வானுக்குப் பாதுகாப்பு அளிக்கப்பட்டது. இக்ரிமா பின் அபூஜஹ்லுக்கும் இவ்வாறான பாதுகாப்பு அளிக்கப்பட்டது. ஹுனைன் போருக்குப் பிறகு இவர்கள் இருவரும் இஸ்லாத்தைத் தழுவும் பேறு பெற்றனர்.

பொய்மை மறைந்தது: கஅபாவில் நிறுவப்பட்டிருந்த உருவச்சிலைகளை ஒழிப்பதென்பது அரேபியா முழுவதிலுமான சிலைவழிபாட்டை ஒழிப்பதாகவும், குறைஷிகள் இஸ்லாத்தை ஏற்பதென்பது அரேபியா முழுவதும் இஸ்லாத்தை ஏற்பதாகவுமே பொருள்படும். ஏனெனில், மக்காவாசிகள் இஸ்லாத்தை ஏற்பது குறித்து, அரேபிய தீபகற்பம் முழுவதும் கவனம் செலுத்தியது.

மக்கா வெற்றிக்குப் பிறகு பெருமளவிலான குறைஷிகள் இஸ்லாத்துக்கு மாறியிருந்தனர். மற்றவர்களை இஸ்லாத்தைத் தழுவச்சொல்லி யாரும் வற்புறுத்தவில்லை. ஒற்றுமையையும் அமைதியையும் இறை சிந்தனையின்மீதான விடுதலை உணர்வையும் மக்களுக்கு அறிவுறுத்துவதுதான் இறைத்தூதரின் நோக்கம். அமைதி நிலைநாட்டப்பட்டதுடன் இஸ்லாத்தின் நடைமுறைகளை நேரில் காணவும் உய்த்துணரவும் கற்பதற்குமான ஒரு வாய்ப்பு சிலைவழிபாட்டாளர்களுக்குக் கிடைத்தது. இது, பெருமளவிலான மக்கள் தாங்களாக முன்வந்து இஸ்லாத்தைத் தழுவுவதற்குக் காரணமாக அமைந்தது.

முஸ்லிமாக மாறுகிறவர்கள் தங்கள் இல்லங்களில் உருவச்சிலைகளை வைத்திருக்கக் கூடாதென்று அறிவிக்கப்பட்டது. மக்காவைச் சுற்றியிருந்த பகுதிகளிலுள்ள சிலைகளை அழிப்பதற்கென சில குழுக்களை நியமித்தார் இறைத்தூதர் அவர்கள். கினானா வம்சத்தாரின் சிலையான உஸ்ஸாவையும் அதன் கோவிலையும் அழிக்க, காலித் பின் வலீத் (ரலி) தலைமையில் முப்பது வீரர்களை அனுப்பி வைத்தார்.

ஹுதைல் வம்சத்தாரின் சிலையான ஸுவாஉவை அழிக்க, அம்ர் பின் அல்ஆஸ் (ரலி) அனுப்பி வைக்கப்பட்டார். கோவில் பூசாரி, அம்ர் (ரலி) அவர்களிடம், "இந்தச் சிலையை அழிக்க உம்மால் எப்படி முடியும்?" என்று கேட்டார். "பாருங்கள்" என்று சொல்லிவிட்டு, அம்ர் (ரலி) கோவிலுக்குள் நுழைந்து சிலையை உடைத்தார். இதைக்கண்ட பூசாரி சிலைவழிபாட்டைத் துறந்து, அங்கேயே இஸ்லாத்தைத் தழுவிக்கொண்டார். ஸஅத் பின் ஸைத் அஷ்ஹலி (ரலி), மனாத் சிலையை அழிக்க, கதீதுக்கு அனுப்பி வைக்கப்பட்டார். இம்முயற்சி தோல்வியில் முடியுமென்று நினைத்தார்கள் பூசாரிகள். ஆனால், தங்கள் கடவுள்கள் உடைபடுவதையும் கோவில் தரை மட்டமாவதையும்தான் அவர்களால் காண முடிந்தது. எல்லா உருவச்சிலைகளும் கோவில்களும் அழிக்கப்பட்டன.

முதன்மையும் முதலாவதுமான பணிகள் முடிந்ததும், இறைத்தூதர் அவர்கள், இஸ்லாத்தைக் கற்பிக்கும் தமது பணியைத் தொடங்கினார். இதற்கான குழுக்களை அண்மைப் பகுதிகளுக்கும் தொலைவுகளுக்கும் அனுப்பினார். காலித் (ரலி) மோதலைத் தவிர்க்கும்படி அறிவுறுத்தப்பட்டு, ஜதீமா வம்சத்தாரிடம் அனுப்பி வைக்கப்பட்டார். ஆனால், அங்கிருந்த சூழல் மோதலுக்கு வழிவகுத்தது. ஜதீமா மக்களில் சிலர் கொல்லப்பட்டனர். போர் இலாபங்களுடன் காலித் (ரலி) மக்காவுக்குத் திரும்பினார். இதில், இறைத்தூதர் அவர்கள் தமது கவலையைத் தெரிவித்ததுடன், போர் இலாபங்களையும் இரத்த இழப்பீட்டுத் தொகையையும் அலீ (ரலி) மூலம் அனுப்பி வைத்தார்.

ஹுனைன் போர் : முஸ்லிம்கள்பெற்ற பெரும் வெற்றியும், அதிகரித்துவரும் மாற்றங்களும், இஸ்லாத்தின் எதிரிகளை மிகவும் அச்சுறுத்தின. முஸ்லிம்களுடன் நட்புறவுகொள்ளாத இனக்குழுவினர் கலக்கத்திலிருந்தனர். ஹவாசின், ஸகீஃப் எனும் இரண்டு

இனக்குழுவினரும் இஸ்லாத்தின் பெரும் எதிரிகளாக இருந்தனர். தாயிஃபிற்கும் மக்காவுக்குமிடையே வாழ்ந்திருந்த இவர்கள், முஸ்லிம்களின் அடுத்த இலக்கு, தாங்கள்தான் என்று நம்பினர். ஹவாசின் இனக்குழுவின் தலைவனான மாலிக் பின் அவ்ஃப், முஸ்லிம்களுக்கெதிராகப் போரிட, ஹவாசின் மற்றும் ஸகீஃப் இனக்குழுவினரின் வம்சாவளியினர் அனைவரையும் தன்னுடன் சேர்த்துக்கொண்டான். நஸ்ர், ஜுஷாம், ஸஅத் போன்ற ஏனைய வம்சத்தவர்களும் ஹவாஸின்களுடன் கைகோர்த்தனர். இப்படைகள் அனைத்தும் அவ்த்தாஸில் ஒன்றுதிரண்டன. தகவலறிந்த இறைத்தூதர் அவர்கள், நிலைமையைக் கண்காணிக்க அப்துல்லாஹ் பின் அபூஹத்ரத் அஸ்லமி (ரலி) அவர்களை அனுப்பி வைத்தார். திரும்பி வந்த அவர், எதிரிகள் போருக்கான ஆயத்தங்களைச் செய்துவிட்டதாகவும், போருக்குத் தயாராக இருப்பதாகவும் அறிவித்தார்.

விரைவான முன்னேற்பாடுகளைச் செய்யுமாறுப் பணித்தார் இறைத்தூதர். முஹாஜிர் மற்றும் அன்சார்கள் பத்தாயிரம் பேர்களும் புதிதாக இஸ்லாத்தில் இணைந்த இரண்டாயிரம் மக்காவாசிகளும் அடங்கிய பன்னிரெண்டாயிரம்பேர்கொண்ட ஒரு படை புறப்பட்டது. இப்படை, ஹிஜ்ரீ எட்டாம் ஆண்டு ஷவ்வால் மாதம், 8 ஆம் நாள் ஹுனைனை அடைந்தது. எதிரிகள், தாழ்வாரப் பகுதிகளிலும் பாறை இடுக்குகளிலும் மேடுகளிலும் எரிமலைப் பகுதிகளிலும் பிற மறைவிடங்களிலும் நிலைகொண்டிருந்தனர். முஸ்லிம் படைகள் அதிகாலையின் கூரிருளில் பள்ளத்தாக்கில் இறங்கவும் தங்கள் மறைவிடங்களிலிருந்து திடீரென வெளிப்பட்ட எதிரிகள் முழு ஆற்றலுடன் முஸ்லிம்களைத் தாக்கத் தொடங்கினர்.

ஹவாசின் கிளையினரின் ஆற்றல் மிகுந்த வில் வீரர்களின் எதிர்பாராதத் தாக்குதலை முஸ்லிம் படைகளால் எதிர்த்து நிற்க இயலவில்லை. படைகள் சிதறிப் பின்வாங்கின. மக்காவாசிகளான இரண்டாயிரம் பேர்கள்தான் பயந்துபோன நிலையில் எதையும் கண்டுகொள்ளாமல் முதலில் ஓடினார்கள். அப்போது, இறைத்தூதர் அவர்கள், பள்ளத்தாக்கின் வலப் புறத்தில் அபூபக்ர், உமர், அலீ, அப்பாஸ், அபூசுஃப்யான் ஆகியோருடன் இருந்தார்.

இறைத்தூதர் அவர்கள் தமது இடத்தில் வெள்ளைக் கோவேறுக் கழுதையின்மீதமர்ந்தபடி பயமோ சோர்வோ இன்றி உறுதியுடன்

நின்றிருந்தார். கோவேறுக் கழுதையின் மூக்குக் கயிற்றை அப்பாஸ் (ரலி) பிடித்திருந்தார். அப்போது இறைத்தூதர், உரத்தக் குரலில், "நான் இறைத்தூதரும் அப்துல் முத்தலிபின் மகனுமாவேன்" என்றார்.

தமது படைவீரர்கள் சிதறுண்டதைக் கண்ட இறைத்தூதர், "அப்பாஸ் அவர்களே, முஸ்லிம்களை இங்கே அழையுங்கள்" என்றார். அவரது குரலைக்கேட்ட முஸ்லிம்கள் இறைத்தூதரை நோக்கி விரைந்தனர். அவர்களது எண்ணிக்கை, நூறுக்குமேல் இல்லை. ஏனையோர் எதிரிகளால் சூழப்பட்ட நிலையில் போரைத் தொடர்ந்துகொண்டிருந்தனர்.

அல்லாஹு அக்பர் என்று உரத்துக் கூறியவாறே இறைத்தூதர் அவர்கள், தோழர்களுடன் தமது கோவேறுக் கழுதையை முன்னால் செலுத்தி, எதிரிகள் படையினுள் ஊடுருவி ஒரு தாக்குதலை மேற்கொண்டார். எதிரிகள் கூட்டம் கலைந்து பின்வாங்கியது. மீண்டும் ஒன்றுதிரண்ட முஸ்லிம் படையினர் எதிரிகள்மீது பாய்ந்தனர். இஸ்லாத்தின் எதிரிகள் படுதோல்வி அடைந்தனர். தொடக்கத்தில் முஸ்லிம்கள் தோல்வி முகத்திலிருந்தபோது, முஸ்லிம் படையில் புதிதாகச் சேர்ந்தவரும் ஆழமான இறைநம்பிக்கையோ பலமோ கைவரப்பெறாத ஒருவன், முஸ்லிம்களின் மந்திரக்கட்டு இன்றோடு அவிழ்ந்தது என்று சொல்லி, இஸ்லாத்தின்மீதான தனது கடும் வெறுப்பை வெளிப்படுத்தினான்.

அப்போது மற்றொருவன் சொன்னான்: "இவர்களது ஓட்டம் கடலில் சென்றுதான் முடியும் போலிருக்கிறது." இறைத்தூதரைப் பழி வாங்கும் எண்ணத்துடனிருந்த ஷைபா என்பவன், இதற்காக, அவரது எதிரில் சென்றதும் உணர்வற்றுக் கீழே விழுந்தான்.

பேரிழப்புகளுடன், தப்பித்துப் புறமுதுகுக் காட்டி ஓடிய ஹவாசின்களின் இடத்தை ஸகீஃப் கோத்திரத்தார் நிரப்ப முயற்சி செய்தனர். ஆனால், பலனில்லை. தங்களை நோக்கிப் பிரவாகித்த இஸ்லாமிய அலையை அவர்களால் எதிர்த்து நிற்கமுடியவில்லை. எண்ணற்ற உயிரிழப்புகளுக்குப் பின், அவர்களும் போர்க்களத்திலிருந்து ஓடித் தப்பித்தனர்.

எதிரிகளின் குறிப்பிடத்தக்க தலைவர்களில் பலர் மடிந்தனர். தப்பித்தோடிய படைத்தலைவன், மாலிக் பின் அவ்ஸ், தாயிஃபில் தஞ்சமடைந்தான். மற்றொரு பகுதியினர் அவ்த்தாஸில் ஒன்று

திரண்டனர். மற்றும் பலர், நக்லாவுக்கு ஓடினர். பின்வாங்கி ஓடியவர்களைத் துரத்திச்சென்ற முஸ்லிம் படைகளுடன் இவ்விரண்டு இடங்களில் மீண்டும் போர் நடந்தது. முஸ்லிம்களின் தாக்குதல்களை எதிர்கொள்ள இயலாமல் அவர்கள் பணிந்தனர்.

முஸ்லிம்கள், போர் இலாபங்களுடனும் கைதிகளுடனும் வெற்றியுடன் திரும்பினார்கள். இறைத்தூதர் முன்கொண்டுவரப்பட்ட கைதிகளையும் பொருள்களையும் ஜியிரானா எனுமிடத்துக்குக் கொண்டுசெல்லும்படி பணித்தார் இறைத்தூதர் அவர்கள். இதற்கு, மஸ்ஊத் பின் அம்ர் கிஃபாரீ (ரலி) அவர்களைப் பொறுப்பாளராக நியமித்தார். போரில், 6,000 கைதிகளும் 24,000 ஒட்டகங்களும் நாற்பதினாயிரத்துக்கு அதிகமான செம்மறி மற்றும் வெள்ளாடுகளும் நான்காயிரம் ஊக்கியா (ஒரு ஊக்கியா = 122.472 கிராம்.) வெள்ளியும் கிடைத்தன.

தாயிஃப் முற்றுகை : மாலிக் பின் அவ்ஸின் கோட்டை, ஹுனைன் பள்ளத்தாக்கிலிருந்து தாயிஃபுக்குச் செல்லும் வழியில் அமைந்திருந்தது. அத்தம் கோட்டையுடன் இதுவும் அழிக்கப்பட்டது. போருக்கு முன்வந்த நிலையில் தாயிஃப் மக்கள் முற்றுகைக்குள்ளாயினர். இம்முற்றுகை, இருபது நாள்கள் நீடித்தது. இக்காலகட்டத்தின்போது, தாயிஃபைச் சுற்றியிருந்த மக்கள் இஸ்லாத்தைத் தழுவினர். ஹுனைன் போரின்போது நான்கு முஸ்லிம்களே உயிர் துறந்த நிலையில், தாயிஃப் முற்றுகையின்போது இது, பன்னிரண்டாக உயர்ந்தது. இறுதியில், முற்றுகையை நிறுத்திய இறைத்தூதர் அவர்கள், தோழர்களுடன் ஜியிரானாவுக்குத் திரும்பி வந்து போர் இலாபங்களைப் பகிர்ந்தளித்தார்.

ஹவாசின்களில் ஒரு குழுவினர், இறைத்தூதரை வந்து சந்தித்ததுடன், ஹலீமா சஅதியாவின் சார்பில் மன்னிப்புக் கேட்டனர். முஸ்லிம்கள் அனைவரும் ஒன்றுகூடும் பகல் நேரத் தொழுகையிடத்துக்கு வருமாறு இறைத்தூதர் சொன்னார். அவர்கள் அங்கே வந்ததும், இறைத்தூதர் சொன்னார்: "எனக்கும் அப்துல் முத்தலிப் கிளையினருக்கும் பங்கிடப்பட்டதெல்லாம் உங்களுக்கே ஆகும்." அதைத் தொடர்ந்து முஹாஜிர்களும் அன்சார்களும், எங்களுக்குக் கொடுக்கப்பட்டுள்ள பங்கெல்லாம் இறைத்தூதர் அவர்களுக்கு அளிக்கப்பட்டுவிட்டன என்றார்கள். இதைக் கூறிய அவர்கள் ஹவாசின்கள் அனைவரையும் விடுதலை செய்தனர்.

இவ்வாறாக, மிகக் குறுகிய நேரத்தில் ஆறாயிரம் கைதிகளும் விடுதலை செய்யப்பட்டனர். கைதிகளிடையில், இறைத்தூதரின் பால்குடிச் சகோதரியாகிய ஷிமாஉ பின்த் ஹலீமா ஸஅதியாவும் இருந்தார். இறைத்தூதரின் முன்னிலையில் அழைத்துக்கொண்டு வரப்பட்ட அவர், "இறைத்தூதரே, நான் தங்களுடைய பால்குடி சகோதரியாவேன். எனது காலில் தாங்கள் கடித்தத் தழும்பு இன்னும் மாறவில்லை" என்றார். தனது மேலங்கியைக் கீழே விரித்து அவரை அமர வைத்த இறைத்தூதர் அவர்கள், "உங்களுக்கு மகிழ்ச்சியளிக்கும் எனில் எங்களுடன் சேர்ந்து வாழலாம்; உங்கள் மக்களுடன் செல்வதானால் அப்படியே செய்யலாம்" என்றார். ஷிமாஉ, தன் மக்களுடன் செல்லவே விரும்பினார். ஓர் ஆண் அடிமையையும் ஓர் அடிமைச் சிறுமியையும் கணிசமான செல்வங்களையும் அவருக்குக் கொடுத்தனுப்பினார் இறைத்தூதர் அவர்கள்.

இறைத்தூதர்மீது அன்சார்களின் ஆழ்ந்த அன்பு: ஜியிரானாவில் போர்ப்பொருள்களைப் பங்கிடத் தொடங்கியதும், இஸ்லாம்மீதான நம்பிக்கை, குறைஷிகளிடம் வலுப்பெற வேண்டும் என்பதற்காக அவர்களுக்கு அதிகமான பங்குகள் அளித்தார். மக்காவாசிகளில் பெரும்பகுதியினர், குறைஷிகளாகவும் இறைத்தூதரின் உறவினர்களாகவும் இருந்ததால், அன்சார்களில் சில இளைஞர்கள், தங்களுக்குக் கிடைத்த சிறு தொகையை மக்காவாசிகளுக்குக் கிடைத்ததுடன் ஒப்பிட்டுத் தங்கள் போதாமையை வெளிப்படுத்தினர்.

இதையறிந்த இறைத்தூதர் அவர்கள் அன்சார்களை அழைத்து, "நீங்கள் இப்படிச் சொன்னது உண்மைதானா?" என்று கேட்டார். "இளைஞர்கள் சிலர், இப்படிச் சொன்னார்கள் என்பது உண்மைதான். ஆனால், தெளிந்த மனதினரோ மதிப்புக்குரியவர்களோ வயதில் முதிர்ந்தவர்களோ யாரும் அப்படிச் சொல்லவில்லை. அதுபோன்ற எண்ணம் எங்கள் மனங்களிலுமில்லை" என்று அவர்கள் பதிலளித்தனர்.

இறைத்தூதர் அவர்கள் கேட்டார்: "அன்சார்களே, நீங்கள் வழி தவறிய நிலையில் நான் உங்களிடம் வந்தேன். என்மூலம், அல்லாஹ் உங்களுக்கு நல்வழி காட்டினான் அல்லவா?" "நிச்சயமாகவே உண்மைதான். அல்லாஹ்வும் அவனது தூதரும் மிகுந்த அன்பும் பெருந் தன்மையும்கொண்டவர்கள்" என்று அன்சார்கள் பணிவுடன்

பதிலளித்தனர். இறைத்தூதர் மீண்டும் அவர்களிடம், “நீங்கள் பிரிவுபட்டுக் கிடந்தீர்கள். அல்லாஹ் உங்கள் மனங்களை மேம்படுத்தினான். என்மூலம் உங்களை ஒன்றுபடுத்தினான்” என்றார். “நிச்சயமாகவே உண்மைதான். தாங்கள் இந்த மாபெரும் நன்மையை எங்களுக்குச் செய்தீர்கள்” என்று அவர்கள் பணிவுடன் சொன்னார்கள். மீண்டும் இறைத்தூதர் அவர்களிடம், “நீங்கள் வறியவர்களாக இருந்தீர்கள். என் மூலம், அல்லாஹ் உங்களைச் செல்வந்தர்கள் ஆக்கினான்” என்றார். “நிச்சயமாகவே உண்மைதான். அல்லாஹ்வும் அவனது தூதரும் எங்களுக்கு இந்த நன்மையைச் செய்தீர்கள்” என்று பதிலளித்தனர்.

பின்னர் இறைத்தூதர் அவர்கள், “அன்சார்களே, நீங்கள் என்னிடம் சொல்லியிருக்க வேண்டும். ‘நீங்கள் நற்பெயரை இழந்து வந்தீர்கள்; நாங்கள் நம்பினோம். உதவியற்றவராக வந்தீர்கள்; நாங்கள் உதவியாக இருந்தோம். ஆதரவற்று வந்த உங்களுக்கு இருப்பிடம் வழங்கினோம். நீங்கள் வறியவராக இருந்தீர்கள். நாங்கள் ஆறுதல் தந்தோம்’ என்று. நீங்கள் இதைச் சொல்லியிருப்பீர்கள் எனில், நான் அதை மறுக்க மாட்டேன். அன்சார்களே, குறைஷிகள் ஒட்டகங்களுடனும் ஆடுகளுடனும் செல்லும்போது நீங்கள் இறைத்தூதருடன் செல்கிறீர்கள். உங்களுக்கு இதில் திருப்தியில்லையா?”

கண்ணீர் வழிந்தோடுமளவில் அன்சார்கள் கலங்கி நின்றனர். இறைத்தூதர் மேலும் சொன்னார்: “புலப்பெயர்வு விதிக்கப்படவில்லை என்றால் உங்களில் ஒருவனாகவே நான் இருந்திருப்பேன். மக்கள் அனைவரும் ஒரு வழியையும் அன்சார்கள் மற்றொரு வழியையும் தேர்வு செய்தால், நான் அன்சார்களுடன் இருப்பேன். அல்லாஹ்வே! அன்சார்கள்மீதும் அவர்களது மக்கள்மீதும் கருணை காட்டுவாயாக.”

அப்போது, அன்சார்கள் அடைந்த மகிழ்ச்சியை அளவிட இயலாது. குறைஷிகள் இஸ்லாத்துக்குப் புதியவர்கள் என்றும் இஸ்லாத்துக்குள் அவர்களை ஒன்றிணைத்துக்கொள்ள இதை விட வேறு நன்மைகள் எதுவும் செய்வதற்கில்லை என்றும் ஆகவேதான் அவர்களுக்கு அதிகமாகக் கொடுக்க வேண்டியதாயிற்று என்றும் இறைத்தூதர் அவர்கள் விளக்கினார்.

மக்காவின் முதல் ஆளுநர் : ஜியிரானாவிலிருந்து திரும்பி வரும் வழியில், உம்ரா செய்வதற்காக மக்காவுக்குச் சென்ற இறைத்தூதர் அவர்கள், மக்காவின் ஆளுநராக இருபதுக்கும் சற்று அதிக வயதுள்ள ஓர் இளைஞரை நியமித்தார். குர்ஆனையும் இஸ்லாமிய நெறிமுறைகளையும் கற்றுக் கொடுப்பதற்காக, முஆத் பின் ஜபல் (ரலி) அவர்களை நியமித்தார். இளம் ஆளுநரான அத்தாப் பின் உசைத் (ரலி), இறைமறை அறிவின் மீதிருந்த ஆழ்ந்த நாட்டம் காரணமாகவே மிக உயர்ந்த இப்பொறுப்பில் நியமிக்கப்பட்டார். தனது தேவைகளுக்கு நாளொன்றுக்கு ஒரு திர்ஹம் என அவருக்கு மதிப்பூதியம் நிர்ணயிக்கப்பட்டது. இஸ்லாமிய ஆளுநர் என்ற வகையில் முதன் முதலில் ஹஜ் கடமையை நிறைவேற்றியவர் இவர்தான்.

இதே ஆண்டு, முஸ்லிம்களும் முஸ்லிம் அல்லாதவர்களும் அவரவர் ஏற்றுக்கொண்ட கொள்கைகள் சார்ந்து ஹஜ் கடமையை நிறைவேற்றினர். ஒருவர் வழியில் மற்றவர் குறுக்கிடவில்லை. பரஸ்பரம் நெருக்கமாக அவர்கள் தங்கள் கடமைகளை நிறைவேற்றினர். முஸ்லிம்களின் நற்செயல்களையும் ஒழுக்கநெறிகளையும் விக்கிரக ஆராதனையாளர்கள் உற்றுக் கவனிக்க பல்வேறு வாய்ப்புகள் கிடைத்தன.

ஹிஜ்ரீ எட்டாம் ஆண்டில் நடந்த குறிப்பிடத்தக்க ஒரு நிகழ்வு: முஸ்லிம்கள், தாயிஃபின் மீது படையெடுத்த இக்காலகட்டத்தில் தாயிஃப் தலைவர்களில் ஒருவரான உர்வா பின் மஸ்ஊத் அங்கில்லை. போர் முடிந்து, மதீனாவுக்குச் சென்ற முஸ்லிம்களைப் பின்தொடர்ந்த உர்வா, அவர்கள் மதீனாவை அடைவதற்குள் இறைத்தூதரைச் சந்தித்து இஸ்லாத்தைத் தழுவினார்.

தன்னுடைய மக்களுக்கு இஸ்லாத்தைக் கற்பிக்க விரும்பிய உர்வா (ரலி) அவர்கள், இறைத்தூதரிடம் இதற்கான ஒப்புதல் கோரினார். அப்போது இறைத்தூதர் அவர்கள், "உம்முடைய மக்கள், முஸ்லிம் படைகளால் தங்களைத் தோற்கடிக்க இயலாதென்ற தற்பெருமையில் இருக்கிறார்கள். இந்நிலையில் அவர்களுக்கு இஸ்லாத்தைக் கற்பிக்க நினைப்பது உமது உயிருக்கு ஆபத்தை விளைவிக்கலாம்" என்றார். உர்வா (ரலி) பணிவுடன் சொன்னார்: "என் மக்கள் என்மீது மிகவும் அன்புகொண்டவர்கள். நான் சொல்வதற்கு அவர்கள் நிச்சயம் செவி சாய்ப்பார்கள் என்று நம்புகிறேன்." இறைத்தூதர் ஒப்புதலளித்தார்.

இதைத் தொடர்ந்து தாயிஃபுக்குச் சென்ற உர்வா (ரலி), உயரமான ஓரிடத்தில் ஏறி நின்று இஸ்லாத்தை ஏற்றுக்கொள்ளும்படி தன் மக்களுக்கு அழைப்பு விடுத்தார். தாயிஃப் மக்கள் சூழ்ந்து நின்று அவர்மீது அம்பெய்தனர். மரணமடையும் நிலையில் பழிவாங்குவது குறித்து அவரிடம் உறவினர்கள் கேட்டனர். "அல்லாஹ்வின் அருளால் நான் இஸ்லாத்திற்காக உயிர்த்துறக்கும் சிறப்பைப் பெற்றுள்ளேன். தாயிஃப் முற்றுகையின்போது உயிர் துறந்த தோழர்களை அடக்கம் செய்த இடத்தில் என்னையும் அடக்கம் செய்ய வேண்டும் என்பதுதான் எனது ஒரே விருப்பம்" என்றார் உர்வா (ரலி) அவர்கள்.

மேலும் சில நிகழ்வுகள்: இறைத்தூதரின் மகனார் இப்ராஹீம் அவர்களை மாரியா கிப்தியா (ரலி) பிரசவித்தார். இறைத்தூதரின் மகளாகிய ஸைனப் (ரலி) மரணமடைந்தார். இறைத்தூதர் உரை நிகழ்த்துவதற்கு மரத்தாலான சொற்பொழிவுமேடை அமைக்கப்பட்டது. முன்திர் பின் ஸாவ (ரலி) அவர்களுக்கு இறைத்தூதர் அவர்கள் கடிதமெழுதினார். முதலில் அனுப்பிய கடிதத்தின்படி முன்திர் (ரலி) இஸ்லாத்தை தழுவியதுடன், ஜிஸ்யா வரியைத் தனது எல்லைக்குட்பட்ட பகுதிகளில் வாழ்ந்து வந்த யூதர்களிடமும் அக்னியை வணங்குபவர்களிடமும் திரட்டத் தொடங்கியிருந்தார்.

ஹிஜ்ரீ ஒன்பது : தபூக் படையெடுப்பு : மக்கா, ஹுனைன் வெற்றிகளுக்குப் பிறகு, தீபகற்பத்தின் விக்கிரக ஆராதனையாளர்கள் அனைவரும் இஸ்லாத்தின் அரவணைப்புக்குள் வரத் தொடங்கினர். ஹிஜ்ரீ ஒன்பதாம் ஆண்டின் தொடக்கத்தில், அரேபியாவின் தொலைதூரப் பகுதிகளில் வாழும் சமூகங்களும் தாங்கள் இஸ்லாத்தை ஏற்றுக்கொண்டதை இறைத்தூதருக்கு அறிவிக்க, பிரதிநிதிகளை அனுப்பத் தொடங்கினார்கள். ஆகவேதான் ஹிஜ்ரீ ஒன்பது, தூதுக்குழுவினரின் ஆண்டு என்று குறிப்பிடப்பட்டது. அரசியல் நோக்கில் சொல்வதானால், இறைத்தூதர் அவர்கள் அரேபிய ஆட்சியாளராக மாறியிருந்தார்.

நம்பிக்கையாளர்கள்மீது ஸகாத் கடமையாக்கப்பட்டது. அவநம்பிக்கையாளர்கள்மீது, சிறிதளவிலான ஒரு தொகை ஜிஸ்யாவாக விதிக்கப்பட்டது. ஸகாத் வரியைத் திரட்டுவதற்காகப் பல்வேறு இனக்குழுவினரிடம் ஆட்கள் அனுப்பப்பட்டனர்.

வரிதிரட்டுவோர் அபூர்வமாக சில இடங்களில் எதிர்ப்புக்குள்ளாயினர். இதில், சிலர் உயிர்த்தியாகம் செய்தனர். சில சூழ்நிலைகளில் ஸகாத் வழங்குவதில் தவறிழைத்தவர்கள் தண்டனைக்குள்ளாயினர். முடிவில், ஸகாத் குறித்து முறைப்படியான ஒரு திட்டம் வகுக்கப்பட்டது.

முஅதாவில் கிடைத்த தோல்விக்குப் பழிவாங்க நினைத்த கஸ்ஸானிய அரசன், பெரும் படை ஒன்றைத் திரட்டியதுடன் ரோமின் ஹிராக்கிளியசிடமும் ஆதரவு வேண்டினான். நாற்பதாயிரம் வீரர்கள்கொண்ட ஒரு படைக்குத் தானே தலைமையேற்று உதவினான் ஹிராக்ளியஸ்.

ஏற்கனவே குறிப்பிட்ட, அபூஆமிர் எனும் துறவி, மதீனாமீது படையெடுக்கத் தூண்டும் நோக்கத்துடன் பைசாந்திய மன்னன் சீசரைச் சந்தித்தான். இந்த அபூஆமிர் மதீனாவிலுள்ள நயவஞ் சகர்களுடன் இரகசியத் தொடர்பு வைத்திருந்தான். 'ளிரார் தொழுமிடம்' எனும் மஸ்ஜிதின் கட்டுமானப் பணிகளையும் தொடங்கியிருந்தான். சில காலமாக இது போன்ற முக்கியத் தகவல்கள் மதீனாவுக்கு வந்துகொண்டிருந்தன. இவ்வளவு பெரிய அளவிலான போர் முஸ்தீபுகளைப் புறக்கணிக்க இயலாது. ஹிராக்ளியசின் பெரும்படையை எதிர்த்துப் போர் புரிய ஒன்று திரளும்படி இறைத்தூதர் அவர்கள், இறைநம்பிக்கையாளர்கள் அனைவருக்கும் பொதுவான ஓர் அழைப்பை விடுத்தார். அழைப்புக்கிணங்க, தீபகற்பத்தின் அனைத்துப் பகுதி முஸ்லிம்களும் மதீனாவுக்கு விரைந்தனர்.

நயவஞ்சகர்களும் எதிரிகளும் அறியாவண்ணம் போருக்கான ஏற்பாடுகளை இரகசியமாக மேற்கொண்டார் இறைத்தூதர் அவர்கள். ஆனால், இது சாத்தியப்படாத நிலையில் ரோமானியர்களுடன் போரிடுவதற்கான ஏற்பாடுகள் என்பதை வெளிப்படையாக அறிவித்தார். விவசாயம் மிகுதியான இக்காலகட்டத்தில் மக்கள் அறுவடையை எதிர்பார்த்திருந்தனர். அறுவடையைப் புறக்கணிப்பதை சிலர் விரும்பவில்லை.

ஹிராக்ளியசும் அவனது அமைச்சர்களும், படையின் ஒரு பகுதியாக, நயவஞ்சகர்களையும் தங்களுடன் சேர்த்துக்கொண்டனர். இவர்கள் மதீனாவிலுள்ள யூதர்களுடன் தொடர்பில் இருந்து

வந்தனர். முஸ்லிம்களுக்கெதிராக இவர்கள் அடிக்கடி தொடர் கலந்துரையாடல்களையும் நிகழ்த்தி வந்தனர். இஸ்லாத்துக்கெதிரான அறிவிப்புகளையும் எதிர்நடவடிக்கைகளையும் முன்னெடுத்துச் செல்லவும் முஸ்லிம்களிடையே பிளவை ஏற்படுத்தும் நோக்கத்துடனும் பன்னிரண்டு பேர் கொண்ட குழு ஒன்றை அமைத்து, இதன் மையமாக, ஒரு தொழுமிடத்தையும் அமைத்துக் கொண்டனர்.

இந்நயவஞ்சகர்கள், போருக்கான முன்னேற்பாடுகளில் ஈடுபட்டிருந்த முஸ்லிம்களைச் சந்தித்து நீண்ட இந்தத் தொலைவைக் கடந்து செல்வதிலுள்ள சிரமங்களையும் வெற்றிக்கான வாய்ப்புகளையும் குறித்து அவநம்பிக்கையூட்டும் விதமாகப் பேசினார்கள். அவர்களது விருப்பம், சீசரின் படைகளை மதீனாவை நோக்கி வரவழைக்க வேண்டும்; இதன் மூலம் முஸ்லிம்களைப் பெரும் துயரில் ஆழ்த்த வேண்டும்; இதற்கான சூழ்நிலைகளை உருவாக்கும்விதமாக, முஸ்லிம்களின் முயற்சிகள் அனைத்தையும் முறியடிக்க வேண்டும் என்பது.

இறைத்தூதர் அவர்கள், இப்படையில் நபித்தோழர்கள் அனைவரும் கலந்துகொள்ள வேண்டுமென்று சொன்னார். மாபெரும் கிறிஸ்தவப் படையை எதிர்கொள்வது எளிதான ஒன்றல்ல. பெருமளவு உணவுப்பொருள்கள், வாகனங்கள் மற்றும் போர்க்கருவிகளுடனான ஒரு முஸ்லிம் படையைத் தயார் செய்ய வேண்டும். இதற்கான போர் நிதியைத் தாராளமாக வழங்க மக்கள் முன்வர வேண்டுமென்று கேட்டுக்கொண்டார் இறைத்தூதர் அவர்கள்.

இறைத்தூதரின் வேண்டுகோளுக்கு முஸ்லிம்கள் வியக்கத்தக்க முறையில் பதிலளித்தனர். தமது வணிகக்குழுவை சிரியாவுக்கு அனுப்ப ஏற்பாடு செய்துகொண்டிருந்த உஸ்மான் (ரலி), வணிகப்பொருள்கள் அனைத்தையும் போர் நிதியாகத் தந்தார். அபூபக்ர் (ரலி), தம் மனைவியையும் பிள்ளைகளையும் அல்லாஹ்வின் பொறுப்பில் ஒப்படைத்து விட்டு, தமது செல்வங்கள் அனைத்தையும் தந்தார். உமர் (ரலி), தம் செல்வங்களில் ஒரு பகுதியைத் தந்தார்.

தங்கள் வியர்வையிலும் உழைப்பிலும் மட்டுமே வாழ்ந்திருந்த

எளிய முஸ்லிம்கள் தங்களின் அன்றாட வருமானத்தை அளித்தனர். முஸ்லிம்கள் எனும் போர்வையில் வாழ்ந்த நயவஞ்சகர்கள் எதுவும் தரவில்லை. முப்பதாயிரம் வீரர்கள் அணிதிரண்டனர். பாதணிகளைக்கொண்ட காலாட்படையினர், குதிரைவீரர்களுக்கு நிகராகும் என்று இறைத்தூதர் கூறியிருந்தார். இதன்படி, முஸ்லிம் வீரர்கள் மிகுந்த சிரமங்களுடன் காலணிகளுக்கான ஏற்பாடுகளைச் செய்து கொண்டனர்.

இஸ்லாமியப் படையின் புறப்பாடு : மதீனாவின் பொறுப்பில், முஹம்மத் பின் மஸ்லமா அன்சாரி (ரலி) நியமிக்கப்பட்டார். ஹிஜ்ரீ ஒன்பதாம் ஆண்டு, ரஜப் மாதம், முப்பதாயிரம் வீரர்களைக்கொண்ட இஸ்லாமியப் படை மதீனாவிலிருந்து தபூக்கை நோக்கிப் புறப்பட்டது. ஒரு மணிநேரப் பயணத் தொலைவைக் கடந்து தூஅவானை அடைந்தனர். அப்போது நயவஞ்சகர்கள், “நாங்கள் கட்டியுள்ள தொழுகையிடத்தை வாழ்த்தும் முகமாக அதில் நின்று தொழுங்கள்” என்று இறைத்தூதரிடம் கேட்டுக்கொண்டார்கள். “இப்போது பயணத்துக்குரிய ஏற்பாடுகளில் ஈடுபட்டிருப்பதால், திரும்பி வரும்போது பார்க்கலாம்” என்றார் இறைத்தூதர் அவர்கள். தனியத்துல் வதாஉ எனுமிடத்தில் முகாம் அமைக்கப்பட்டது.

தனது குழுவினருடன் வந்த நயவஞ்சகர்களின் தலைவன் அப்துல்லாஹ் பின் உபையும் தனியத்துல் வதாஉவில் முகாம் அமைத்தான். முஸ்லிம் படையுடன் தானுமிருப்பதாக காட்டிக் கொண்ட அவன், தன் மக்களுடன் மதீனாவுக்கே திரும்பி விட்டான். எதிரிகளுக்குத் துணை போவதற்காகச் சில ஒற்றர்களை மட்டும் படையில் விட்டுச் சென்றான்.

தன் குடும்பத்தினரைக் கவனித்துக்கொள்வதற்காக அலீ (ரலி) அவர்களை மதீனாவில் விட்டு சென்றிருந்தார் இறைத்தூதர் அவர்கள். வஞ்சகர்கள் இதனை வதந்திகள் பரப்புவதற்கான ஒரு வாய்ப்பாக எடுத்துக்கொண்டனர். அலீ (ரலி) அவர்களுக்கு இறைத்தூதர், மிகச் சிறு இடத்தையே வழங்கியிருப்பதாகவும் ஆகவே, அவரை மதீனாவில் விட்டுச்சென்றதாகவும் சொன்னார்கள். பொறுமையிழந்த நிலையில் அலீ (ரலி), மதீனாவிலிருந்துப் புறப்பட்டுச் சென்று, அல்ஜுர்ஃபியில் முஸ்லிம்படைகளுடன் இணைந்தார். இறைத்தூதரிடம், அவர், “வஞ்சகர் கூட்டம் என்னைப் பற்றி இப்படிச் சொல்லிக்கொண்டிருக்கிறார்கள். ஆகவேதான் வந்தேன்” என்றார்

"அவர்கள் பொய்யர்கள். என் இல்லத்தாரைக் கவனித்துக்கொள்ளவே உம்மை நான் அங்கு விட்டு வந்தேன். ஆகவே நீர் திரும்பிச் செல்வீர்" என்ற இறைத்தூதர் அவர்கள், மேலும் ஆறுதல்படுத்தும்விதமாக: "எனக்குப் பிறகு, இறைத்தூதர் கிடையாது என்பதைத் தவிர, மூஸாவுக்கு ஹாரூன்போல் எனக்கு நீங்கள்" என்றார். அமைதியும் மனநிறைவும் கொண்டவராக, அலீ (ரலி) மதீனாவுக்குத் திரும்பினார்.

அழிவுக்குள்ளான ஸமூத் மக்கள் வாழ்ந்த பகுதியான அல்ஹிஜ்ரை (அல்குரா பள்ளத்தாக்கு) முஸ்லிம் படைகள் அடைந்தன. தங்கள் கொடுஞ்செயல்களாலும் பாவங்களாலும் அழிந்துபோன ஸமூத் மக்கள் வசித்த இடங்களைக் கடந்துசென்ற முஸ்லிம்களிடம், "எல்லா வல்ல அல்லாஹ்விடம் மன்னிப்புக் கேட்டபடியே வேகமாகச் செல்லுங்கள்" என்றும், "இங்குள்ள கிணறுகளிலிருந்து யாரும் நீர் அருந்தாதீர்கள்" என்றும் சொன்னார் இறைத்தூதர் அவர்கள். அல்ஹிஜ்ரில் ஒரு நாளிரவு தங்கவேண்டிய நிலை ஏற்பட்டது. அப்போது, ஸமூத் கூட்டத்தாருக்கு நிகழ்ந்தது தன் தோழர்களுக்கு நிகழக்கூடாது என்ற எண்ணத்தில், "முகாமிலிருந்து யாரும் தனித்து வெளியே செல்ல வேண்டாம்" என்றார். பாழ்பட்ட அப்பகுதியின் இடிபாடுகளைக் கடந்து சென்றபோது தமது போர்வையால் முகத்தை மூடிக்கொண்ட இறைத்தூதர் அவர்கள், வாகனத்தை வேகமாகச் செலுத்தினார்.

தபூக்கில் : முஸ்லிம் படைகள், சிரிய எல்லையின் அருகிலுள்ள தபூக் நீரோடையை அடைந்தபோது, இறைத்தூதரைக் கண்ட ஹிராக்ளியஸ், அவர் இறைத்தூதர்தான் என்பதைப் புரிந்துகொண்டு பயத்துடன் பின்வாங்கினான். கிறிஸ்தவப் படைகளும் கஸ்ஸான் மன்னனும் முஸ்லிம்கள் இருந்த பகுதியிலிருந்து தங்கள் நிலைகளைவிட்டு அகன்றனர். மதீனாவிலிருந்து பதினான்கு அல்லது பதினைந்து கல் தொலைவில் உள்ளது தபூக். இருபது நாள்கள் வரைக்கும் இறைத்தூதர் அங்கே தங்கியிருந்தார். இக்காலகட்டத்தில், தனது இணக்கத்தைத் தெரிவித்துக்கொள்வதற்காக, அய்லாவின் ஆளுநர், யுஹன்னா பின் ருஅபா, இறைத்தூதரை வந்து சந்தித்தான். அவனது வேண்டுகோள் ஏற்கப்பட்டது. அங்கேயே அவன் ஜிஸ்யாவைச் செலுத்தினான். யுகன்னாவைப் பின்பற்றி, ஜர்பாஉ மக்களும், அத்ரூஹ் மக்களும் உடன்படிக்கை செய்துகொண்டனர்.

தூமத்துல் ஜன்தல், தபூக்கின் அருகில் அமைந்திருந்தது. அதன் ஆளுநரான உகைதிர் பின் அப்துல் மாலிக், கின்தா இனக்குழுவைச் சார்ந்த ஒரு கிறிஸ்தவன். அவன் இறுமாப்புடன் நின்று கீழ்ப்படிய மறுத்தான். காலித் பின் வலீத் (ரலி) தலைமையில் ஒரு குழுவை நியமித்த இறைத்தூதர் அவர்கள், "உகைதிர், ஒரு வெண்மானை வேட்டையாடுவதைப் பாருங்கள்" என்று சொல்லி அனுப்பி வைத்தார். பயணத்தின் முடிவில், காலித் (ரலி) உகைதிரின் அரண்மனையை அடைந்தார். அங்கே, அவர்கள் ஒரு புதுமையான காட்சியைக் கண்டனர்.

அது வேனல் காலத்தின் நிலவு வெளிச்சமுள்ள ஓர் இரவு. உகைதிர், தனது அரண்மனை உப்பரிகையில் மனைவியுடன் ஓய்வெடுத்துக்கொண்டிருந்தான். திடீரென்று பக்கத்திலுள்ள காட்டிலிருந்து வந்த ஒரு வெண்மான், அரண்மனை நுழைவாயிலைத் தனது கொம்புகளால் உரசத் தொடங்கியது. உகைதிரின் மனைவி அவனது கவனத்தை மான்மீது செலுத்தினாள். மானைப் பிடிக்கும் முயற்சியாக தன் சகோதரனுடன், குதிரையிலேறி அதைத் துரத்திச் சென்றான் உகைதிர். சிறிது தொலைவுக்குச் சென்றதும், காலித் (ரலி) அவர்களும் தோழர்களும் அவர்களைச் சூழ்ந்து கொண்டனர். அப்போது நடந்த சண்டையில் உகைதிரின் சகோதரன் கொல்லப்பட்டான். உகைதிர் கைது செய்யப்பட்டான். அவனது அழகிய பட்டாடையை ஒருவர் முன்னால் ஏந்திச்செல்ல, இறைத்தூதர் முன் அழைத்து வரப்பட்டான். இறைத்தூதரிடம் இணக்கமாக நடந்து கொண்ட அவன், ஜிஸ்யா கொடுப்பதாக ஒப்புக்கொண்டு உடன்படிக்கை செய்துகொண்டான். பின்னர், தனது அரண்மனைக்குத் திரும்பிய உகைதிர், இரண்டாயிரம் ஒட்டகங்களையும் எண்ணூறு குதிரைகளையும் நானூறு மார்புக் கவசங்களையும் நானூறு ஈட்டிகளையும் அனுப்பி வைத்தான்.

ளிரார் தொழுமிடம் எரிக்கப்பட்டது : சிரிய எல்லைப் பகுதிகளிலுள்ள ஆட்சியாளர்கள் அனைவரும் கீழ்ப்படிந்த பின், முஸ்லிம் படைகள் மதீனாவுக்குத் திரும்பின. ஒரு மணிநேரப் பயணத் தொலைவில் மதீனாவை நெருங்கியதும், நயவஞ்சகர்கள் கட்டிய தொழுமிடத்தை அழிக்கச் சொல்லி, இறைத்தூதர் அவர்கள், மாலிக் பின் துக்ஸுஷும் சாலிமி, மஅன் பின் அதீ அஜ்லி (ரலி) ஆகிய இருவரையும் அனுப்பி வைத்தார்.

... இஸ்லாத்திற்குத் தீங்கிழைக்கவும் நிராகரிப்போருக்கு உதவவும் முஸ்லிம்களிடையே பிளவை உருவாக்கவும் அல்லாஹ்வுக்கும் அவனது தூதருக்கும் எதிராகப் போர் செய்தோருக்குப் புகலிடமாகவும் ஒரு தொழுமிடத்தை நிறுவியவர்கள்.... (குர்ஆன் 9: 107) எனும் வசனத்தில் அல்லாஹ்வின் கட்டளையின்படி இது நிறைவேற்றப்பட்டது.

இறைத்தூதரும் தோழர்களும், ஹிஜ்ரீ ஒன்பதாம் ஆண்டு, ரஜப் மாதம், மதீனாவை அடைந்தனர்.

கஅப் பின் மாலிக், முராரா பின் ரபீஉ, ஹிலால் பின் உமய்யா (ரலி) ஆகிய மூன்று நபித்தோழர்களும் தங்களது உறுதியற்ற மனநிலையின் காரணமாக, முஸ்லிம் படைகளுடன் தபூக்குக்குச் செல்லாமல் இருந்தனர். இறைத்தூதர் திரும்பி வந்தபிறகு, இம்மூவரும் சென்று, "நாங்கள் தவறிழைத்து விட்டோம்" என்று ஒப்புக்கொண்டனர். முஸ்லிம்கள் யாரும் இவர்களுடன் பேசவேண்டாம் என்று இறைத்தூதர் அவர்கள் சொன்னார். ஐம்பது நாள்கள்வரையிலும் இவர்கள் அல்லாஹ்விடம் மன்னிப்புக்கேட்ட நிலையில் வாழ்ந்திருந்தனர். இக்காலகட்டத்தில் இவர்கள் முகமன் கூறினால், குடும்ப உறுப்பினர்கள்கூட பதில் சொல்லாமல் இருந்தனர். தாங்கள் அனைவராலும் கைவிடப்பட்டதாகவும் இந்த உலகமே தங்களைப் புறக்கணித்துவிட்டதாகவும் இவர்கள் உணர்ந்துகொண்டபோது அல்லாஹ் இவர்களை மன்னித்தருளினான். இக்கடும் சோதனையைக் கேள்விப்பட்ட கஸ்ஸான் மன்னன் ஒரு கடிதத்துடன் தூதன் ஒருவனை கஅப் (ரலி) அவர்களிடம் அனுப்பினான். அதில், "நீர், செல்வமும் கீர்த்தியும் மிக்க ஒருவர். முஹம்மத் உம்மை முற்றிலும் இழிவாக நடத்தியுள்ளார். நீர் என்னிடம் வருவதுதான் சிறப்பு. நான் உம்மை உன்னதமான ஒரு நிலையில் வைத்திருப்பேன்; மிகுந்த மரியாதையுடன் நடத்துவேன்" என்று எழுதியிருந்தான்.

கடிதத்தை வாசித்த கஅப் (ரலி) அதை வீசியெறிந்தார். அவர் கேட்ட பாவமன்னிப்பு, இறைவனால் ஏற்கப்பட்டதுடன் அவனது தூதரும் தோழர்களும் அவரை வாழ்த்தினர். பின்னர், தன்னுடைய செல்வங்கள் அனைத்தையும் இஸ்லாத்தின் பாதையில் அவர் தானம் செய்தார்.

தாயிஃப் மக்கள் இஸ்லாத்தை ஏற்றுக்கொள்ளுதல்: முஸ்லிம்களின் தபூக் வெற்றியைக் கேள்விப்பட்ட தாயிஃப் வாசிகள், முஸ்லிம் படைகளைத் தங்களால் எவ்வகையிலும் எதிர்கொள்ள இயலாதென்பதைப் புரிந்துகொண்டனர். இஸ்லாத்தை எடுத்துச்சொன்ன உர்வா (ரலி), தாயிஃப் மக்களால் உயிர்த் துறந்தார். அவரது மகன் அப்துல் முளைஹ், நண்பர்கள் சிலருடன் மதீனாவுக்கு வந்து இஸ்லாத்தைத் தழுவிக்கொண்டார். இறைத்தூதர் அவர்கள் தபூக்கிலிருந்து திரும்பியதும் அப்த் யாலில் பின் அம்ர் தலைமையில் தாயிஃப் மக்களின் பிரதிநிதிக் குழுவினர் மதீனாவுக்கு வந்தனர். இறைத்தூதர், தான் தொழுமிடத்தின் எதிர் ஓரமாக குடில்கள் அமைத்துக்கொள்ள அவர்களை அனுமதித்தார். அப்த் யாலிலும் அவருடன் வந்தவர்களும் இஸ்லாத்தை ஏற்றனர். தங்கள் மக்களின் சார்பாக அவர்கள் இறைத்தூதரின் கைகளைப் பற்றிக்கொண்டு ஓர் உடன்படிக்கையும் செய்துகொண்டனர்.

இறைத்தூதர் அவர்கள் உஸ்மான் பின் அல்ஆஸ் (ரலி) அவர்களை தபூக்கின் ஆளுநராக நியமித்தார். லாத் சிலையின் கோவிலை அழிப்பதற்கு, முஃகீரா பின் ஷுஅபா (ரலி) அவர்களை அனுப்பினார். கோவில் பணத்திலிருந்து உர்வா (ரலி) அவர்களுக்குரிய இரத்த இழப்பீடு வழங்கப்பட்டது. பிற செல்வங்கள் அனைத்தும் மக்களுக்குப் பகிர்ந்தளிக்கப்பட்டன.

இஸ்லாத்தை ஏற்றுக்கொள்ளவும், தம் மக்களுக்கு இஸ்லாத்தைக் கற்றுக்கொடுக்க நபித்தோழர்களுடன் செல்வதும் எனப் பல்வேறு தூதுக்குழுக்களின் வருகை நிகழ்ந்துகொண்டே இருந்தது. அவர்கள் திரும்பிச் செல்லும்போது இறைத்தூதரின் அன்பளிப்புகளுடனும் நன்கொடைகளுடனும் சென்றனர். அலீ (ரலி) அவர்களின் தலைமையில் முஸ்லிம்கள் குழுவொன்று, தாயீ மக்களிடம் சென்றது. அதன் ஆளுநரான, அதீ பின் ஹாத்திம் தப்பியோடினார். அவரது சகோதரி கைது செய்யப்பட்டாள்.

இறைத்தூதரிடம் வேண்டியதற்கிணங்க அவள் விடுதலை செய்யப்பட்டாள். தாயீக்குத் திரும்பிச் செல்லத் துணையாக நற்குணமுள்ள ஒருவன் கிடைக்கும்வரைக்கும் இங்கேயே தங்கியிருக்கும்படி சொன்னார் இறைத்தூதர் அவர்கள். சில நாள்களில், சிரியாவாசிகள் சிலர் இறைத்தூதரைக் காண்பதற்காக வந்தனர். அவர்களுடன், உணவுப் பொருள்கள், உடைகள்

போன்றவற்றைத் தந்து அவளை அனுப்பிவைத்தார்.

திரும்பி வந்த தன் சகோதரியிடம், அதீ பின் ஹாத்திம் இறைத்தூதர் எப்படியான மனிதர் என்று கேட்டார். "மனிதர்களாகப் பிறந்தவர்கள் அனைவரும் சந்தித்திருக்க வேண்டிய மேன்மையும் பண்பும் கொடைமனமும்கொண்ட ஒரு மாமனிதர்" என்றாள் அவள்.

இறைத்தூதரைச் சந்திக்க மதீனாவுக்கு வந்த அதீ பின் ஹாத்திமை, இறைத்தூதர் வரவேற்று தொழுமிடத்திலிருந்து தமது இல்லத்துக்கு அழைத்துச் சென்றார். வழியில், அதீ பின் ஹாத்திமைச் சந்தித்த ஒரு பெண்மணி அவருடன் பேசிக்கொண்டு நின்றாள். அவர்கள் பேசி முடிக்கும்வரைக்கும் இறைத்தூதரும் அங்கேயே நின்றிருந்தார். இல்லத்துக்குச் சென்றதும், தமது படுக்கையில் அவரை அமரச் செய்தார். இத்தகைய அன்பும் உயர்வான நடவடிக்கைகளும் அதீயைப் பெரிதும் கவர்ந்தன. இறைத்தூதர் அவர்கள் அதீக்கு சில அறிவுரைகளை வழங்கினார். முடிவில், அதீ, தமது இரு கைகளையும் நீட்டி, நம்பிக்கை உறுதியளித்து முஸ்லிமாக மாறினார். பிறகு தம் மக்களிடம் திரும்பினார்.

இறைத்தூதரின் முதலாவது ஆணையுரிமைப் பிரதிநிதி:
தபூக்கிலிருந்து திரும்பி வந்த பிறகு, தொடர்ந்து நிகழ்ந்துகொண்டிருந்த தூதுக்குழுக்களின் வருகையால் இறைத்தூதரின் வேலைப்பளு மிகவும் அதிகரித்தது. இம்முறை ஹஜ் கடமையை நிறைவேற்றவும்கூட செல்ல இயலாத அளவுக்குப் பணிகள். ஆகவே, அபூபக்ர் (ரலி) அவர்களின் தலைமையில் ஹஜ் கடமை நிறைவேறியது. முந்நூறு ஹஜ் பயணிகளுடனும் ஹஜ்ஜின்போது குர்பானியாக அறுக்க, தம்முடைய ஐந்து ஒட்டகங்களுடனும் இறைத்தூதரின் இருபது ஒட்டகங்களுடனும் அபூபக்ர் (ரலி) புறப்பட்டார். ஹஜ் பயணக்குழு புறப்பட்டுச் சென்ற சிறிது நேரத்தில், குர்ஆனின் அத்தவ்பா அத்தியாயத்தின் நாற்பது வசனங்கள் அருளப்பட்டன.

தொழுமிடத்தின் புனிதப்பகுதிக்குள் பல கடவுள்களை வணங்குவதையும் கஅபாவை உடையணியாமல் வலம்வருவதையும் இறைத்தூதருடன் செய்துகொண்ட உடன்படிக்கைகளை நிறைவேற்றுவதையும்போன்ற முக்கியமான அறிவுறுத்தல்களைக்கொண்டது இவ்வசனங்கள்.

ஹஜ் கடமையை நிறைவேற்றிய பின், குர்பானி வழங்கும் நாளில், கூடியிருப்பவர்கள் கேட்க இந்த இறைவசனங்கள் வாசிக்கப்பட வேண்டும் எனும் ஆணையுடன், உடனடியாக, அலீ (ரலி) அவர்களைத் தமது ஒற்றைத் திமில் ஒட்டகத்தில் இறைத்தூதர் அவர்கள் அனுப்பி வைத்தார். அலீ (ரலி) வேகமாகப் பயணித்து துல்ஹுலைஃபா எனுமிடத்தில் அபூபக்ர் (ரலி) அவர்களைச் சந்தித்தார். "தாங்கள் ஆணையின்பேரில் வந்திருக்கிறீர்களா அல்லது ஆணையிட வந்திருக்கிறீர்களா?" என்று கேட்டார் அபூபக்ர் (ரலி). "நான் ஆணையின் பேரில் வந்துள்ளேன். இறை வசனங்களை ஆணையாகப் பிறப்பிக்கும் கடமை தங்களுக்கும், அதை வாசிக்கும் கடமை எனக்கும் தரப்பட்டுள்ளது" என்றார் அலீ (ரலி). மக்காவை அடைந்தபின், முஸ்லிம்கள் ஹஜ் கடமைகளை நிறைவேற்றுவதை அபூபக்ர் (ரலி) முறைப்படுத்தினார். அலீ (ரலி) அத்தவ்பா அத்தியாயத்தின் வசனங்களை வாசித்தார்.

இந்த ஆண்டின் பிற நிகழ்வுகள்: இறைத்தூதரின் மகள் உம்மு குல்ஸூம் (ரலி) காலமானார். ஹஜ், முஸ்லிம்களின் முக்கியக் கடமைகளில் ஒன்றாக ஆக்கப்பட்டதுடன் ஒரு தலைமையின் வழிகாட்டுதலின்கீழ் நிறைவேற்றப்பட்டது. இதற்கான கடமைகளை அபூபக்ர் (ரலி) அறிவுறுத்தினார். கஅபாவின் புனிதப் பகுதியிலிருந்து வெளியேறும்படி விக்கிரக ஆராதனையாளர்களுக்கு உத்தரவு பிறப்பிக்கப்பட்டது. இதற்கு, கால அவகாசமும் வழங்கப்பட்டது. மீறினால், அவர்களது பாதுகாப்புத் தொடர்பாக அல்லாஹ்வும் அவனது தூதரும் பொறுப்பேற்க இயலாது என்று அறிவிக்கப்பட்டது. இந்த அறிவிப்பைக் கேட்டதும், மக்காவில் இஸ்லாத்தை ஏற்றுக்கொள்ளாமல் வாழ்ந்து வந்தவர்கள் அனைவரும் இஸ்லாத்தை ஏற்றனர். நயவஞ்சகன் அப்துல்லாஹ் பின் உபையின் மரணம் நிகழ்ந்தது.

ஹிஜ்ரீ பத்து : முஸைலமா கத்தாப் : ஹிஜ்ரீ பத்தாம் ஆண்டு, முஹர்ரம் மாதம் தொடங்கி அதன் முடிவுவரைக்கும் இஸ்லாத்தில் இணையும் அரபு இன தூதுக்குழுக்களின் வருகை தொடர்ந்து நிகழ்ந்துகொண்டே இருந்தது. இஸ்லாத்தை நோக்கி அழைப்பு விடுக்க, நஜ்ரானுக்கும் அதைச் சுற்றியுள்ள பகுதிகளுக்கும் காலித் பின் வலீத் (ரலி), நானூறு நபித்தோழர்களுடன் மூன்று முறை அனுப்பி வைக்கப்பட்டார். அம்மக்களும் இஸ்லாத்தைத்

தழுவுவதில் மிகுந்த ஆர்வம் காட்டினர். இஸ்லாத்தைத் தழுவிய இனக்குழுக்களில் அல்ஹாரிஸ் பின் கஅப் வம்சாவளியும் ஒன்று. அவர்களுக்கு இஸ்லாத்தைக் கற்பிக்க அம்ர் பின் ஹஸ்ம் (ரலி) அவர்களை அனுப்பி வைத்ததுடன், காலித் (ரலி) அவர்களும் நபித்தோழர்களும் மதீனாவுக்குத் திருப்பி அழைக்கப்பட்டனர்.

ரமளான் மாதத்தில், மூன்றுபேர்கொண்ட கஸ்ஸானிய இனக்குழுவொன்று மதீனாவுக்கு வந்தது. மிகுந்த மகிழ்ச்சியுடன் இஸ்லாத்தைத் தழுவிக்கொண்ட அவர்கள் தங்கள் மக்களிடம் சென்று இஸ்லாத்தை நோக்கி அழைப்பு விடுத்தனர். ஆனால், அவர்கள் இதை ஏற்க மறுத்தனர். இதே ஆண்டு ஷவ்வால் மாதம், சலாமான் வம்சாவளியின் ஏழு உறுப்பினர்கள்கொண்ட ஒரு குழு, ஹபீப் பின் அம்ர் தலைமையில் மதீனாவுக்கு வந்து இஸ்லாத்தைத் தழுவிச் சென்றனர். ஹபீப் பின் அம்ர் (ரலி) இறைத்தூதரிடம், “இஸ்லாத்தில் மிக மேன்மையான செயல் எது?” என்று கேட்டார். இதற்கு இறைத்தூதர் அவர்கள், “குறிப்பிட்ட நேரத்தில் தொழுகையை நிறைவேற்றுவது” என்று பதிலளித்தார்.

இதே காலகட்டத்தில் அஸ்த் இனக்குழுவிலுள்ள பத்துபேர் மதீனாவுக்கு வந்து இஸ்லாத்தைத் தழுவினர். இவர்கள் திரும்பிச் சென்று தம் மக்களுக்கும் இஸ்லாத்தை நோக்கி அழைப்பு விடுக்க, அஸ்த் இனக்குழு முழுவதும் இஸ்லாத்தை ஏற்றுக்கொண்டது. இதை முன்வைத்து, அஸ்த் இனக்குழுவுக்கும், ஜுர்ஷ் இனக்குழுவுக்குமிடையே போர் மூண்டது. போரைத் தொடங்குவதற்கு முன், ஜுர்ஷ்கள் தங்களில் இருவரை மதீனாவுக்கு அனுப்பி இறைத்தூதரைப் பற்றி அறிந்து வரச் சொன்னார்கள். தன்னை வந்து சந்தித்த ஜுர்ஷ்களிடம் இறைத்தூதர் அவர்கள், “ஜுர்ஷ்களுக்கும் அஸ்துகளுக்கும் போர் நடந்தது. இதில் ஜுர்ஷ்கள் தோல்வியுற்றனர்” என்றார். அதே நாளில்தான் போரும் நடந்தது. திரும்பிச் சென்ற ஜுர்ஷ்கள் நடந்ததைச் சொன்னார்கள். இத்துடன் ஜுர்ஷ் இனக்குழுவும் இஸ்லாத்தைத் தழுவிக்கொண்டது.

ஏகத்துவ இறைநெறியைக் கற்பிக்கவும் அநேகத்துவ வழிபாட்டைத் தடுக்கவும், அலீ (ரலி) அவர்கள் யேமனுக்கு அனுப்பப்பட்டார். அவரது முயற்சியால், யேமனின் மிகவும் புகழ்பெற்ற ஹம்தான் இனக்குழு முழுவதும் இஸ்லாத்தைத் தழுவியது. இதே ஆண்டு, முலுக் கின்தா இனக்குழுவிலுள்ள முராத் பிரிவினரும், ஜாரூத்

பின் அம்ர் தலைமையில், அப்துல் கைஸ் வம்சாவளியின் ஒரு குழுவினரும் மதீனாவுக்கு வந்து இஸ்லாத்தைத் தழுவிக்கொண்டனர். இவர்கள் அனைவருமே கிறிஸ்தவத்திலிருந்து இஸ்லாத்துக்கு மாறியவர்கள். தங்கள் பகுதிகளுக்குத் திரும்பிச் சென்ற இவர்கள் இனக்குழுவிலுள்ள அனைவரையும் இஸ்லாத்துக்குள் கொண்டு வந்தனர்.

இதே ஆண்டு, ஹனீஃபா வம்சாவளியைச் சார்ந்த, முசைலமா பின் ஹூபைப் எனும் ஒரு பொய்யன், ஜுர்ஜான் பின் கனம், தல்க் பின் அலீ, சல்மான் பின் ஹன்ழலா ஆகியோர் ஒரு குழுவினராக மதீனாவுக்கு வந்தனர். இவர்கள் இரண்டு வாரங்கள் மதீனாவில் தங்கியிருந்தனர். இக்காலகட்டத்தில் உபை பின் கஅப் (ரலி) அவர்களிடம் குர்ஆனைக் கற்றனர். இவர்கள் இறைத்தூதருடன் இருந்த நிலையில், முசைலமா மட்டும், தங்கள் உடைமைகளைப் பாதுகாப்பதாகச் சொல்லி அதிக நேரமும் விலகியே இருந்தான்.

இந்த ஆண்டு மதீனாவுக்கு வந்த குழுவினரில் கின்தா, கினானா, ஹள்ரமவ்த் வம்சாவளியினர் இஸ்லாத்தை ஏற்றுக்கொண்டனர். வாயில் பின் ஹூஜ்ர், இறைத்தூதர் முன்னிலையில் இஸ்லாத்தைத் தழுவினார். இது குறித்துத் தமது மகிழ்ச்சியைத் தெரிவித்துக்கொண்ட இறைத்தூதர் அவர்கள், முஆவியா பின் அபூசுஃப்யான் (ரலி) அவர்களிடம் வாஇல் பின் ஹூஜ்ரை விருந்தினராக ஏற்றுக்கொள்ள வேண்டினார். செல்லும்வழியில் முஆவியா (ரலி) நடந்தும், வாஇல் வாகனத்திலுமாகச் சென்றனர். பாலைவனத்தின் வெப்பம் காரணமாக, முஆவியா (ரலி), வாஇலிடம் அவரது காலணிகளைத் தருமாறு கேட்டார். இதை, சற்றுக் கடுப்புடன் மறுத்தார் வாஇல். “சரி, அப்படியானால், நான் வாகனத்தில் உமக்குப் பின்னால் அமர்ந்து பயணிக்கலாமா?” என்று கேட்டார் முஆவியா (ரலி). “ஓர் அரசனுடன் வாகனத்தில் ஒன்றாகச் சேர்ந்து நீர் பயணம் செய்ய முடியாது” என்று அகந்தையுடன் சொன்னார் வாஇல். “எனது கால்கள் எரிகின்றன” என்று வேதனையுடன் சொன்னார் முஆவியா (ரலி). “நீர் நடந்து வருவதற்கு ஒட்டகத்தின் நிழல் போதுமானது” என்றார் வாஇல். முஆவியா (ரலி) அவர்களின் ஆட்சியின்போது, தன்னை அணுகிய இதே வாஇலுக்கு, முஆவியா, தகுந்த மதிப்பளித்ததாக வரலாற்றுக் குறிப்புகள் சொல்கின்றன.

முபாஹலா : தவறு செய்தவர்களை இறைவன் தண்டிப்பானாக

என்று பிரார்த்தனை செய்வது முபாஹலா எனப்படும். நஜ்ரானிலுள்ள அப்துல் மசீஹ் என்பவர் தலைமையில் பிஷப் அபூ ஹாரிஸா மற்றும் 24 உயர் குடும்பத்தார் உட்பட 60 பேர்கொண்ட ஒரு கிறிஸ்தவக் குழு மதீனாவுக்கு வந்தது. அவர்கள் இறைத்தூதர் தொழுமிடத்துக்கு வந்து கசப்பான உரையாடல்களைத் தொடங்கினார்கள். அப்போது, குர்ஆனிலுள்ள இம்ரான் அத்தியாயத்தின் தொடக்க வசனங்களும் முபாஹலாவைக் குறித்த இறைவசனங்களும் அருளப்பட்டிருந்தன.

இஸ்லாத்தை ஏற்றுக்கொள்ளும்படி இறைத்தூதர் கேட்டபோது, நஜ்ரான் பிரதிநிதிகள் கடுமையான மறுப்புத் தெரிவித்தனர். "ஆதம் நபியைப்போல், ஈஸா நபியும் மண்ணால் படைக்கப் பட்டவர்" என்றார் இறைத்தூதர் அவர்கள். "இல்லை. ஜீசஸ் கடவுளின் புத்திரன்" என்று அவர்கள் மறுத்துரைத்தனர். "நீங்கள் சொல்வது உண்மை எனில், நீங்களும் நானும் என் உறவினர்களில் சிலரும் ஒரு திறந்தவெளிக்குச் சென்று, தனியாக அமர்ந்து, பொய் சொல்பவர்களை அல்லாஹ் தண்டிப்பானாக என்று பிரார்த்தனை செய்வோம்" என்றார் இறைத்தூதர் அவர்கள். இதற்கு அவர்கள் பதில் சொல்லாமல் மௌனம் காத்தனர்.

மறுநாள் காலையில் இறைத்தூதர் அவர்கள், அலீ, ஃபாத்திமா, ஹஸன், ஹுஸைன் (ரலி) ஆகியோரை அழைத்துக்கொண்டு கிறிஸ்தவர்களிடம் சென்று, "பொய் சொல்பவர்களை அல்லாஹ் தண்டிப்பானாக என்று நான் சொல்வேன். நீங்கள் அப்படியே ஆகட்டும் என்று ஏற்றுச்சொல்லுங்கள்" என்றார். இறைத்தூதரின் கபடமற்ற நேர்மை அவர்களைப் பயமுறுத்தியது. "நாங்கள் முபாஹலா செய்யவிரும்பவில்லை" என்று அவர்கள் மறுத்தனர்.

இறைத்தூதர் அவர்கள் உறுதியாக, "முபாஹலாவை நீங்கள் விரும்பவில்லை என்றால், நான் சொல்வது உண்மையென்பது உறுதியாகிறது. ஆகவே, நீங்கள் இஸ்லாத்தை ஏற்றுக்கொள்ளுங்கள்" என்றார். "நாங்கள் ஏற்பதாக இல்லை" என்றனர் நஜ்ரான்வாசிகள். "அப்படியெனில் ஜிஸ்யா வழங்குங்கள்; இதையும் மறுத்தால், போருக்குத் தயாராகுங்கள்" என்றார். "நாங்கள் ஜிஸ்யா வழங்குகிறோம்" என்று அவர்கள் முன்வந்தனர். பின்னர் ஒருமுறை இறைத்தூதர் அவர்கள் இது பற்றிக் குறிப்பிடும்போது, "முபாஹலாவை ஏற்றிருந்தால், அல்லாஹ் அவர்களைப் பூண்டோடு அழித்திருப்பான்" என்றார்.

திரும்பிச் செல்லும் தங்களுடன் ஒரு வழிகாட்டியும் உடனிருக்க வேண்டுமென்று நஜ்ரான் வாசிகள் விரும்பினார்கள். ஆகவே, அபூஉபைதா பின் அல்ஜர்ராஹ் (ரலி) துணைக்கு அனுப்பி வைக்கப்பட்டார். சிறிது காலத்துக்குப் பிறகு நஜ்ரானிலுள்ள கிறிஸ்தவர்கள் அனைவரும் முஸ்லிம்களாக மாறினார்கள். ஏற்கனவே, யேமானிய அனைத்து இனக்குழுவினரும் அவர்களது ஆளுநர் பதான் (ரலி) அவர்களும் இஸ்லாத்தைத் தழுவியிருந்தனர். இறைத்தூதர், பதான் (ரலி) அவர்களின் ஆளுகையை அனுமதித்தார். அந்த ஆண்டே அவர் இறந்தும்போனார். தொடர்ந்து, யேமனின் பல்வேறு பகுதிகளுக்கும் ஷஹ்ர் பின் பதான், ஆமிர் பின் ஷஹ்ர் ஹம்தானி, அபூ மூஸா அஷ்அரீ, அலீ பின் உமய்யா, முஆத் பின் ஜபல் (ரலி) ஆகியோரை இறைத்தூதர் அவர்கள் ஆளுநர்களாக நியமித்தார்.

இத்துடன், ஸகாத் பணமும் நன்கொடைகளும் திரட்டுவதற்காக, அலீ (ரலி) தலைமையில் சில நபித்தோழர்களையும் அனுப்பிவைத்தார். இதற்கெதிராக, ஆயுதத்தை உயர்த்துபவர்கள்மீது அல்லாமல் யார்மீது ஆயுதப் பிரயோகம் கூடாதென்ற அறிவுறுத்தலுடன் அவர்கள் அனுப்பி வைக்கப்பட்டனர்.

இறுதி ஹஜ் : ஹிஜ்ரீ பத்தாம் ஆண்டு துல்கஅதா மாதம். இறைத்தூதர் அவர்கள் ஹஜ் கடமையை நிறைவேற்றுவதற்காகப் புறப்பட்டார். நூறு குர்பானி ஒட்டகங்களுடன் அதிகமான தோழர்களும் உடனிருந்தனர். மதீனாவிலிருந்து புறப்பட்ட இப்பயணக்குழு துல்ஹிஜ்ஜா மாதம் நான்காம் நாள், ஞாயிற்றுக்கிழமையன்று மக்காவுக்குள் நுழைந்தது. அலீ (ரலி) யேமனிலிருந்து வந்து பயணக் குழுவுடன் சேர்ந்து தமது ஹஜ் கடமையை நிறைவேற்றினார்.

பிரியாவிடைப் பேருரை : இறைத்தூதர் அவர்கள், ஹஜ்ஜின் வழிமுறைகளைத் தம் தோழர்களுக்குக் கற்பித்ததுடன் அரஃபாத்தில் ஒரு பேருரையும் நிகழ்த்தினார்: "அல்லாஹ் ஒருவனைத் தவிர வேறு இறைவன் இல்லை. அவனுக்கு நிகராக யாருமில்லை. யாவற்றிலும் அவனே வல்லமை மிக்கவன். எல்லாப் புகழும் அல்லாஹ்வுக்கே! மக்களே, நான் சொல்வதைக் கவனமாகச் செவிமடுத்துக் கேளுங்கள். மீண்டுமொருமுறை உங்களை இங்கே காண்பேன் என்பதில் எனக்கு உறுதியில்லை. மக்களே! இந்நகரத்தையும் இம்மாதத்தையும் இந்நாளையும்போல், பிறரின் உயிர்களையும் உடைமைகளையும்

மாண்பையும் தூய்மையாகக் கருதுங்கள். ஒருவர் குற்றம் செய்தால் அதற்கான தண்டனை அவருக்கே வழங்கப்படும். அவரது உறவினருக்கு அல்ல. தந்தை, தன் பிள்ளைக்கோ பிள்ளைகள், தந்தைக்கோ அநியாயம் செய்யாதீர்கள். தந்தையின் குற்றத்திற்காக பிள்ளைகளோ பிள்ளைகளின் குற்றத்திற்காக தந்தையோ தண்டிக்கப்படமாட்டார்கள்.

அறிந்துகொள்ளுங்கள். அறியாமைக் காலத்தின் அனைத்துத் தவறுகளையும் நான் எனது கால்களின்கீழ் புதைத்து அழித்து விட்டேன். அறியாமைக்கால கொலைகளுக்குப் பழி வாங்குவதிலிருந்து விலகிக்கொள்ளுங்கள். முதலாவதாக, எங்கள் குடும்பத்தில் கொலை செய்யப்பட்ட ரபீஆ இப்னு ஹாரிஸின் மகனுக்காகப் பழிவாங்குவதை விட்டு நான் விலகி விடுகிறேன். அறியாமைக்கால வட்டி முறைகள் அகற்றப்படுகின்றன. முதலாவதாக, நான் என் குடும்பத்தாரின் வட்டியிலிருந்து அப்பாஸ் இப்னு அப்துல் முத்தலிபுக்கு உரித்தான வட்டியை முழுமையாக நான் தள்ளுபடி செய்கிறேன்.

பெண்கள் குறித்து அல்லாஹ்வுக்குப் பயப்படுங்கள். அல்லாஹ்வின் அமானிதமாக அவர்களை நீங்கள் அடைந்திருக்கிறீர்கள். அவனது நாட்டப்படி அவர்களை நீங்கள் மனைவியராக ஏற்றிருக்கிறீர்கள், அவர்கள் உங்களுக்குச் செய்ய வேண்டிய கடமையாக, நீங்கள் விரும்பாதவர்களை இல்லத்திற்குள் அவர்கள் அனுமதிக்கக்கூடாது. மீறி அனுமதித்தால் காயம் ஏற்படாத வகையில் அடியுங்கள். நீங்கள் அவர்களுக்கு செய்ய வேண்டிய கடைமை யாதெனில் நல்ல முறையில் அவர்களுக்கு உணவும் உடையும் அளிக்க வேண்டும்.

நான் உங்களிடம் விட்டுச் செல்வதை நீங்கள் உறுதியாகப் பின்பற்றினால் ஒருபோதும் வழிதவற மாட்டீர்கள். அதுதான் அல்லாஹ்வின் வேதமாகும்.

மக்களே, எனக்குப் பின் எந்த ஒரு நபியும் (இறைத்தூதரும்) இல்லை. உங்களுக்குப் பின் எந்த ஒரு சமுதாயமுமில்லை. உங்களைப் படைத்துக் காப்பவனான அல்லாஹ்வையே வணங்குங்கள். உங்களுக்கு விதிக்கப்பட்ட ஐவேளை தொழுகையை நிறைவேற்றுங்கள். ரமளான் மாதத்தில் நோன்பு வையுங்கள். மனமுவந்து உங்கள் செல்வத்துக்கான ஸகாத்தை நிறைவேற்றுங்கள்.

ஹஜ் செய்யுங்கள். உங்கள் தலைவர்களுக்குக் கட்டுப்படுங்கள். (மேற்கூறிய நற்செயல்களால்) இறைவன் உங்களுக்காகப் படைத்துள்ள சுவனத்தில் நுழைவீர்கள்.

உங்கள் இறைவனை விரைவில் அதில் சந்திப்பீர்கள். அவன் உங்கள் செயல்களைப் பற்றி உங்களிடம் விசாரணை செய்வான். எனக்குப் பிறகு, நீங்கள் உங்களுக்குள் கொலைக்குற்றம் புரிந்து வழிகேடர்களாக மாறி விடாதீர்கள். அறிந்துகொள்ளுங்கள். நிச்சயமாக, ஷைத்தானை நீங்கள் வணங்குவதிலிருந்து அவன் முற்றிலும் நிராசை அடைந்துவிட்டான். எனினும், அல்லாஹ்வுக்கு மாறுபட்ட, நீங்கள் மிக எளிதாகக் கருதும் செயல்கள்மூலம் ஷைத்தானை வழிபடுவீர்கள். இதனால் அவன் மகிழ்ச்சி அடைவான்.

மக்களே அறிந்துகொள்ளுங்கள். இறைவன் ஒருவனே! உங்கள் தந்தையும் ஒருவரே! இறையச்சத்தைத் தவிர மனிதர்களில் எந்த பேதங்களுமில்லை. அரபிகளுக்கு மற்றவர்களை விடவோ மற்றவர்களுக்கு அரபிகளை விடவோ வெள்ளையருக்கு கறுப்பரை விடவோ கறுப்பருக்கு வெள்ளையரை விடவோ எந்தச் சிறப்பும் மேன்மைகளுமில்லை."

"மறுமையில் என்னைப் பற்றி அல்லாஹ் உங்களிடம் விசாரிக்கும்போது நீங்கள் என்ன பதில் சொல்வீர்கள்" என்று கேட்டார் இறைத்தூதர் அவர்கள்.

கூடியிருந்த மக்கள், "நிச்சயமாக நீங்கள் எடுத்துரைத்தீர்கள்; நிறைவேற்றினீர்கள்; நன்மையை நாடினீர்கள் என்பதற்கு நாங்கள் சாட்சியளிப்போம்" என்றனர்.

நபியவர்கள் ஆட்காட்டி விரலை வானை நோக்கி உயர்த்தி, பின்பு மக்களை நோக்கித் திருப்பி "அல்லாஹ் இதற்கு நீயே சாட்சி" என்று மூன்று முறை சொன்னார். மேலும், "இங்கு வந்திருப்பவர்கள் அனைவரும், வராத மற்றவர்களுக்கு இதை எடுத்துச் சொல்லுங்கள். செய்தியைக் கேள்விப்படுபவர்களில் சிலர் நேரடியாகக் கேட்பவர்களை விடவும் நன்கு விளங்கிக்கொள்பவர்களாக இருப்பார்கள்" என்றார்.

பிரிவின்போது நிகழ்த்தும் சொற்களிலும் அதன் முறையிலும் இறைத்தூதர் அவர்கள் உரையாற்றினார். ஆகவேதான் இந்த ஹஜ்,

பிரியாவிடை ஹஜ் (ஹஜ்ஜதுல் விதா) என்று குறிப்பிடப்படுகிறது. இறைத்தூதரின் வழிகாட்டுதலின்கீழ் இந்த ஆண்டு இலட்சத்துக்கும் அதிகமான முஸ்லிம்கள் ஹஜ் கடமையை நிறைவேற்றினர்.

இறைத்தூதர் அவர்கள் மக்காவில் அரஃபாத்திலிருந்த இந்நாளில், கீழ்வரும் இறைவசனம் அருளப்பட்டது: '... இன்று உங்களுக்காக மார்க்கத்தை நான் முழுமையாக்கித் தந்துள்ளேன். மேலும், என்னுடைய அருட்கொடையை உங்கள்மீது முழுமையாக்கி விட்டேன். இன்னும், உங்களுக்காக நான் இஸ்லாம் மார்க்கத்தைத் தேர்வு செய்துள்ளேன்....' (குர்ஆன் 5: 3).

தங்களுக்கான மார்க்கம் முழுமையாக்கப்பட்டது குறித்த இறைவசனங்கள் நபித்தோழர்களை மிகவும் மகிழ்ச்சியடையச் செய்தன. ஆனால், அபூபக்ர் (ரலி) போன்ற ஆழ்ந்த அகநோக்கும் ஞானமும்கொண்ட சிலருக்கு, இவ்வசனங்கள் இறைத்தூதரிடமிருந்து தாங்கள் பிரிவுபடுவதை உணர்த்தியதில் கவலைகொண்டனர். ஏனெனில், இறைமறையின் பூரணத்துவத்திற்குப் பின், நபித்துவத்தின் நீட்சி தேவை இல்லாததாகிவிடுகிறது.

அலீ (ரலி) அவர்களுக்கு ஆறுதல் : ஹஜ்ஜின்போது, அலீ (ரலி) அவர்களுடன் யேமனுக்குச் சென்றிருந்த சிலர், அலீ (ரலி) குறித்து இறைத்தூதரிடம் முறையிட்டனர். யேமனிலுள்ள சிலரின் தவறான கணிப்புகளே இதற்கான காரணம். காதிர் கும் என்ற இடத்தில் தோழர்களை நோக்கி இறைத்தூதர் அவர்கள் சொன்னார்: "எனது நண்பர்கள் அலீயின் நண்பர்களுமாவர். அலீயின் எதிரிகள் எனது எதிரிகளுமாவர்." தொடர்ந்து, உமர் (ரலி), அலீ (ரலி) அவர்களை நோக்கி, "இன்றிலிருந்து நீர் எனது மிகச் சிறந்த நண்பராவீர்" என்று வாழ்த்தினார். இறைத்தூதர் அவர்கள் மதீனாவுக்குத் திரும்பினார்கள். இதே ஆண்டு, இறைத்தூதரின் மகனார் இப்ராஹீம் (ரலி) இறந்து போனார்.

ஹிஜ்ரீ பதினொன்று: இறைத்தூதர் நோய்வாய்ப்படுதல்: ஹிஜ்ரீ பதினொன்றாம் ஆண்டு, முஹர்ரம் மாதம், 11 ஆம் நாள், இறைத்தூதர் அவர்கள் காய்ச்சலால் பாதிக்கப்பட்டார். உடலில் சூடு அதிகரித்துக்கொண்டிருந்தது. இச்செய்தியை அறிந்த தீவினையாளர்கள் தங்கள் சூழ்ச்சிகளைச் செயல்படுத்தும் ஒரு வாய்ப்பாக இதைக் கருதினார்கள். முசைலமா, துலைஹா பின்

குவைலித், அஸ்வத், ஸஜா பின்த் ஹாரிஸ் ஆகியோர் தாங்களும் இறைத்தூதர்களே என்று சொல்ல ஆரம்பித்தனர். இறைத்தூதர்போல், தாங்களும் இதில் வெற்றி பெறுவோம் என்று எண்ணினார்கள். ஆனால் முஹம்மத் (ஸல்) அவர்களுடன் நபித்துவம் முழுமை பெற்றுவிட்டதாக அல்லாஹ் சொல்லியிருக்கிறான். மேலும், இவர்களின் வெறுக்கத்தக்க கோரிக்கையை இழிவான முறையில் தோல்வியடையச் செய்யும் பொருட்டு, அல்லாஹ் மீண்டுமொரு முறை தனது ஆணையை உறுதிப்படுத்தினான். யமாமாவில் பொய்யன் முசைலமாவும், யேமனில் அஸ்வத் பின்கஅப் அன்சியும் இதன் மூலம் சிறுமையடைந்தனர்.

ஒருநாள் இறைத்தூதர் அவர்கள், வேதனையின் காரணமாக தலையைச் சுற்றி ஒரு கட்டுடன் வெளியில் வந்து தோழர்களைப் பார்த்துச் சொன்னார்: "நேற்றிரவு நான் ஒரு கனவு கண்டேன். எனது கைகளில் இரு தங்க வளையல்கள் இருந்தன. இதில், வெறுப்புற்ற நான் அவற்றைக் கழற்றி எறிந்துவிட்டேன். அவை இரண்டும் யமாமாவிலும் யேமனிலும் உள்ள (முசைலமா, அஸ்வத்) அவர்களைக் குறிப்பதாக அறிந்துகொண்டேன்."

இறைத்தூதர் அவர்களின் காலத்திலேயே ஃபிரோஸ் என்பவனால், பொய்யன் அஸ்வத் கொல்லப்பட்டான். ஹம்ஸா (ரலி) அவர்களைக் கொன்ற வஹ்ஷி, அபூபக்ர் (ரலி) அவர்களின் ஆட்சியின்போது, பொய்யன் முசைலமாவைக் கொன்றார். வஹ்ஷி அடிக்கடி சொல்வதுண்டு: "நான் அவநம்பிக்கையாளனாக இருந்தபோது மிகச்சிறந்த ஒருவரைக் கொன்றேன். நம்பிக்கையாளனாக மாறியபின், மிக மோசமான ஒருவனைக் கொன்றேன்."

அல்லாஹ்வின் வழியிலான ஜிஹாத் : சிரியா மற்றும் பாலஸ்தீன எல்லைகளிலிருந்து மோசமான தகவல்கள் வந்துகொண்டிருந்தன. ஹிஜ்ரீ பதினொன்றாம் ஆண்டு, ஸஃபர் மாதம், 26 ஆம் நாள், ரோமானியர்கள்மீது போருக்கான முன்னேற்பாடுகளை வேகமாகச் செய்யும்படி இறைத்தூதர் அவர்கள் கட்டளையிட்டார். மறுநாள், முஸ்லிம்படைகளின் தலைவராக, உஸாமா பின் ஸைத் பின் ஹாரிஸா (ரலி) அவர்களை நியமித்த இறைத்தூதர் அவர்கள், "உம் தந்தையின் மண்ணை நோக்கிப் புறப்படுவீர். உமது வருகையை அவர்கள் அறிந்துகொள்ள இயலாதபடி வேகமாகச் சென்றடைவீர். இறைவன் நாடினால் வெற்றி உமக்கே!" என்றார்.

யமாமா, யேமன் நிகழ்வுகளும் கிறிஸ்தவர்களின் சூழ்ச்சிகளும் அரேபியர்கள்மீதான எதிர்ப்பில் ரோமானியர்களுக்கு தூண்டுதலாக இருந்தன. இந்நிலையில், தமது மோசமான உடல்நிலையையும் பொருட்படுத்தாமல், இறைத்தூதர் அவர்கள் தமது கைகளால் உஸாமா (ரலி) அவர்களிடம் போர்க்கொடியைக் கொடுத்து வழியனுப்பி வைக்குமளவுக்கு அதன் தேவை தவிர்க்க இயலாததாக அமைந்தது.

தமது நெருங்கிய தோழர்களுட்பட அனைவரையும் படையில் இணைந்துகொள்ளும்படி இறைத்தூதர் அவர்கள் கட்டளையிட்டார். உஸாமா (ரலி) அவர்களின் தலைமையில் அபூபக்ர், அப்பாஸ், உமர், உஸ்மான், அலீ (ரலி) உட்பட அனைவரும் ஒன்று திரண்டனர். அலீ, அப்பாஸ் (ரலி) ஆகிய இருவரும், இறைத்தூதரின் உடல்நிலையின் காரணமாக மதீனாவிலேயே இருக்க வேண்டியதாயிற்று. உஸாமா (ரலி) தலைமையிலான படைகள், மதீனாவுக்கு வெளியே ஐந்து கி.மீ. தொலைவிலுள்ள ஜுர்ஃப் எனுமிடத்தில் முகாமிட்டன. அபூபக்ர், உமர் (ரலி) ஆகிய இருவரும், படைத்தலைவரின் ஒப்புதல்பெற்று, மதீனாவுக்கு வந்து இறைத்தூதரைப் பார்த்துவிட்டு மீண்டும் முகாமுக்குச் சென்றனர்.

இறைத்தூதரின் உடல்நிலை மேலும் மோசமானது. உஸாமா (ரலி) அவர்களும் படையினரும் கவலையுடன் அவ்வப்போதைய நிலைமைகளை அறிந்துகொண்டிருந்தனர். இறைத்தூதரின் ஒப்புதலுடன்தான் ஜுர்ஃபில் அவர்கள் முகாமிட்டிருந்தனர். உஸாமா (ரலி) அவர்களின் தந்தை ஒரு காலத்தில் அடிமையாக இருந்தவர். இதை முன் வைத்து, படையிலிருந்த சிலர், உஸாமா (ரலி) அவர்களின் தலைமையில் அதிருப்திகொண்டனர். இதையறிந்த இறைத்தூதர் அவர்கள் மக்களை ஒன்று திரட்டி, "முந்தைய முஸ்லிம் படைகளுக்கு உஸாமாவின் தந்தைதான் தலைவராக இருந்தார். இந்நிலையில் உஸாமாவின் தலைமையில் மட்டும் அதிருப்தி ஏற்படுவதற்கான காரணமென்ன? ஆரம்பக்கால முஸ்லிம்களில் உஸாமாவின் தந்தை ஸைதுவும் ஒருவர். இஸ்லாத்தில் அவருக்கு உத்தரவுகளை அமல்படுத்துகிற உயர்ந்த ஓர் இடமிருக்கிறது" என்றார். அதிருப்தியாளர்கள் அமைதியடைந்து, இறைவனிடம் மன்னிப்புக் கேட்டனர். உஸாமா (ரலி) அவர்களின் தலைமையை அவர்கள் ஒருமித்த மனதுடன் ஏற்றுக்கொண்டனர்.

உடல்நிலை : நாள்தோறும் நோயின் கடுமை அதிகரித்து வந்தது. இறைத்தூதர் அவர்கள் தமது மனைவியரிடம், ஆயிஷா (ரலி) அவர்களின் இல்லத்தில் தங்கியிருக்க ஒப்புதல் கேட்டார். அவர்களும் ஒப்புதலளித்தனர். இறைத்தூதர் அவர்கள், ஆயிஷா (ரலி) அவர்களின் இல்லத்துக்கு வந்தார். பிறகு வெளியே வந்து அறிவித்தார்: "அல்லாஹ்வுக்கு மட்டுமே பயந்து நடந்து கொள்ளுங்கள். உங்கள் அனைவருக்கும் அல்லாஹ் நல்வழி காட்டுவானாக! உங்கள் பொறுப்பை நான் அல்லாஹ்விடமே ஒப்படைக்கிறேன். நான், நரகத்தை உங்களுக்கு முன்னறிவிப்புச் செய்பவனும் சொர்க்கத்தின் நற்செய்தியை அளிப்பவனுமாவேன். மனிதர்களை அடக்கியாளாதவர்களும் கேடுகள் விளைவிக்காதவர்களும் சொர்க்கத்தை அடைவார்கள். தீமையைக் களைய முற்படுபவர்களுக்கு மறுமை வாழ்வு சிறக்கும். இறுமாப்பையும் தற்பெருமையையும் விட்டு விலகுங்கள்."

சிறிது இடைவெளிக்குப் பிறகு மீண்டும், "எனது உடலை குடும்ப உறுப்பினர்கள் சுத்தம் செய்யட்டும். இத்துடன், அடக்கம் செய்யும் குழியின் அருகில் எனது உடலை வைத்துவிட்டு, சற்று விலகி நில்லுங்கள். வானவர்கள் வந்து, ஜனாஸா தொழுகையை நிறைவேற்றுவதற்கு வசதியாக! பிறகு, எனது குடும்பத்திலுள்ள ஆண்கள் ஜனாஸா தொழுகையை நிறைவேற்றட்டும். பிறகு, அவர்களது பெண்களும் நிறைவேற்றட்டும்" என்றார். இறைத்தூதர் அவர்கள் தொடர்ந்து மூன்று நாள்கள் படுக்கையில் கிடந்தார்.

அபூபக்ர் (ரலி) தலைமையில் தொழுகை : தாம் தொழுகை நடத்துமிடத்தில் அபூபக்ர் (ரலி) முன்நின்று தொழுகையை நடத்துமாறு இறைத்தூதர் அவர்கள் சொன்னார். "என் தந்தையார் மிகவும் இளகிய மனமுடையவர். தங்களின் இடத்தில் நின்று தொழுகை நடத்த இயலாத அவரது இந்நிலையில் உமர் பின் கத்தாப் அவர்கள் இதனை மேற்கொள்ளலாம்" என்று மிகுந்த பணிவுடன் சொன்னார் ஆயிஷா (ரலி). "இல்லை! தொழுகைக்கு அபூபக்ர் தலைமை வகிக்கட்டும்" என்றார் இறைத்தூதர் அவர்கள்.

அபூபக்ர் (ரலி) தொழுகைக்காக முன்நின்ற அந்நேரம், உடலில் சிறிதளவு ஆரோக்கியத்தை உணர்ந்த இறைத்தூதர் அவர்கள், தொழுமிடத்தினுள் மெதுவாக வந்தார். இறைத்தூதரின் வரவை அறிந்த அபூபக்ர் (ரலி), பின்னகர முயன்றார். இதை ஏற்க மறுத்த

இறைத்தூதர் அவர்கள், உட்கார்ந்த நிலையிலும் அபூபக்ர் (ரலி) நின்றவாறும் தொழுகையை நிறைவு செய்தனர்.

ஸஹீஹுல் புகாரீயிலும், ஸஹீஹ் முஸ்லிமிலுமுள்ள தகவல்களின்படி, இறைத்தூதர் அவர்கள் நோயுற்ற நிலையில் ஒரு நாள், எழுதுகோலும் ஓலையும் கொண்டுவரும்படி சொன்னார். நோயின் தாக்கம் மிகுந்த இந்நிலையில், இறைத்தூதர் அவர்கள் ஏற்கனவே சொன்னதன்படி, தங்கள் அனைவருக்கும் குர்ஆனே போதுமானது. ஆகவே, இறைத்தூதர் அவர்கள் எதை முன்னிட்டும் சிரமப்படக் கூடாதென்று உமர் (ரலி) சொன்னார். ஆயினும், தோழர்கள் சிலருக்கு, இறைத்தூதர் கூறுவதை நிறைவேற்றுவதில் ஆர்வமிருந்தது. விவாதக் குரல்களைக் கேட்க விரும்பாத அப்போதைய மனநிலையில் அனைவரையும் வெளியில் போகச் சொன்னார் இறைத்தூதர் அவர்கள்.

அந்நேரம், கடும் தலைவலியால் பாதித்திருந்தார் இறைத்தூதர் அவர்கள். ஆகவேதான், உமர் (ரலி) அவரைச் சிரமப்படுத்த வேண்டாம் என்று அறிவுறுத்தினார். தலைவலி சற்றுத் தணிந்த நிலையில், மக்களை அழைத்துச் சொன்னார்: "வருகை தரும் தூதுக்குழுவினருக்கு அன்பளிப்புகளும் நன்கொடைகளும் வழங்கி மகிழ்ச்சியூட்டுவதை வழக்கமாக்கிக்கொள்ளுங்கள். பல கடவுள்களை வழிபடுபவர்களை, தீபகற்பத்திலிருந்து அப்புறப்படுத்துங்கள். உஸாமாவின் படைகள் போருக்குச் செல்லட்டும். அன்சார்கள்மீது மேலும் அன்பு செலுத்துங்கள். அவர்களது தவறுகளை மன்னித்துவிடுங்கள். உங்களிடையே அபூபக்ர் அவர்களைவிட மேலானவர் என்று யாரையும் முடிவுசெய்யாதீர்கள்." தொடர்ந்து, இறைத்தூதர் அவர்கள் நினைவிழந்தார்.

பிரிவுக்குச் சற்று முன் : இறைத்தூதர் அவர்கள் படுக்கையிலான நிலையில், பெரும்பாலான நேரங்களிலும் அபூபக்ர், உமர், அலீ, அப்பாஸ், ஃபள்ல் பின் அப்பாஸ் (ரலி) ஆகியோர் அவரது அருகிலேயே இருந்தனர். தமது கடமைகளில் ஒன்றைக்கூட பாக்கியில்லாமல் நிறைவேற்றும்பொருட்டு, ஆயிஷா (ரலி) அவர்களிடமிருந்த ஐந்தோ ஆறோ திர்ஹம்களையும் நன்கொடையாக அளிக்கும்படி சொன்னார் இறைத்தூதர் அவர்கள். தொழுகையைப் பேணவும் உறவினர்களைக் கருத்துடன் கவனித்துக் கொள்ளவும் அலீ (ரலி) அவர்களிடம் கேட்டுக்கொண்டார். இறைத்தூதர்

நோய்வாய்ப்பட்ட நிலையில் அபூபக்ர் (ரலி) பதின்மூன்று தொழுகைகளைத் தலைமையேற்று நடத்தியிருந்தார். ஹிஜ்ரீ பதினொன்றாம் ஆண்டு, ரபீயுல் அவ்வல் மாதம், 12 ஆம் நாள், திங்கள்கிழமையன்று அபூபக்ர் (ரலி) அதிகாலைத் தொழுகையில் இருக்கும்போது, தலையில் கட்டுடன் வெளியே வந்த இறைத்தூதர் அவர்கள் மீண்டும் வீட்டுக்குள் நுழைந்து ஆயிஷா (ரலி) அவர்களின் மடியில் தலை சாய்த்துப் படுத்துக்கொண்டார்.

இறைத்தூதரின் உடல்நிலை சற்றுத் திருப்தியுடனிருப்பதாக நினைத்து மகிழ்ச்சியுடன் தமது வீட்டுக்குச் சென்றார் அபூபக்ர் (ரலி). அப்போது, அப்துர் ரஹ்மான் பின் அபூபக்ர் (ரலி) அறைக்குள் வந்தார். அவரது கையில் பல் துலக்கும் குச்சியிருப்பதைப் பார்த்தார் இறைத்தூதர் அவர்கள். தமது கணவருக்கு அது தேவைப்படுகிறது என்பதை உணர்ந்த ஆயிஷா (ரலி) தம் சகோதரரிடமிருந்து அதை வாங்கி, மென்மைப்படுத்தி கணவரிடம் கொடுத்தார். இறைத்தூதர் அவர்கள் பல் துலக்கினார். பிறகு, அப்படியே ஆயிஷா (ரலி) அவர்களின் மடியில் தலையை சாய்த்தபடி, கால்களை நீட்டிக்கொண்டார்.

பிரிவு : அருகிலிருந்த தண்ணீர்க் கலயத்தில் தனது கையை நனைத்து முகத்தைத் துடைத்துக்கொண்டு சொன்னார்: "அல்லாஹ்வே! இறப்பின் வேதனையை விட்டு எனக்குத் துணை புரிவாவாயாக..." ஆயிஷா (ரலி) அவர்களின் கண்கள், கணவர் முகத்தை விட்டு அகலாமல் நின்றது. அப்போது, "சொர்க்கத்திலிருக்கும் உன்னதமான தோழர்களுடன்..." என்று அவர் கூறியபோது அக்கண்கள் ஒளிர்ந்தன. இதே நிலையில், ஹிஜ்ரீ பதினொன்று, ரபீயுல் அவ்வல், பன்னிரண்டாம் நாள், திங்கட்கிழமை முற்பகல் வேளையில் நிரந்தரமற்ற இவ்வுலக வாழ்விலிருந்து இறைத்தூதர் அவர்களது உயிர் பிரிந்தது. இச்செய்தி, நபித்தோழர்கள்மீது பேரிடிபோல் இறங்கியது. அவர்கள் நிலை குலைந்துபோயினர்.

உமர் (ரலி) அவர்களின் நிலை : சற்று நேரம் சலனமற்று, பயமூட்டுவதுபோல் அதிர்ந்துபோய் நின்ற உமர் (ரலி), தமது வாளை உருவியவராக உரத்த குரலில் சொன்னார்: "நயவஞ்சகர்கள் சிலர், இறைத்தூதர் இறந்துபோய்விட்டதாகப் பொய் சொல்கிறார்கள். அவர் மரணிக்கவில்லை. மூஸா நபிபோல் இறைத்தூதர் அவர்களும் இறைவனிடம் சென்றிருக்கிறார். அவர் திரும்ப வந்து இவர்களுக்குத் தண்டனையளிப்பார்."

வாளை உறைக்குள் வைக்கச் சொல்லும் தைரியம்கூட யாருக்கும் வராத அளவுக்கு உமர் (ரலி) உணர்ச்சி வசப்பட்ட நிலையிலிருந்தார். சிறிது நேரத்தில் அபூபக்ர் (ரலி) வந்தார். அறைக்குள் நுழைந்து இறைத்தூதரின் தலையைத் தமது கைகளில் ஏந்தியபடியே, "எல்லாம் வல்ல அல்லாஹ் விதித்ததன்படி, தாங்கள் இறப்பைச் சுவைத்துள்ளீர்கள். இதன் பின் எந்த இறப்பையும் தாங்கள் எதிர்கொள்ளமாட்டீர்கள்" என்றார். பின்னர், "இன்னா லில்லாஹி வ இன்னா இலைஹி ராஜிஊன்" (அல்லாஹ்விடமிருந்தே வந்தோம்; அவனிடமே திரும்பிச் செல்கிறோம்) என்றவாறே வெளியில் வந்தார்.

அபூபக்ர் (ரலி) அவர்களின் மன உறுதி : அமைதியாக இருக்கும்படி உமர் (ரலி) அவர்களிடம் அபூபக்ர் (ரலி) கேட்டுக்கொண்டார். அவர் செவிசாய்க்கவில்லை. இறைத்தூதரின் இறப்பை மக்களுக்கு அறிவிக்க முன்வந்தார் அபூபக்ர் (ரலி). அப்போது, மக்கள் உமர் (ரலி) அவர்களை விட்டு, அபூபக்ர் (ரலி) அவர்களைச் சூழ்ந்துகொண்டனர். அவர், அல்லாஹ்வைப் புகழ்ந்துவிட்டு, "உலகோரே! உங்களில் யாரேனும் முஹம்மத் (ஸல்) அவர்களை வழிபடுகிறீர்கள் எனில், அறிந்துகொள்ளுங்கள். முஹம்மத் (ஸல்) அவர்கள் மரணித்துவிட்டார். நீங்கள் அல்லாஹ்வை வணங்குகிறீர்கள் எனில், அறிந்து கொள்ளுங்கள். அவன் பிறப்பும் இறப்புமில்லாதவன்" என்றார். இதனை உறுதிப்படுத்துகிற குர்ஆன் வசனங்களையும் ஓதினார்:

'முஹம்மத் (ஸல்) அவர்கள் இறைத்தூதரே அன்றி வேறு அல்லர். அவருக்கு முன்னரும் (இவ்வாறே) தூதர்கள் பலர் சென்றிருக்கிறார்கள். அவர்கள் இறந்துவிட்டால் அல்லது கொல்லப்பட்டு விட்டால், நீங்கள் உங்கள் குதிகால்களின்மீது (புறங்காட்டி) திரும்பி (சென்று) விடுவீர்களா? (அவ்வாறு) எவரேனும் தன் குதிகால்களின்மீது (புறங்காட்டி) திரும்பி (சென்று) விட்டால், அதனால் அவர் அல்லாஹ்வுக்கு எந்த இடையூறும் செய்துவிட முடியாது. மேலும், நன்றி செலுத்துவோருக்கு அல்லாஹ் (நற்) கூலியை வழங்குவான்.' *(குர்ஆன் 3:144)*

கூடி நின்ற மக்கள் அனைவரும் மனஅமைதி பெற்றனர். அவர்களது அதிர்ச்சியும் பதற்றமும் மெல்லக் குறைந்தன. உமர் (ரலி) சொல்கிறார்: "முதலில் நான் அபூபக்ர் சொன்னதை ஏற்கவில்லை.

ஆனால், அவர் இதுகுறித்த இறைவசனங்களை ஓதியதும், அது எனக்காகவே இறக்கி அருளப்பட்டதுபோல் உணர்ந்து, திடுக்கிட்டுப் போனேன். என் கால்கள் உணர்விழந்தன. இறைத்தூதரின் பிரிவை அப்போதுதான் அறிந்ததுபோல் உணர்ந்தேன்."

ஸாயிதா வம்சத்தாரின் மாளிகை : புதிய சூழ்நிலைகளைப் பற்றிய கலந்தாய்வுகள் ஒருபுறம் நடந்துகொண்டிருந்தன. இந்நிலையில், ஸாயிதா வம்சத்தாரின் மண்டபத்தில் அன்சார்கள் ஒன்று கூடியிருப்பதாகவும், ஸஅத் பின் உபாதா (ரலி) அவர்களைத் தலைமைப் பொறுப்பில் நியமிக்க இருப்பதாகவும், குறைஷிகளிலிருந்து ஒருவர், அன்சார்களிலிருந்து ஒருவர் என இரண்டு பேரைத் தேர்வு செய்ய சிலர் விரும்புவதாகவும் செய்திகள் வந்தன. முஹாஜிர்கள் சிலருடன் அபூபக்ர், உமர் (ரலி) ஆகியோர் சிறிதும் காலதாமதம் செய்யாமல் நிலைமைகளைச் சீர்படுத்தும் நோக்கத்துடன் அங்கே விரைந்தனர்.

இறைத்தூதரின் நெருங்கிய உறவினர்களான அலீ, அப்பாஸ், உஸாமா, ஃபள்ல் பின் அப்பாஸ் (ரலி) ஆகியோர், இறைத்தூதரின் ஆணைப்படி, உடலை அடக்கம் செய்யும் பணிகளில் ஈடுபட்டிருந்தனர். அலீ (ரலி) இறைத்தூதரின் உடலைக் குளிப்பாட்டினார். இதற்கு, அப்பாஸ் (ரலி) அவர்களும் அவரது புதல்வர்கள் இருவரும் உதவியாக இருந்தனர். உஸாமா (ரலி) நீரூற்றினார்.

ஜனாஸா தொழுகையும் நல்லடக்கமும் : உடலை நல்லடக்கம் செய்யும் இடம் குறித்து நபித்தோழர்களிடையே கருத்து வேறுபாடுகள் நிலவின. "இதுவரையிலான இறைத்தூதர்கள் அனைவரும், தாங்கள் மரணித்த இடங்களில்தான் அடக்கம் செய்யப்பட்டார்கள் என்று இறைத்தூதர் அவர்கள் சொல்லக்கேட்டேன்" என்றார் அபூபக்ர் (ரலி). இதன்படி இறைத்தூதரின் உடல் வைக்கப்பட்டிருந்த அதே இடத்தில் குழி தோண்டப்பட்டது. ஜனாஸா தொழுகையை நிறைவேற்றுவதற்காக மக்கள் ஒருவர்பின் ஒருவராக வந்தனர். ஆண்களையடுத்துப் பெண்களும் பிறகு சிறுவர்களும் வந்தனர். குறிப்பிட்ட யாருடைய தலைமையும் இல்லாமல் அனைவரும் ஒன்றாக நின்று ஜனாஸா தொழுகையை நிறைவேற்றினர்.

இறைத்தூதரின் உடல்நிலை குறித்தும் இதைத் தொடர்ந்து அவரது இறப்பையும் அறிந்து கொண்ட உஸாமா பின் ஸைத்

(ரலி) அவர்களும் படையினரும் மதீனாவுக்குத் திரும்பினார்கள். இஸ்லாமிய பதாகை, நபிகளாரின் இல்ல நுழைவாயிலில் நிறுத்தி வைக்கப்பட்டது. உடலை நல்லடக்கம் செய்யும், ஆயிஷா (ரலி) அவர்களின் இல்லத்திலேயே ஜனாஸா தொழுகையும் நடந்தது. நகரிலுள்ள மக்கள் அனைவரும் அந்த இடத்தில் ஒன்றாக நின்று தொழுகையை மேற்கொள்ள இயலாத நிலை. ஆகவே, ஜனாஸா தொழுகை முடிய சற்றுக் காலதாமதம் ஏற்பட்டது.

இறைத்தூதரின் மாட்சிமிகு தோற்றம் : இறைத்தூதர் அவர்கள் மிக உயரமானவரோ குள்ளமானவரோ அல்ல. மக்களிடையே நிற்கும்போது அவரது தோற்றம் மற்றவர்களைவிட உயரமாக இருக்கும். வெள்ளையும் சிவப்பும் கலந்த உடல் நிறம். சற்றே பெரிய தலை. அடர்ந்த தாடி உரோமங்கள். தலைமுடி, கறுப்பாகவும் சிறிது சுருண்டு, அடர்த்தியாகவுமிருக்கும். சில நேரங்களில் அது, காதுகளைத் தொட்டும் சில நேரங்களில் தோள்வரை தாழ்ந்தும் காணப்படும்.

வசீகரமான அவரது கண்கள் கறுப்பு நிறத்தில் அகன்று உருண்டையாக இருக்கும். வெண் பகுதிகளில் சிவப்புக் கோடுகள். சாய்வான, கனத்தப் புருவங்கள்; புருவங்களிடையில் சற்றுப் புடைத்துக் காணப்படும் நாளம், கோபப்படும்போது தெளிவாகத் தெரியும். கன்னங்கள் மென்மையாகவும் நிறைந்துமிருக்கும். ஒளிரும் முத்துப்போன்ற பற்கள். புன்னகை தவழும் முகம். ஆற்றல் மிகுந்த மொழியை மென்மையாகச் சொல்லும் குணம். மனிதனின் உயர்ப்பண்புகள் குறித்து அனைத்தும் அறிந்தவர். தன்னுடைய பணிகளை தாமே செய்து வாழ்ந்தவர்.

பிள்ளைகள் : மாரியா கிப்தியா (ரலி) அவர்களுக்குப் பிறந்த இப்ராஹீம் (ரலி) அவர்களைத் தவிர, இறைத்தூதரின் பிள்ளைகள் அனைவரும் முதல் மனைவியான கதீஜா (ரலி) அவர்களுக்குப் பிறந்தவர்கள். கதீஜா (ரலி) முதலில், காசிம் (ரலி) அவர்களைப் பெற்றெடுத்தார். இவர், மக்காவில் தனது நான்காவது வயதில் இறந்தார். இவரது பிறப்புக்குப் பிறகு இறைத்தூதர் அவர்கள், அபுல் காசிம் (காசிமின் தந்தை) என்று அழைக்கப்பட்டார். இதன் பிறகு, கதீஜா அன்னையார், ஸைனப் (ரலி) அவர்களையும், தையிப் (தூய்மை) என்றும் தாஹிர் (தூயவர்) என்றும் சிறப்புப் பெயர்களால் அழைக்கப்பட்ட அப்துல்லாஹ் (ரலி) அவர்களையும் ஈன்றெடுத்தார்.

பின்னர், ருகய்யா, உம்மு குல்ஸூம், ஃபாத்திமா (ரலி) ஆகியோரையும் பெற்றளித்தார். ஆண் குழந்தைகள் அனைவரும், குழந்தைப் பருவத்திலேயே இறந்துபோக, பெண்குழந்தைகள் வளர்ந்து திருமணம் முடித்தனர். இதில், இறைத்தூதரின் இளைய மகளும் அலீ (ரலி) அவர்களின் மனைவியுமான ஃபாத்திமா (ரலி) அவர்கள் நபி (ஸல்) அவர்களின் வம்சத்தை தொடரும் பாக்கியத்தை பெற்றிருந்தார்கள். இவர்கள் ஹசன், ஹுசைன், ஸைனப், உம்மு குல்ஸூம் (ரலி) எனும் நான்கு மக்களைப் பெற்றெடுத்தார்.

இறைத்தூதரின் பண்புகளும் சிறப்புகளும்: தாயின் வயிற்றிலிருக்கும்போதே இறைத்தூதர் அவர்கள் தந்தையை இழந்தார். அவரது வாழ்க்கை, கஷ்டங்களாலும் வேதனைகளாலும் நிரம்பியது. உலக வாழ்விலிருந்து விடைபெறும்போது, முழு அரேபியாவும் அவரது ஆணையின் கீழிருந்தது. அரேபியாவின் எந்த ஒரு நிலப்பகுதியும் அவரது கட்டுப்பாட்டுக்கு வெளியே இல்லை. அவரது எளிமையும் தூய்மையும் நேர்மையும் வாழ்க்கை முழுவதும் அவருக்கு வழிகாட்டியாக இருந்து தொண்டாற்றின.

ஆயிஷா (ரலி) கூறியதாக புகாரீ அறிவிக்கிறது: "தமது உலகியல் தேவைகளுக்கு இறைத்தூதர் அவர்கள் யாரையும் சார்ந்திருக்க விரும்பவில்லை. உங்கள் எல்லோரையும்போல் அவரும் தமது வேலைகளைத் தாமே செய்வார். ஆடுகளில் பால் கறப்பார். தமது பாதணிகளைத் தாமே சரி செய்வார். தொழுகை இல்லம் கட்டுமானப்பணியின்போது செங்கல் சுமப்பதுபோன்ற வேலைகளை ஒரு தொழிலாளிபோல் அனைவருடனும் சேர்ந்து செய்தார். அகழி தோண்டும்போது, கற்களை உடைப்பதிலும் களிமண் சுமப்பதிலும் ஈடுபட்டார். அவரது வழக்கமான உணவு, சலிக்கப்படாத வாற்கோதுமை அப்பம். வீட்டில், சிலநாள்கள் இதுவும் இருக்காது. வீட்டிலுள்ள அடுப்பு, சிலநாள்கள் மூட்டப்படாமலேயே இருக்கும். அந்நாள்களில் குடும்பத்தினர் பேரீச்சம்பழங்களிலும் தண்ணீரிலும் உயிர் வாழ்ந்தனர். எந்த உணவையும் ஒருபோதும் அவர் ஒதுக்கியதில்லை. குறை சொன்னதுமில்லை. கிடைத்தது எதுவோ அதை உண்பார். பசிக்காதபோதும் குறிப்பிட்ட உணவு தனக்கு ஒத்துக்கொள்ளாத நிலையிலும் எதுவும் சொல்லாமல் உண்பதை மட்டும் தவிர்த்துக் கொள்வார்."

இறைத்தூதரின் படுக்கையைக் குறித்து ஆயிஷா (ரலி)

சொல்லும்போது, "அது, ஈச்சம் பாளைகளால் நிரப்பப்பட்ட கடினமான கால்நடைத் தோலால் செய்யப்பட்டது" என்றார். இதே கேள்வியை, ஹஃப்ஸா (ரலி) அவர்களிடம் கேட்டபோது, "அது வெறும் கயிற்றுப் பைத்துண்டுகளால் செய்யப்பட்டது. ஒரு நாளிரவு நான், இறைத்தூதருக்கு மென்மையாக இருக்கட்டுமென்று அதை நான்கு மடிப்புகளாக்கினேன். மறுநாள் காலையில், 'படுக்கையில் எதை விரித்தாய்?' என்று கேட்டார். அதே கயிற்றுப் படுக்கைதான். மென்மையாக இருக்கட்டுமென்று அதை, நான்காக மடித்திருந்தேன் என்று சொன்னேன். 'ஆனால் இரவுத் தொழுகைக்கு அது இடைஞ்சலாக இருந்தது. முன்பிருந்தது போல் அதை விட்டுவிடு' என்றார் இறைத்தூதர் அவர்கள்.

இறைத்தூதர் அவர்கள், போருக்கான தமது மார்புக்கவசம் ஒன்றை ஈடாகக் கொடுத்து, யூதன் ஒருவனிடம் முப்பது திர்ஹம்கள் பெற்றிருந்தார். அதைத் திரும்பப் பெற்றுக்கொள்வதற்கான பணம் கிடைக்கவில்லை. இந்நிலையில் அவரது உலக வாழ்க்கை முடிவடைந்தது. அந்த மார்புக்கவசம் யூதனிடமே இருந்தது. தமது போர்க்கருவிகளும் கோவேறுக் கழுதையும் மார்புக்கவசமும் தானமாகக் கொடுக்கப்படவேண்டும் என்றார் இறைத்தூதர் அவர்கள்.

அனஸ் (ரலி) சொல்கிறார்: "நான் என்னுடைய எட்டாவது வயதில் இறைத்தூதரிடம் வந்தேன். பத்து ஆண்டுகள் அவருடனிருந்து இறைப்பணியில் ஈடுபட்டேன். நீண்ட இக்கால கட்டங்களில், என்னை வேதனைக்குள்ளாக்கும் ஒரு சொல்கூட அவரிடமிருந்து வந்ததில்லை. தவறுகளுக்காக என்னை அவர் கண்டித்ததும் கிடையாது."

அபூஹுரைரா (ரலி) சொல்கிறார்: "பல தெய்வங்களை வணங்குபவர்கள்மீது அல்லாஹ்வின் சாபமிறங்க பிரார்த்தனை செய்யுங்கள்" என்று இறைத்தூதரிடம் கேட்டார்கள் மக்கள். அதற்கு அவர், 'மனித இனத்துக்கு நன்மைகள் விளைய அல்லாஹ்விடம் பிரார்த்தனை செய்வதற்காகவே நான் அனுப்பப்பட்டிருக்கிறேனே தவிர, அவர்கள்மீது சாபமிறங்க அல்லாஹ்விடம் பிரார்த்தனை செய்வதற்காக அல்ல' என்றார்.

இறைத்தூதர் அவர்களின் எண்ணங்களும் மனோபாவமும் பொருள் நிறைந்ததாக இருக்கும் என்று ஆயிஷா (ரலி) கூறுகிறார்.

குழந்தைகளுடன் விளையாடும்போது அவர்களை மடியில் தூக்கி வைத்துக்கொள்வார். நோயாளிகளைப் பார்ப்பதற்காக தொலைதூரங்களுக்கும் செல்வார். முகமன் சொல்வதில் முந்திக்கொள்வார். கைகுலுக்கும்போது தமது கையை முதலில் விடுவித்துக் கொள்ளமாட்டார். தோழர்களுக்கு மதிப்பளிக்கும் பொருட்டு அவர்களது சிறப்புப் பெயர் சொல்லியே அழைப்பார். உரையாடும்போது பொருத்தமான சொற்களையே பயன்படுத்துவார். மற்றவர்கள் பேசும்போது குறுக்கிட மாட்டார். பொருளற்ற விஷயமாக இருந்தால் தடுக்கவோ அந்த இடத்தை விட்டு எழுந்துவிடவோ செய்வார்.

மகிழ்ச்சியும் நிறைவுமுள்ள பழக்கவழக்கங்கள் : அப்துல்லாஹ் பின் ஹாரிஸ் (ரலி) சொல்கிறார்: "இறைத்தூதர்போல் மகிழ்ச்சி நிறைந்த ஒருவரை நான் பார்த்ததில்லை. தம்முடைய பலம், பிறரை வீழ்த்துவதற்கானதல்ல என்று கருதுபவர். மிகுந்த கோபத்திலும் தன்னைத்தானே கட்டுப்படுத்திக் கொள்பவர்."

அனஸ் (ரலி) சொல்கிறார்: "மற்ற அனைவரை விடவும் இறைத்தூதர் அவர்கள் மிகுந்த மன உறுதிகொண்டவர். ஒரு முறை எதிரிகளின் மிகப் பெரிய தாக்குதல் குறித்து மதீனாவாசிகள் பயந்துபோயிருந்தனர். அவர்களிடையே பதற்றம் தொற்றிக்கொண்டது. இச்சூழ்நிலையில் எதிரிகளின் திசையிலிருந்து, சேணம் பூட்டாத தனது குதிரையின்மீது இறைத்தூதர் அவர்கள் வந்து கொண்டிருப்பதை மக்கள் வியப்புடன் பார்த்தனர். இறைத்தூதர் அவர்கள், 'கவலை வேண்டாம். பயப்படுவதுபோல் எதுவுமில்லை' என்று சொல்லி அவர்களை ஆறுதல்படுத்தினார்.

பராஉ பின் ஆஸிப் (ரலி) சொல்கிறார்: "ஹுனைன் போரின்போது வீரர்கள் போர்க் களத்திலிருந்து சிதறி ஓடிக்கொண்டிருந்தனர். அந்நேரம், இறைத்தூதர் அவர்கள், 'உறுதியாக நானே இறைத்தூதர். அப்துல் முத்தலிபின் மகன் நானே' என்று வீரத்துடன் மொழிந்தபடியே போர்க்களத்தினுள் நுழைந்தார். துணிவும் வீரமும் செறிந்த மற்றொருவர் அப்போது அங்கில்லை. பலம் மிகுந்த எதிரிகளின் தாக்குதலை எதிர்கொள்ள இயலாத நிலையில் நாங்கள் அவர் பின்னால் தஞ்சமடைந்தோம். அன்றைய நிலையில் எதிரிகளின் இம்மாபெரும் தாக்குதலை எங்களிடையே உள்ள மாபெரும் வீரர்களால் மட்டுமே எதிர்கொள்ள இயலுமென்றுதான் நாங்களும் கருதினோம்.

ஒருநாள் இறைத்தூதருடன் நான் சென்றுகொண்டிருந்தேன். இறைத்தூதர் அவர்கள், தடிமனான கரையுள்ள அங்கி அணிந்திருந்தார். அப்போது, எதிர்ப்பட்ட நாடோடி ஒருவர், இறைத்தூதரின் அங்கியைப் பற்றிக்கொண்டு பலமாக இழுத்தார். இது, இறைத்தூதரின் கழுத்திலும் தோளிலும் அழுத்தமான தடயத்தை ஏற்படுத்தியிருந்ததை நான் பிறகுதான் பார்த்தேன். அந்த நாடோடி இறைத்தூதரிடம், 'முஹம்மதே! அல்லாஹ் உங்களுக்குத் தந்ததில் இரண்டு ஒட்டகங்கள் அளவில் எனக்கும் தாருங்கள். ஏனெனில், அவை உங்களுடையதோ உங்கள் தந்தையாருடையதோ அல்லவே?' என்றார். தடித்த, கசப்பான இச்சொற்களைக் கேட்டும் இறைத்தூதர் அவர்கள் கோபம் கொள்ளவில்லை. மென்மையான மொழியில் அந்த நாடோடியிடம், 'நீர் என்னிடம் நடந்துகொண்டதைப்போல் நான் ஏன் உம்மிடம் நடந்துகொள்ளக் கூடாது?' என்று கேட்டார். 'ஏனெனில், நீர் பழிக்குப்பழி என்பதில் நம்பிக்கை இல்லாதவர்' என்றார் அந்த நாடோடி. அவரது வெளிப்படையானப் பதிலைக் கேட்ட இறைத்தூதர் புன்னகைத்தார். இத்துடன் அந்த நாடோடியின் ஒரு ஒட்டகத்தில் வாற்கோதுமையையும் இன்னொன்றில் பேரீச்சம்பழங்களையும் ஏற்றும்படி சொன்னார்."

ஒருமுறை ஸைத் பின் ஸஅனா எனும் யூதன் ஒருவன் இறைத்தூதரிடம் வந்து, மிகக் கடுமையான முறையில், அவர் தர வேண்டிய பணத்தைக் கேட்டான். "அப்துல் முத்தலிபின் மகனே, பணத்தைத் திருப்பிக்கொடுப்பதில் நீர் காலதாமதம் செய்தீர்" என்றான். அவனது சொற்களிலிருந்த கடுமையை உணர்ந்தும் இறைத்தூதர் அவர்கள் புன்னகை மாறாமல் இருந்தார். ஆனால், உமர் (ரலி) கோபத்துடன் கண்டித்தபடியே அவனை நெருங்கினார். அப்போது இறைத்தூதர் அவர்கள், "உமர், உம்மிடமிருந்து நல்வார்த்தைகளைக் கேட்பதற்கான தகுதி, இம்மனிதருக்குண்டு. குறிப்பிட்ட நேரத்தில் பணத்தைத் திரும்பச் செலுத்தியிருக்க வேண்டுமென்று என்னையும் அதைப் பண்பாகக் கேட்டிருக்க வேண்டுமென்று அவரையும் நீர் அறிவுறுத்தியிருக்கலாம்" என்றதுடன் அந்தக் கடனைத் திருப்பிக் கொடுக்குமாறு உமர் (ரலி) அவர்களிடம் சொன்னார். மேலும், உமர் (ரலி) அந்த யூதனை, அச்சுறுத்தியதற்கு இழப்பீடாக 20 ஸாஉ (60 கிலோ) அதிகமாகக் கொடுக்கச் சொன்னார். இறைத்தூதரின் இந்த நேர்மை, அதே இடத்தில் ஸைதுவை இஸ்லாத்தைத் தழுவத் தூண்டியது.

இறைத்தூதரின் மகனார் இப்ராஹீம் (ரலி), மரணத்தை அண்மித்திருந்த நிலையில், அவருக்குப் பாலூட்டிய பெண்ணின் கணவரான கொல்லர் அபூ சாயிஃபிடம் இறைத்தூதர் அவர்களை நான் அழைத்துச் சென்றேன். இப்ராஹீமின் உடல்நிலை பற்றிய கவலை இறைத்தூதரின் கண்களில் நீரை வரவழைத்தது. இதைக் கண்ட அப்துர் ரஹ்மான் பின் அவ்ஃப் (ரலி), "இறைத்தூதரே! தாங்களுமா பொறுமையின்மையை வெளிக்காட்டுகிறீர்கள்?" என்று கேட்டார். இறைத்தூதர் சொன்னார்: 'அவ்ஃபின் மகனே! அன்பும் இரக்கமும் காரணமாக வெளிப்படும் கண்ணீர் இது. பொறுமையின்மையோ நன்றியின்மையோ அல்ல இதற்கான காரணம். மனம் வேதனைப்படுகிறது. கண்களில் நீர் வடிகிறது. அல்லாஹ்வுக்கு உவப்பில்லாத எதையும் தாங்கள் சொல்ல வேண்டாம்' என்றார்.

அபூஸயீத் அல்குத்ரீ (ரலி) சொல்கிறார்: "ஒரு முறை அன்சார்கள் சிலர் இறைத்தூதரிடம் சிலவற்றைக் கேட்டார்கள். இறைத்தூதர் அவர்கள் தம்மிடமிருந்த அனைத்தையும் அவர்களுக்குக் கொடுத்தார். அவர்கள் மீண்டும் கேட்டபோது இறைத்தூதர் அவர்கள், "எது கிடைத்தாலும் நான் அதை எனக்காக வைத்துக்கொள்வதில்லை. உறுதியாகவே, அல்லாஹ்விடம் இரந்து கோரும் ஒருவரை, மனிதர்களிடம் இரக்கும் இழிவிலிருந்து அவன் காப்பாற்றுகிறான். செல்வத்தை நாடுகிறவர்களுக்கு செல்வத்தையும் பொறுமையை நாடுபவர்களுக்கு அல்லாஹ் பொறுமையையும் அளிக்கிறான். அல்லாஹ்விடமிருந்து கிடைக்கும் அருட்கொடைகளில் பொறுமையை விடச் சிறந்தது எதுவுமில்லை" என்றார்.

அபூஹுரைரா (ரலி) சொல்கிறார்: "இறைத்தூதர் அவர்கள் ஒன்றுக்கு மேற்பட்ட முறைகள் சொல்லியிருக்கிறார். 'உஹுத் மலை அளவு பொன் கிடைத்தாலும், மூன்று நாள்களில் அதைக் கொடுத்து முடித்தால்தான் எனக்கு மகிழ்ச்சி. வாங்கிய கடனைத் திருப்பிச் செலுத்துவதற்கு அல்லாமல் நான் எதையும் சேர்த்து வைப்பதில்லை" என்று.

இறைத்தூதர் அவர்கள், தம்மிடம் கொடுப்பதற்கு எதுவுமில்லாதபோதும் தேவைப்படுபவர்களுக்கு உதவ முன்நிற்பார். இப்படியான சந்தர்ப்பங்களில் வாங்கிய கடனைத் திருப்பிக் கொடுக்க இயலாத நிலையில், மேலும் எங்காவது கடன் பெற்று

உதவி செய்வார். என்றுமே அவர் தம்முடைய தேவைகளுக்காக யாரிடமும் கடன் பெற்றதில்லை.

ஜாபிர் பின் அப்துல்லாஹ் (ரலி) சொல்கிறார்: ஒரு படையெடுப்பின்போது இறைத்தூதருடன் நானும் சென்றேன். எனது ஒட்டகம் களைத்துப்போய் பின்தங்கியது. சிறிது நேரத்தில் என்னைக் கடந்து செல்லவிருந்த இறைத்தூதர் அவர்கள் என்னவென்று கேட்டார். 'ஒட்டகம் களைத்துப்போய் விட்டது' என்றேன். அவர் ஒட்டகத்தைத் தட்டிக்கொடுத்தார். அது மீண்டும் விரைந்தது. நாங்கள் உரையாடியவாறே சென்றோம். அப்போது இறைத்தூதர் அவர்கள், 'நீர் ஒட்டகத்தை விற்கிறீரா?' என்று கேட்டார். நான் ஆமாம் என்றேன். தான் அதை விலைக்கு வாங்கிக்கொள்வதாகச் சொல்லிவிட்டுச் சென்றார். நான் எனது பயண இலக்கைத் தாமதமாகச் சென்றடைந்தேன். தொழுமிடத்தின் வெளியே ஒட்டகத்தைக் கட்டினேன். அப்போது இறைத்தூதர் அவர்கள், 'அதை அங்கேயே விட்டுவிட்டு இரண்டு ரக்அத் தொழுவதற்கு உள்ளே வாரும்' என்றார். தொழுகை முடிந்ததும் இறைத்தூதர் அவர்கள், பிலால் (ரலி) அவர்களிடம், ஒட்டகத்துக்கான விலையைக் கொடுக்கும்படி சொன்னார். பணத்துடன் நான் சிறிது தொலைவு சென்றதும் மீண்டும் என்னை அழைத்தார். ஒட்டகம் திருப்பியளிக்கப்பட்டுவிடுமோ என்ற பயத்துடன் சென்றேன். ஆனால், இறைத்தூதர் அவர்கள், 'உமக்குக் கொடுத்த அந்தப் பணத்துடன் ஒட்டகத்தையும் அழைத்துச் செல்லும்' என்றார்.

இறைத்தூதர் அவர்கள் ஒருமுறை மற்றொருவருடன் தோட்டத்தினூடே சென்றுகொண்டிருந்தார். வழியில் இரண்டு பல்துலக்கும் குச்சிகளை வெட்டி எடுத்தவர், சரியான ஒன்றைத் தோழரிடம் கொடுத்துவிட்டு, வளைந்திருந்த மற்றொன்றைத் தம்மிடம் வைத்துக்கொண்டார். நல்லதை எடுத்துக்கொள்ளக் கேட்டு, நபித்தோழர் வற்புறுத்தியபோது அதை ஏற்க மறுத்த இறைத்தூதர் அவர்கள், "இறுதித்தீர்ப்பு நாளன்று பிறருடன் நடந்துகொண்ட முறைகள் குறித்தும் மனிதர்கள் விசாரிக்கப்படுவார்கள்" என்றார்.

இப்னு அப்பாஸ் (ரலி) சொல்கிறார்: "ஒருமுறை பிஷ்ர் எனும் நயவஞ்சக முஸ்லிமுக்கும் ஒரு யூதனுக்குமிடையில் வழக்கு ஏற்பட்டது. இருவரும் இறைத்தூதரிடம் வந்தனர். வழக்கை விசாரித்த இறைத்தூதர் அவர்கள், யூதனுக்கு ஆதரவாகத்

தீர்ப்பு வழங்கினார். வெளியே வந்த பிஷ்ர், ‘இந்தத் தீர்ப்பு நேர்மையானதல்ல. நாம் உமர் (ரலி) அவர்களிடம் செல்வோம்‘ என்றார். இருவரும் உமர் (ரலி) அவர்களிடம் சென்றனர். உமர் (ரலி) அவர்களிடம் அந்த யூதன், ‘நாங்கள் இறைத்தூதரிடம் சென்றோம். அவர் என் சார்பாகத் தீர்ப்பு வழங்கினார். ஆனால், அதை ஏற்க மறுத்த இவர், தங்களிடம் என்னை அழைத்து வந்திருக்கிறார்’ என்றார். இது குறித்து, உமர் (ரலி) பிஷ்ரிடம் விசாரித்தார். அவர், ‘தீர்ப்புக்காக நாங்கள் இறைத்தூதரிடம் சென்றது உண்மைதான். ஆனால், நான் அவருடைய தீர்ப்பைவிட உங்களுடைய தீர்ப்பையே விரும்புகிறேன்’ என்றார். ‘சற்றுப் பொறுங்கள். எனது தீர்ப்பைச் சொல்லி விடுகிறேன்’ என்ற உமர் (ரலி), தமது இல்லத்துக்குள் சென்று வாளுடன் திரும்பி வந்து, நயவஞ்சகன் பிஷ்ரின் தலையை வெட்டினார். ‘அல்லாஹ்வின் அவனது தூதரின் தீர்ப்பை, தன்னை முஸ்லிம் என்று சொல்லிக்கொண்டு ஏற்க மறுப்பவர்களுக்கான முடிவு இதுவே!’ என்றார். இந்த நடவடிக்கைக்கு எதிராக, பிஷ்ரின் நயவஞ்சக நண்பர்கள் பெரிதும் கூச்சலிட்டனர். ஆனால், அல்லாஹ் குர்ஆன் வசனத்தின் மூலம், உமர் (ரலி) அவர்களின் இச்செயலுக்கு ஆதரவு நல்கினான். அன்றிலிருந்து உமர் (ரலி) ஃபாரூக் என்ற சிறப்புப் பெயரில் அழைக்கப்பட்டார்.”

மக்கா வெற்றிக்குப் பிறகு, மக்ஸூம் வம்சாவளியைச் சேர்ந்த ஃபாத்திமா பின்த் அஸ்வத், திருடியதற்காகக் கைதுசெய்யப்பட்டாள். குற்றம் நிரூபிக்கப்பட்ட நிலையில் குற்றவாளியின் வலக்கையைத் துண்டிக்கும்படி இறைத்தூதர் அவர்கள் கட்டளையிட்டார். இதை இழிவாகக் கருதிய குறைஷிகளில் சிலர் பரிந்துரைகள் மூலம் அவளைத் தண்டனையிலிருந்து விடுவிக்க முன்வந்தனர். ஆனால், இந்த எண்ணத்துடன் இறைத்தூதரிடம் செல்லும் துணிவு யாருக்குமில்லை.

கடைசியாக அவர்கள், இறைத்தூதரிடம் பரிந்துரை செய்ய, உஸாமா பின் ஸைத் (ரலி) அவர்களை அணுகினார்கள். அவரும் இது குறித்த பரிந்துரையுடன் இறைத்தூதரிடம் வந்தார். இறைத்தூதர் அவர்கள், “உஸாமாவே! அல்லாஹ்வின் நீதி குறித்தா என்னுடன் பேசுகிறீர்?” என்று கோபத்துடன் கேட்டார். பிறகு, மக்களை நோக்கி, “உயர் குடியில் பிறந்த ஒருவன் அல்லது வசதி படைத்த ஒருவன் திருடினால் அதைக் கண்டுகொள்ளாமலும், அதே குற்றத்தை

வறியவரோ வலுவற்றவரோ செய்தால் விதிப்படி தண்டனை அளிப்பதையும் வழக்கமாக்கிய காரணத்தால்தான் உங்களுடைய முன்னோர்கள் அழிவுக்குள்ளாயினர். என்னுடைய உயிர் யார் கையில் இருக்கிறதோ அவன்மீது ஆணையாகச் சொல்கிறேன். என் மகள் ஃபாத்திமாவே திருடியிருந்தாலும் அவரது கை வெட்டப்படும்' என்றார்.''

பொது வழக்கற்றவை : இறைத்தூதர் ஒருமுறை சொன்னார்: ''ஈஸா பின் மர்யம் அவர்களைக் கிறிஸ்தவர்கள் வரையறை மீறி, புகழ்ந்ததுபோல், என்னையும் எல்லை மீறிப் புகழ்வதைத் தவிர்த்துக்கொள்ளுங்கள். அல்லாஹ்வின் அடிமைகளில் நானும் ஒருவன். ஆகவே, என்னை அப்துல்லாஹ் (அல்லாஹ்வின் அடிமை) என்றோ, ரசூலுல்லாஹ் (அல்லாஹ்வின் தூதர்) என்றோ அழையுங்கள்.''

நபித்தோழர்கள் ஒருமுறை, இறைத்தூதர் அவர்கள் வெளியில் வந்தபோது மரியாதையைத் தெரிவிக்கும்பொருட்டு எழுந்து நின்றனர். இதைக் கண்ட இறைத்தூதர் சொன்னார்: ''பணிவைத் தெரிவிப்பதற்காக அஜமிகள் (அரபிகள் அல்லாதார்) போல் எழுந்து நிற்கும் பழக்கத்தை கைவிடுங்கள்.''

நபிகளார் எப்போதும் தமது தோழர்களுடன் மிகவும் நெருங்கியே அமர்ந்துகொள்வார். எங்காவது ஓரிடத்தில் உட்கார்ந்துகொள்வார். தொழிலாளர்களுடன் வேலைகளில் பங்கெடுப்பார். அவர்களையும் தம் பக்கத்தில் அமரச் செய்வார்.

''பசித்தவர்களுக்கும் வறியவர்களுக்கும் உதவியாக இருப்பவர்கள், அல்லாஹ்வின் வழியில் போர் செய்வோருக்கும் இரவு முழுவதும் தொழுவோருக்கும், ஆண்டு முழுவதும் நோன்பு நோற்போருக்கும் கிடைக்கும் பலன்களைப் பெறுவார்கள்'' என்றார் இறைத்தூதர் அவர்கள்.

நபிகளாரிடம் ஒருவர், ''இறைத்தூதரே! சொர்க்கத்தை அடைவதற்கான மார்க்கம் என்ன?'' என்று கேட்டார். இறைத்தூதர் சொன்னார்: ''உண்மையை மட்டும் பேசுவது. ஒருவர் உண்மையானவராக இருந்தால், நிச்சயமாக, நல்லொழுக்கங்களையே கடைப்பிடிப்பார். இது அவரை நம்பிக்கையெனும் ஒளியை நோக்கிக்கொண்டு செல்லும். நம்பிக்கை, அவரைச் சொர்க்கத்துக்கு

அழைத்துச்செல்லும்." மற்றொரு நிகழ்வின்போது இறைத்தூதர் அவர்கள் சொன்னார்: "உண்மையானது உங்களை பேரிழப்புக்கு இட்டுச் சென்றாலும், அதை விட்டு விலகாமலிருங்கள். ஏனெனில், அதன்மூலம்தான் நீங்கள் உயர்ந்த நிலையை அடைய இயலும்."

மக்காவிலிருந்து பத்ருக்குச் சென்றுகொண்டிருந்தபோது, அக்னஸ் பின் ஷுரைக், அபூஜஹ்லிடம் கேட்டார்: "அபுல் ஹகமே! உம்மிடம் ஒன்று கேட்பேன். நம் இருவரைத் தவிர இங்கே வேறு யாருமில்லை. ஆகவே, நீர் உண்மையைச் சொல்ல வேண்டும். முஹம்மத் உண்மையாளரா, பொய்யரா?" இதற்கு அபூஜஹ்ல் சொன்ன பதில்: "அல்லாஹ்வின் மீதாணையாக, முஹம்மத் உண்மையைத்தவிர, ஒருபோதும் பொய் பேசியதில்லை."

அபூஸயீத் அல்குத்ரீ (ரலி) கூறியதாகச் சொல்லப்பட்டுள்ளது: "முகத்தை மறைத்திருக்கும் மேன்மையான ஒரு கன்னிப் பெண்ணைவிடவும் தன்னடக்கமும் நாணமும் கொண்டவர் இறைத்தூதர் அவர்கள். நாங்கள் அவரது விருப்பமின்மையை முகத்தைப் பார்த்தே புரிந்துகொள்வோம். வெறுக்கத்தக்கப் பேச்சோ செயலோ செய்த ஒருவரை நாணிக்குறுக வைக்காதபடி தவறை மறைமுகமாகவே சுட்டிக்காட்டுவார். ஆனால், அல்லாஹ்வின் கூற்றுகளிலும் உண்மையைச் சொல்வதிலும் என்றுமே அவர் விட்டுக்கொடுத்ததில்லை."

நடுநிலை: ஆயிஷா (ரலி) சொல்கிறார்: "யாரையாவது குறைபட்டுக்கொள்ளும் விதமாக ஒன்றைச் சொல்வதானால், இறைத்தூதர் அவர்கள், ஒருபோதும் அவரது பெயரைக் குறிப்பிடமாட்டார். மாறாக, 'இதைச் செய்யும் இவர்கள் என்ன மனிதர்கள்' என்பார். பெரும்பாலும் இறைத்தூதர் அவர்கள் அமைதியாகவே காணப்படுவார். தேவையில்லாமல் எதையும் பேசுவதில்லை. பேச்சில் எப்போதுமே உண்மையும் தெளிவுமிருக்கும். பொருளற்ற வகையில் பேச்சை நீட்டிக் கொண்டிருக்க மாட்டார். முக்கியமான விஷயங்களைத் தவிர்த்துக்கொள்ளும் அளவில் சுருக்கமாகவும் இருக்காது. உரையாடல்களின்போது தன்னடக்கம் பேணுவார். கூடியிருப்பவர்களுக்குப் புரியாத வகையில் மெதுவாகவோ சோர்வு தட்டுமளவுக்கு வேகமாகவோ இருக்காது. சுருக்கமாகச் சொல்வதானால், வாழ்க்கையின் ஒவ்வொரு நிலையிலும் அவர் தன்னடக்கத்தைப் பேணினார்."

உளநிறைவுமிகு ஒழுங்கமைதி: மனநிறைவை அவர் மற்றவர்கள்மீதும் செலுத்தி வந்தார். ஒருமுறை இறைத்தூதர் அவர்கள் வாக்குறுதியளித்த ஒட்டகம் ஒன்றைப் பெறுவதற்காக வந்த ஒருவரிடம், "இப்போது ஒரு ஒட்டகக் கன்றைத்தான் உமக்குத் தர இயலும்" என்றார். அவரோ, "ஒரு கன்றை வைத்து நான் என்ன செய்ய முடியும்?" என்று கேட்டார். "ஒவ்வொரு ஒட்டகமும் அதன் தாய்க்குக் கன்றுதானே?" என்றார் இறைத்தூதர் அவர்கள். முக்கியத்துவமில்லாத பொதுவான உரையாடல்களின்போதும் இறைத்தூதர் அவர்கள் பொய்யான ஒன்றைச் சொன்னதில்லை.

நற்பண்பின் புகழத்தக்க கூறுகள்: இறைத்தூதர் அவர்கள் தமது தோழர்களுடன் அமர்ந்திருக்கும்போது, அறிமுகமில்லாத ஒருவர் வந்தால், இவர்களில் இறைத்தூதர் யாரென்று அறிய இயலாது. உமிழ்ந்துவிடும் அளவுக்கு வீச்சமுள்ள எதையும் இறைத்தூதர் உண்டதில்லை. பெரும்பாலும் ஒட்டுப்போட்ட உடைகளையே அணிந்திருப்பார். மிக எளிமையான, ஆனால், சுத்தமான ஆடைகளையே அணிவார். தினமும் பல முறை பல்துலக்கும் குச்சியைப் பயன்படுத்துவார். அருகில் அமர்ந்திருப்பவர்கள், அவரது, உடலிலோ ஆடைகளிலோ வாயிலோ சிறு வாடை வீசுவதாகவும் ஒருபோதும் சொன்னதில்லை.

சீர்திருத்தங்களை மேற்கொள்வதில் உதவியாக இருப்பவர்கள் பிணக்கம்கொண்டால் மன்னித்து விடுவார். ஆனால், தண்டனைக்குரிய குற்றங்கள் என்றால் மன்னிப்புக் கிடைக்காது. தண்டிப்பதன் மூலம் அவர்களைத் திருத்தாமல் விட்டால், குற்றங்கள் மேன்மேலும் அதிகரிக்க, தாமே துணை போவதாக அமைந்து விடுமென்று கருதினார்.

முஸ்லிம்களிடமிருந்து கிடைக்கக்கூடிய நன்கொடைகள் முஸ்லிம்களுக்கு மட்டுமே என்ற வரையறை அவரிடமில்லை. கிறிஸ்தவர்களுக்கும் யூதர்களுக்கும் விக்கிரக ஆராதனையாளர்களுக்கும் என்று அதைப் பரவலாக்கினார். எந்தப் பேரிடர் நேரிட்டாலும் முன்மாதிரியான அணுகுமுறையுடன் அமைதியாகவே இருப்பார். ஆனால், மற்றவர்களுக்கு இன்னல் ஏற்பட்டு விட்டதாக அறிந்தால் பரிதவித்துப் போவார். குறிப்பிட்ட ஒன்றை நிறைவேற்றும் பொருட்டு, எல்லா வாய்ப்புகளையும் பயன்படுத்துவார். அதன் முடிவை மட்டும் எல்லாம் வல்ல அல்லாஹ்விடம் ஒப்படைத்து

விடுவார். தனது விருப்பத்துக்கு மாறான முடிவுகள் குறித்து அவர் ஒருபோதும் பயந்ததில்லை.

இறைத்தூதர் அவர்கள் பணிவுள்ளவராகத் திகழ்ந்தார். ஆனால் பெருந்தன்மையை விட்டுக் கொடுத்ததில்லை. அச்சமூட்டுகிறவராக இருந்தார். ஆனால், கடுமையானவராக இல்லை. கொடைத்தன்மையைப் பயின்றார். வீண்செலவாளியாக இல்லை. எதிரில் வந்து நிற்பவர்களுக்கு முதலில் சற்று பயமேற்படும். ஆனால், அவரது அருகில் அமர்ந்ததும் பயம் விலகி, அவர்மீதான அன்பு உருவாகும். தொற்று நோய்களிலிருந்து விலகியிருக்கும்படி கேட்டுக்கொண்டார். போலி மருத்துவர்கள் மருத்துவம் செய்வதைத் தடை செய்தார். விலக்கப்பட்டவையால் மருத்துவம் செய்வதையும் வெறுத்தார்.

ஒன்றை நிறைவேற்றுவதில் இரு வழிகள் இருந்தபோதெல்லாம், அவர் எளிதான வழியையே பயன்படுத்தினார். போர்க்கைதிகளை விருந்தினர்போல் கவனித்துக்கொண்டார். தமது தோழர்களுடன் சேர்ந்து, அம்பெய்தல், குறி பார்த்துத் தாக்குவது, குதிரைப் பயிற்சி போன்ற பல்வேறு போர்க்கலைகளிலும் விளையாட்டுகளிலும் பங்கு வகித்தார்.

முதற்பாகம் முற்றுப்பெறுகிறது